ಓದಿ ಓದಿ ಮರುಳಾಗಿ!

ಹಟ್ಟಿಯೆಂಬ ಭೂಮಿಯ ತುಣುಕು

ಛಂದ ಪುಸ್ತಕ ಬಹುಮಾನ ಪಡೆದ ಕೃತಿ

ಕಥಾ ಸಂಕಲನ

ಲೋಕೇಶ ಅಗಸನಕಟ್ಟೆ

Hattiyemba Bhoomiya Tunuku
-Collection of Short Stories in Kannada
by Lokesh Agasanakatte
Published by Chanda Pustaka,
I-004, Mantri Paradise,
Bannerughatta Road, Bangalore-560 076
ISBN: 978-93-84908-71-3

ಮೊದಲ ಮುದ್ರಣ: 2007
ಎರಡನೆಯ ಮುದ್ರಣ: 2021

ಮುಖಪುಟ: ಅಪಾರ
ರೇಖಾಚಿತ್ರ: ಸೃಜನ್

ಕಾಗದ: ಎನ್‌ಎಸ್ ಮ್ಯಾಪ್ಲಿತೊ 70 ಜಿಎಸ್‌ಎಂ, 1/8 ಡೆಮಿ

ಪ್ರತಿಗಳಿಗಾಗಿ ಸಂಪರ್ಕಿಸಿ:

ಛಂದ ಪುಸ್ತಕ
ಐ–004, ಮಂತ್ರಿ ಪ್ಯಾರಡೈಸ್
ಬನ್ನೇರುಘಟ್ಟ ರಸ್ತೆ
ಬೆಂಗಳೂರು–560 076
ಸೆಲ್: 98444 22782
me@vasudhendra.com

ಮುದ್ರಣ:

ಟ್ರಿನಿಟಿ ಅಕಾಡೆಮಿ, ಕುಡ್ಲು ಗೇಟ್, ಹೊಸೂರು ರಸ್ತೆ, ಬೆಂಗಳೂರು

ಲೋಕೇಶ ಅಗಸನಕಟ್ಟೆ

ದಾವಣಗೆರೆ ತಾಲ್ಲೂಕು ಅಗಸನಕಟ್ಟೆ ಗ್ರಾಮದಲ್ಲಿ ಜನನ. ಮೈಸೂರು ವಿಶ್ವ ವಿದ್ಯಾನಿಲಯದಿಂದ ಎಂಎ ಪದವಿಯನ್ನೂ, ಕುವೆಂಪು ವಿಶ್ವವಿದ್ಯಾನಿಲಯದಿಂದ ಪಿಎಚ್‌ಡಿ ಪದವಿಯನ್ನೂ ಪಡೆದು, ಕೆಲವು ಕಾಲ 'ಮುಂಜಾನೆ', 'ಅರಗಿಣಿ' ಪತ್ರಿಕೆಗಳಲ್ಲಿ ವರದಿಗಾರರಾಗಿ, ಅನಂತರ ಕನ್ನಡ ಅಧ್ಯಾಪಕರಾಗಿ ಕೊಳ್ಳೇಗಾಲ, ಚಿತ್ರದುರ್ಗ, ದಾವಣಗೆರೆ, ಬಳ್ಳಾರಿ, ಮೊದಲಾದ ಕಡೆ ಸೇವೆ ಸಲ್ಲಿಸಿದ್ದಾರೆ. ಸದ್ಯ ಎಚ್‌ಪಿಪಿಸಿ ಸರ್ಕಾರಿ ಪ್ರಥಮ ದರ್ಜೆ ಕಾಲೇಜು, ಚಳ್ಳಕೆರೆಯಲ್ಲಿ ಪ್ರಾಧ್ಯಾಪಕರಾಗಿ ಕಾರ್ಯ ನಿರ್ವಹಿಸುತ್ತಿದ್ದಾರೆ.
'ಮತ್ತೆ ಸೂರ್ಯ ಬರುತ್ತಾನೆ', 'ಮನೆಯಂಗಳದ ಮರ' – ಕವಿತಾ ಸಂಕಲನಗಳು, 'ಅಭಿಮುಖ', 'ಕನ್ನಡ ಕಾವ್ಯ; ಸಮಾಜ ಸಂಸ್ಕೃತಿ', 'ನೀರೊಳಗಣ ಕಿಚ್ಚು' – ವಿಮರ್ಶಾ ಸಂಕಲನಗಳು. 'ನೀರೊಳಗಣ ಕಿಚ್ಚು' ಗೆ ಕರ್ನಾಟಕ ಸಾಹಿತ್ಯ ಅಕಾಡೆಮಿಯ ಬಹುಮಾನ. ಪ್ರಜಾವಾಣಿ, ಕನ್ನಡ ಪ್ರಭ, ಕನ್ನಡ ಸಾಹಿತ್ಯ ಪರಿಷತ್ತು, ವೈ.ಕೆ. ರಾಮಯ್ಯ ಕಥಾ ಸ್ಪರ್ಧೆಗಳಲ್ಲಿ ಇವರ ಕಥೆಗಳಿಗೆ ಬಹುಮಾನ. ಛಂದ ಪುಸ್ತಕ ಬಹುಮಾನ ಪಡೆಯುತ್ತಿರುವ ಮೂರನೆಯ ಕಥೆಗಾರ. ಇವರ 'ಮೀಸೆ ಹೆಂಗಸು' ಕಥಾಸಂಕಲನಕ್ಕೆ ಪ್ರತಿಷ್ಠಿತ 'ಮಾಸ್ತಿ ಪುಸ್ತಕ ಬಹುಮಾನ' ಬಂದಿದೆ.

lokeshagasanakatte58@gmail.com

ನನ್ನ ಕಥನಗಾರಿಕೆಯ ಮೇಲೆ ದಟ್ಟ ಪ್ರಭಾವ ಬೀರಿದ
'ದ್ಯಾವನೂರಿನ' ದೇವನೂರು ಮಹಾದೇವ ಹಾಗೂ
ನನ್ನೊಳಗೆ ಕುಳಿತು ಕಥೆಯ ಕಿನ್ನುರಿ ನುಡಿಸುವ ನನ್ನ ಅಮ್ಮನಿಗೆ
ಕಥಾ ಕೇಂದ್ರವಾದ ನನ್ನೂರು, ನನ್ನ ಜನಕ್ಕೆ

ತೆರೆಯುವ ಮುನ್ನ

ಕವಿತೆ ಮತ್ತು ವಿಮರ್ಶೆಯನ್ನೇ ಬರೆದುಕೊಂಡಿದ್ದ ನನ್ನಿಂದ ಕಥೆಯನ್ನು ಬರೆಯಲು ಸಾಧ್ಯವೇ ಇಲ್ಲವೆಂದುಕೊಂಡಾಗ ಬಾಲ್ಯದಿಂದಲೂ ನನ್ನ ಭಾವಕೋಶದಲ್ಲಿ ಕೂತಿದ್ದ ನನ್ನೂರು, ಊರಿನ ಹಟ್ಟಿ, ಅಲ್ಲಿನ ಕರಿಯ, ರುದ್ರ, ಹನುಮಣ್ಣ, ಶೀನಜ್ಜ, ಕಲ್ಲೇಶಿ, ತಿಮ್ಮಶೆಟ್ಟಿ, ನನ್ನ ಸೀಮೆಯ ನೂರಾರು ಮಂದಿ 'ಯಾಕಾಗಲ್ಲೋ ಮಾರಾಯ, ನಾವೆಲ್ಲಾ ಅದೀವಲ್ಲಾ...' ಅಂತ ಧುತ್ತನೆ ಧುಮುಕಿ ಥರಾವರಿ ಬಣ್ಣಗಳ ಬಳಿದುಕೊಂಡು ಆಟಕ್ಕೆ ನಿಂತೇಬಿಟ್ಟರು. ರೂಪ, ಭಾವ, ಭಾಷೆ ಅದಕ್ಕೆ ತಕ್ಕುನಾದ ಆಕೃತಿಯನ್ನು ಧರಿಸಿ ಕಥೆಯಾಗಿಯೂ, ಸಂಕಥನಕಾರರಾಗಿಯೂ ಆಕಾರ ತಳೆದಾಗ, ನಾನೇ 'ಭಲೆ...ಭಲೇ...' ಅಂತ ಮೆಚ್ಚಿ ನಾಕಾರು ಕಥಾಸ್ಪರ್ಧೆಗೂ ಕಳಿಸಲಾಗಿ... ಅಲ್ಲೋ! ಒಂದಲ್ಲ ಒಂದು ಬಹುಮಾನ ತಂದುಕೊಟ್ಟು 'ನೀನಿನ್ನು ಕಥೆ ಬರೀಬಹುದೂಂತ' ಷರಾ ಬರೆದು ಕಥೆಗಳೊಳಗೇ ಅಡಗಿಕೂತರು. ಅವರ ಮಾತ ಮೀರದೆ ಅವರ ಭಾಷೆಯಲ್ಲೇ ಇನ್ನಷ್ಟು ಕಥೆಗಳ ಬರೆದೆ. ಆ ಕಥಾಗುಚ್ಛವೇ ಈ 'ಹಟ್ಟಿಯೆಂಬ ಭೂಮಿಯ ತುಣುಕು'.

ಇಲ್ಲಿರೋ ಕತೆಗಳಲ್ಲಿ ಅವರು ಬೇರೆ ಬೇರೆ ಕಾಲಗಳಲ್ಲಿ, ಬೇರೆ ಬೇರೆ ರೂಪ ತಾಳಿ ಸಾಮಾಜಿಕ ಸಂಘರ್ಷ ಮತ್ತು ಪಲ್ಲಟಗಳ ಅಖಾಡಕ್ಕೆ ಆಗಾಗ ನನ್ನನ್ನು ಕರೆದು 'ಹೀಗೆ ನೋಡು...ಹಾಗೆ ನೋಡು' ಎಂದಂದು ಬಹುರೂಪಿಗಳಾಗಿ ನನ್ನನ್ನು ಕಾಡಿದ್ದಾರೆ; ಕಂಡಿದ್ದಾರೆ. ನಿಮ್ಮನ್ನು ಹಾಗೆ ಕಾಡುತ್ತಾರೋ ಅಥವ ಬೇರಿನ್ನೇನಾದರೂ ಕಾಣಿಸುತ್ತಾರೋ ಎಂಬ ಕುತೂಹಲ ನನ್ನದು. ಹಟ್ಟಿಯೆಂಬ ಭೂಮಿಯ ತುಣುಕಿನವರಾದ ಇವರನ್ನು ನಿಮ್ಮ ಅಂಗಳಕ್ಕೆ ಬಿಟ್ಟುಕೊಳ್ಳಿ.

ನಾನಿನ್ನು ಹಿಂದೆ ಸರಿವೆ. ಇನ್ನು ನೀವುಂಟು... ಅವರುಂಟು.

ಇಲ್ಲಿನ ಕತೆಗಳನ್ನು ಬರೆಯಲು ಪ್ರೇರಕರಾದ ದೇವನೂರು, ಕುಂವೀ, ಎಚ್ಚೆಸ್ಸಾರ್, ಜೋಗಿ, ಅಮರೇಶ ನುಗಡೋಣಿ, ಎಸ್.ಜಿ. ಸಿದ್ಧರಾಮಯ್ಯ, ಟಿ. ಆರ್. ರಾಧಾಕೃಷ್ಣ, ಸಹೋದರ ಪ್ರಹ್ಲಾದ ಅಗಸನಕಟ್ಟೆ, ಅಲಕ ತೀರ್ಥಹಳ್ಳಿ – ಇವರಿಗೆ,

ಇಲ್ಲಿನ ಕಥೆಗಳಿಗೆ ಬಹುಮಾನ ನೀಡಿದ ಪ್ರಜಾವಾಣಿ, ಕನ್ನಡಪ್ರಭ, ಕನ್ನಡ ಸಾಹಿತ್ಯ ಪರಿಷತ್ತು, ಜನದನಿ ಮಂಡ್ಯ ಮತ್ತು ಛಂದ ಪುಸ್ತಕ–ಈ ಸ್ಪರ್ಧೆಗಳ ತೀರ್ಪುಗಾರರಾದ ವಿವೇಕ ಶಾನಭಾಗ, ಡಾ. ಸಿದ್ದಲಿಂಗಯ್ಯ, ಕೇಶವರೆಡ್ಡಿ ಹಂದ್ರಾಳ, ಮನು, ನೇಮಿಚಂದ್ರ, ಸಿಎನ್‌ಆರ್, ಚಿ. ಶ್ರೀನಿವಾಸರಾಜು, ಹಾಗೂ ಬೊಳುವಾರು ಮಹಮದ್ ಕುಂಞ– ಇವರಿಗೆ,

ಕಥೆಗಳನ್ನು ಚರ್ಚಿಸುತ್ತಲೇ ಹೊಸಕಥೆಗಳಿಗಾಗಿ ಹುರಿದುಂಬಿಸಿದ ಡಾ. ಮೀರಾಸಾಬಿಹಳ್ಳಿ ಶಿವಣ್ಣ, ಡಿ. ಎಸ್. ಚೌಗಲೆ, ಶಂಕರ ಕಟಗಿ, ಜಿ.ಎಸ್. ಉಜ್ಜಿನಪ್ಪ, ಕಂನಾಡಿಗ ನಾರಾಯಣ, ಜಿ.ಎನ್. ಮಲ್ಲಿಕಾರ್ಜುನ, ಎಸ್.ಹೆಚ್. ಅಶೋಕ ಕುಮಾರ, ಹರಿಯಬ್ಬೆ ರಂಗಸ್ವಾಮಿ, ಎಂ.ಜಿ. ಚಂದ್ರಶೇಖರಯ್ಯ, ಎಂ.ಎನ್. ಸತೀಶಬಾಬು, ಚಳ್ಳಕೆರೆಯ ಎಚ್.ಪಿ.ಸಿ.ಸಿ. ಕಾಲೇಜಿನ ಸಹದ್ಯೋಗಿ ಮಿತ್ರರಿಗೆ,

ಈ ಸಂಕಲನದ ಹಸ್ತಪ್ರತಿಗೆ ಬಹುಮಾನ ನೀಡಿ, ಪ್ರಕಟಿಸಿ, ಬಿಡುಗಡೆಯ ಉತ್ಸವ ಆಚರಿಸಲು ಸಂಭ್ರಮಿಸುತ್ತಿರುವ ಕಥೆಗಾರ ವಸುಧೇಂದ್ರ, ಅವರಿಗೆ ಹೆಗಲು ನೀಡಿ ಈ ಪುಸ್ತಕದ ವಿನ್ಯಾಸ ಮಾಡಿದ ಮಿತ್ರ ಅಪಾರ, ಕಥೆಗಳನ್ನು ಕುರಿತು ಚರ್ಚಿಸಿರುವ ಹೃದಯವಂತ ವಿಮರ್ಶಕ ಎಚ್.ಎಸ್. ರಾಘವೇಂದ್ರರಾವ್ ಮತ್ತು ಕಥೆಗಾರ ಬೊಳುವಾರು ಮಹಮದ್ ಕುಂಞ ಅವರಿಗೆ,

ಬಂಧುಗಳಾದ ಗಿರಿಜಾ ಭೈರೇಶ್, ಉಮಾ ಹನಗೋಡಿ, ರಾಜ ಸಿರಿಗೆರೆ, ಹಿತೈಷಿಗಳಾದ ಡಾ. ಎಸ್. ಸಿದ್ಧಯ್ಯ, ಮಗ ಅಲೋಕ ಹಾಗೂ ನನ್ನ ಶ್ರೀಮತಿ ಬಿ. ಜಯಾ ಇವರಿಗೆ,

ಮತ್ತು ಈ ಕಥೆಗಳನ್ನು ಆದರದಿಂದ ಬರಮಾಡಿಕೊಳ್ಳುತ್ತಿರುವ ನಿಮಗೆಲ್ಲರಿಗೂ ಹೃದಯ ಪೂರ್ವಕ ಕೃತಜ್ಞತೆಗಳು.

ಲೋಕೇಶ ಅಗಸನಕಟ್ಟೆ
94480 13333

ತೀರ್ಪು

ಬಹಳ ಕಷ್ಟ.

ಸ್ಪರ್ಧೆಗೆ ಬಂದಿರುವ ಕತೆಗಳನ್ನು ಸ್ಪರ್ಧಾತ್ಮಕ ಭಾವದಿಂದ ಓದುವುದು ಬಲು ಕಷ್ಟ. ಕತೆಯೊಂದನ್ನು ಓದಿ ಮುಗಿಸಿದ ಬಳಿಕ ಅದು ಯಾಕೆ ಇಷ್ಟವಾಯಿತು ಅಥವಾ ಯಾಕೆ ಆಗಲಿಲ್ಲ ಎಂಬುದನ್ನು ವಿವರಿಸುವುದು ಇನ್ನಷ್ಟು ಕಷ್ಟ.

ಡಾ. ಲೋಕೇಶ ಅಗಸನಕಟ್ಟೆಯವರ ಎಲ್ಲ ಕತೆಗಳು ಉದ್ದುದ್ದದ ಸಣ್ಣ ಕತೆಗಳು. ಬಹುಪಾಲು ಕತೆಗಳಲ್ಲಿ ಭರಮಜ್ಜ, ರೊಂಡಿ ಹನುಮ, ಸೋಮೇಗೌಡ ಮೊದಲಾಗಿ ಸುಮಾರು ಹತ್ತರಷ್ಟು ಪಾತ್ರಗಳು ಇದ್ದೇ ಇರುತ್ತವೆ. ಅಂತೆಯೇ ಕೆಲವು ಘಟನೆಗಳು: ಮನುಷ್ಯನ ದೇಹದ ಮೇಲೆ ಬೆಲ್ಲದ ಪಾನಕ ಸುರಿದು ಗೊದ್ದಗಳನ್ನು ಬಿಟ್ಟು ಹಿಂಸಿಸುವುದು, ಮಚ್ಚು ಹಿಡಿದು ಚಚ್ಚುವುದು ಮೊದಲಾದ ವಿವರಗಳು ಮತ್ತೆ ಮತ್ತೆ ಪುನರಾವರ್ತನೆಯಾಗುತ್ತದೆ; ಒಂದೇ ಊರೊಳಗಿನ ಅದೇ ಅಥವಾ ಅಂತಹುದೇ ಮನುಷ್ಯರ ವರ್ತನೆಗಳನ್ನು ಮತ್ತೆ ಮತ್ತೆ ನೋಡುವಂತಾಗುತ್ತದೆ. ಆದ್ದರಿಂದಲೇ ಇರಬಹುದು, ಇವರ ಕತೆಗಳನ್ನು ಪ್ರತ್ಯೇಕವಾಗಿ ಓದಿದಾಗ ಕತೆಯಂತೆಯೂ, ಒಟ್ಟಾಗಿ ಓದಿದಾಗ ಕಾದಂಬರಿಯಂತೆಯೂ ಅನುಭವ ವಾಗುವುದು.

ಈ ರಚನೆಗಳು ಬರಿಯ ಸಂತೋಷಕ್ಕಾಗಿ ಸೃಷ್ಟಿಗೊಂಡವುಗಳಲ್ಲ; ಆದ್ದರಿಂದಲೇ ಮೊದಲ ಓದಿಗೆ ಸಂತೋಷವನ್ನು ಕೊಡುವುದೂ ಇಲ್ಲ. ದಾವಣಗೆರೆಯ ಅಕ್ಕಪಕ್ಕದ ಅದ್ಯಾವುದೋ ಒಣಗ್ರಾಮದಲ್ಲಿ ಮೊದಲ ಬಾರಿ ಕಾಲಿಕ್ಕಿದವನನ್ನು ದಿಕ್ಕು ತಪ್ಪಿಸುವಂತೆ ಮಾಡುವ ದಟ್ಟ ವಿವರಗಳು. ಆ ನೆಲದಲ್ಲಿ ಗಂಡು ಹೆಣ್ಣು ಹುಟ್ಟಿರುವುದೇ ಪರಸ್ಪರ ಕದ್ದು ಕೂಡಲು; ಅಲ್ಲಿಯ ಮಣ್ಣಲ್ಲಿ ಗೊದ್ದಗಳು ಬದುಕುವುದೇ ತೊಡೆನಡುಕ ಗಂಡುಗಳನ್ನು ಅಣಕಿಸುತ್ತಾ ಅವರಿಂದಾಗಲಾಗದ ಮತ್ತು ಅವರಿಂದೇರಲಾರದ ಹೆಣ್ಣುಗಳ ತೊಡೆ ರುಚಿ ಸವಿಯಲು; ಮಚ್ಚುಗಳಿರುವುದೇ ಪರಸ್ಪರ ಕೊಚ್ಚಲು ಎಂಬಿತ್ಯಾದಿ ವಿವರಗಳಿಗಾಗಿಯಷ್ಟೇ ಸಣ್ಣ ಕತೆಗಳನ್ನು ಓದಬೇಕೆ ಎಂಬ ಪ್ರಶ್ನೆಯನ್ನು ಮತ್ತೆ ಮತ್ತೆ ಹುಟ್ಟಿಸುವ ಸಾಲುಗಳು. ಒಟ್ಟಿನಲ್ಲಿ, ಮೊದಲ ಓದಿಗೆ 'ಕತೆ ಕಟ್ಟಿಕೊಡುವ'

ಹಠ ಯಾವುದೇ ಕತೆಗೆ ಇದ್ದಂತಿಲ್ಲ; ಆದರೆ ಪ್ರತಿಯೊಂದು ಕತೆಯೂ ಮತ್ತೆ ಮತ್ತೆ ಓದುವಂತೆ ಓದುಗರನ್ನು ಸೆಳೆಯುವ ಚುಂಬಕ, ಅಂತೆಯೇ, ಓದುಗನಿಗೆ ಕತೆಯ ವಿವರಗಳ ನಡುವೆ ತನ್ನದೇ ಆದ ಕತೆ ಕಟ್ಟಿಕೊಂಡು ಓದಿ ಸಂತೋಷ ಪಡುವ ಒತ್ತಾಯ. ಓದಿ ಮುಗಿಸಿದ ನಂತರ ಕೆಲಕಾಲ ದಿಗಿಲುಗೊಳಿಸುತ್ತಾ, ಗೊಂದಲ ಗೊಳಿಸುತ್ತಾ ಕಾಡಬಲ್ಲ ಈ ಕತೆಗಳು ಗೆಲ್ಲುವುದೇ 'ಕತೆ ಹೇಳುವ ಹಠದಿಂದ ದೂರ ನಿಲ್ಲುವ' ತನ್ನ ವಿಶಿಷ್ಟ ನಿಲುವಿನಿಂದ.

ಒಂದೊಂದೇ ಕತೆಗಳ ಹೆಸರು ಹೇಳಿ ವಿವರಿಸುವ ಅಗತ್ಯವಿಲ್ಲ. ಇಲ್ಲಿಯ ಕತೆಗಳಲ್ಲಿ ತೊಡೆ ನೋಡ್ತಿದ್ದಂಗೆ ಬೇಹೂಶ್ ಆಗುವ ಗಂಡುಗಳು ಇದ್ದಾರೆ. ಅವರು ಇದ್ದಾರೆಂಬ ಕಾರಣಕ್ಕೇ, ಯಂಗಾರ ಮಾಡಿ ಕೂಸ್ನ ಮಾಡ್ಕೋ ಎಂದು ಸಲಹೆ ನೀಡುವ ಹೆಣ್ಣುಗಳೂ ಇದ್ದಾರೆ. ಹಾಗೆಂದು ಬರಿಯ ಶೃಂಗಾರವನ್ನಷ್ಟೇ ಸಿಂಗರಿಸುವ ಯಾವ ಕತೆಯೂ ಈ ಸಂಕಲನದಲ್ಲಿಲ್ಲ. ಇಲ್ಲಿನ ಕತೆಗಳಲ್ಲಿ ಕಾಮವೆಂಬುದು ಕಥಾಬದುಕಿನ ಭಾಗವಾಗಿ ಬರುತ್ತದೆಯೇ ಹೊರತು ಕತೆಯನ್ನು ಆಕರ್ಷಕಗೊಳಿಸುವ ತಂತ್ರವಾಗಿ ಸೇರಿಕೊಂಡಿಲ್ಲ ಮತ್ತು ಜಾತಿ ಸಂಘರ್ಷವು ಕಥನ ತಂತ್ರವಾಗದೆ ನಿಜ ಬದುಕಿನ ವ್ಯಾಖ್ಯಾನವಾಗುತ್ತದೆ. ಈ ಕತೆಗಳ ಅಂಗ ಸಂಗ ಪಲ್ಲಂಗ ಕ್ರಿಯೆಗಳಲ್ಲಿ ಆಸೆಯಿದೆ; ಅದಕ್ಕಿಂತ ಹೆಚ್ಚಿನ ಭಯವಿದೆ. ನಡುವೆ ನುಸುಳುವ ತಮಾಷೆಯಿದೆ, ಎಲ್ಲವನ್ನೂ ನುಂಗಿ ಹಾಕುವ ಕ್ರೌರ್ಯವಿದೆ; ಜತೆಯಲ್ಲಿ, ಜತೆ ಮಲಗು ವಾಗಲೂ ಕಾಡುವ ಜಾತಿ ಮೀಸಲಾತಿ, ಒಳಮೀಸಲಾತಿಗಳ ಸುಳಿವೂ ಇದೆ. ಇಲ್ಲಿಯ ಬಹುಪಾಲು ಕತೆಗಳ ಮೂಲದ್ರವ್ಯ ಜಾತಿ. ಹಾಗೆಂದು ಈ ಕತೆಗಳು ಜಾತಿಯನ್ನು ಪ್ರತಿಬಿಂಬಿಸುತ್ತಿಲ್ಲ, ಗತಿಬಿಂಬಿಸುತ್ತಿವೆ.

ಮಾದ್ಗುರ ಬೋಸುಡಿ ಮಕ್ಳನ್ನು ಬೇರೆ ಯಾವ ಬಗೆಯಲ್ಲಿ ಸಂಭೋದಿಸಬೇಕೆಂಬುದನ್ನು ಸಂಶೋಧಿಸ ಹೊರಟ ಊರ ಪಂಚಾಯ್ತಿಯಲ್ಲಿ 'ಅವರು ನಮ್ಮನ್ನು ಇನ್ನೆಂಗ ಕರೆದಾರ್ರೂ?' ಎಂದು ಒಪ್ಪಿಕೊಳ್ಳುವ ಮಾದ್ಗುರ ಅಪ್ಪಂದಿರು ಒಂದು ತೀರ, 'ನೀವ್ ಇಂಗ್ ನಾಯಿಗಳ ಥರ ಇರಾದ್ಕೆಯಾ ಅವ್ರಂಗಾಡೋದು' ಎಂದು ಅಪ್ಪಂದಿರ ಬಾಯಿ ಮುಚ್ಚಿಸುವ ನಾಕಕ್ಷರ ಓದಿಬಂದ ಮಕ್ಕಳು ಇನ್ನೊಂದು ತೀರ. ಈ ಎರಡು ತೀರಗಳ ನಡುವಿನ ಕೆಸರಲ್ಲಿ ಈಜಾಡಬಯಸುವ ಊರ ಹಿರಿಯರು ಮತ್ತವರ ಜತೆಯಲ್ಲಿ ತುತ್ತಿನ ಚೀಲಕ್ಕಾಗಿ ಏನನ್ನೂ ಉಣ್ಣಲು ಸಿದ್ಧರಾಗುವ ಶಾಲಾ ಮಾಸ್ತರರು. ಇದೆಲ್ಲಕ್ಕಿಂತ ಮುಖ್ಯವಾಗಿ ಪಂಚಾತಿಗೆಯಲ್ಲಿ ಮಾತಿಗೆ ಮಾತು ಸೇರಿದಾಗ, 'ನೀವು ನಮ್ಮನ್ನು ಲಿಂಗಾತ್ರು, ಕುರುಬರ್ರು, ಗೊಲ್ರೂಂತ ಕರೆದರೆ ನಾವೂ ನಿಮಗೆ ದಂಡ ಹಾಕಬೇಕಾಗ್ತದೆ' ಎಂಬ ವಾದ ಬರಿಯ ತಮಾಷೆಯ ವಾದವಾಗಿ ಕಾಣಿಸುವುದಿಲ್ಲ; ಓದುಗನನ್ನು ಹೊಸ ಯೋಚನೆಯತ್ತ ಎಳೆದೊಯ್ಯುತ್ತದೆ. ಇದೇ ಜಾತಿ ವ್ಯವಸ್ಥೆಯ ಕಾರಣದಿಂದಲೇ ಕುರುಡ-ಕಿವುಡ ಮುದುಕನೊಬ್ಬನಿಗೆ ಕಾಣಿಸುವ, ಕೇಳಿಸುವ ಕತೆಯೊಂದರ ಸಿದ್ಧಾರೂಢ ಸ್ವಾಮಿಯವರ ಕನಸಿನ 'ಗಾಂಧಿಬಾವಿ'ಯಲ್ಲಿ ಸಿಹಿನೀರಿನ ಬದಲಿಗೆ ಕೆಂಪುರಕ್ತ ಗುಳ್ಳೆಯೇಳಿಸುತ್ತದೆ. ಅಕ್ಕನ ಮದುವೆ ಮತ್ತು

ತನ್ನ ಓದಿನ ಖರ್ಚಿನ ಋಣಭಾರದಿಂದ ಮುಕ್ತರಾಗಲು ಮಠದ ಭಾರ ಹೊತ್ತ ಸ್ವಾಮೀಜಿ ತನ್ನ ಸ್ವಾಮಿತ್ವದ ಸಂಕಲೆಯನ್ನು ಕಳಚಿಕೊಳ್ಳುವ ರಿಹರ್ಸಲ್ ಎಂಬಂತೆ ಪ್ರಾಣಿಯೊಂದನ್ನು ಸಂಕಲೆಯಿಂದ ಮುಕ್ತಗೊಳಿಸುವ ಕತೆ ಬಿಡುಗಡೆಯತ್ತ ಮುಖ ಮಾಡುತ್ತದೆ. ಹೀಗೇ ಹಲವು ಮುಖಗಳು. ಅವನ್ನು ಓದಿಯೇ ಅರಿಯಬೇಕು; ಈ ನೆಲದರಿವು ಅಗತ್ಯವಾಗಿರುವುದರಿಂದ ಮತ್ತೆ ಮತ್ತೆ ಓದಬೇಕು. ಅದಕ್ಕೆಂದೇ ಬಂದಿರುವ ಕೃತಿಗಳಲ್ಲಿ ಇದು ಮೊದಲ ಗೌರವಕ್ಕೆ ಅರ್ಹವಾದದ್ದು.

ಲೋಕೇಶರ ಕತೆಗಳೇ ಮೊದಲ ಬಹುಮಾನಕ್ಕೆ ಅರ್ಹ ಎಂದು ತೀರ್ಮಾನಿಸುವ ಘಳಿಗೆಯಲ್ಲಿ ಸವಾಲೊಡ್ಡಿದ ಇತರ ಮೂವರು ಕತೆಗಾರರನ್ನು ನೆನಪಿಸಿಕೊಳ್ಳಲೇಬೇಕು. ಲೋಕೇಶರಂತೆಯೇ ದೊಡ್ಡ ವಿವರಗಳಲ್ಲಿ ಸಣ್ಣಕತೆ ಬರೆಯಬಲ್ಲ ಶಂಕ್ರಯ್ಯ ಘಂಟಿಯವರ ಕತೆಗಳು, ಏನನ್ನು ಹೇಳ ಹೊರಟಿರುವೆನೆಂಬುದರ ಬಗ್ಗೆ ಸುಸ್ಪಷ್ಟ ಅರಿವಿನೊಂದಿಗೆ ನೇರವಾಗಿ ಕತೆ ಹೇಳುವ ಪಿ.ಬಿ. ಪ್ರಸನ್ನನವರ ಕತೆಗಳು ಮತ್ತು ಸಣ್ಣ ಕತೆಯ ಪ್ರಮುಖ ಅಂಗವಾಗಿರುವ ಕುತೂಹಲವನ್ನು ಆಕರ್ಷಕವಾಗಿ ಬಳಸಬಲ್ಲ ನರೇಂದ್ರ ಪೈಯವರ ಕತೆಗಳು– ಈ ಮೂವರು ಕತೆಗಾರರೂ ಮತ್ತು ಅವರ ಮೂವತ್ತರಷ್ಟು ಕತೆಗಳೂ ನಾವ್ಯಾರಿಗೂ ಎರಡನೆಯವರಲ್ಲ ಎಂದೇ ಸವಾಲು ಹಾಕಿದ್ದವು. ಆದರೆ ಮೊದಲ ಬಹುಮಾನವೆಂದು ಇರುವುದು ಒಂದು ಮಾತ್ರ ತಾನೆ? ಆದ್ದರಿಂದಲೇ ಗೆದ್ದಿರುವ ಡಾ. ಲೋಕೇಶ ಅಗಸನಕಟ್ಟೆಯವರಿಗೂ ಅಭಿನಂದನೆಗಳು; ಈ ಕಥಾ ಸ್ಪರ್ಧೆಯಲ್ಲಿ ಭಾಗವಹಿಸಿದ ಉಳಿದೆಲ್ಲ ಕತೆಗಾರರಿಗೂ ಅಭಿನಂದನೆಗಳು.

ಈ ಘಳಿಗೆಯಲ್ಲಿ 'ಛಂದ ಪುಸ್ತಕ'ದ ಚಂದದ ಹುಡುಗ ವಸುಧೇಂದ್ರ ಅವರ ಬಗ್ಗೆ ಎರಡು ಸಾಲು ಬರೆಯದಿದ್ದರೆ ಅಪರಾಧವಾದೀತು. 'ಸಾಫ್ಟ್‌ವೇರ್' ತಂತ್ರಜ್ಞಾನ ನಿಂತಿರುವುದೇ ಸೃಜನಶೀಲತೆಯ ಅಡಿಪಾಯದ ಮೇಲೆ. ಆದರೆ ನಮ್ಮ ಕನ್ನಡದ ಸಾಫ್ಟ್‌ವೇರ್ ಹುಡುಗ ಹುಡುಗಿಯರ ಸೃಜನಸೃಷ್ಟಿಯ ಶಕ್ತಿಯೆಲ್ಲ ಒಣಗಿದ ಹಣ ಹೆರುವುದರಲ್ಲೇ ಅವಸಾನವಾಗುತ್ತಿದೆ. ಇಂಥವರ ನಡುವೆ ತಾನೂ ಚಂದವಾಗಿ ಬರೆಯುತ್ತ, ತನ್ನ ಓರಗೆಯ ಬರಹಗಾರರನ್ನು ತನ್ನ 'ಛಂದ ಪುಸ್ತಕ'ದ ಮೂಲಕ ತನಗಿಂತ ಚಂದವಾಗಿ ಬರೆಯುವಂತೆ ಒತ್ತಾಯಿಸುತ್ತಾ ಬಂದಿರುವ ಈ ಅಪರೂಪದ ಸಾಫ್ಟ್‌ವೇರ್ ವಿಜ್ಞಾನಿಯು ನಡೆಸುತ್ತಿರುವ ಕನ್ನಡದ ಕಾಯಕವನ್ನು ಮೆಚ್ಚಲೇಬೇಕು.

ಈ ಸ್ಪರ್ಧೆಯ ನೆವದಿಂದ ಸುಮಾರು ಐವತ್ತರಷ್ಟು ಒಳ್ಳೆಯ ಕತೆಗಳನ್ನು ಓದುವಂತೆ ಒತ್ತಾಯಿಸಿದ ವಸುಧೇಂದ್ರ ಅವರಿಗೆ ನಾನು ಕೃತಜ್ಞ.

ಬೊಳುವಾರು ಮಹಮದ್ ಕುಂಞಿ

ಕಾಲದ ಹಕ್ಕಿಯ ಎದೆಬಡಿತ

ಬಾಲ್ಯದ ದಿನಗಳಲ್ಲಿ, ನನ್ನ ಕಣ್ಣುಗಳು ಕಂಡ ನೋಟಗಳನ್ನು, ಕಿವಿಗಳು ಕೇಳಿದ ಭಾಷೆಯನ್ನು ಮತ್ತೆ ನೆನಪಿಗೆ ತಂದ ಈ ಕಥೆಗಳಿಗೆ ನಾನು ಋಣಿಯಾಗಿದ್ದೇನೆ. ಚಿತ್ರದುರ್ಗ ಜಿಲ್ಲೆಯ ಗ್ರಾಮೀಣ ಪರಿಸರ ನನಗೆ ಹಾಗೆ ಪರಿಚಿತವಾದುದು. ಆದರೆ ಒಂದು ವ್ಯತ್ಯಾಸ. ನಾನು ಆ ಲೋಕವನ್ನು ಹೊರಗಿನಿಂದ ಪಡೆದುಕೊಂಡ ಆಗಂತುಕನಾದರೆ, ಲೋಕೇಶ್ ಅವರು ಅದನ್ನು ಒಳಗಿನವರಾಗಿ ಹೀರಿಕೊಂಡವರು. ಹಾಗೆ ನೋಡಿದರೆ, ಅದೂ ನಿಜವಲ್ಲ. ಪ್ರತಿಯೊಬ್ಬ ಕಲಾವಿದನು ತಾನು ಕಾಣುವ ಮತ್ತು ಕಟ್ಟುವ ಲೋಕದಿಂದಲೇ ಮೂಡಿಬಂದರೂ ಅದಕ್ಕೆ ಹೊರಗಿನವನಾಗುವುದು ಅನಿವಾರ್ಯ. ಆಗ ಮಾತ್ರ, ಅವನು ತನ್ನ ಲೋಕದ ಪಾತ್ರಗಳನ್ನು ನಿರ್ಮಮವಾಗಿ ಅವರವರ ನಿಜಗಳಲ್ಲಿ ಕಂಡರಿಸುವುದು ಸಾಧ್ಯ. ಈ ದೂರವನ್ನು ಅವನು ಕೇವಲ ಪಾತ್ರಗಳ ಸಂಗಡ ಮಾತ್ರವಲ್ಲ, ಒಟ್ಟು ಸಮುದಾಯಗಳ ಸಂಗಡವೂ ಸೃಷ್ಟಿಸಿಕೊಳ್ಳಬೇಕಾಗುತ್ತದೆ. ಅದರಲ್ಲೂ, ಹತ್ತು ಕಾರಣಗಳಿಂದ, ನೂರು ಹೋಳುಗಳಾಗಿ ಒಡೆದಿರುವ ನಮ್ಮ ಸಮಾಜದ ಬಗ್ಗೆ ಬರೆಯುವಾಗ ಈ ಎಚ್ಚರ ಇನ್ನಷ್ಟು ಅಗತ್ಯ. ಒಟ್ಟು ಸಮಾಜವು ಚಲಚಿತ್ರವೇ ವಿನಾ ಐಡಿಯಾಲಜಿಗಳ ಕನ್ನಡಿಯಲ್ಲಿ ನಿಂತುಹೋಗಿರುವ ಸ್ಥಿರಚಿತ್ರವಲ್ಲವೆಂಬ ಸಂಗತಿಯನ್ನು ಸರಿಯಾಗಿ ಗ್ರಹಿಸಿರುವ ಲೋಕೇಶ್ ಅವರು ಕಾಲದ ಹಕ್ಕಿಯ ರೆಕ್ಕೆಬಡಿತಗಳನ್ನು ತಮ್ಮ ಬರವಣಿಗೆಯ ಬೀಸಿನಲ್ಲಿ ಹಿಡಿಯಲು ಯಶಸ್ವಿಯಾಗಿ ಪ್ರಯತ್ನಿಸಿದ್ದಾರೆ. ಒಂದೇ ಹಳ್ಳಿಯ ಚಿತ್ರಭಿತ್ತಿಯ ಮೇಲೆ, ಹಲವು ಪಾತ್ರಗಳ ವರ್ಣಪಟಲದಲ್ಲಿ ಹಿಡಿದಿರುವ ಈ ಬಿಂಬಗಳು, ಸಾತತ್ಯ ಮತ್ತು ಪರಿವರ್ತನೆಗಳನ್ನು ಒಟ್ಟಿಗೆ ಹಿಡಿಯುವ ಹುನ್ನಾರವಾಗಿ ಬಹಳ ಉಪಯುಕ್ತವಾಗಿವೆ. ಈ ಕಥೆಗಳ ಹಿಂದಿರುವ ವ್ಯವಧಾನ ಮತ್ತು ಪರಿಶ್ರಮಗಳು ಗಮನೀಯವಾಗಿವೆ.

ಕಥೆ ಬರೆಯುವುದನ್ನು, ಅಂತರಂಗ ಮತ್ತು ಬಹಿರಂಗಗಳ ನಡುವಿನ ಚಲನವಲನವಾಗಿ ಗ್ರಹಿಸಿರುವ ಲೇಖಕರ ಹಾದಿಯು ಬಹಳ ಕಡಿದಾದುದು. ನಮ್ಮ ಈ ಕಾಲದಲ್ಲಂತೂ ಇಂಥ ಅಂತರಂಗದಲ್ಲಿ ಸೋಸಿಬರುವುದು, ಕೇವಲ ಸ್ವಂತದ ತರಲೆ ತಾಪತ್ರಯಗಳ, ಕಾಮ, ಪೂರ್ಣವಿರಾಮಗಳ ಟೀ ಕಪ್ಪಿನ ಬಿರುಗಾಳಿಗಳಲ್ಲ. ಹಾಗೆಂದು, ಇಡೀ ಸಮಾಜದ ನಾಡಿಬಡಿತಗಳನ್ನು ಹಿಡಿಯುವೆನೆಂದು ಹೊರಟ

ಬರಹಗಾರನು, ಬರಿಗೈ ಆಗಿ ಹಿಂದಿರುಗುವ ಸಂಭವ ಸಾಕಷ್ಟಿದೆ. ದಲಿತ-ಬಂಡಾಯಗಳು ತಮ್ಮ ಮೇಲೆ ತೆಗೆದುಕೊಂಡ ಜವಾಬ್ದಾರಿಯನ್ನು ನಿಜಮಾಡುವುದು ಹುಡುಗಾಟದ ಮಾತಲ್ಲ. ಅದರ ಬದಲಾಗಿ, ಭಾವನೆ-ಭಾವುಕತೆಗಳ ಜೋಡಿರಸ್ತೆಯಲ್ಲಿ ಎಡತಾಕುತ್ತಾ ಕುಳ್ಳಿರುವುದು ಕೂಡ ಪರಿಹಾರವಲ್ಲ. ಇಂಥ ಪ್ರಯತ್ನಗಳು ಚಳುವಳಿಗಳ ಒಳಹೊರಗೆ ನಡೆದಿವೆ; ನಡೆಯಲಿವೆ.

ಅಗಸನಕಟ್ಟೆಯವರು, ಮಧ್ಯ ಕರ್ಣಾಟಕದ ಅನುಭವ ಪ್ರಪಂಚವನ್ನು ಆರಿಸಿದ್ದಾರೆ. ಅದು ಅವರ ವಿಧಿ. ಕರ್ನಾಟಕದಲ್ಲಿ, ಕೆಲವು ಬಾರಿ ಪ್ರಾದೇಶಿಕತೆಯು, ಕೃತಿಯ ಸನ್ನಿವೇಶವನ್ನೇ ನಿರ್ಧರಿಸಿದರೆ, ಬೇರೆ ಕೆಲವು ಬಾರಿ ಶೈಲಿಯ ಆಯ್ಕೆಗಳನ್ನು ಮಾತ್ರ ನಿಯಂತ್ರಿಸುತ್ತದೆ. ಇಷ್ಟಕ್ಕೂ ಪ್ರಾದೇಶಿಕತೆಯು ಬಂಡೆಯಂತೆ ಒಂದು ನೆಲೆಯದಲ್ಲ. ಅಲ್ಲಿಯೂ ಸಾಮಾಜಿಕ ಶ್ರೇಣಿಗಳ ಮತ್ತು ಅವುಗಳಿಂದಲೇ ತೀರ್ಮಾನವಾಗುವ ಆಯ್ಕೆಗಳ ಪ್ರಶ್ನೆಯು ಇದ್ದೇ ಇರುತ್ತದೆ. ಇಲ್ಲಿ ಅನ್ಯವಿಮರ್ಶೆ ಮತ್ತು ಆತ್ಮವಿಮರ್ಶೆಗಳ ನಡುವಿನ ಬಹು ಸೂಕ್ಷ್ಮವಾದ ಸಮತೋಲನವನ್ನು ತಂದುಕೊಳ್ಳಬೇಕಾಗುತ್ತದೆ. ಇಲ್ಲವಾದರೆ, ಕನ್ನಡಕಗಳೇ ಕಣ್ಣುಗಳೆನ್ನುವ ಭ್ರಮೆಗೆ ಅವಕಾಶವಾಗುತ್ತದೆ. ಲೋಕೇಶ ಅಗಸನಕಟ್ಟೆಯವರು ಕನ್ನಡ ಕಥೆಗಳ/ಸಾಹಿತ್ಯದ ಗಂಭೀರ ವಿದ್ಯಾರ್ಥಿಯಾಗಿರುವುದರಿಂದ, ತಮ್ಮ ಕಥೆಗಳ ಲೋಕದೊಳಗೆ ಕನ್ನಡ ಕಥಾ ಲೋಕದ ಒಟ್ಟು ತುಡಿತಗಳನ್ನು ತಂದುಕೊಳ್ಳುವುದು ಅವರಿಗೆ ಸಾಧ್ಯವಾಗಿದೆ. ಈ ಕಥೆಗಳಲ್ಲಿ ದೇವನೂರ ಮಹಾದೇವ, ಅಮರೇಶ ನುಗಡೋಣಿ, ಮೊಗಳ್ಳಿ ಗಣೇಶ ಮುಂತಾದವರು ಕಟ್ಟಿಕೊಟ್ಟಿರುವ ಗ್ರಾಮಲೋಕವು ಲೋಕೇಶರ ಸ್ವಂತಿಕೆಗೆ ಧಕ್ಕೆ ಬರದಂತೆ ಮನೆಮಾಡಿವೆ. ಇದು ಇಂದು ಬರೆಯುವ ಕಥೆಗಾರರು ಎದುರಿಸಲೇಬೇಕಾದ ಅಗ್ನಿದಿವ್ಯ. ಅದೂ ಅಲ್ಲದೆ, ಇಡೀ ಸಮುದಾಯಗಳೇ ತಮ್ಮ ಕಥೆಗಳನ್ನು ಹೇಳಿಕೊಳ್ಳಲು ಅನೇಕರ ಮೂಲಕ ಪ್ರಯತ್ನಿಸುತ್ತಿರುವಾಗ, ಒಬ್ಬ ಕಥೆಗಾರನು ತನ್ನದೇ ಆದ ವಿಶಿಷ್ಟತೆಯನ್ನು ರೂಢಿಸಿಕೊಳ್ಳುವುದು ಬಹಳ ಕಷ್ಟ. ಅದು ಅನಗತ್ಯವೆಂದು ಹೇಳುವ ಅಪೇಕ್ಷೆಯನ್ನು, ನಾನು ಕಷ್ಟಪಟ್ಟು ತಡೆದು ಕೊಳ್ಳುತ್ತಿದ್ದೇನೆ. ಇದು ಪ್ರಾದೇಶಿಕ ವಿವರಗಳಿಂದಲೋ, ಭಾಷಿಕಶೈಲಿಯಿಂದಲೋ ಸಾಧ್ಯ ವಾಗುವ ಸಂಗತಿಯಲ್ಲ. ಇಂದು ಒಬ್ಬರು ಬರೆಯುವ ಕಥೆಯಲ್ಲಿ ಇನ್ನೊಬ್ಬರು ಇಣುಕಿ ನೋಡುವುದು ಅನಿವಾರ್ಯವೆನಿಸುವಷ್ಟು ಸಹಜವಾಗಿದೆ. ಲೋಕೇಶರು ಇಪ್ಪತ್ತು ವರ್ಷಗಳಲ್ಲಿ ಹತ್ತು ಕಥೆಗಳನ್ನು ಬರೆದಿರುವುದರಿಂದ, ಇಲ್ಲಿ ಅವರ ಬರವಣಿಗೆಯ ಬೇರೆ ಬೇರೆ ಮಜಲುಗಳು ಇಲ್ಲಿ ಪ್ರತ್ಯಕ್ಷವಾಗುತ್ತವೆ.

ಕನ್ನಡ ಕಥೆಗಳು ತಮ್ಮ 'ಕಥೆತನ'ವನ್ನು ಕಳೆದುಕೊಂಡು, 'ಕಥನ'ದ ಲಕ್ಷಣಗಳನ್ನು ಪಡೆದುಕೊಳ್ಳುತ್ತಿರುವುದು ಈ ಕಾಲದ ಮುಖ್ಯ ಬೆಳವಣಿಗೆ. ಇದು ಕೇವಲ ಸಾಹಿತ್ಯಪ್ರಕಾರಗಳ ಪ್ರಶ್ನೆಯಲ್ಲ. ಕಾದಂಬರಿ, ನೀಳ್ಗತೆ, ಸಣ್ಣ ಕತೆ ಮುಂತಾದ ಗಡಿಗೆರೆಗಳನ್ನು ಮೀರುವ, ವಿಸ್ತರಿಸುವ ಪ್ರಶ್ನೆಯಾಗಿ ಮಾತ್ರ ಅದನ್ನು ನೋಡಬೇಕಾಗಿಲ್ಲ. ಬದಲಾಗಿ ಇಲ್ಲಿ 'ವಾಸ್ತವದ ಕಲಾತ್ಮಕವಾದ ಮಂಡನೆ' ಮತ್ತು

'ಕಾಲ್ಪನಿಕವಾದ ಸಂಗತಿ'ಗಳ ನಡುವಿನ ಆಯ್ಕೆಯು ಮುಖ್ಯವಾಗುತ್ತದೆ. ಕಥೆಯ ಬೀಜವನ್ನು ಕಥಾವೃಕ್ಷವಾಗಿ ವಿಸ್ತರಿಸುವಾಗಲೂ ಕಲ್ಪನೆಗೆ ಪಾತ್ರವಿರುತ್ತದೆ. ಆದರೆ ಅದು ವಿವರಗಳಿಗೆ ಸೀಮಿತವಾಗುತ್ತದೆ. ಹಾಗೆಯೇ, ವಾಸ್ತವ ಎಂದರೆ ಯಾವುದು ಎಂಬ ಮೂಲಭೂತ ಪ್ರಶ್ನೆಯು ಎಂದಿದ್ದರೂ ಮೌಲಿಕವೇ. ಉದಾಹರಣೆಗೆ, ಲಂಕೇಶರ 'ಕಲ್ಲು ಕರಗುವ ಸಮಯ' ಸಂಕಲನದ ಯಾವ ಕಥೆಯೂ ವಾಸ್ತವದ ಗೋಡೆಗಳ ನಡುವೆ ಸೆರೆಯಾಗಿಲ್ಲ. ಆದರೆ, ನಮ್ಮ ಕಾಲದ ತವಕ-ತಲ್ಲಣಗಳನ್ನು ಅವು ಅನನ್ಯವಾಗಿ ಹಿಡಿದಿಟ್ಟಿವೆ. ಇಂತಹ ಕಡೆ ಅ-ವಾಸ್ತವವೂ ವಾಸ್ತವದ ಮೀನನ್ನು ಹಿಡಿಯಲು ಹಾಕಿದ ಗಾಳವೇ ಆಗಿರುತ್ತದೆ. ಕೆಲವರು ವಾಸ್ತವದ ಮಣ್ಣಿನ ಇಟ್ಟಿಗೆಗಳಿಂದ ಮನೆಕಟ್ಟಿದರೆ, ಬೇರೆ ಕೆಲವರು ಅ-ವಾಸ್ತವದ ನೀರಿನ ಇಟ್ಟಿಗೆಗಳ ನೆರವಿನಿಂದ ಅದೇ ಕೆಲಸ ಮಾಡುತ್ತಾರೆ. ಎರಡು ಮನೆಗಳಲ್ಲಿಯೂ ವಾಸಮಾಡುವುದು ಮನುಷ್ಯಾನುಭವಗಳ ಲೋಕವೇ.

ಲೋಕೇಶರ ಮಾರ್ಗವು ಇದಕ್ಕಿಂತ ಭಿನ್ನವಾದುದು. ಅವರು ಸ್ವಯಂಪೂರ್ಣವಾದ ಘಟನೆಗಳ ಸಂಯೋಜನೆಯ ಮೂಲಕ ಸಾತತ್ಯದ ಆಯಾಮವನ್ನು ಪಡೆಯುತ್ತಾರೆ. ಎಂದರೆ ಭರಮಜ್ಜ, ಸೋಮೇಗೌಡ, ರುದ್ರ, ಚೆನ್ನ, ಸೋಮಶೇಖರ ಸೇರಿದಂತೆ ಅವರು ಸೃಷ್ಟಿಸುವ ಹಲವು ಪಾತ್ರಗಳು ಪರಿವರ್ತನೆಯ ಸುಳಿಯಲ್ಲಿ ಸಿಕ್ಕಿದವರು. ಎರಡು ಕಥೆಗಳ ನಡುವೆ ಇರುವ ಕಾಲದ ಅಂತರವು ಅವರನ್ನು ಮಾಗಿಸುತ್ತದೆ, ಅರಳಿಸುತ್ತದೆ, ತಿಳಿವಳಿಕೆ ಕೊಡುತ್ತದೆ. ಇಲ್ಲವಾದರೆ, ಆಯಾ ಸನ್ನಿವೇಶಕ್ಕೆ ಅನುಗುಣವಾಗಿ ಕ್ರೌರ್ಯ, ಸ್ವಾರ್ಥಗಳೇ ರಾರಾಜಿಸುತ್ತವೆ. ಲೋಕವೆಂಬ ಕಾಡಿನ ವಿಶಿಷ್ಟತೆಯೆಂದರೆ, ದೋರೆಗಾಯಿಗಳು ಮಾಗಿ ಹಣ್ಣಾಗುವಾಗಲೇ ಹೊಸ ಹುಳಿ ಹಣ್ಣುಗಳು ಬೆಳೆದು ಬಂದಿರುತ್ತವೆ. ಭರಮಜ್ಜನು ಭರಮಜ್ಜಣ್ಣನಾಗಿ ಪಕ್ವವಾಗುವ ವೇಳೆಗೆ ಸೋಮೇಗೌಡನು ಸಿದ್ಧನಾಗಿರುತ್ತಾನೆ. ಬಸನಳ್ಳಿಯ ಬದುಕಿನ ಲಯಗಳನ್ನು ತೀರ್ಮಾನಿಸುವುದು, ಬದಲಾಗುವ ಭಿತ್ತಿಯ ಮೇಲೆ ಮೂಡಿಬರುವ ಬದಲಾಗದ/ಬದಲಾದ ಮನುಷ್ಯ ಪ್ರಾಣಿಗಳು. ಜಗತ್ತಿನ ಕ್ರೌರ್ಯವನ್ನೆಲ್ಲ ಒಡಲಿನಲ್ಲಿ ತುಂಬಿಕೊಂಡ ಯೆಹೂದಿಗಳು ಕಟ್ಟಿದ ದೇಶವಾದ ಇಸ್ರೇಲ್, ಸ್ವತಃ ತಾನೇ ಪ್ಯಾಲೆಸ್ಟೈನಿಯರಿಗೆ ನೋವಿನ ಹಣ್ಣನ್ನು ಉಣ್ಣಿಸುತ್ತಿರುವ ಹಾಗೆ, ನಮ್ಮ ಲೋಕವೂ ಸೇಡು ಮತ್ತು ಪರಿಹಾರಗಳ ನಡುವಿನ ವ್ಯತ್ಯಾಸವನ್ನೇ ಗ್ರಹಿಸುವುದಿಲ್ಲ. ಲೋಕೇಶರು ಈ ಸತ್ಯವನ್ನು ಬಲ್ಲರು. ಅಂತೆಯೇ ಅವರು ಕ್ಷಣಿಕ ಮತ್ತು ಸತತಗಳನ್ನು ಒಟ್ಟಿಗೆ ಹಿಡಿಯುವ ಪ್ರಯತ್ನ ಮಾಡಿದ್ದಾರೆ.

ಆದರೆ, ಇದು ಕಾದಂಬರಿಯ ಸಾಧ್ಯತೆಗಳನ್ನು ಒಳಗೊಳ್ಳುವ ಒಂದು ವಿಧಾನವೇ ಹೊರತು, ಕಾದಂಬರಿಗೆ ಪರ್ಯಾಯವಲ್ಲ. ಕಾದಂಬರಿಯ ಲೋಕದರ್ಶನವು ಬಹುರೂಪಿಯಾದುದು. ಅದರ ಕಲಾದರ್ಶನವು ಬಹುಮುಖಿಯಾದುದು. ಭಾವಗೀತೆಗಳ ಸಂಕಲನವು ಹೇಗೆ ಮಹಾಕಾವ್ಯವಾಗುವುದಿಲ್ಲವೋ ಹಾಗೆಯೇ ಸಣ್ಣ ಕಥೆಗಳ ಸಂಕಲನವು ಕಾದಂಬರಿಯಲ್ಲ. ನಾನು ಹೇಳುತ್ತಿರುವುದು ತರ-

ತಮಗಳ ಪ್ರಶ್ನೆಯಲ್ಲ, ಭಿನ್ನತೆಗಳ ಪ್ರಶ್ನೆ. ಏಕಮುಖಿಯಾದ, ಅತಿಖಚಿತವಾದ, ದ್ವಂದ್ವಗಳಿಗೆ ಎಡೆಕೊಡಲಾರದ ತಾತ್ವಿಕತೆಯು, ಕಾದಂಬರಿಯ ರಚನೆಗೆ ಅಗತ್ಯವಾದ ನಿರ್ಲಿಪ್ತತೆಗೆ ಧಕ್ಕೆ ತರುವುದೆಂದು ನನಗೆ ತೋರುತ್ತದೆ. ಆದರೆ, ಪ್ರತಿಯೊಬ್ಬ ಸಾಹಿತಿಯೂ ಕಾದಂಬರಿ, ಮಹಾಕಾವ್ಯಗಳನ್ನು ಬರೆಯಲೇಬೇಕೆಂಬ ಒತ್ತಾಯವು ಖಂಡಿತವಾಗಿಯೂ ನನ್ನದಲ್ಲ.

ಈ ಕಥೆಗಾರರ ಆಸಕ್ತಿಯ ಕೇಂದ್ರಬಿಂದುವು, ಗ್ರಾಮಸಮಾಜದಲ್ಲಿ ದಲಿತ ಸಮುದಾಯ ಮತ್ತು ಅನ್ಯಸಮುದಾಯಗಳ ಸಹಜೀವನದ ಚಲನಶೀಲ ಸಾಧ್ಯತೆಗಳ ಅನ್ವೇಷಣೆಯಲ್ಲಿದೆ. ಭೂಮಾಲಿಕ ಸಮುದಾಯಗಳ ಜಾತಿ ಯಾವುದೇ ಆಗಿರಲಿ, ಅದರ ಸ್ವಭಾವದಲ್ಲಿ ಬದಲಾವಣೆಯಾಗುವುದಿಲ್ಲ. ಅದು, ದಲಿತರ ದಮನದ ಪ್ರಕ್ರಿಯೆಯಲ್ಲಿ ಮಾಡಿಕೊಳ್ಳುವ ಸಂಗಾತಿಗಳೂ ಅವರ ಶೋಷಣೆಗೆ ಪಾತ್ರರಾದವರೇ. ಲೋಕೇಶರು, ಕಮ್ಯೂನಿಸ್ಟರಂತೆ ಕೇವಲ ವರ್ಗಕ್ಕೆ ಗಂಟುಬೀಳದೆ, ಸಮಾಜವಾದಿಗಳಂತೆ ಕೇವಲ ಜಾತಿಯ ಸುತ್ತ ಲಾಳಿ ಹೊಡೆಯದೆ, ಅವೆರಡರ ಸಂಕೀರ್ಣ ಹೆಣಿಗೆಯನ್ನು ಕಂಡುಕೊಳ್ಳುತ್ತಾರೆ. ಅಷ್ಟೇ ಮುಖ್ಯವಾಗಿ, ನಗರ ನಿರ್ದೇಶಿತವಾದ ದಲಿತ ತಾತ್ವಿಕತೆಗೂ, ಹಳ್ಳಿಯಲ್ಲಿ ಅನಿವಾರ್ಯವಾದ ಸಹಜೀವನವನ್ನು ನಡೆಸಬೇಕಾದ ಜನರಿಗೆ ಅಗತ್ಯವಾದ ಸಂಘರ್ಷ–ಸಮನ್ವಯಗಳ ಬಿಕ್ಕಟ್ಟಿಗೂ ಇರುವ ವ್ಯತ್ಯಾಸವು ಅವರಿಗೆ ಗೊತ್ತಿದೆ. ನನಗೆ ತೋರುವಂತೆ, ರಾಜಕೀಯ ಅಧಿಕಾರದ ವಿಕೇಂದ್ರೀಕರಣದಿಂದ, ದಲಿತರಿಗೆ ಆಗುವ ಕಷ್ಟ ನಷ್ಟಗಳು ಅಪಾರವಾದವು. ವಿದ್ಯಾಭ್ಯಾಸ, ಕಾನೂನು ಮತ್ತು ಪೋಲೀಸು ವ್ಯವಸ್ಥೆಯನ್ನು ಅದರ ಸಕಲ ಪರಿಮಿತಿಗಳ ಸಂಗಡವೂ ಸ್ವಾಗತಿಸುವ 'ಮಹಾದೇವ ಮಾರ್ಗ'ವು(ದೇವನೂರು) ಹೆಚ್ಚು ಸೂಕ್ತವೆಂದು ನನಗೆ ತೋರುತ್ತದೆ. ಹಾಗೆಂದು, ಸ್ಥಳೀಯ ಆಡಳಿತದಲ್ಲಿ ತಮಗಿರುವ ಅವಕಾಶಗಳನ್ನು ನಿರಾಕರಿಸಬೇಕೆಂದು ಅರ್ಥವಲ್ಲ. ಕೇಂದ್ರೀಕೃತ ಆಡಳಿತದಲ್ಲಿ ಅಲಕ್ಷಿತ ವರ್ಗಗಳಿಗೆ ಆಗಬಹುದಾದ ಅನ್ಯಾಯಗಳನ್ನೂ ನಾನು ಮರೆತಿಲ್ಲ. ಆದರೆ, ಇಡೀ ದೇಶದ ದಲಿತ ಸಮುದಾಯಕ್ಕೆ ಇರುವ ಸಾಮೂಹಿಕ ಶಕ್ತಿಯು ಯಾವುದೇ ಹಳ್ಳಿಯ ಬೆರಳೆಣಿಕೆಯ ದಲಿತರಿಗೆ ಇರುವುದಿಲ್ಲ. ಹಳ್ಳಿಯಲ್ಲಿ ಪ್ರಬಲವಾಗುವ ಮಾರ್ಗವೆಂದರೆ, ಭೂಮಾಲಿಕತ್ವ ಹಾಗೂ ಸಂಪನ್ಮೂಲಗಳ ಮೇಲಿನ ಹಿಡಿತವೇ ಆಗಿದೆ. ಶಿಕ್ಷಣ ಮತ್ತು ಸಂಪತ್ತು ಎರಡೂ ಅನಿವಾರ್ಯವಾದ ಇಂಥ ಸನ್ನಿವೇಶದಲ್ಲಿ, ಮತಾಂತರವೂ ಸೇರಿದಂತೆ ಹಲವು ಮಾರ್ಗಗಳು ಮುಕ್ತವಾಗಿದ್ದರೂ, ಲೋಕೇಶರು –ಸರಿಯಾಗಿಯೇ– ಶಿಕ್ಷಣದ ಪರವಾದ ನಿಲುವನ್ನು ತಳೆಯುತ್ತಾರೆ. ಏಕೆಂದರೆ, ನಿಜವಾದ ಶಿಕ್ಷಣವು ಕೇವಲ ನಾಲ್ಕು ಗೋಡೆಗಳ ನಡುವೆ ಶಿಕ್ಷಕರಿಂದ ಕಲಿಯುವ ಮಾಹಿತಿಗಳ ಮೊತ್ತವಲ್ಲ. ಅದು ಸಮಾನಮನಸ್ಕರ ಸಂಗಡ ಬೆಳೆಯುವ, ಬೆರೆಯುವ ಹೊಸ ಸಾಧ್ಯತೆಗಳಿಗೆ ಅನಾವರಣವಾಗುವ ಅವಕಾಶವೂ ಹೌದು. ಅದು ಆತ್ಮಗೌರವವನ್ನು ನೀಡುವಂತೆಯೇ ಮಾನವತೆಯನ್ನೂ ಕಲಿಸಬಲ್ಲುದು. ಇಂದಿನ ವಾತಾವರಣದಲ್ಲಿ ಅದು ಸಾಧ್ಯವಾಗುತ್ತಿಲ್ಲವೆಂದರೆ, ಅಂಥ ಗ್ರಹಿಕೆಯು

ಕೇವಲ ಅರ್ಧಸತ್ಯ. 'ಹಟ್ಟಿಯೆಂಬ ಭೂಮಿಯ ತುಣುಕು' ಎಂಬ ಕಥೆಯು ಇಲ್ಲಿನ ಎಲ್ಲ ಕಥೆಗಳ ತಾರ್ಕಿಕವೂ ತಾತ್ಕಾಲಿಕವೂ ಆದ ಮುಕ್ತಾಯದಂತೆ ಮೂಡಿಬಂದಿದೆ. 'ಮುಂಗಾರಿನ ಪೈರು' ಕಥೆಯಲ್ಲಿ ದಲಿತ ಹುಡುಗರಿಗೆ ಮತ್ತು ಹಿರಿಯರಿಗೆ ಆದ ವಂಚನೆಯ ಮುಂದುವರಿಕೆಯಾಗಿ ಹಲವು ಸಾಧ್ಯತೆಗಳನ್ನು ಅರಸಿದ ದಲಿತ ಯುವಕರು ಕೊನೆಗೂ ಶಿಕ್ಷಣಕ್ಕೆ ಮೊರೆಹೋಗುವುದು ಬಹಳ ಮುಖ್ಯ. ಆದರೆ, ಇಂದಿನ ವಾಸ್ತವದಲ್ಲಿ ಶಿಕ್ಷಣವೆಂದರೆ, ಗ್ರಾಮಜೀವನಕ್ಕೆ ವಿದಾಯಹೇಳಿ ನಗರ-ಪಟ್ಟಣಗಳ ಆಕೃತಿರಹಿತ ಕ್ರೌರ್ಯಕ್ಕೆ ತುತ್ತಾಗುವುದೂ ಆಗಿಬಿಟ್ಟಿರುವುದರಿಂದ ಸಮಸ್ಯೆಯು ಇನ್ನಷ್ಟು ಕಠಿಣವಾಗುತ್ತದೆ.

ಈ ಸಂಕಲನದ ಮುಖ್ಯ ಕಥೆಗಳ ಲೋಕದರ್ಶನವು ಈಗಾಗಲೇ ಸಿದ್ಧವಾಗಿರುವ ಗ್ರಹಿಕೆಗಳ ಚೌಕಟ್ಟಿನಲ್ಲಿ ನಡೆಯುವುದಿಲ್ಲ. ಬದಲಾಗಿ ವಾಸ್ತವದ ಚಲನವಲನಗಳ ಮೂಲಕವೇ ತಾತ್ವಿಕತೆಯನ್ನು ಕಂಡುಕೊಳ್ಳುವ ಹಾದಿ ಇವುಗಳದು. ಹೀಗೆ ನೋಡಿದಾಗ 'ಸೊಲ್ಲು ಫಲ ವಾಗಿ' ಬಹಳ ಮುಖ್ಯವಾದ ಕಥೆ. ಬಹಳ ನಿಕಟವಾದ ವರ್ತಮಾನವನ್ನು ತೆಗೆದುಕೊಂಡು, ಮನುಷ್ಯರ ವರ್ತನೆಯ ಹಿಂದೆ ಇರುವ ಮೂಲಗಳನ್ನು ಸಾವಧಾನವಾಗಿ ಹುಡುಕುತ್ತಾ, ಒಂದು ಸಂಗತಿಯ 'ಸತ್ಯವನ್ನು', ನೋಡುವವರ ದೃಷ್ಟಿಕೋನವೇ ರೂಪಿಸುವ ಬಗೆಯನ್ನು ತೋರಿಸಿಕೊಡುತ್ತಾ ಸನ್ನಿವೇಶದ ಎಲ್ಲ ಸಂಕೀರ್ಣತೆಯನ್ನು ಹಿಡಿಯುವ ಈ ಬಗೆಯು ಇಷ್ಟವಾಗುತ್ತದೆ. ಒಂದು ಶಾಲೆಯ 'ಮಧ್ಯಾಹ್ನದ ಬಿಸಿಯೂಟ' ಮತ್ತು 'ಗಣಪತಿ ಪೂಜೆ'ಗಳ ಸುತ್ತಲೂ ಬೆಳೆಯುವ ಕಥೆಯು ಶೋಷಕ, ಶೋಷಿತ, ವರ್ಗ, ವರ್ಣ ಮುಂತಾದ 'ರೆಡಿಮೇಡ್ ಕೆಟಗರಿ'ಗಳನ್ನು ನಿರಾಕರಿಸದೆಯೂ ಅವುಗಳನ್ನು ಮೀರಿದ ಸೂಕ್ಷ್ಮಗಳನ್ನು ಗ್ರಹಿಸುತ್ತದೆ. ಉದ್ಯೋಗ, ಭೂಮಿ, ಅವಮಾನ, ಆಕ್ರೋಶ, ಅಸಹಾಯಕತೆ ಮುಂತಾದ ವಿವರಗಳನ್ನು ಇಲ್ಲಿ ತೋರಿಸಿರುವ ರೀತಿಯು ಬಹಳ ಪರಿಣಾಮಕಾರಿಯಾಗಿದೆ. ಇದು ವರ್ಗಪ್ರಶ್ನೆ ಮತ್ತು ಮಾನವತಾವಾದಗಳ ಹೊಂದಾಣಿಕೆಯೆಂದು ಹಣೆಪಟ್ಟಿ ಕಟ್ಟುವ ಅಪೇಕ್ಷೆಯೂ ನನಗೆ ಇಲ್ಲ. ಹೊಟ್ಟೆಪಾಡಿನ ಒತ್ತಡವೂ ಸೇರಿದಂತೆ ಬೇರೆ ಬೇರೆ ಕಾರಣಗಳಿಗಾಗಿ, ದಲಿತರ ಹೆಣ್ಣು ಮಗಳು ಕೆಂಚವ್ವ ತಯಾರಿಸಿದ ಉಪ್ಪಿಟ್ಟನ್ನು ತಿಂದ ಬ್ರಾಹ್ಮಣ ಮೇಷ್ಟ್ರು 'ಯೇಣು' ಮತ್ತು ಅವನ ಬಂಧುಗಳ ಕ್ರಿಯೆಗಳ ಅಸಂಗತತೆಯು ಹೀಗೆ ಚಿತ್ರಿತವಾಗಿದೆ:

'ನಿಧಾನಕ್ಕೆ ಕತ್ತಲು ಊರನ್ನು ನುಂಗುವಂತೆ ಬರಾಕತ್ತಿತ್ತು. ದೂರದ ಹಳ್ಳದಲ್ಲಿ ರಾಯಲ್ ಬಸ್ಸು ಇಳಿದು ಹತ್ತುತಿತ್ತು. ಸುಬ್ಬಣ್ಣನಿಗೆ ಏನನಿಸ್ತೋ ಏನೋ 'ಏ ಏಣು ಬಾರೋ...' ಎಂದವ್ನೇ ಕಟ್ಟೆಯಿಂದ ಜಿಗಿದು... ಕೆಂಚಿ ಹತ್ರ ಓಡೋಡಿ ಹೋಗಿ ಪೇಪರ್ನಲ್ಲಿ ಉಪ್ಪಿಟ್ಟ ಆಕಿಸ್ಕೆಂಡು, ಯೇಣುವ ಎಳಕಂಡು ರಸ್ತೆಯ ಕಡೆ 'ರುದ್ರಣ್ಣಾ ...ಚನ್ನಣ್ಣಾ ಅಂದಕತ ಓಡಿದ. ಬಸ್ಸು ಧೂಳೆಬ್ಬಿಸ್ಕೆಂಡು ಬಂದು ನಿಲ್ತು. ರುದ್ರನೂ, ಚನ್ನ, ಸೋಮಸೇಖರನು ಬಸ್ಸು ಹತ್ತಿಕೆಂಡರು...ಸಿಕರೇಟು ಹಚ್ಚಿಕೆಂಡಿದ್ದ ಯಡಮಾಸ್ತ್ರರು ಬಸ್ಸು ಹತ್ತಿಕೆಂಡರು. ಸುಬ್ಬಣ್ಣ ಓಡ್ಕೆಂತಲೇ ಕೈಯಾಗಿದ್ದ ಉಪ್ಪಿಟ್ಟನ

ಅವರಿಗೆ ತೋರಿಸ್ಕೆಮತ 'ರುದ್ರಣ್ಣಾ, ಚನ್ನಣ್ಣಾ ನೋಡ್ರೋ... ನಮ್ಮ ಯೇಣು ಕೆಂಚವ್ವ ಮಾಡಿದ ಉಪ್ಪಿಟ್ಟ ತಿನ್ತಾನೆ ನೋಡ್ರೋ...' ಅಂತ ಬಸ್ಸ ಹತ್ರಕ್ಕೆ ಬರ್ತಿದ್ದಂಕ್ಲೆ ಬಸ್ಸು ಅದು ಮುಂದ್ಕೆ ಧೂಳೆಬ್ಬಿಸ್ಕೆಂತ ಹೊಂಟಿತು.'

ಇಂಥ ಕಡೆ ವಿವರಗಳು, ಕ್ರಿಯೆಗಳು, ಶೈಲಿ, ಭಾಷೆ ಎಲ್ಲವೂ ಒಂದಾಗಿ ಸಂಕೀರ್ಣವಾದ ತಿಳಿವಳಿಕೆಯನ್ನು ನೀಡುತ್ತವೆ. ಇದಕ್ಕೆ ವಿರುದ್ಧವಾಗಿ ಕಥೆಗಾರರ ಮಹತ್ವಾಕಾಂಕ್ಷೆಯು ಬಹಳವಾದಾಗ, ತುಂಬಾ 'ಆಬ್ವಿಯಸ್' ಆದ ಸಂಕೇತಗಳು ಕಥೆಯ ರುಚಿಕೆಡಿಸುತ್ತವೆ. 'ಕೊರಡು ಕೊನರುವ ಪರಿ'ಯಲ್ಲಿ ಬರುವ ಭರತನಳ್ಳಿ ಮತ್ತು ಫಕೀರನಳ್ಳಿಗಳು ಹಾಗೂ 'ಮುಖಾಮುಖಿ'ಯಲ್ಲಿ ಬರುವ ಮರಿಆನೆ ಈ ಮಾತಿಗೆ ಸಾಕ್ಷಿ. ಲೋಕೇಶ್ ಅವರು ಇದನ್ನು ಮೀರಬಲ್ಲರು, ಮೀರಬೇಕು.

ಸಮುದಾಯದ ಒಡಲಿನಲ್ಲಿ ಇರುವ ಸತ್ಯಗಳನ್ನು–ಕಟುಸತ್ಯಗಳನ್ನು ಕಾಣುವುದು ಮತ್ತು ಕಾಣಿಸುವುದು ಕಲಾವಿದನ ಒಂದು ಹೊಣೆಗಾರಿಕೆಯಾದರೆ, ತನ್ನ ಮುಂಗಾಣ್ಕೆಯ ಫಲವಾದ ಸಂಭಾವ್ಯ ಸತ್ಯಗಳನ್ನು ಕಾಣಿಸುವುದು ಅವನ ಇನ್ನೊಂದು ಕೆಲಸ. ಲೋಕೇಶರು ಇಂತಹ ಸತ್ಯಗಳಿಗೆ ಮುಖಾಮುಖಿಯಾಗಲು ಹಿಂಜರಿಯುವುದಿಲ್ಲ. ಬೆಲ್ಲದ ನೀರಿನಲ್ಲಿ ನೆಂದ ಮೈಗಳ ಮೇಲೆ ಗೊದ್ದಗಳನ್ನು ಬಿಡುವುದಾಗಲೀ, ಹಾಲುಗಲ್ಲದ ಹಸುಳೆಯನ್ನು ರಥಚಕ್ರಕ್ಕೆ ಬಲಿಕೊಡಲು ತರುವುದಾಗಲಿ, ತನ್ನದೇ ಮಗಳನ್ನು ವೇಶ್ಯಾವೃತ್ತಿಗೆ ಪಳಗಿಸುವು ದಾಗಲಿ ಯಾವುದೂ ಮನುಷ್ಯ ಸ್ವಭಾವದ ಅಳತೆಗೆ ಮೀರಿದಲ್ಲವೆಂದು ಅವರು ಬಲ್ಲರು. ಹಿಂಸೆ, ಕ್ರೌರ್ಯ ಹಾಗೂ ಕಾಮಗಳು ಮನುಷ್ಯನ ಪ್ರಾಣಿನೆಲೆಯ ಫಲಿತಗಳೋ ಅಥವಾ ಸಾಮಾಜಿಕವಾಗಿ ಕಲಿತ ಸಂಗತಿಗಳೋ ಎಂಬ ಪ್ರಶ್ನೆಗೆ, ಅವರು ದಿಟ್ಟವಾಗಿ ಮೊದಲನೆಯ ಉತ್ತರವನ್ನೇ ನೀಡಿಯಾರು. ಆದರೆ, ಅವರು ಆಧುನಿಕ ಸಮಾಜಗಳ ರಕ್ತರಹಿತ ಹಿಂಸೆಗೂ ಎದುರಾಗುತ್ತಾರೆ. ವ್ಯವಸ್ಥೆಯಿಂದಲೇ ಮೂಡಿಬರುವ ಹಿಂಸೆಯೂ ಅವರಿಗೆ ಬಾಹಿರವಲ್ಲ. ಹಾಗೆ ನೋಡಿದರೆ, ಈ ಕಥೆಗಳಲ್ಲಿ ಬಾಲಿಶವಾದ ಆಶಾವಾದದ ಸುಳಿವೂ ಇಲ್ಲ. ಒಂದು ಬಗೆಯ ವಿವೇಕವನ್ನು ಪಡೆದುಕೊಂಡ ಇಳಿ ವಯಸ್ಸಿನ ಭರಮಜ್ಜ, ನಲಕೇತಯ್ಯನವರು, ಸಿದ್ಧಾರೂಢರು ಇವರೆಲ್ಲರೂ ಕಥನದ ಕೊನೆಯಲ್ಲಿ ಅಸಹಾಯಕರಾಗಿ ನಿಲ್ಲುವರೇ ವಿನಾ ಪರಿವರ್ತನೆಯನ್ನು ತರುವುದಿಲ್ಲ. ಆದರೆ, ಮನುಷ್ಯಜೀವಿಯ ಧನಾತ್ಮಕ ಸಾಧ್ಯತೆಗಳಲ್ಲಿ ನಂಬಿಕೆಯನ್ನೇ ಕಳೆದುಕೊಂಡು ಸಂಪೂರ್ಣವಾಗಿ ಸಿನಿಕವಾಗುವುದೂ ಅಗಸನಕಟ್ಟೆಯವರಿಗೆ ಸಾಧ್ಯವಾಗಿಲ್ಲ. ಅಧಿಕಾರಗಳನ್ನು ಕಳೆದುಕೊಳ್ಳುತ್ತಿರುವ ಅಥವಾ ಗುಲಾಮರಂತೆ ಬದುಕಿದ್ದವರ ಆತ್ಮಗೌರವದಿಂದ/ಶ್ರೀಮಂತಿಕೆಯಿಂದ ಆತಂಕಿತವಾಗಿರುವ 'ಲಿಂಗಾತ್ರ'ರ ತಲ್ಲಣಗಳನ್ನು ಮತ್ತು ಆ ತಲ್ಲಣಗಳಿಂದಲೇ ಉದ್ದೀಪಿತವಾಗುವ ಕ್ರೌರ್ಯವನ್ನು ಈ ಕಥೆಗಳು ಗ್ರಹಿಸುತ್ತವೆ. ಅಂತೆಯೇ ರಾಜಕೀಯ/ಪೋಲೀಸ್ ಅಧಿಕಾರದ ಕೇಂದ್ರವಾದ ಡಿ.ಸಿ.ಪಿ.ಯವರಿಗೆ ಫೋನ್ ಮಾಡಿ ಮಾಡಿ 'ಔಟ್ ಆಫ್ ಕವರೇಜ್ ಏರಿಯಾ' ಎಂಬ ಪ್ರತಿಕ್ರಿಯೆಯನ್ನೇ ಮತ್ತೆ ಮತ್ತೆ ಪಡೆಯುತ್ತಿರುವ ದಲಿತರ ಪಾಡೂ ಅವರ

ಸಂವೇದನೆಗೆ ಬಾಹಿರವಾಗಿಲ್ಲ. ಎಲ್ಲ ಕಥೆಗಳ ಹಾಗೆಯೇ, ಈ ಕಥೆಗಳು ಕೂಡ ಕನ್ನಡಿಯೇ ವಿನಾ ಔಷಧಿಯಲ್ಲ.

ಲೋಕೇಶರ ಒಳ್ಳೆಯ ಕಥೆಗಳ ಇನ್ನೊಂದು ಗುಣವೆಂದರೆ, ಅವರು 'ಪ್ರಾತಿನಿಧಿಕ' ಪಾತ್ರಗಳನ್ನು ಸೃಷ್ಟಿಸುವುದರ ಮೂಲಕ, ವೈಯಕ್ತಿಕವಾದ ಅಂತರಂಗಕ್ಕೆ ಹಾಗೂ ಸ್ವಭಾವ ಸಾಧ್ಯತೆಗಳಿಗೆ ಬಾಗಿಲು ಹಾಕುವುದಿಲ್ಲ. ನಲಕೇತಯ್ಯ, ಮಂಜ, ಈಶಾಚಾರಿ, ಶಿವಲಿಂಗೇಗೌಡ, ಭರಮಜ್ಜ, ಕರ್ಣನ್ ಮುಂತಾದವರು ಒರಟಾದ ಸ್ಥೂಲ ಗೆರೆಗಳಲ್ಲಿ ಮೂಡಿಬರುವ ರೂಕ್ಷ ಪಾತ್ರಗಳಲ್ಲ. ಅವರನ್ನು ಸಾವಧಾನ ಮತ್ತು ಪ್ರೀತಿಗಳಿಂದ ಕಂಡರಿಸುವುದು ಇಲ್ಲಿ ಸಾಧ್ಯವಾಗಿದೆ. ಯಾವುದೇ ಮನಸ್ಸಿನಲ್ಲಿ ನಿರಂತರವಾಗಿ ನಡೆಯುತ್ತಿರುವ ಒಳಚಲನೆ ಮತ್ತು ಹೊರಚಲನೆಗಳೆರಡನ್ನೂ ಬಲ್ಲ ಕಥೆಗಾರರಿಗೆ ಮಾತ್ರ ಇದು ಸಾಧ್ಯವಾಗುತ್ತದೆ. ಇದು ನವ್ಯದ ವ್ಯಕ್ತಿವಾದಕ್ಕಿಂತ ಭಿನ್ನವಾದ ಅಂತೆಯೇ ಬಂಡಾಯ ಸಾಹಿತ್ಯದ ವ್ಯಕ್ತಿನಿರಸನಕ್ಕಿಂತ ಬೇರೆಯಾದ ವಿಧಾನ. ತಮ್ಮ ಸನ್ನಿವೇಶಗಳನ್ನು, ತಮಗೇ ವಿವರಿಸಿಕೊಳ್ಳಲು ಅಗತ್ಯವಾದ ಭಾಷಿಕ ಸಲಕರಣೆಗಳನ್ನು ಪಡೆಯದವರು(?) ಅನುಭವಗಳನ್ನು ಹೇಗೆ ಅರ್ಥೈಸಿಕೊಳ್ಳುತ್ತಾರೆ ಎನ್ನುವುದು ಕುತೂಹಲಕಾರಿಯಾದ ಸವಾಲು. ಲೊಕೇಶ್ ಮತ್ತು ಅವರ ಕಥೆಗಾರ ಗೆಳೆಯರು ಈ ಸನ್ನಿವೇಶವನ್ನು ನಿರ್ವಹಿಸಿರುವ ಬಗೆಯು ಕುತೂಹಲಕಾರಿಯಾದುದು. ಇಂತಹ ಕಡೆ ಅಸ್ತಿತ್ವದ ಮತ್ತು ಕ್ರಿಯೆಯ ವಿವರಗಳಿಗೆ ಒತ್ತು ಕೊಡುವುದು ಅನಿವಾರ್ಯ ವಾಗುತ್ತದೆ. ಲೋಕೇಶರ ಕಥೆಗಳಲ್ಲಿ ಮೂಡಿರುವ ಇನ್ನೊಂದು ಶೋಷಿತಲೋಕ ಹೆಣ್ಣುಮಕ್ಕಳದು. ಬಸವ್ವ, ಬೃಂದವ್ವ, ಸಿಗಂದೂರಿ, ನೀಲವ್ವ ಮುಂತಾದವರು ಅನುಭವಿಸುವ ಪಾಡನ್ನು ಸರಿಪಡಿಸುವ ಹಾದಿಯಲ್ಲಿ ಯಾವುದೇ ಪ್ರಯತ್ನವೂ ನಡೆದಿಲ್ಲ. ಪ್ರಾಯಶಃ ನಡೆಯಲಾರದು. ಪುರುಷಪ್ರಧಾನ ಸಮಾಜದ 'ಗಂಡುಗರ್ವ'ವನ್ನು ಗುರುತಿಸುವುದರಿಂದಲೇ ಅದು ಇಲ್ಲವಾಗುವುದೆನ್ನುವ ಭ್ರಮೆಗೆ ಎಳ್ಳಷ್ಟೂ ಅವಕಾಶವಿಲ್ಲ. ಇವುಗಳು ಬಯಸುವುದು ಕಥನವನ್ನು ಮಾತ್ರ ಅಲ್ಲ, ಕದನವನ್ನು. ಆದ್ದರಿಂದಲೇ ಸ್ತ್ರೀಯರ ಯಾವುದೇ ಕ್ರಿಯೆಯನ್ನೂ ಅಸಹಾಯಕರು ಕಂಡುಕೊಳ್ಳುವ ಕಿರುದಾರಿಗಳೆಂದು ತಿಳಿಯಬೇಕೇ ಹೊರತು, ಗ್ರಾಮೀಣ ನೈತಿಕತೆಯ ಮೇಲೆ ನಡೆದ ಆಕ್ರಮಣವೆಂದಲ್ಲ. ಅಂಥ ಪ್ರಯತ್ನಗಳು ದುರಂತದಲ್ಲಿಯೇ ಮುಗಿಯುವ ಕಟುವಾಸ್ತವವನ್ನು ಈ ಕತೆಗಳು ಹೇಳಿವೆ.

ಕನ್ನಡ ಕಥೆಗಳಲ್ಲಿ ಅಪರೂಪವಾದ ಇನ್ನೊಂದು ಲಕ್ಷಣವನ್ನು ಈ ಕಥೆಗಳಲ್ಲಿ ಗುರುತಿಸ ಬಹುದು. ಅವು ತಾವು ಬಳಸುವ ವಿವರಗಳ ಮೂಲಕವಾಗಿಯೇ ಲೋಕ ಮತ್ತು ಸಾಹಿತ್ಯದ ಸಂಗಡ ಕಟ್ಟಿಕೊಳ್ಳುವ 'ಅಂತರ್‌ಪಠ್ಯೀಯತೆ'ಯೇ ಆ ಗುಣ. ಬೇರೆ ಕಥೆಗಾರರಲ್ಲಿ ಅದು ಓದುಗರಿಂದ ಸಾಧ್ಯವಾದರೆ, ಇಲ್ಲಿ ಕಥೆಗಾರರೇ ಆ ಕೆಲಸ ಮಾಡುತ್ತಾರೆ. ಉದಾಹರಣೆಗೆ ದಾವಣಗೆರೆಯ ಕಮ್ಯೂನಿಸ್ಟ್ ಮುಖಂಡರಾದ ಪಂಪಾಪತಿಯವರು, 'ಮೈಸೂರು ಕಡೆಯ ಇಚಾರವಾದಿ ಹರವೆ ಅಂತ್ಲೋ ಮಾದೇವ ಅಂತ್ಲೋ ಯಾರೋ ಒಬ್ಬ', ಸಿರಿಗೇರಿಯ ಸ್ವಾಮಿಗಳು, ಗುಜರಾತಿನ

ನರೇಂದ್ರ ಮೋದಿ ಮುಂತಾದವರು ಲೋಕವ್ಯಕ್ತಿಗಳಾದರೆ, ಕಂಬಾರರ ಕಾದಂಬರಿಯ ಸಾವಳಗಿಯ 'ಸಿಂಗಾರವ್ವ' ಇಲ್ಲಿನ ಸಿಗಂದೂರಿಯನ್ನು ಭೇಟಿಯಾಗಿ ಸಲಹೆ ನೀಡುತ್ತಾಳೆ. ಕಥಾಸೃಷ್ಟಿಯು ಸಾಮುದಾಯಿಕವಾದ ಚಟುವಟಿಕೆಯೆಂಬ ಸತ್ಯವನ್ನು ತಿಳಿಸಲು, ಭಾವನೆಯನ್ನು ಮೂಡಿಸಲು ಇಂಥ ಹೆಜ್ಜೆಗಳು ನೆರವಾಗುತ್ತವೆ. ನಾವು ಕಥೆಗಳನ್ನು ಓದುವ ಮತ್ತು ಬೆಲೆಗಟ್ಟುವ ಕೆಲಸದಲ್ಲಿ ಈ ಬಗೆಯ 'ಲೇಖಕ ನಿರಸನ'ವು ನಡೆಯಬೇಕಾಗಿದೆಯೆಂದು ನನಗೆ ತೋರುತ್ತದೆ. ಹಾಗೆ ನೋಡಿದರೆ, ಇದು ಆಧುನಿಕಪೂರ್ವ ಸಮಾಜಗಳಲ್ಲಿ ಕಲೆಯ ಸ್ವರೂಪವೇ ಆಗಿತ್ತು. ತತ್ವದ ಪದಗಳನ್ನು, ಜಾನಪದ ಕಥನಗಳನ್ನು ಬರೆದವರು ಎಂಬುದು ಎಂದಿಗೂ ಮಹತ್ವದ ಪ್ರಶ್ನೆಯಾಗಿರಲಿಲ್ಲ. ನಮ್ಮ ಕಾಲದ ಲೇಖಕರು ತಮ್ಮ ಪ್ರತಿಭೆಯನ್ನು ಕೂಡ ತಮ್ಮನ್ನೇ ಇಲ್ಲವಾಗಿಸಿಕೊಳ್ಳಲು ಬಳಸಬೇಕಾಗಿದೆ. ಕಲಾವಿದನ ಗ್ರಹಿಕೆ ಮತ್ತು ಅಭಿವ್ಯಕ್ತಿಗಳೆರಡೂ ಸಮಾಜದಿಂದಲೇ ನಿಯಂತ್ರಿತವಾದರೂ ಅವನ ಕಾಣ್ಕೆ ಮಾತ್ರ ಸಮುದಾಯಗಳ ಒಳನೆಲೆಯ ದಮನಿತವಾದ ಸತ್ಯಗಳನ್ನು ಅನಾವರಣ ಮಾಡುತ್ತದೆ. ಈ ದಮನಿತ ಸತ್ಯಗಳ ಚಹರೆಯೂ ಚಲನಶೀಲವೇ ಆದುದರಿಂದ ಲೇಖಕನ ಸೂಕ್ಷ್ಮ ಸಂವೇದನೆಯೇ ಅಂತಿಮವಾಗುತ್ತದೆ. ಅದು ಕಾಣ್ಕೆ ಮತ್ತು ಕಲೆಗಳು ಅಭಿನ್ನವಾದ ಸ್ಥಿತಿ. ನನ್ನ ಗೆಳೆಯರಾದ ಲೋಕೇಶ ಅಗಸನಕಟ್ಟೆಯವರು ಇದುವರೆಗೆ ಪಡೆದಿರುವ ಯಶಸ್ಸು ಇನ್ನಷ್ಟು ಅರಳುವಿಕೆಗೆ ಹಾದಿ ಮಾಡಿಕೊಡುವುದೆಂಬ ನಂಬಿಕೆಯೊಂದಿಗೆ ಈ ಪ್ರವೇಶಿಕೆಯನ್ನು ಮುಗಿಸುತ್ತಿದ್ದೇನೆ. ಕಥೆಗಳ ದಾರವನ್ನು ಬಳಸಿ ಕೊಂಡು ವಿಚಾರಗಳ ಗಾಳಿಪಟವನ್ನು ಹಾರಿಸುವ ಅವಕಾಶ ನೀಡಿದುದಕ್ಕಾಗಿ ಅವರಿಗೆ ಪ್ರೀತಿಸಹಿತವಾದ ವಂದನೆಗಳು.

ಎಚ್. ಎಸ್. ರಾಘವೇಂದ್ರ ರಾವ್

ಪರಿವಿಡಿ

ಮುಖಾಮುಖಿ

ನಿರ್ಧಾರ ಅಚಲವಾಯಿತು. ಇಷ್ಟು ಹೊತ್ತು ಕತ್ತಲಲ್ಲಿ ಕುಳಿತು ಧೇನಿಸಿದ್ದಕ್ಕೂ ಸಾರ್ಥಕ ವಾಯಿತೆಂದು ಸ್ವಾಮಿ ಸಚ್ಚಿದಾನಂದರು ಧೀರ್ಘವಾದ ನಿಟ್ಟುಸಿರೊಂದನ್ನು ಬಿಟ್ಟರು. ಪಾವಟಿಗೆಗಳನ್ನು ಇಳಿದು ಹಜಾರ ದಾಟಿ ಮಠದ ಮಧ್ಯೆ ಇದ್ದ ಕಲ್ಯಾಣಿ ಬಳಿ ಬಂದರು. ದೂರದ ಆಕಾಶದಲ್ಲಿ ಬೆಳಗುತ್ತಿದ್ದ ತಾರೆಗಳು ಏನೋ ಒಂದು ಹೊಸ ಬಗೆಯಿಂದ ಬೆಳಗುತ್ತಿವೆಯೆಂದು ಆ ಕ್ಷಣಕ್ಕೆ ಅವರಿಗನ್ನಿಸಿತು. ಪಾದುಕೆಗಳ 'ಟಕ್ ಟಕ್' ಸದ್ದಿ ಗೆ ಬೆದರಿದ ಬಾವಲಿಗಳು ಕಿರುಚಾಡುತ್ತಾ ಹೊಯ್ದಾಡತೊಡಗಿದವು. ಗೋಡೆಯನ್ನು ಅಡರಿದ್ದ ಧೂಳು ಕಟ್ಟಿದ್ದ ಜೇಡದ ಪರೆ ಸಚ್ಚಿದಾನಂದರ ಮೇಲೆ ಬೀಳುತ್ತಿತ್ತು. ಸುಣ್ಣ ಬಣ್ಣ ಕಾಣದೆ ಎಷ್ಟೋ ದಿನಗಳಾಗಿದ್ದ ಮಠದ ಗೋಡೆಗಳು ಬಿರುಕು ಬಿಡಲು ಪ್ರಾರಂಭಿಸಿದ್ದವು. ಎಷ್ಟೊ ಬಾರಿ ಇದನ್ನೆಲ್ಲ ರಿಪೇರಿ ಮಾಡಿಸಬೇಕೆಂದುಕೊಂಡಿದ್ದರೂ ಅದು ಸಾಧ್ಯವಾಗಿರಲಿಲ್ಲ. ಎಷ್ಟೇ ರಿಪೇರಿ ಮಾಡಿದರೂ ಗೋಡೆಗಳು ಭದ್ರ ಉಳಿಯಲಾರವೆಂಬ ನಂಬಿಕೆ ಅವರದ್ದಾಗಿತ್ತು. ಹಳೆಯದ್ದನ್ನೆಲ್ಲಾ ತೊಡೆದು ಹೊಸಮಠ ಕಟ್ಟಬೇಕೆಂಬ ಆಲೋಚನೆಯೂ ಅವರ ಮಿದುಳಲ್ಲಿತ್ತು

ಕ್ಷೀಣವಾಗಿದ್ದ ಹಣತೆಯ ಬೆಳಕು ಉಪ್ಪರಿಗೆಯ ಕೊಠಡಿಯಿಂದ ಹೊರಚಾಚಿತ್ತು. ಎಣ್ಣೆ ತೀರುತ್ತಾ ಬಂದಿರಬೇಕೆಂದುಕೊಂಡ ಸ್ವಾಮಿಗಳು 'ವಿದ್ಯುತ್-ಅನ್ನಾದರೂ ಹಾಕಿಸಬೇಕು'. ಎಂದುಕೊಂಡರು. ಮರುಕ್ಷಣವೇ ಹಳೆಯ ಸ್ವಾಮಿಗಳ ನೆನಪಾಗಿ ಹುಸಿನಗೆ ನಕ್ಕರು. ಹಿಂದೊಮ್ಮೆ ತಾವು ಈ ಮಠಕ್ಕೆ 'ವಿದ್ಯುತ್ ಹಾಕಿಸಬೇಕು, ಈ ಎಣ್ಣೆ ದೀಪದ ಬೆಳಕು ಯಾತಕ್ಕೂ ಸಾಲದು. ರಾತ್ರಿಯಾದ ಮೇಲೆ ಇಲ್ಲಿ ಏನು ನಡೆಯುತ್ತದೆಂಬುದು ಕತ್ತಲೆಗೆ ಮಾತ್ರ ಗೊತ್ತು' – ಎಂದು ಹಿರಿಯ ಸ್ವಾಮಿಗಳ ಬಳಿ ಪ್ರಸ್ತಾಪಿಸಿದಾಗ ಅವರು ನಖಶಿಖಾಂತ ಉರಿದು ಬಿದ್ದಿದ್ದರು. ಎಲ್ಲವೂ ಅವರಂತೆಯೇ ನಡೆಯಬೇಕಲ್ಲಾ! ಒಬ್ಬ ಭಕ್ತನೂ ಎಂದೂ ಎದುರಾಡಿದ್ದಿಲ್ಲ. ಆವೊತ್ತು ಹೀಗೆಯೇ ಆಯಿತಲ್ಲವೇ? ಮಠಕ್ಕೆ ಹೊಸ ಆನೆ ತರಬೇಕೆಂದು ಹಿರಿಯ ಸ್ವಾಮಿಗಳು ಅಪೇಕ್ಷಿಸಿದಾಗ – ಎಲ್ಲರೂ ಸುಮ್ಮನಿದ್ದರು. ತಾವು ಮಾತ್ರ ವಿರೋಧಿಸಲಿಲ್ಲವೇ? ಆದರೂ ಪ್ರಯೋಜನವೇನಾಯ್ತು? ತಾವೇ ಕೆಟ್ಟವರಾಗಬೇಕಾಯ್ತಲ್ಲ. ವಂಡರ

ಕಪ್ಪೆಯೊಂದು ಕಲ್ಯಾಣಿಯಲ್ಲಿ ವಟರ್‌ಗುಟ್ಟಿದ್ದರಿಂದ ಸಚ್ಚಿದಾನಂದರ ಗಮನ ಅತ್ತ ಹೋಯಿತು. ಕಲ್ಯಾಣಿಯ ಪಾವಟಿಗೆಗಳನ್ನು ಇಳಿಯತೊಡಗಿದರು. ಕಪ್ಪೆಯ ಧ್ವನಿಗೆ ಮಾರುತ್ತರ ನೀಡುವಂತೆ ಉಳಿದ ಕಪ್ಪೆಗಳು ವಟರ್-ವಟರ್ ಎಂದವು. ಕಿವಿಗೆ ಕರ್ಕಶವೆನ್ನಿಸಿ ಸ್ವಾಮಿಗಳು ಕಿವಿ ಮುಚ್ಚಿಕೊಂಡರು.

ಪಾಚಿಗಟ್ಟಿದ ನೀರು ಗಬ್ಬು ವಾಸನೆ; ಗವ್ವನೆಯ ಕತ್ತಲಲ್ಲೂ ಮೂಗಿಗೆ ರಾಚುತ್ತಿತ್ತು. ಒಂದು ಕ್ಷಣ ಅಸಹ್ಯ ವೆನಿಸಿತು. ನೀರನ್ನೆ ನೋಡುತ್ತಾ ನಿಂತಿದ್ದ ಅವರಿಗೆ ದಿಗಿಲಾಯಿತು. ಆ ಕೊಳಕು ನೀರಿನ ಮಧ್ಯೆ ಆನೆಮರಿ ವಿಲವಿಲನೆ ಒದ್ದಾಡುತ್ತಿದೆ. ಸಹಾಯಕ್ಕಾಗಿ ಸೊಂಡಿಲನ್ನು ಇವರತ್ತ ಚಾಚುತ್ತಿದೆ 'ಅಯ್ಯೋ ದೇವರೇ! ಇದೇನು ಹೀಗಾಯ್ತಲ್ಲಾ' ಎನ್ನುತ್ತಾ ಕೈ ಚಾಚುತ್ತಿದ್ದಾರೆ. ನೀರಿನ ಅಲೆಯಲ್ಲಿ ಚಂದ್ರ ನಕ್ಕದಷ್ಟೇ ಕಾಣುತ್ತಿದೆ, ಬೇರೇನೂ ಇಲ್ಲ. ಭ್ರಾಂತು. ಯಾಕೆ ಹೀಗಾಯ್ತು? ಬೆಳಗಿನಿಂದ ಆನೆಯ ಮರಿಯ ಬಗೆಗೆ ಯೋಚಿಸಿ ಯೋಚಿಸಿ ಹೀಗಾಯ್ತೆ? ಎಂದು ಸುತ್ತಲೂ ನೋಡಿದರು. ಎತ್ತರವಾದ ಮಠದ ಗೋಡೆಗಳು. ಅದರ ಹಿಂಬದಿಗೆ ಗೋಡೆಗಳನ್ನೂ ಮೀರಿ ನಿಂತಿರುವ ರಾಕ್ಷಸಾಕಾರದ ಆಲದ ಮರ. ಬರೀ ಬಿಳಿಲುಗಳು; ಮತ್ತು ತೊಂಗಲು ಮಾತ್ರ ಕಾಣಿಸುತ್ತಿದೆ. ಆದರೆ ಅದರ ಬುಡ ಕಾಣಿಸುತ್ತಿಲ್ಲ. ಉಪ್ಪರಿಗೆಯ ಮೇಲಿನ ತಮ್ಮ ಕೊಠಡಿಯಿಂದ ನೋಡಿದರೆ ರಾಕ್ಷಸಾಕಾರದ ಬೊಡ್ಡೆ ಕಾಣುತ್ತದೆ. ಇಲ್ಲದಿದ್ದರೆ ಇಲ್ಲವೇ ಇಲ್ಲ. ಎಷ್ಟೋ ನಿರ್ಜನ ರಾತ್ರಿಗಳಲ್ಲಿ ಹೊಳೆಯದಿರದ ಎಷ್ಟೋ ಕಾರಣಗಳಿಗಾಗಿ ಎದ್ದು ಆ ಬೊಡ್ಡೆಯನ್ನು ನೋಡಿಯೇ ನೋಡಿದ್ದಾರೆ. ರಾಕ್ಷಸಾಕಾರದ ಬೊಡ್ಡೆ ವಿನಾಃ ಅಲ್ಲಿ ಏನೂ ಕಾಣುತ್ತಿಲ್ಲ. ಭಯಾನಕವಾದ ರಾತ್ರಿಯಲ್ಲಿ ಅದರ ಆಕಾರ ಕೂಡ ಚಳಿ ಹುಟ್ಟಿಸುವಂತಿದೆ. ರಾತ್ರಿಯ ನೀರವತೆಯನ್ನು ಭೇದಿಸುವಂತೆ ಕೂಗುವ ಗೂಗೆಗಳ ಸದ್ದು ನಡುಕ ತರುತ್ತದೆ. ಇಂಥಾ ಬೊಡ್ಡೆಯ ಬಂಧಿಯಾಗಿ ಈಗ ಆ ಆನೆ ಮರಿಯಿದೆ. ಮಾವುತ 'ಅಲ್ಲಿ ಆನೆಮರಿಯನ್ನು ಕಟ್ಟಲು ತಾವು ಸುತರಾಂ ಒಪ್ಪಿರಲಿಲ್ಲ. ಹಿಂದೆ ಇದ್ದ ಆನೆಯ ಸಾವಿಗೂ ಈ ಮರಕ್ಕೂ ಏನೋ ಸಂಬಂಧವಿದೆಯೆಂಬ ಗುಮಾನಿ ಸಚ್ಚಿದಾನಂದರರದು. ಆದರೆ, ದೊಡ್ಡ ಸ್ವಾಮಿಗಳ ಮಾತಿನ ಮುಂದೆ ಇವರದ್ದೇನು ನಡೆದೀತು? ಅವರು ಅಲ್ಲೇ ಕಟ್ಟಬೇಕೆಂದು ಕಟ್ಟಪ್ಪಣೆ ಮಾಡಿದ್ದರಿಂದ ಇವರ ಮಾತು ಬಿದ್ದು ಹೋಯಿತು.

ಆನೆ ಮರಿಯನ್ನು ಆಲದ ಮರದ ಬುಡದಲ್ಲಿ ಕಟ್ಟಿದ ರಾತ್ರಿಯಿಂದಲೂ ಸ್ವಾಮಿ ಸಚ್ಚಿದಾನಂದರಿಗೆ ನಿದ್ದೆಯೇ ಇಲ್ಲ. ಉಪ್ಪರಿಗೆಯ ಮೇಲಿನ ತಮ್ಮ ಕೊಠಡಿಯಿಂದ ಸಾಕಾಗುವವರೆಗೂ ಆನೆ ಮರಿಯನ್ನು ನೋಡುತ್ತಲೇ ನಿಂತಿರುತ್ತಾರೆ. ಯಾಕೋ ಏನೋ ಆನೆಮರಿಯನ್ನು ನೋಡಿದಂದಿನಿಂದಲೂ ಒಳಗೆ ತಳಮಳ; ಪ್ರೀತಿ ವಾತ್ಸಲ್ಯ ಮೂಡುತ್ತಿದೆ. ರಾತ್ರಿಯೆಲ್ಲಾ ಸರಪಳಿ ಜಗ್ಗುತ್ತ ತಪ್ಪಿಸಿಕೊಳ್ಳಲು ಅದು ಹವಣಿಸುವ ರೀತಿ, ಅದರ ಹಿಂದಿರುವ ತುಡಿತ ಇವರ ಕರುಳಿಗೂ ನಾಟಿದೆ. ಕಾಡಿನಿಂದ ತಂದಿದ್ದಾಗ ಮೈ ತುಂಬಿ ಕೊಂಡು ಹರವಾಗಿದ್ದ ಆನೆಮರಿ ಈಗ ಸೊರಗಿ ಬೆಂಡಾಗಿ ಹೋಗಿದೆ. ಅದಕ್ಕೆ ಸರಿಯಾದ ಆಹಾರ ಕೂಡ ಇಲ್ಲಿ ದೊರೆಯುತ್ತಿಲ್ಲವೆಂಬುದು

ಸಚ್ಚಿದಾನಂದರಿಗೆ ಗೊತ್ತು. ಜಾತಿ ಜಾತಿಯ ಮರದ ರೆಂಬೆಕೊಂಬೆ ಕಡಿದು ಅದರಿಂದಲೇ ಎಳಸಿಕೊಂಡು ಬಂದು ಹಾಕುವ ಮಾವುತನಿಗೆ ತಾವೆಷ್ಟು ಬಾರಿ ಹೇಳಲಿಲ್ಲ? 'ಅದಕ್ಕೆ ಹುರುಳಿ ಕಬ್ಬು ತಂದು ಹಾಕು– ಹೆಚ್ಚು ಹಿಂಸೆ ಕೊಡಬೇಡ' ಎಂದು ತಾಕೀತು ಮಾಡಲಿಲ್ಲವೇ? ಮಾವುತ ಮಾತ್ರ ಹುಸಿನಗೆ ನಕ್ಕಿದ್ದ. ಮತ್ತೊಮ್ಮೆ ಅವನ ಹಿಂಸೆ ತಾಳಲಾರದೆ ಆನೆಮರಿ ಮಠದ ಒಳಗೆ ಓಡಿಬಂದಾಗ ತಾವು ಕಲ್ಯಾಣಿ ಬಳಿ ಇರಲಿಲ್ಲವೆ? ಮಾವುತನಿಂದ ತಪ್ಪಿಸಿಕೊಳ್ಳಲು ಮಠದ –ಗೋಡೆ ಹಾರಲು ಹೋಗಿ ಅದು ಮಂಡಿ ಹೊಡೆಸಿಕೊಳ್ಳಲಿಲ್ಲವೆ? ಉಕ್ಕಿಬಂದ ಕೋಪದಲ್ಲಿ 'ನೀನು ಮನುಷ್ಯನೇ' ಎಂದು ಬಯ್ದೆನಲ್ಲಾ, ಏನಾಯಿತು? ಅದೇ ಹುಸಿನಗೆ. ಆ ನಗು ಇಂದಿಗೂ ಒಗಟಾಗಿದೆ. ಹರಿಶ್ಚಂದ್ರ ಕಾವ್ಯದ ವೀರಬಾಹುವನ್ನು ಹೋಲುವಂತಿರುವ ಅವನ ಕಣ್ಣು, ರಟ್ಟೆಗಾತ್ರದ ಮೀಸೆ ಭಯವನ್ನು ಉಂಟುಮಾಡುತ್ತವೆ. ಅವನು ನಕ್ಕರಂತೂ ಹುಳಿತ ಹಲ್ಲುಗಳು ಮತ್ತಷ್ಟು ವಿಕಾರವಾಗಿ ಕಾಣುತ್ತಿವೆ. ಅವನ ಹಿಂಸೆಯ ಬಗೆಗೆ ಮಹಾಸ್ವಾಮಿಗಳ ಬಳಿ ಒಮ್ಮೆ ಆಕ್ಷೇಪಿಸಿದ್ದರು. ಅವರು 'ಹಾಗೆಲ್ಲ ಮಾಡದಿದ್ದರೆ ಅದ್ನ ಪಳಗ್ಸೋದಾದ್ರು ಹೇಗೆ? ಏನೋ ನಿಮ್ಗೆ ಹಿಂಸೆ ಕೊಟ್ಟವ್ರ ಥರ ಆಡ್ತಿದೀರಲ್ಲಾ? ಸ್ವಾಮಿಯಾದವನು ಈ ಮಮಕಾರ ಎಲ್ಲ ತೊರೀಬೇಕು' ಎಂದು ಗುಡುಗಿದರು.

ಉಕ್ಕಿಬಂದ ಕಣ್ಣಂಚಿನ ನೀರು ಎಷ್ಟೊಂದು ಕಥೆ ಹೇಳಲಾರದು? ಮೋಹ ಮಮಕಾರ ಎಲ್ಲ ತನ್ನ ಪಾಲಿಗೆ ಸತ್ತು ಎಷ್ಟು ವರುಷಗಳಾದವು? ನವಲಗುಂದದ ನೆಲದ ಪದರು ಪದರುಗಳಲ್ಲಿ ಇಳಿದಿದ್ದ ಪ್ರೀತಿ. ಹಾರೋ ಹಸಿರು ಹಕ್ಕಿ ಹಿಡಿಯಲು ಓಡುತ್ತಿದ್ದ ಹರಿದ ಚಡ್ಡಿಯ ಹುಡುಗನ ಉತ್ಸಾಹ– ಇದೆಲ್ಲಾ ಜರ್ರನೆ ಇಳಿದು ಮುಖವಾಡ ಹೊತ್ತು ಒಳಗೆ ಕೊರಗಿ ಕೂರಲಿಲ್ಲವೇ? ಅಗ್ನಿ ಪರ್ವತದ ಒಡಲಿದ್ದರೂ ತಾವು ಶಾಂತ ಸಮುದ್ರದಂತೆ ಮೌನವಾಗಿಲ್ಲವೇ? ಈ ಮಠ ಈ ಕಾವಿ ಈ ಪಟ್ಟ ಯಾರಿಗೆ ಬೇಕಿತ್ತು. ನನ್ನ ಅಸಹಾಯಕತೆಯನ್ನು ಬಳಸಿಕೊಂಡು ನನ್ನನ್ನಿಲ್ಲಿ ತಂದು ಕೂರಿಸಿದರಲ್ಲವೇ? ವೇಷ ಬದಲಾದ ತಕ್ಷಣ ನನ್ನ ಭಾವನೆಗಳೆಲ್ಲಾ ಹೇಗೆ ಬದಲಾದವು? ನನ್ನ ಬದುಕ ಮನ್ನಿಸಲಾರೆಯಾ ಪ್ರಭುವೆ– ಎಂದು ಅದೆಷ್ಟೊ ಬಾರಿ ಏಕಾಂತ ರಾತ್ರಿಯಲ್ಲಿ ಮೊರೆ ಇಟ್ಟಿರಲಾರೆ? ಮೋಹ ಮಮಕಾರ ಬಿಟ್ಟೆನೆಂದರೂ ಕಾಡುತ್ತಿಲ್ಲವೆ? ಹೋಗಲಿ ಮಹಾಸ್ವಾಮಿಗಳಾದರೂ ಇದನ್ನು ಬಿಟ್ಟಿದ್ದಾರೆಯೇ? ಛೇ! ಅಂದು ನೀರವ ರಾತ್ರಿಯಲ್ಲಿ ಕಂಡ ಅಸಹ್ಯ ದೃಶ್ಯವಾದರೂ ಎಂಥಾದ್ದು; ಈ ಮುದುಕನ ಮತ್ತೊಂದು ಮುಖ ಅಂದು ನೋಡಿ ಕೊಚ್ಚಿ ಹಾಕಬೇಕೆನಿಸಲಿಲ್ಲವೆ? ಸಂಜೆ ಆರತಿಗೆ ಬತ್ತಿ ಹೊಸೆದು ಎಣ್ಣೆ ಹಾಕಿ ದೀಪ ಹೊತ್ತಿಸಿ ಮಠ ಬೆಳಗಬೇಕಾದ ಅವಳು ತಮ್ಮ ಎದೆಯಲ್ಲಿ ಎಂಥಾ ಬೆಂಕಿ ಹೊತ್ತಿಸಿದಳು. ಅಂದು ಮೊದಲ ಜಾವ ಕಳೆದು ನಿಶ್ಯಬ್ದವಾಗಿದ್ದ ಆ ರಾತ್ರಿಯಲ್ಲಿ ಇವಳ ಕುಲುಕುಲು ನಗು ಹಿಂಬಾಲಿಸಿ ಹೋದಾಗ ಎಂಥಾ ದೃಶ್ಯವನ್ನು ತಾವು ಕಾಣಬೇಕಾಯ್ತಲ್ಲ. ನೆಲಮಾಳಿಗೆಯ ಶಿವಲಿಂಗದ ಪೀಠದ ಬಳಿ ಆಕೆಯ ಪರಕಾರ ಧರಿಸಿದ್ದ ಸ್ವಾಮಿಗಳು. ಮಹಾಸ್ವಾಮಿಗಳ ನಿಲುವಂಗಿ ಧರಿಸಿದ್ದ ಆಕೆಯನು ನೋಡಿದೆವಲ್ಲ! ಕೇಕೆ ಹಾಕಿ ಚಪ್ಪಾಳೆ ತಟ್ಟಿ ಶಿವಲಿಂಗದ ಸುತ್ತ ಕುಣಿಯುತ್ತಿದ್ದ ಇವರ

ಮೋಜು ತಮಗೆ ರೊಚ್ಚು ತರಿಸಲಿಲ್ಲವೆ? ಅಂದು ಈ ಮುದುಕನಲ್ಲಿ ಅದೆಂಥಾ ಉತ್ಸಾಹ? ಪರಕಾರ ಪತ್ತಲ ಕಳಚಿ ಮಳೆಗೆ ಹದವಾಗಲು ಮೈ ತೆರೆದು ನಿಂತ ಇಳೆಯಂತೆ ಇದ್ದ ಅವಳನ್ನು ಮಹಾಸ್ವಾಮಿಗಳು ಯಾವ ಪಾಪಪ್ರಜ್ಞೆಯೂ ಇಲ್ಲದೆ ಭೋಗಿಸಲಿಲ್ಲವೆ? ಅಂದೇ ತಾವಿದನ್ನು ಪ್ರತಿಭಟಿಸಬಹುದಿತ್ತೇನೋ. ಪ್ರತಿಭಟಿಸಿದ್ದರೆ ಈ ವರ್ತಮಾನಕ್ಕೆ ನಾನೆಲ್ಲಿ ಭಾಷ್ಯ ಬರೆಯುತ್ತಿದ್ದೆ? ಎಷ್ಟೋ ಜನರನ್ನು ಕಲ್ಯಾಣಿಯಲ್ಲಿ ಮುಳುಗಿಸಿದ್ದ ಮಹಾ ಸ್ವಾಮಿಗಳಿಗೆ ತಮ್ಮ ನ್ನು ಮುಳುಗಿಸಿ ಕಥೆ ಕಟ್ಟು ವುದು ದೊಡ್ಡ ವಿಚಾರವೇನೂ ಆಗುತ್ತಿರಲಿಲ್ಲ. ಇವರ ಬಗ್ಗೆ ಎಷ್ಟೆಲ್ಲಾ ನಂಬಿಕೆ ಇಟ್ಟುಕೊಂಡಿದ್ದೆ, ಅದೆಲ್ಲಾ ಹೀಗೆ ತಿರುಗು ಮುರಗಾದೀತೆಂದು ನಾನು ಎಣಿಸಿದ್ದೆನೆ?

ಮಳೆ ಬೆಳೆ ಕಾಣದ ನವಲುಗುಂದದ ನೆಲ ತಮ್ಮ ಪಾಲಿಗೆ ಮುನಿದಿದ್ದರಿಂದ ಓದು ಮುಕ್ಕಾಗುತ್ತದೆಂದು ಈ ಮಠಕ್ಕೆ ಬಂದಾಗ ಎಷ್ಟು ಪುಲಕಗೊಂಡಿದ್ದೆ. ಲಿಂಗಣ್ಣ ಮಾಸ್ತರರು ಮಹಾಸ್ವಾಮಿಗಳಿಗೆ ನನ್ನ ವಿದ್ಯೆ ಪರಿಚಯಿಸಿದಾಗ ಅವರು ನನ್ನನ್ನು 'ಜೀವಂತ ಟೇಪ್ ರೆಕಾರ್ಡ್' ಎಂದು ಕರೆದದ್ದಕ್ಕೆ ಉಬ್ಬಿ ಹೋಗಿದ್ದೆನೆಲ್ಲಾ. ನನ್ನಲ್ಲಿ ಈ ಶಕ್ತಿ ಹೇಗೆ ಬಂದು ಸೇರಿತೋ ಏನೋ. ಇದೇ ಸ್ವಾಮಿಗಳು ಹುಬ್ಬಳ್ಳಿ ಜಾತ್ರೆಯಲ್ಲಿ ಮಾಡಿದ ಭಾಷಣವನ್ನು ಯಥಾರೀತಿ ಇವರ ಮುಂದೆ ಹೇಳಿದನಲ್ಲಾ – ಅದೆಂಥಾ ನೆನಪಿನ ಶಕ್ತಿ? ಈ ಶಕ್ತಿಯೆ ಮುಳುವಾಯಿತಲ್ಲ. ಓದಬೇಕೆಂದು ಬಂದವನು – ಮಠದ ಅಧಿಪತಿಯಾದದ್ದು ಈ ವಿದ್ಯೆಯಿಂದಲೇ ಅಲ್ಲವೇ? ಮನಃಶಾಸ್ತ್ರ ಪದವಿಗೆ ಓದುತ್ತಿರುವಾಗಲೇ ಮಹಾಸ್ವಾಮಿಗಳಿಗೆ ಆರೋಗ್ಯದಲ್ಲಿ ಏರಿಳಿತವಾಗಿ ತಮ್ಮನ್ನು ಕರೆಸಿಕೊಂಡು ಈ ಪಟ್ಟಕ್ಕೆ ಏರಿಸಿ ನನ್ನೆಲ್ಲಾ ಆಶೆಗಳನ್ನು ಮಣ್ಣುಪಾಲು ಮಾಡಿದರಲ್ಲ. ಮುಂದಿನದೆಲ್ಲಾ ಕತ್ತಲು ಕವಿಯುವಂತಾ ಸುದ್ದಿ. ತಾವೆಷ್ಟು ವಿರೋಧಿಸಿದರೂ ಸಾಧ್ಯವಾಗದೆ ಹಲವು ಸಂಬಂಧಗಳ ಎಳೆಯಲ್ಲಿ ತಮ್ಮನ್ನು ಕಟ್ಟಿ ಹಾಕಿದರು. 'ಅಕ್ಕನ ಮದುವೆ ಮಾಡಿದ ಖರ್ಚಿನ ಹಣ, ತಮ್ಮನ್ನು ಓದಿಸಿದ ಹಣ ಕೊಟ್ಟು ಎಲ್ಲಿಗಾದರೂ ಹೋಗು' ಎಂದರಲ್ಲ! ಅಷ್ಟೆಲ್ಲಾ ಹಣ ಎಲ್ಲಿಂದ ಜೋಡಿಸಬಹುದಿತ್ತು? ಅವ್ವನ ಆಣೆ ಬೇರೆ ನನ್ನನ್ನು ಕಟ್ಟಿ ಹಾಕಿತು. ಸಾವಿರಾರು ಭಕ್ತರ ಉಘೇ – ಉಘೇ ಘೋಷಣೆಯ ಮಧ್ಯೆ ಈ ಕಲ್ಯಾಣಿಯಲ್ಲಿ ಮುಳುಗಿದಾಗ ವಾಂತಿಯಾಗಲಿಲ್ಲವೇ? ಕೊಂಬು ಕಹಳೆಗಳ ಸದ್ದು ನನ್ನ ಸಾವಿನ ಸುದ್ದಿ ಸಾರಿದಂತಾಗಲಿಲ್ಲವೆ? ಹಾಲಿನ ಹೊಳೆ ಹಣ್ಣಿನ ರಾಶಿ ಕಣ್ಣ ಮುಂದಿದ್ದರೂ ಅದೆಷ್ಟೋ ದಿನ ಉಪವಾಸ ಬಿದ್ದಿದ್ದೆನಲ್ಲಾ? ಪಾರುಪತ್ತೆಗಾರರ ಹಸಿದ ಕಂಗಳು ಮಹಾಸ್ವಾಮಿಗಳ ತಾಕೀತು– ನನ್ನೆಲ್ಲ ಶಕ್ತಿಯನ್ನು ಉಡುಗಿಸಿತು. ಇವರಿಗೆ ಹೆಸರಿಗೊಬ್ಬ ಸ್ವಾಮಿ ಬೇಕಿತ್ತು. ಅದಕ್ಕೆ ನಾನೇ ಸಿಕ್ಕಿ ಹಾಕಿಕೊಳ್ಳಬೇಕಾಯ್ತಲ್ಲ? ಈ ಯಾತನೆಗೆ ಕೊನೆ ಇಲ್ಲವೆ?

'ಪೂಜೆಗೆ ಅಣಿಯಾಗಿದೆ ದಯಮಾಡಿಸಬೇಕು' ಎಂಬ ಧ್ವನಿ ಕೇಳಿ ಸಚ್ಚಿದಾನಂದರು ಎಚ್ಚೆತ್ತುಕೊಂಡರು. ಮಂಜು ಕಣ್ಣಿನಲ್ಲೇ ತಿರುಗಿ ನೋಡಿ ಎದುರಿಗಿದ್ದವ ತಮ್ಮ ಶಿಷ್ಯನೆಂದು ತಿಳಿದುಕೊಂಡರು. ತಾವಿನ್ನೂ ಕಲ್ಯಾಣಿಯ ಪಾವಟಿಗೆಗಳ ಮೇಲಿದ್ದೇವೆಂದುಕೊಂಡು ಕಣ್ಣಹನಿ ಒರಸಿಕೊಂಡು ಮೇಲೆದ್ದರು. ಕಲ್ಯಾಣಿಯಲ್ಲಿದ್ದ ಕಪ್ಪೆಗಳ ಏಕತಾನದ ಶಬ್ದ

ನೀರಿನ ವಾಸನೆ ಕತ್ತಲನ್ನು ಇಡುಕಿರಿದಿತ್ತು. ಆಲದ ಮರದ ಗೂಗೆಗಳು ಕತ್ತಲಿಗಾಗಿ ಹಂಬಲಿಸುತ್ತಿದ್ದವು. ಪಾವಟಿಗೆಗಳನ್ನು ದಾಟಿ ಸಚ್ಚಿದಾನಂದರು ಉಪ್ಪರಿಗೆಯನ್ನು ಏರಿದರು. ಪಾದುಕೆಗಳ ಸದ್ದು ನಿಶ್ಯಬ್ದ ರಾತ್ರಿಯಲ್ಲಿ ಜೋರಾಗಿ ಕೇಳುತ್ತಿದ್ದವು. ಮನಸ್ಸು ಮಾತ್ರ ಗೆಲುವಾಗಿತ್ತು. ತಾವು ಇಂದು ನಿರ್ಧರಿಸಿದ್ದನ್ನು ಮಾಡಲೇಬೇಕೆಂಬ ಹಂಬಲ ಬಲವಾಗಿ ಬೆಳೆದು ನಿಂತಿತ್ತು. ಹಗಲಲ್ಲಿ ಉದ್ವಿಗ್ನಗೊಂಡ ಮಂದಿ ಕತ್ತಲು ಆವರಿಸಿದಂತೆ ನಿರುದ್ವಿಗ್ನಗೊಳ್ಳಲಾರಂಭಿಸಿದ್ದರು. ಅಲ್ಲೊಂದಿಲ್ಲೊಂದು ಮಿಣುಕು ದೀಪಗಳ ಹೊರತು ಬೆಳಕೆಂಬುದಿಲ್ಲ. ಮಿಣುಗುಟ್ಟುವ ಮಸಿ ಹಿಡಿದ ಬೆಳಕಿನಲ್ಲೇ ಪೂಜೆ ಪ್ರಸಾದ ಮುಗಿಸಿ ಸ್ವಾಮಿ ಸಚ್ಚಿದಾನಂದರು ಹಜಾರಕ್ಕೆ ಬಂದರು. ಹಜಾರದ ಬಲಭಾಗದ ಗವಾಕ್ಷದ ಬಳಿ ಬಂದು ಮುಚ್ಚಿದ್ದ ತೆರೆಯನ್ನು ಸರಿಸಿ ಹೊರಗೆ ಇಣಿಕಿ ನೋಡಿದರು.

ಸುರಿಯುತ್ತಿರುವ ಕಪ್ಪು ಕತ್ತಲು. ಆಲದ ಮರದ ನೆರಳಲಿದ್ದ ಆನೆಮರಿ ಸ್ಪಷ್ಟವಾಗಿ ಕಾಣಲಿಲ್ಲ. ಆಕಾಶದ ಕಡೆಗೊಮ್ಮೆ ಕಣ್ಣು ಉಜ್ಜಿ ನೋಡಿದರು. ಮಸುಕು ಮಸುಕಾಗಿದ್ದ ಆನೆಮರಿ ಬರಬರುತ್ತ ದೃಷ್ಟಿ ಗೋಚರವಾಯಿತು. ರಾಶಿ ರಾಶಿಯಾಗಿ ಮುಂದೆ ಬಿದ್ದಿದ್ದ ಸೊಪ್ಪನ್ನು ತಿನ್ನದೆ ನಿಂತಿತ್ತು. ಬಲಗಾಲಿಗೆ ಕಟ್ಟಿದ್ದ ಸರಪಳಿಯನ್ನು ಅತ್ತ ಇತ್ತ ಜಗ್ಗುತ್ತ ಸುತ್ತಾಡುತ್ತಿತ್ತು. ತಾಯಿಯ ಮಡಿಲಲ್ಲಿ ಇನ್ನಷ್ಟು ಕಾಲ ಸುಖವಾಗಿರಬೇಕಿದ್ದ ಆನೆಮರಿಗೆ ಒದಗಿ ಬಂದಿರುವ ದುರವಸ್ಥೆ ನೋಡಿ ಅವರ ಕರುಳು ಚುರುಕ್ ಎಂದಿತು. ಎರಡು ತಿಂಗಳ ಕೆಳಗಷ್ಟೆ ಹತ್ತಿರದ ಕಾಡಿನಿಂದ ಈ ಆನೆ ಮರಿಯನ್ನು ತಂದಿದ್ದರು. ಲಾರಿಯ ಮೇಲಿದ್ದ ಅದರ ಕಣ್ಣಿನಲ್ಲಿ ಅದೆಂಥಾ ಯಾತನೆ ಇತ್ತು. ಆಗಲೇ ಅಲ್ಲವೇ ಈ ರಟ್ಟೆ ಗಾತ್ರದ ಮೀಸೆಯ ಮಾವುತನನ್ನು ತಾವು ಕಂಡದ್ದು. ಅವನನ್ನು ನೋಡಿದ ತಕ್ಷಣ ಪಾರುಪತ್ತೆದಾರ ಮತ್ತು ಮಹಾಸ್ವಾಮಿಗಳ ಕಣ್ಣುಗಳ ನೆನಪಿಗೆ ಬಂದವಲ್ಲವೆ? ಎಂದು ನೆನಪಿಸಿಕೊಳ್ಳುತ್ತ – ಸಚ್ಚಿದಾನಂದರು ಗವಾಕ್ಷದ ತೆರೆಮುಚ್ಚಿ ಹಜಾರದ ಮಧ್ಯಕ್ಕೆ ಬಂದು ಆಸೀನರಾದರು.

ಮನಸ್ಸಿನ ತುಂಬಾ ಹೊಯ್ದಾಟಗಳು. ತಿಳಿಯಾದ ನೀರಿನಲ್ಲಿ ಕಲ್ಲೊಂದು ಉಂಟು ಮಾಡುವ ತರಂಗಗಳ ಗೊಂದಲದಂತೆ. ಎಲ್ಲಾ ನೋವನ್ನು ಮರೆತು ಈ ಮಠ ತನ್ನದೆನ್ನುವ ಆಸ್ತಿಕಭಾವ ಮೂಡುವ ಗಳಿಗೆಯಲ್ಲೇ ಈ ಆನೆಮರಿಯ ಆಗಮನ ಏನೆಲ್ಲಾ ಅಲ್ಲೋಲ ಕಲ್ಲೋಲ ಮಾಡಿತಲ್ಲ? ಈ ಆನೆಮರಿಯನ್ನು ನೋಡಿದಂದಿನಿಂದ ತಾವೇಕೆ ಒಂಟಿಯಲ್ಲ ಎಂಬ ಭಾವನೆ ಮೂಡಿತು? ಆಗಿ ಹೋದದ್ದಕ್ಕೆಲ್ಲಾ ಕಾರಣ ಹುಡುಕಿ ಏನು ಪ್ರಯೋಜನ– ಎಂದೊಮ್ಮೆ ಅವರಿಗನಿಸಿತು. ಆದರೂ ಇಂದಿನ ಈ ದುರವಸ್ಥೆಗೆ ತಾವೇ ಹೊಣೆಗಾರರೆಂದುಕೊಂಡರು. ಬುದ್ಧಿ ತಿಳಿದಂದಿನಿಂದಲೂ ಮಹಾಸ್ವಾಮಿಗಳ ನಡೆನುಡಿ ಆಚಾರಗಳ ಬಗ್ಗೆ ಅಸಹ್ಯ ಭಾವನೆ ಇದ್ದರೂ ಅದನ್ನು ತೋರಿಸಿಕೊಳ್ಳದೆ ಪ್ರಶಂಸಿಸಿದ್ದಕ್ಕೆ ಈ ಅವಸ್ಥೆಯೊದಗಿತು. ಮತ್ತು ಅವರೆಲ್ಲಾ ಕ್ರಿಯೆಗಳಿಗೆ ಸಾಕ್ಷೀಭೂತವಾಗಿ ನಿಂತು ತಮ್ಮನ್ನೇ ವಂಚಿಸಿ ಕೊಂಡದ್ದು ಅಪರಾಧವಲ್ಲವೆ? 'ಪ್ರಭುವೇ ನನ್ನ ಅಪರಾಧಗಳನ್ನು ಮನ್ನಿಸಲಾರೆಯಾ' ಎಂದು ಸಚ್ಚಿದಾನಂದರು ಅರೆಗಳಿಗೆ ಕಣ್ಣು ಮುಚ್ಚಿದರು.

ಮೊದಲ ಜಾವ ಮುಗಿಯಿತೆಂದು ಕಾವಲುಗಾರ ಕೂಗಿ ಗಂಟೆ ಸದ್ದು ಮಾಡಿದ್ದನ್ನು ಕೇಳಿ ಸಚ್ಚಿದಾನಂದರು ಎಚ್ಚರಗೊಂಡು ಅವಸರಕ್ಕೆ ಮೊದಲಿಟ್ಟರು. ತಾವು ಮಾಡಬೇಕಾದ ಕೆಲಸಕ್ಕೆ ಇದೇ ಸರಿಯಾದ ವೇಳೆಯೆಂದು ಎದ್ದು ಗವಾಕ್ಷದ ಬಳಿಗೆ ಹೋದರು. ಕಾವಲುಗಾರ ದೀವಟಿಗೆ ಹಿಡಿದು ಊರನ್ನು ಇನ್ನೊಂದು ಬಾರಿ ಸುತ್ತಿ ಬರಲು ಹೊರಟ. ಅವನು ಬರುವುದರೊಳಗಾಗಿ ಎಲ್ಲ ಮುಗಿದು ಹೋಗಬೇಕೆಂದು ಸಿದ್ಧರಾಗತೊಡಗಿದರು. ಕಾಲಲ್ಲಿನ ಪಾದುಕೆಗಳನ್ನು ಕಳಚಿದರು. ನಿಲುವಂಗಿ ಕಳಚಬೇಕೆ ಬೇಡವೇಎಂಬ ಗೊಂದಲಕ್ಕೆ ಉತ್ತರ ಕಾಣದೆ ಉತ್ತರೀಯೊಂದನ್ನು ಹೆಗಲ ಮೇಲೆ ಹಾಕಿಕೊಂಡು ಉಪ್ಪರಿಗೆಯಿಂದ ಸರಸರನೆ ಕೆಳಗಿಳಿದರು. ಮುಖ್ಯದ್ವಾರದ ಮೂಲಕ ಹೋಗಬೇಕೆ? ಮಠದ ಹಿಂಬಾಗಿಲಿನಿಂದ ಹೋಗಬೇಕೆ? ಎನ್ನುವ ಪ್ರಶ್ನೆಗಳ ಮಧ್ಯೆಯೇ ಅವರ ಕಾಲುಗಳು ಮಠದ ಹಿಂಬಾಗಿಲಿನತ್ತ ದಾಪುಗಾಲು ಹಾಕಿದವು. ಮಠದ ಹಿಂಬಾಗಿಲು ಆಳೆತ್ತರದ್ದು. ಬಾಗಿಲಿನ ಗೊಣಸು ತೆರೆದು ತಾರುಕದ ಎಳೆದರು. ಕಿರರೋ ಎಂದು ಕದ ಮಾಡಿದ ಸದ್ದು ಸಚ್ಚಿದಾನಂದರ ಎದೆಯನ್ನು ಝಲ್ಲೆನಿಸಿತು. ಮಹಾಗೋಡೆ ದಾಟಿದರು. ಗವ್ವೆನ್ನುವ ಕತ್ತಲು ಗುಟರ್ ಗುಟರ್ ಎನ್ನುವ ಪಾರಿವಾಳಗಳು. ಮಠದ ಮೇಲೆ ಹಾರುತ್ತಿದ್ದ ಧ್ವಜದ ಪಟ ಪಟ ಸದ್ದು, ಗಂಟೆಗಳ ಕಿಣಿಕಿಣಿ ತರಂಗದ ಜೊತೆಗೆ ಒಣಗಿದ ಆಲದ ಮರದ ಎಲೆಗಳ ಮೇಲೆ ಕಾಲಿಡುವಾಗ ಆಪ್ಯಾಯಮಾನವಾದ ಸದ್ದು. ಯಾರೋ ತಮ್ಮನ್ನು ಹಿಂಬಾಲಿಸಿದಂತೆ ಭಾಸವಾಗಿ ಸಚ್ಚಿದಾನಂದರು ಹಿಂತಿರುಗಿ ನೋಡಿದರು.

ಎತ್ತರಕ್ಕೆ ಎದ್ದಿದ್ದ ಮಹಾಗೋಡೆಗಳ ವಿನಾ ಯಾರೂ ಕಾಣಲಿಲ್ಲ. ಉತ್ತರೀಯವನ್ನು ತಲೆಯ ಮೇಲೆ ಮುಸುಕಿನಂತೆ ಹಾಕಿ ಮುಖ ಪೂರ್ತಿ ಮುಚ್ಚಿಕೊಂಡು ಹೆಜ್ಜೆಗೆ ಮುಂದಾದರು. 'ಘೂಕ್' ಎಂದು ನೀರವ ರಾತ್ರಿಯನ್ನು ಸೀಳಿದ ಗೂಬೆಯ ಸದ್ದಿಗೆ ಸಚ್ಚಿದಾನಂದರು ನಡುಗಿದರು. ಆ ಭಯದಲ್ಲೇ ಆಲದ ಮರದ ಬಿಳಿಲುಗಳಿಗೆ ಡಿಕ್ಕಿ ಹೊಡೆದರು. ಏಳುತ್ತ ಬೀಳುತ್ತ ಕತ್ತಲಲ್ಲಿ ನಡೆದರು. ಆಕಾಶದ ತುಂಬಾ ಹರಡಿದಂತೆ ಭಾಸವಾಗಿದ್ದ ಆಲದ ಮರದ ಬುಡ ಎಷ್ಟು ದೂರ ಹೋದರೂ ಸಿಗದೇ ಹೋದದ್ದು ಅವರಿಗೆ ಆಶ್ಚರ್ಯ ತಂದಿತು. ದೂರದಿಂದ ನೋಡಿದರೆ ಅಷ್ಟೇನೂ ವಿಶಾಲವೆನಿಸಲಾರದ ಈ ಮರ ಒಳಹೊಕ್ಕಾಗ ತನ್ನ ಅಗಾಧತೆಯನ್ನು ಪ್ರದರ್ಶಿಸಿತ್ತು. ಎಲ್ಲಿಯವರೆಗೆ ಇದರ ಬಿಳಿಲುಗಳು ಹರಡಿವೆಯೆಂಬ ಲೆಕ್ಕಾಚಾರ ಅವರಿಗೆ ಸಿಗದೆ ಹೋಯ್ತು. ಮುಗ್ಗರಿಸಿ ಬೀಳುತ್ತ ಬಿಳಿಲು ಹಿಡಿಯುತ ಮುಂದೆ ಸಾಗಿದರು. ಇವರ ಕಾಲ ಸಪ್ಪಳಕ್ಕೆ ಬೆದರಿದ ಬಾವಲಿ, ಗೂಬೆಗಳು ಸದ್ದು ಮಾಡತೊಡಗಿದವು. ದೇಹದ ತುಂಬಾ ಬೆವರು ಹರಿದು ನಿಲುವಂಗಿ ಒದ್ದೆಯಾಗುವುದರೊಳಗೆ ಆಲದ ಮರದ ಬುಡದ ಬಳಿ ಬಂದಿದ್ದರು.

ಬೊಡ್ಡೆ ರಾಕ್ಷಸನಂತೆ ಕಾಣುತ್ತಿತ್ತು. ತಲೆಕೆದರಿದ ರಾಕ್ಷಸ ತಮ್ಮನ್ನು ನುಂಗಬಹುದೇನೋ ಎಂಬ ಭ್ರಾಂತಿಗೂ ಅವಕಾಶವಾಯಿತು. ಮರದ ಬೊಡ್ಡೆಗೆ

ಬಿಗಿದಿದ್ದ ಆನೆಮರಿ ಸರಪಳಿ ಕೀಳಲು ಯತ್ನಿಸುತ್ತಿತ್ತು. ಸಚ್ಚಿದಾನಂದರನ್ನು ನೋಡುತ್ತಲೇ ಆನೆಮರಿ ಕಳ್ಳನಂತೆ ತಲೆ ಮರೆಸಿಕೊಂಡು ಓರೆನೋಟದಿಂದ ಇವರನ್ನು ನೋಡಿತು. ಉಸಿರು ಎಳೆದು ಬಿಡುತ್ತ ಜೋರಾಗಿ ಶಬ್ದ ಮಾಡಿ ಹೆಜ್ಜೆಗಳ ಮೇಲೆ ಹೆಜ್ಜೆ ಹಾಕುತ್ತಲೇ ಇವರತ್ತ ನೋಡುತ್ತಿತ್ತು. ಒಂದು ಕ್ಷಣ ಬಿಟ್ಟು ತನ್ನ ಕಿರು ಸೊಂಡಿಲನ್ನು ಮೇಲಕ್ಕೆತ್ತಿತು. ಇನ್ನೇನು ಆನೆಮರಿ ಕೂಗಿ ಎಲ್ಲಾ ಕೆಲಸ ಹಾಳು ಮಾಡಿತೆಂದು ಬೆದರುತ್ತಲೇ ಸಚ್ಚಿದಾನಂದರು ನೆಲಕ್ಕೆ ಕಸ್ಸಕ್ಕನೆ ಕುಳಿತರು. ಮತ್ತೆ ಮತ್ತೆ ಆನೆಮರಿ ಸೊಂಡಿಲನ್ನು ಮೇಲಕ್ಕೆ ಎತ್ತುತ್ತಿತ್ತೇ ವಿನಾ ಕೂಗಲಿಲ್ಲ. ಸ್ವಲ್ಪ ಸಮಾಧಾನಗೊಂಡ ಸಚ್ಚಿದಾನಂದರು ಮುಂದೇನು ಮಾಡಬೇಕೆಂಬ ಗೊಂದಲದಲ್ಲೇ ಮುಳುಗಿದರು. ತಾವೀಗ ಅದರ ಬಳಿ ಹೋಗುವುದೋ ಬೇಡವೋ? ಹೋಗದಿದ್ದರೆ ತಮ್ಮ ಉದ್ದೇಶ ಸಾರ್ಥಕವಾಗದೆಂದುಕೊಂಡರು. ನಿಲುವಂಗಿಯ ಅರ್ಧಭಾಗವನ್ನ ಎತ್ತಿ ಸೊಂಟದ ಬಳಿ ಸಿಕ್ಕಿಸಿ ಉತ್ತರೀಯಿಂದ ಬಿಗಿದರು. ಮರದ ಬುಡಕ್ಕೆ ಹೋದರು. ಬುಸುಗುಡುತ್ತಿದ್ದ ಆನೆ ಮರಿ ಇವರನ್ನು ಚೋದ್ಯದಿಂದ ನೋಡುತ್ತಿತ್ತು. ಆನೆಮರಿಯ ಬಲಗಾಲ ಬಳಿ ಕುಳಿತ ಸಚ್ಚಿದಾನಂದರು ಸರಪಳಿಯ ತಿರುಗಣೆಗೆ ಕೈಹಾಕಿ ಕೊಂಡಿ ಕಳಚಿದರು. ಕಾಲಿನ ಸುತ್ತ ಹಾಕಿದ್ದ ನಾಲ್ಕು ಸುತ್ತು ಸರಪಳಿಯನ್ನು ಬಿಚ್ಚಿ ಮೇಲಕ್ಕೆದ್ದರು. ಆನೆಮರಿ ಬಲಗಾಲಿನ ಭಾರ ಕಡಿಮೆಯಾದದ್ದನ್ನರಿತು ಒಂದೆರಡು ಬಾರಿ ಹಿಂದೆ ಮುಂದೆ ಅಲ್ಲಾಡಿಸಿತು. ಮೆಲ್ಲ ಮೆಲ್ಲನೆ ಹಿಂಗಾಲಿನಿಂದ ಹಿಮ್ಮುಖವಾಗಿ ನಡೆಯಿತು. ಅತ್ತ ಇತ್ತ ನೋಡಿ ಅದು ಓಡತೊಡಗಿತು. ಅದರ ದಾಪುಗಾಲಿನ ಭಾರಕ್ಕೆ ತರಗೆಲೆಗಳ ಸದ್ದು ಜೋರಾಯಿತು. ಸಚ್ಚಿದಾನಂದರು ಬೆವತು ಹೋದರು. ಮರದಲ್ಲಿದ್ದ ಗಿಡುಗ, ಬಾವಲಿ, ಹದ್ದುಗಳೆಲ್ಲ ಪಟಪಟರೆಕ್ಕೆ ಬಡಿದು ಶಬ್ದ ಮಾಡುತ್ತ ಹಾರಾಡಲಾರಂಭಿಸಿದವು. ಮರದ ಬಿಳಿಲುಗಳನ್ನು ಸೊಂಡಿಲಿಂದ ಓರೆ ಮಾಡುತ್ತ ಬಾಲ ಅಲ್ಲಾಡಿಸುತ್ತ ಆನೆಮರಿ ಸಚ್ಚಿದಾನಂದರಿಂದ ದೂರವಾಯಿತು. ಮಠದ ಮಹಾಗೋಡೆಯ ರಸ್ತೆಯ ತಿರುವನ್ನು ತಿರುಗಿ ಆನೆಮರಿ ಮರೆಯಾಗುತ್ತದೆಂದು ಸಚ್ಚಿದಾನಂದರು ನೋಡುತಿದ್ದಾರೆ. ಬಾಲ ಅಲ್ಲಾಡಿಸಿ ಅವಸರ ಅವಸರವಾಗಿ ಓಡುವ ಒಮ್ಮೊಮ್ಮೆ ಎಡವುತ್ತಾ ಹೋಗುವ ಆನೆಮರಿ ನೋಡುತ್ತ ಸಚ್ಚಿದಾನಂದರು ದೀರ್ಘ ನಿಟ್ಟುಸಿರುಬಿಟ್ಟರು. ಅವರಿಗೆ 'ಶಾಲೆ ಬಿಟ್ಟು ತಕ್ಷಣ ಅವ್ವನನ್ನು ನೋಡಲು ಓಡುತ್ತಿದ್ದ ಹುಡುಗ; ಹಸಿರು ಗಿಣಿ ಹಿಡಿಯಲು ಓಡುತ್ತಿದ್ದ ಹುಡುಗ' ಕಣ್ಣ ಮುಂದೆ ತೇಲಿಬಂದ. ಧಾರಾಕಾರವಾಗಿ ಹರಿಯುವ ಕಣ್ಣೀರು ಉಕ್ಕಿಬಂದ ಸಂತೋಷ ಭರದಲ್ಲಿ ಯಾವ ಮಾಯೆಯಿಂದಲೋ ತಮ್ಮ ಮುಂಗೈ ಅಲಂಕರಿಸಿದ್ದ ಸರಪಳಿಯ ಭಾರ ಗೋಚರವಾಗಲೇ ಇಲ್ಲ. ಮರಬಿಟ್ಟು ಹಾರಿದ್ದ ಬಾವಲಿ, ಗೂಬೆಗಳು ಮರವನ್ನಾಶ್ರಯಿಸಲು ತವಕಿಸತೊಡಗಿದವು.

(ಪ್ರಜಾವಾಣಿ, ಸಾಪ್ತಾಹಿಕ ಪುರವಣಿ, ಡಿಸೆಂಬರ್ 28, 1986)

ನಿಷ್ಕ್ರಮಣ

ಹುಡುಗಿ ತಂದಿಟ್ಟ ಹುರಿದ ಮೀನುಗಳನ್ನು ಬಾಯಲ್ಲಿ ಹೊರಳಾಡಿಸುತ್ತಾ ವಿಸ್ಕಿಯ ಕೊನೆಯ ಗುಟುಕನ್ನು ಗಂಟಲಿಗಿಳಿಸಿದ ಕರ್ಣನ್. ಇಂಥಾ ಅಪವೇಳೆಯಲ್ಲಿ ಅದೆಲ್ಲಿತ್ತೋ ಏನೋ ಕಡು ವಿಸ್ಕಿ. ಗಂಟಲಿಳಿದು, ಒಳಗೆ ಸೇರಿ ನರನರವ ಹಿಡಿದು ಅಲ್ಲಾಡಿಸಿ ಬಿಟ್ಟಿತ್ತು. ಅಷ್ಟೆ ಅಲ್ಲಾ! ಒಂದು ರೋಮಾಂಚನ, ನವರೇಳುವ ಭಾವ ಲಹರಿ, ಉತ್ಕಟವಾಗತೊಡಗಿದ ಉನ್ಮಾದ. ತನ್ನನ್ನೇ ಮರೆಸಿ ಬೇರೊಂದು ಲೋಕದಲ್ಲಿ ವಿಹರಿಸಬೇಕೆನ್ನುವ ವಾಂಛೆ ಹುಟ್ಟಿಸಿ ಈ ಪರಿ ಕರ್ಣನ್‌ಗೆ ತೀರಾ ಹೊಸದೆನ್ನಿಸಿತು.

ಪಡಸಾಲೆಯ ಮಂದ ಬೆಳಕಿನ ಕಡೆ ಕಣ್ಣೊರಳಿಸಿದ ಕರ್ಣನ್. ಬೆಳಕು ಪರದೆಯಾಚೆಯಿಂದ ಪಡಸಾಲೆಗೆ ಇಣುಕುತ್ತಿತ್ತು. ತೆಳ್ಳನೆಯ, ಬಿಡಿ ಬಿಡಿಯಾಗಿ ಹಾಸು –ಹೊಕ್ಕಾಗಿದ್ದ ಗೋಣಿ ಚೀಲದ ಪರದೆಯದು. ಪಡಸಾಲೆಯ ಮಧ್ಯಕ್ಕೆ ಹಾಕಿ ಅದನ್ನೊಂದು ಕೊಠಡಿಯಂತೆ ಪ್ರತ್ಯೇಕಿಸ ಲಾಗಿತ್ತು. ಆದರೂ ಅಲ್ಲೊಂದು ಬೆಳಕು ಬೆಳಗುತ್ತಿದ್ದುದರಿಂದ ಅಲ್ಲಿನ ಸರ್ವ ವಸ್ತು, ವ್ಯವಹಾರಗಳು ಈಚೆ ಕಡೆ ಕುಳಿತವರಿಗೆ ಕಂಡುಬಿಡುತ್ತಿದ್ದವು. ಕರ್ಣನ್‌ಗೂ ಹಾಗೆ ಕಂಡಿತು. ಕಂಡಿದ್ದು ಅಂತಿಂಥಾದ್ದಲ್ಲ! ಅವನ ಎದೆಯನ್ನು ಢವಗಟ್ಟಿಸುವಂತಾದ್ದು, ಉನ್ಮಾದದ ಜಲಪಾತಕ್ಕೆ ಮತ್ತಷ್ಟು ನೀರು ಉಕ್ಕಿ ಬಂದಂತಾದ್ದು.

ಹದಿ ಹರೆಯ ದಾಟದ ಹೆಣ್ಣೊಂದು ತಾನು ತೊಟ್ಟ ಒಂದೊಂದೇ ಉಡುಗೆ ಕಳಚಿ, ಪೆಟ್ಟಿಗೆಯಿಂದ ತೆಗೆದ ಒಂದೊಂದೇ ಉಡುಗೆಗಳನ್ನು ಉಡುತ್ತಿದೆ. ಸುತ್ತವರಿದಿದ್ದ ಐದಾರು ಸಣ್ಣ ಸಣ್ಣ ಮಕ್ಕಳು ಒಂದೊಂದೇ ವಸ್ತುಗಳನ್ನು ಎತ್ತಿಕೊಡುತ್ತಿದ್ದಾರೆ; ಕೊನೆಯ ಹುಡುಗ ಎತ್ತಿಕೊಟ್ಟ ಕನ್ನಡಿಯಲ್ಲಿ ತನ್ನ ಮುಖದ ಒಂದೊಂದು ಅಂಗವನ್ನೂ ಆಕೆ ಎದುರಾಕಿಕೊಂಡು ಪರೀಕ್ಷಿಸಿ, ಚಲುವಾಗಿಸುತ್ತಿದ್ದಾಳೆ. ಸುತ್ತ ನೆರೆದ ಮಕ್ಕಳ ತಲೆಕೆದರಿದೆ, ಒಬ್ಬಳಂತೂ ಎಡೆಬಿಡದೆ ತಲೆ ಕೆರೆಯುತ್ತಿದ್ದಾಳೆ; ಮತ್ತೊಬ್ಬಾಕೆ ಹರಿದ ಲಂಗವನ್ನು ಕಾಣಬಾರದೆಂಬಂತೆ ಮತ್ತೆ ಮತ್ತೆ ಎತ್ತಿ ಹಿಡಿಯುತ್ತಿದ್ದಾಳೆ.

ಕನ್ನಡಿಯನ್ನು ಹಿಂತಿರುಗಿಸಿದ ಆಕೆ ಆ ಎಲ್ಲ ಮಕ್ಕಳ ಬಾಗಿಲಿನಿಂದ ಅಡುಗೆ ಮನೆಗೆ ಕಳಿಸಿ, ಆ ಬಾಗಿಲು ಎಳೆದು ಚಿಲಕ ಹಾಕಿಕೊಂಡಳು. ಚಲ್ಲಾ ಪಿಲ್ಲಿಯಾದ ಚಾಪೆಯನ್ನು ಸರಿಮಾಡಿ, ಮೇಲೊಂದು ಚಾದರವನ್ನು ಓರಣವಾಗಿ ಹಾಸಿ, ಕೊನೆಯದಾಗೆಂಬಂತೆ ಮೂಲೆಯಲ್ಲಿದ್ದ ಕಪ್ಪು ಬುರ್ಖಾವನ್ನು ತೆಗೆದು, ಧೂಳು ಜಾಡಿಸಿ ತೋಳಿಗೇರಿಸಿಕೊಂಡು ಯಾವುದೋ ಮಹಾಪ್ರಸ್ಥಾನವೊಂದಕ್ಕೆ ಅವಳು ಅಣಿಯಾಗುತ್ತಿದ್ದಾಳೆಂದು ಕರ್ಣನ್‌ಗೆ ಅನ್ನಿಸತೊಡಗಿತು. ಮತ್ತು ಈ ಮಹಾಪ್ರಸ್ಥಾನದ ನಾಯಕ ತಾನೇ ಇದ್ದರೂ ಇರಬಹುದೆಂಬ ಸಣ್ಣ ಗುಮಾನಿಯೊಂದು ಅವನಲ್ಲಿ ಸುಳಿದೂ ಹೋಯ್ತು. ದಾದಾ ಹೇಳಿದ್ದ 'ಉದರ್ ಸಬ್ ಕುಚ್ ಮಿಲೆಗಾ' ಎನ್ನುವ ಮಾತಿನ ವ್ಯಾಪ್ತಿಯನ್ನು ಕರ್ಣನ್ ಈಗ ಸರಿಯಾಗಿ ಗ್ರಹಿಸಿದ. ಆ ಗ್ರಹಿಕೆಯೇ ಅವನೊಳಗೊಂದು ರೋಮಾಂಚನದ ಮಿಂಚು ಸಂಚರಿಸುವಂತೆ ಮಾಡಿತು. ಕಡು ವಿಸ್ಕಿಯು ಅವನನ್ನೊಂದು ಚಿರತೆಯನ್ನಾಗಿಸಿ ಚಡಪಡಿಕೆಯನ್ನು ಹುಟ್ಟುಹಾಕತೊಡಗಿತು. ಹೊಂಚು, ಹೂಂಕಾರಗಳ ಉದ್ಗಾರಗಳಿಂದ ಕರ್ಣನ್‌ನೊಳಗೆ ಪುಟಿ ಪುಟಿದೇಳುವ ರಕ್ತದ ಸಂಚಲನ ಜಲಪಾತವೊಂದರ ಚಿಮ್ಮುವಿಕೆಗೆ, ಅಗ್ನಿಶಿಖಿಯೊಂದರ ಆಸ್ಫೋಟನಕ್ಕೆ ಕಾದು ಹದವಾಗತೊಡಗಿತು. ಮಿಣುಕು ದೀಪದ ಬೆಳಕಿನಲ್ಲಿ ವಯ್ಯಾರದಲಿ ನಲಿದು ಜಾರಿ ಬಂದ ಆಕೆ ತೆರೆ ಸರಿಸಿ ತಲೆ ಹೊರಗೆ ಹಾಕಿ 'ಆವೋ ಸಾಬ್!' ಎಂದಳು. ಕರ್ಣನ್‌ಗೆ ಅದು ನಿಚ್ಚಳವಾಗಿ ಕಾಣಿಸಿತು, ಕೇಳಿಸಿತು ಕೂಡ.

ಈಗ್ಗೆ ನಾಲ್ಕು ತಾಸಿನ ಕೆಳಗೆ ಕರ್ಣನ್ ಪೂದುಂವಲ್ಲಿಯ ಜೋಪಡಿ ಪಟ್ಟಿಯ ಸಾಲಿನ ಮುಂದಿನ ದಿನ್ನೆಯ ಮೇಲೆ ನಿಂತು ಧೇನಿಸಿದ್ದೆ ಬೇರೆ, ತಲುಪಿದ ಗಮ್ಯವೇ ಬೇರೆ. ಕೋಡಂಬಾಕ್‌ನ ಆರನೆಯ ತಿರುವಿನಲ್ಲಿರುವ ತನ್ನ ಕಛೇರಿಯನ್ನು ತಲುಪಿ ಈ ವರದಿಯನ್ನು ತಲುಪಿಸುವುದಾದರು ಹೇಗೆಂದು ಚಿಂತಿಸುತ್ತಿದ್ದವನು, ಒಮ್ಮಿಂದೊಮ್ಮೆಲೆ ವಿಲ್ಮೋರದ ಚಾಳು ಮನೆಯೊಂದರಲ್ಲಿ ಕಡು ವಿಸ್ಕಿಯನ್ನು ಹೀರುತ್ತಾ ಮಹಾಪ್ರಸ್ತಾನವೊಂದಕ್ಕೆ ಅಣಿಗೊಳ್ಳುತ್ತಿರುವುದೇ ಒಂದು ಮಿಸ್ಟರಿಯಂತೆ ಅವನಿಗೆ ಕಾಣತೊಡಗಿತು.

ಕಳೆದ ಮೂರು ದಿನಗಳಿಂದ ಆ ಮಹಾನಗರ ಉರಿಯುತ್ತಿತ್ತು. ಜೋಪಡಿ ಪಟ್ಟಿಗಳಂತೂ ಕೆನ್ನಾಲಗೆಯನ್ನು ಚಾಚಿ ಬೂದಿಯಾಗಿಸಿಬಿಟ್ಟವು. ಸದಾ ಜನ ಜಂಗುಳಿಯಿಂದ ಇಡುಕಿರುತ್ತಿದ್ದ ಮಹಾನಗರಕ್ಕೆ ವೈಧವ್ಯ ಪ್ರಾಪ್ತವಾಗಿತ್ತು. ಸೈರನ್ನಿನ ಸ್ವರ ಎತ್ತಿ ಓಡಾಡುವ ಫೈರ್ ಎಂಜಿನ್‌ಗಳು, ಜೀಪುಗಳು, ಅರೆ ಮಿಲಿಟರಿ ಪಡೆಯ ವ್ಯಾನುಗಳು, ಬೂಟುಗಾಲಿನ ಸದ್ದುಗಳು ಮಹಾನಗರದ ಸದ್ಯದ ಜೀವದ್ರವ್ಯಗಳಾಗಿದ್ದವು. ನಾನು ನೀನೆಂಬ ನರಪಿಳ್ಳೆಯೂ ರಸ್ತೆಯ ಮೇಲೆ ಇಳಿಯ ದಂತೆ ನೋಡಿಕೊಳ್ಳುವಲ್ಲಿ ಪೋಲಿಸರು ಯಶಸ್ವಿಯಾಗಿದ್ದರು. ಮೂರನೆಯ ದಿನವಾದ ಇಂದು ಮಿಲಟರಿ ಪಥ ಸಂಚಲನ ನಡೆಸಿ ಬದುಕು ಯಥಾಸ್ಥಿತಿಗೆ ಮರಳುವ ಮುನ್ಸೂಚನೆಯನ್ನು ನೀಡಿಬಿಟ್ಟಿತು. ಆದರೆ ಅದರ ಬೆನ್ನಲ್ಲೆ ಪೂದುಂವಲ್ಲಿಯ ಜೋಪಡಿ ಪಟ್ಟಿಗೆ ಬೆಂಕಿ ಬಿದ್ದಿತಲ್ಲಾ!

ಬೆಂಕಿಯೆಂದರೆ ಬೆಂಕಿ. ಕರ್ಣನ್ ತನ್ನ ಜೀವಮಾನದಲ್ಲೆ ಅಂಥಾ ಬೆಂಕಿಯನ್ನು ಕಂಡವನಲ್ಲ. ಸುದ್ದಿ ತಿಳಿಯುತ್ತಲೇ ಕೋಡಂಬಾಕ್‌ನ ಕಛೇರಿಯಿಂದ ಕ್ಯಾಮರಾ ನೇತುಹಾಕಿಕೊಂಡು ಅಲ್ಲಿಗೆ ಓಡಿಯೇ ಬಿಟ್ಟ. ಮಿಲಟರಿಯ ವ್ಯಾನೊಂದರಲ್ಲಿ ಹತ್ತಿ ಹೇಗೋ ಬಂದಿಳಿದ ಅವನ ಕಣ್ಣನ್ನು ಧಗ ಧಗಿಸುವ ಉರಿಯೇ ತುಂಬಿತು. ಮುಂಜಾನೆಯಿಂದ ಸಂಜೆಯವರೆಗೆ ಅವನು ತೆಗೆದ ಚಿತ್ರಗಳು ನೂರಾರು, ಕೇಳಿಸಿಕೊಂಡ ಆಕ್ರಂದನಗಳು ಸಾವಿರಾರು. ಅರೆಬೆಂದ ಹೆಣಗಳು, ಸುಟ್ಟು ಕರಕಲಾದ ದೇಹಗಳು, ಕಣ್ಣು ಬಿಡದ ಹಸುಳೆಗಳು, ಒಂದೇ ಎರಡೇ ನಾನಾ ರೀತಿಯ ಸ್ಥಿತಿಗಳು ಎದುರಾದವು. ಕರ್ಣನ್‌ನ ಜೀವ ಝಲ್ಲೆಂದಿತು. ರಕ್ತ ಕುದಿಯಿತು. ಇದರ ಹಿಂದಿನ ಹುನ್ನಾರದ ಕ್ರೌರ್ಯತೆಯ ಅಗಾಧತೆ ಅವನನ್ನು ಮೂಕನನ್ನಾಗಿಸಿತು.

ಮಿಲ್ಲುಪುರಂನ ದೇವಾಲಯವೊಂದರಲ್ಲಿ ತಲೆಕಡಿದ ಹಸುವಿನ ಮುಂಡವೊಂದು ಬಿದ್ದಿದೆಯೆಂಬುದೇ ತಾಳಿಕೊಳ್ಳುವಂತಾ ಸುದ್ದಿಯಲ್ಲ. ಯಾರೋ ಕತ್ತರಿಸಿದ ಹಸುವಿನ ತಲೆಯನ್ನು ದೇಗುಲದ ಪ್ರಾಂಗಣದಲ್ಲಿ ಎಸೆದು ಹೋಗಿದ್ದಾರಲ್ಲದೆ ಅದರ ಎರಡು ಕೊಂಬಿನ ನಡುವೆ ಒಂದು ಹಳೆಯ ಚಪ್ಪಲಿಯನ್ನು ಇರಿಸಿದ್ದಾರೆಂಬ ವದಂತಿಗಳು ಮುಂಜಾನೆಯಿಂದಲೇ ನಗರವನ್ನು ದಳ್ಳುರಿಗೆ ನೂಕತೊಡಗಿದವು. ಗುಂಪು ಗುಂಪಾಗಿ ರೋಷಾವೇಶವನ್ನು ಹಂಚುತ್ತಾ, ಬಡಿದೆಬ್ಬಿಸುತ್ತಾ ಸಾಗುತ್ತಿದೆ. ಜನ ಜಂಗುಳಿಯಲ್ಲಿ ಹೆಚ್ಚಾಗಿ ಇದ್ದವರೇ ಒಂದು ರಾಜಕೀಯ ಪಕ್ಷಕ್ಕೆ ಸೇರಿದವರು. ಆಗಷ್ಟೆ ಮುಖ್ಯಮಂತ್ರಿ ಪದವಿಯಿಂದ ಕೆಳಗಿಳಿದ ಆ ಪಕ್ಷದ ನೇತಾರನನ್ನು ಈಗಿನ ಸರ್ಕಾರ ಬಂಧಿಸಬೇಕೆಂಬ ಬಲೆಯೊಂದನ್ನು ನೆಯ್ದಿತ್ತು. ನಗರದ ಹೊರವಲಯದಲ್ಲಿ ರಾಕ್ಷಸಾಕಾರಕ್ಕೆ ಮೈಚಾಚಿಕೊಂಡ ವಿದೇಶಿ ಮೂಲದ ಅಣುಸ್ಥಾವರದ ಸ್ಥಾಪನೆಗೆ ಕೋಟಿಗಟ್ಟಳೆ ಹಣವನ್ನು ಲಂಚವಾಗಿ ಪಡೆದನೆಂದೂ, ನೂರಾರು ರೈತರ ಬದುಕನ್ನು ಕಂಗಾಲಾಗಿಸಿದನೆಂದೂ ಅದು ಆರೋಪಿಸಿತ್ತು. ಸ್ವತಃ ಕರ್ಣನ್‌ನೆ ಆ ಬಗೆಗೂ ಒಂದು ವರದಿಯನ್ನು ಮಾಡಿದ್ದ. ಬಂಗಾರದ ಬೆಳೆಯನ್ನು ತೆಗೆಯುವಂತಾ ಭೂಮಿಯನ್ನು ರೈತರಿಂದ ಕಸಿಯಲಾಗಿತ್ತು. ಅವರ ಬದುಕಿನ ಆಧಾರಸ್ಥಂಬವಾಗಿದ್ದ ಭತ್ತ, ಜೋಳಕ್ಕೆ ಬೆಲೆ ಬಾರದೆ, ಬೀಜ ಗೊಬ್ಬರದ ದುಡ್ಡನ್ನು ಹುಟ್ಟುಹಾಕಲು ಕಷ್ಟವೆನ್ನುವ ಸ್ಥಿತಿಯಿರುವಾಗಲೇ ಭೂಮಿಯಿಂದ ಒಕ್ಕಲೆಬ್ಬಿಸಲಾಗಿತ್ತು. ಸಮುದ್ರದ ಕಿನಾರೆಯ ಗುಂಟ ಚೈನಾ, ಮಲೇಷಿಯಾದ ವಸ್ತುಗಳನ್ನು ಹಡಗಿನಿಂದ ಇಳಿಸುವ, ಗೋದಾಮುಗಳಿಗೆ ಸಾಗಿಸುವ ಹಮಾಲ ವೃತ್ತಿಯನ್ನು ಅನಿವಾರ್ಯವಾಗಿ ಒಪ್ಪಿಕೊಂಡ ಅವರ ಸ್ಥಿತಿಯ ಬಗೆಗೂ ಕರ್ಣನ್ ಬರೆದಿದ್ದ. ಮಲೇಷಿಯಾದಿಂದ ಬರುವ ಪಾಮಾಯಿಲ್‌ನಿಂದ ತಮ್ಮ ಉತ್ಪಾದನೆಗೆ ಬೇಡಿಕೆ ಇಲ್ಲವೆಂದು ಸ್ಥಳೀಯ ಎಣ್ಣೆ ಕಾರ್ಖಾನೆಯ ಮಾಲೀಕರು ನಡೆಸಿದ ಬಂದ್‌ನಂಥ ಚಟುವಟಿಕೆಗಳಿಂದ ಬರುವ ಕೂಲಿಯೂ ಬರದಂತಾಗಿ ಅವರು ಗಾಡಿಗಳನ್ನು ಎಳೆಯತೊಡಗಿದರು. ತರಕಾರಿಗಳನ್ನು ಬುಟ್ಟಿಯಲ್ಲಿಟ್ಟು ಕೊಂಡು ಹೊತ್ತು ಮಾರಿದರು. ಇವರ ಜೊತೆಗೆ ಶಿವಕಾಶಿಯಿಂದ ಬಂದ ಕಾರ್ಮಿಕರ ದಂಡು ಸೃಷ್ಟಿಸಿದ ಬಿಕ್ಕಟ್ಟು ಇನ್ನೂ ತೀವ್ರವಾದುದಾಗಿತ್ತು. ಚೈನಾ ಬೆಂಕಿಪೊಟ್ಟಣಗಳು

ಮನೆ ಮನೆಗೆ ಅಡಿ ಇಡುತ್ತಿದ್ದಂತೆ ಶಿವಕಾಶಿಯ ಬೆಂಕಿ ಪೊಟ್ಟಣಗಳನ್ನು ಯಾರೂ ಕೇಳದಾದರು. ಉದ್ದಿಮೆಗಳು ಮುಚ್ಚಿ ಹೋದವು. ಮನೆಯ ಖರ್ಚಿಗೆ ಆಧಾರವಾಗಿದ್ದ ಕೆಲಸಗಳನ್ನು ಕಳೆದುಕೊಂಡ ನೂರಾರು ಸಾವಿರಾರು ಕಾರ್ಮಿಕರು ಮಹಾನಗರಕ್ಕೆ ಕೆಲಸ ಹುಡುಕಿ ಬಂದರು. ಸಾಲುಸಾಲು ಜೋಪಡಿಗಳು ತಲೆ ಎತ್ತಿದವು. ಈ ಜೋಪಡಿಗಳು ನಗರದ ಸೌಂದರ್ಯವನ್ನು ಹಾಳುಮಾಡುತ್ತಿವೆಯೆಂದು ಬೊಬ್ಬಿರಿಯುತ್ತಿದ್ದ ವಿರೋಧ ಪಕ್ಷವೇ ಅವರ ಮತಯಾಚಿಸಿ ಅಧಿಕಾರಕ್ಕೆ ಬಂತು. ಅವರಿಗೆ ಇಲ್ಲದ ಆಶ್ವಾಸನೆಗಳ ಸುರಿಮಳೆಯಾಗಿತ್ತು. ಆದರೆ ಈಗ ಆ ಜೋಪಡಿ ಪಟ್ಟಿಗಳೆಲ್ಲ ಉರಿದು ಭಸ್ಮವಾಗಿವೆ. ಅದೂ ಒಂದು ಯಕಶ್ಚಿತ್ ಹಸುವಿನ ತಲೆಯ ಕಾರಣದಿಂದ. ಆ ಜೋಪಡಿಗಳಲ್ಲಿದ್ದುದಾದರೂ ಬರಿಯ ಮುಸ್ಲಿಮರೇ? ಬರಿಯ ಹಿಂದೂಗಳೇ? ಮತ್ತು ಅಲ್ಲಿದ್ದ ಅಮಾಯಕರಿಗೆ ಖಾಲಿಯಿರುವ ತಮ್ಮ ಹೊಟ್ಟೆ ತುಂಬುವ ಚಿಂತೆಯಲ್ಲದೆ ಬೇರೇನು ಇದ್ದೀತು? ಕರ್ಣನ್‌ನ ತಲೆಯ ತುಂಬಾ ಇದೆ ವಿಚಾರವೇ ತುಂಬಿ ಹೋಗಿತ್ತು. ಹೆಣವನ್ನು ಎಳೆದು ಟ್ರಕ್ಕಿಗೆ ತುಂಬುತ್ತಿದ್ದ ಅರೆ ಮಿಲಿಟರಿಯ ಅಧಿಕಾರಿಯೊಬ್ಬ 'ಸಾಲಾ... ಬಚ್‌ಗಯಾ' ಎಂದು ಉದ್ಗರಿಸಿದ. ಅವನ ಲೆಕ್ಕಚಾರದಲ್ಲಿ ಈ ಎಲ್ಲಾ ಭಾನಗಡಿಗೂ ಹಿಂದಿನ ಮುಖ್ಯಮಂತ್ರಿಯೇ ಕಾರಣ. ತನ್ನ ಬಂಧನವನ್ನು ಇಂಥ ಬಿಕ್ಕಟ್ಟು ಸೃಷ್ಟಿ ಮಾಡುವುದರಿಂದ ಮಾತ್ರ ತಪ್ಪಿಸಲು ಸಾಧ್ಯ ವೆಂದು ಬಗೆದೇ ಇಡೀ ಮಹಾನಗರಕ್ಕೆ ದಳ್ಳುರಿಯನ್ನು ಹಾಕಿದ್ದಾನೆಂದು, ಸದ್ಯದ ಸರ್ಕಾರಕ್ಕೆ ಮುಖ ಎತ್ತದಂತೆ ಮಾಡುವುದೇ ಹಸುವಿನ ತಲೆಯ ಹಿಂದೆ ಇರುವ ಹುನ್ನಾರವೆಂದು ಅವನು ಹೇಳುತ್ತಿದ್ದ.

ಕರ್ಣನ್‌ನ ಕಣ್ಣ ಮುಂದೆ ಚೀತ್ಕರಿಸುವ, ವಿಲ ವಿಲ ಒದ್ದಾಡುವ, ತಂದೆ – ತಾಯಿಯರನ್ನು ಕಳೆದುಕೊಂಡು ಅಬ್ಬರಿಸುವ ಮಕ್ಕಳ ಚಿತ್ರಗಳೇ ಕಣ್ಣ ಮುಂದೆ ಹರಿದು ಹೋದವು. ಹಿಂದೂವೊಬ್ಬ ಕುರುಡ ಫಕೀರನೊಬ್ಬನನ್ನು ಕೈ ಹಿಡಿದು ನಡೆಸಿ ಅವನ ದೇಖರೇಖಿ ನೋಡಿಕೊಂಡದ್ದನ್ನು ಸ್ವಯಂ ಕರ್ಣನ್‌ನೇ ನೋಡಿದ. ಇಂಥ ಒಂದಲ್ಲ ಹತ್ತು ಹಲವು ಘಟನೆಗಳಿಗೆ ಅವನು ಸಾಕ್ಷೀಭೂತನಾಗಿ ನಿಂತದ್ದು ಮಾತ್ರವಲ್ಲ ಇಂಥಾ ಬಿಕ್ಕಟ್ಟಿಗೆ ಕಾರಣರಾದವರನ್ನು ಮನಸಾರೆ ಶಪಿಸಿದ. ಇಂದು ತಾನು ಮಾಡುವ ವರದಿಯಲ್ಲಿ ಇವೆಲ್ಲವನ್ನೂ ಕಾಣಿಸಬೇಕೆಂದುಕೊಂಡ.

ಸೂರ್ಯ ಮುಳುಗುತ್ತಾ ಬಂದರೂ ಬೆಂಕಿ ಆರುತ್ತಲೇ ಇಲ್ಲ. ಅಂಬ್ಯುಲೆನ್ಸ್‌ಗಳು ಇನ್ನೂ ಗಾಯಾಳುಗಳನ್ನು ಹೊತ್ತೊಯ್ಯುತ್ತಲೇ ಇವೆ. ಪೋಲಿಸರ ಮುಖದಲ್ಲಿ ದಣಿವು ಕಾಣಿಸುತ್ತಿದೆ. 44ನೆಯ ಸೆಕ್ಷನ್‌ಗೆ ಹೆದರಿದ ಜನ ಹೊಸ್ತಿಲ ದಾಟಿ ಹೊರಕ್ಕೆ ಬಂದಿಲ್ಲ. ಕೇವಲ ಜನ ಮಾತ್ರವಲ್ಲ ಯಾವ ವರದಿಗಾರನೂ, ಛಾಯಾಚಿತ್ರಗಾಹಕನೂ ಕಣ್ಣಿಗೆ ಬೀಳುತ್ತಿಲ್ಲ. ಈ ಘಟನೆಯನ್ನು ಜಗತ್ತಿಗೆ ಸಾರಲು ಉಳಿದಿರುವವನು ತಾನೊಬ್ಬನೆ ಎಂದುಕೊಂಡ ತಕ್ಷಣ ಅವನೊಳಗೆ ಅವ್ಯಕ್ತವಾದ ಭಯವೊಂದು ಹಾಗೂ ಅನುಮಾನವೊಂದು ತಲೆಹಾಕಿತು. ನಿನ್ನೆ ನಡೆದ ಮರಣಹೋಮ ಕೂಡ ಪತ್ರಿಕೆಗಳಲ್ಲಿ, ದೂರದರ್ಶನಗಳಲ್ಲಿ ಬರದಂತೆ ನೋಡಿಕೊಂಡಿತ್ತು ಸರ್ಕಾರ. ಕ್ಯಾಮೆರಾ

ಹಿಡಿದು ಬಂದವರನ್ನೆ ಪೋಲಿಸರು ಲಾಠಿ ಬೀಸಿ ಓಡಿಸಿದ್ದರು. ವರದಿಗಾರರಿಬ್ಬರನ್ನು ಅನಾಮತ್ತಾಗಿ ವ್ಯಾನ್‌ನಲ್ಲಿ ಎತ್ತಾಕಿಕೊಂಡು ಹೋಗಲಾಗಿತ್ತು.

ಇದು ನೆನಪಾಗುತ್ತಲೇ ಕರ್ಣನ್ ಬೆಚ್ಚಿಬಿದ್ದ. ಹೇಗಾದರೂ ಇಲ್ಲಿಂದ ಪಾರಾಗಬೇಕೆಂದು ನಿಧಾನಕ್ಕೆ ಜೋಪಡಿ ಪಟ್ಟಿಗಳಿಂದ ಜಾರಿಕೊಂಡು ಕಿರುದಾರಿಯಲ್ಲಿ ನಡೆಯತೊಡಗಿದನು. ಹೀಗೆ ಇಡೀ ರಾತ್ರಿ ನಡೆಯುತ್ತಾ ಹೋದರೂ ಕೊಡಂಬಾಕ್‌ನ ತನ್ನ ಕಛೇರಿ ತಲುಪುವುದು ಬೆಳಗ್ಗೆಯೇ ಎಂಬ ಅರಿವು ಬರುತ್ತಲೇ ಇದು ವ್ಯರ್ಥವೆನಿಸತೊಡಗಿತು. ಹೇಗಾದರೂ ಮಾಡಿ ಬೆಳಗ್ಗೆ ಬಂದಂತೆ ಮಿಲಿಟರಿಯ ವ್ಯಾನೊಂದರೊಳಗೆ ಸೇರಿಕೊಳ್ಳಬೇಕೆಂದುಕೊಂಡು ಕಿರಿದಾರಿಯನ್ನು ತೊರೆದು ಮುಖ್ಯರಸ್ತೆಗೆ ಬಂದನು ಕರ್ಣನ್.

ಮೇಲೆ ಮೋಡಗಳು ಬೀಜಗಟ್ಟತೊಡಗಿದ್ದರಿಂದ ಕತ್ತಲಿನ ತೀವ್ರತೆ ಅಗಾಧವೆನಿಸತೊಡಗಿತು. ಬೆಳಗುವ ನಿಯಾನ್ ದೀಪಗಳ ಬೆಳಕಲ್ಲಿ ಜೋರಾಗಿ ಹೆಜ್ಜೆ ಹಾಕುತ್ತ, ಸ್ವಲ್ಪದೂರ ಹೋಗಿ ಮೇಲು ಸೇತುವೆಯ ಮೇಲಿಂದ ಹೆಜ್ಜೆ ಹಾಕತೊಡಗಿದಂತೆ ಎದುರಿನಿಂದ ವ್ಯಾನೊಂದು ಬರುವುದು ಕಾಣತೊಡಗಿತು. ವಿರುದ್ಧ ದಿಕ್ಕಿನಿಂದ ಬರುವ ಅದರಗೊಡವೆ ತನಗೇಕೆಂದು ತಲೆ ತಗ್ಗಿಸಿ ನಡೆಯತೊಡಗಿದ. ಬೆಳಕು ಹತ್ತಿರ ಹತ್ತಿರಕ್ಕೆ ಬಂದು ಅವನ ಮುಂದೆ ಗಕ್ಕನೆ ನಿಂತವು. ವ್ಯಾನಿಂದ ತಲೆ ಹೊರಹಾಕಿದ ಅಧಿಕಾರಿಯೊಬ್ಬ ತನಿಖೆ ಮಾಡುವ ದನಿಯಲ್ಲಿ 'ರೇ ಕ್ಯಾಕರೆಗಾ ಇದರ್' ಎಂದು ಕೆಕ್ಕರಿಸಿದ. ಕರ್ಣನ್ ಸಂದರ್ಭದ ಗಂಭೀರತೆ ಅರಿತವನಾದುದರಿಂದ ತುಂಬಾ ನಮ್ರನಾಗಿ, ತಾನೊಬ್ಬ ಪತ್ರಿಕಾ ವರದಿಗಾರನೆಂದು ಹೇಳುತ್ತಲೆ ನಂಬುಗೆ ಬರಲೆಂದು ತನ್ನ ಕ್ಯಾಮೆರಾವನ್ನು ಎತ್ತೆತ್ತಿ ತೋರಿಸಿದ. ಅಧಿಕಾರಿಯ ಹಿಂದೆ ಕತ್ತಲಲ್ಲಿ ಕುಳಿತ ದನಿಯೊಂದು 'ಅರೆ ಕರ್ಣನ್! ವಾಟ್ ಎ ಸರ್‌ಪ್ರೈಜ್... ಉಳ್ಳವಾಂಗ' ಎಂದು ವ್ಯಾನಿನ ಬಾಗಿಲ ತೆರೆಯಿತು. ನೋಡಿದರೆ ಕ್ರೈಮ್ ಬ್ರಾಂಚ್‌ನ ಸಬ್ ಇನ್ಸ್‌ಪೆಕ್ಟರ್ ಮಾರಿಮುತ್ತು.

ಕರ್ಣನ್‌ನನ್ನು ವ್ಯಾನಿಗೆ ಹತ್ತಿಸಿ ಕುಳ್ಳಿರಿಸಿದ ಮಾರಿಮುತ್ತು ತಾನು ಕೊಂಚ ದೂರ ನಿಂತು ವೈರ್‌ಲೆಸ್‌ನಿಂದ ಯಾರೊಂದಿಗೋ ಮಾತನಾಡಿ, ಪುನಃ ಮಿಲಿಟರಿ ಅಧಿಕಾರಿಯೊಂದಿಗೆ ಕೊಂಚ ಹೊತ್ತು ಏನನ್ನೋ ಚರ್ಚಿಸಿ, ಅವನಿಗೇನೋ ನಿರ್ದೇಶನ ನೀಡುತ್ತಲೆ ವ್ಯಾನಿನ ಬಳಿಗೆ ಬಂದನು. 'ಇದುವಾಂಗ ಕರ್ಣನ್... ಬೇರೆ ಗಾಡಿಗಳಿಲ್ಲ. ಇದೇ ವ್ಯಾನ್‌ನಲ್ಲೆ ನಿನ್ನನ್ನು ಇವರು ನಿನ್ನ ಕಛೇರಿಗೆ ಬಿಡುತ್ತಾರೆ. ಹೋಗಿ ಬಾ... ಜಾಗ್ರತಮಾ' ಎಂದು ಮಾರಿಮುತ್ತು ರಸ್ತೆ ಬದಿಗೆ ನಿಂತುಬಿಟ್ಟ, ಮಿಲಿಟರಿ ವಾಹನ ನಗರದ ಹೃದಯ ಭಾಗದ ಕಡೆಗೆ ಮುಖಮಾಡಿ ಚಲಿಸತೊಡಗಿತು. ಕೊಂಚ ದೂರ ಹೋದ ಅದು ಕೋಡಂಬಾಕ್ ರಸ್ತೆಗೆ ಹೊರಳುವುದು ಬಿಟ್ಟು ಗಿಂಡಿಯ ಕಡೆ ಚಲಿಸತೊಡಗಿತು. ಕರ್ಣನ್ ಅವನಿಗೆ ತಪ್ಪು ದಾರಿಯಲ್ಲಿರುವುದಾಗಿ ಹೇಳಿದನಾದರೂ ಆ ಅಧಿಕಾರಿ ದಿವ್ಯ ಮೌನದಿಂದಲೇ ಅತ್ತ ವ್ಯಾನು ಓಡಿಸತೊಡಗಿದ. ಕರ್ಣನ್‌ಗೆ ಅನುಮಾನ ಬರತೊಡಗಿತು. ತನ್ನನ್ನು ಬೇರೆ ಎತ್ತಲೋ ಕೊಂಡೊಯ್ಯುತ್ತಿದ್ದಾರೆ

ಅನ್ನಿಸುವ ಹೊತ್ತಿಗೆ ಸರಿಯಾಗಿ ವ್ಯಾನ್ ರಸ್ತೆ ಬದಿಗೆ ನಿಂತಿತು. ಅಧಿಕಾರಿ ಒರಟಾಗಿ 'ಉತ್ರೋ' ಎಂದವನೇ ತಾನೂ ವ್ಯಾನಿನಿಂದ ಇಳಿದ. ತನ್ನೊಂದಿಗಿದ್ದ ಉಳಿದ ನಾಲ್ಕು ಸೈನಿಕರಿಗೂ ಏನೋ ಹೇಳಿದ. ಅವರೂ ಕೆಳಗಿಳಿದರು.

ಏನೋ ಸಂಭವಿಸಲಿದೆಯೆಂದು ಕರ್ಣನ್‌ಗೆ ಅನ್ನಿಸತೊಡಗಿತು. ಅಧಿಕಾರಿ ಮತ್ತವನ ಸಹಚರರು ಸುತ್ತುಗಟ್ಟತೊಡಗಿದಂತೆ ಅನುಮಾನ ಗಟ್ಟಿಯಾಗತೊಡಗಿತು. ಇವರ ಕೈಯಿಂದ ಪಾರಾಗುವುದು ಕಷ್ಟವೆನಿಸತೊಡಗಿದಂತೆ ಏನೋ ನಿಸ್ಸಹಾಯಕತೆ, ಏಕಾಂಗಿತನ ಎಲ್ಲವೂ ಒಟ್ಟಿಗೆ ಅನುಭವಕ್ಕೆ ಬರತೊಡಗಿದವು. ಅಧಿಕಾರಿಯು ತನ್ನ ಹೆಗಲಲ್ಲಿ ನೇತಾಡುತ್ತಿದ್ದ ಕ್ಯಾಮರಾ ಕಿತ್ತುಕೊಂಡು ಅದರಲ್ಲಿನ ಫಿಲ್ಮ್‌ನ್ನು ಹೊರ ಎಳೆದು ಬಿಸಾಕಿದ. ಜೇಬುಗಳನ್ನು ತಡಕಾಡಿ ಅಲ್ಲಿಂದ ಕೆಲವು ಫಿಲ್ಮ್ ರೋಲುಗಳನ್ನು, ಕಿಟ್‌ನಲ್ಲಿದ್ದ ಪುಟ್ಟ ಪುಸ್ತಕವೆಲ್ಲವನ್ನು ಕಿತ್ತುಕೊಂಡು 'ಜಾ ಜಾ ಸಾಲೆ!' ಎಂದವನೆ ವ್ಯಾನು ಹತ್ತಿಕೊಂಡು ಹೋಗಿಯೇಬಿಟ್ಟ. ಮಾರಿಮುತ್ತುವಿನ ಹುನ್ನಾರದ ಸಾಕ್ಷಾತ್ಕಾರ ಕರ್ಣನ್‌ಗೆ ಈಗ ತಡವಾಗಿ ನಿಚ್ಚಳವಾಗತೊಡಗಿತು. ತನ್ನಿಂದ ಏನೂ ಮಾಡಲಾಗದ ಈ ನಿಸ್ಸಹಾಯಕತೆಯ ಬಗೆಗೇ ಜುಗುಪ್ಸೆಗೊಂಡು ಕಾಲೆಳೆಯುತ್ತಾ ಹೊರಟ.

ಕಾಲುಗಳ ಸ್ನಾಯುಗಳಲ್ಲಿ ವಿಪರೀತ ನೋವು, ಬೆನ್ನ ಹುರಿಯಲ್ಲಿ ಎಂತದೋ ಸೆಳಕು. ಬೆಳಗ್ಗೆಯಿಂದ ಏನೂ ತಿಂದಿಲ್ಲವೆಂಬುದು ಈಗ ಮೊದಲ ಬಾರಿಗೆ ನೆನಪಾಯ್ತು. ಇನ್ನು ತನ್ನಿಂದ ನಡೆಯಲು ಸಾಧ್ಯವೇ ಇಲ್ಲವೆಂದು ರಸ್ತೆ ಬದಿಯ ಬ್ರಿಡ್ಜ್ ಮೇಲೆ ಕುಳಿತೇ ಬಿಟ್ಟ. ಕೆಳಗೆ ಹರಿದ ಕೊಚ್ಚೆಯಲ್ಲಿ ಗುಯ್‌ಗುಡುವ ಸೊಳ್ಳೆಗಳು. ಗಟಾರದಿಂದೆದ್ದು ಬರುವ ಗಬ್ಬುವಾಸನೆ. ಹೊಟ್ಟೆ ತೊಳಸಿ ಬಂದಂತಾಯ್ತು. ತನ್ನಂತ ಬೇವ್‌ಕೂಫ್ ಮತ್ತೊಬ್ಬನಿರಲಾರನೆಂದೆನಿಸತೊಡಗಿದಂತೆ ಅವ್ಯಕ್ತವಾದ ಭಾವ ಸುಳಿದು ಅಳು ಒತ್ತರಿಸಿ ಬಂದಿತು. ನಗರದ ಹೃದಯ ಭಾಗದಲ್ಲಿರುವ ತನ್ನ ಕಛೇರಿಗೆ ಹೋಗುವುದಾದರೂ ಹೇಗೆ? ಮತ್ತು ಹೋಗಿ ಮಾಡಲು ಉಳಿದಿರುವುದಾದರೂ ಏನು? ಎಂದು ಯೋಚಿಸುತ್ತಾ ಕುಳಿತ ಕರ್ಣನ್‌ಗೆ ದೂರದ ಕತ್ತಲಲ್ಲಿ ಏನೋ ಬರುತ್ತಿರುವುದರ ಸದ್ದು ಕೇಳತೊಡಗಿತು. ಸದ್ದು ಹತ್ತಿರ ಹತ್ತಿರವಾಗುತ್ತಿದ್ದಂತೆ ಅಸ್ಪಷ್ಟವಾಗಿ ಕಾಣಲೂತೊಡಗಿತು. ಅತ್ಯಂತ ಜೀರ್ಣವಾದ ಜಟಕಾ ಬಂಡಿಯನ್ನು, ಅದರಷ್ಟೇ ಜೀರ್ಣವಾದ ಕುದುರೆಯೊಂದು ಎಳೆಯಲಾರದೆ ಎಳೆದುಕೊಂಡು ಬರುತಿತ್ತು. ಒಳಗೆ ಕುಳಿತವನೂ ಅಂಥದೇ ಆಕೃತಿಯಲ್ಲಿ ಕೈ ಕೈಚೆಲ್ಲಿ ಕುಳಿತಿದ್ದಾನೆ. ಎಡಕ್ಕೊಮ್ಮೆ, ಬಲಕ್ಕೊಮ್ಮೆ ಗಾಲಿಗಳು ಹೊರಳುತ್ತಲೆ ಬಿದ್ದಂತೆ ನಟಿಸಿ – ಎದ್ದಂತೆ ಕಾಣುತ್ತಿವೆ.

ಕರ್ಣನ್‌ನನ್ನು ನೋಡುತ್ತಿದ್ದಂತೆಯೇ ಕುದುರೆ ನಿಂತಿತು. ಒಳಗಿದ್ದ ಆಳು ಕಣ್ಣರಳಿಸಿ ನೋಡಿ ಜಟಕಾದಿಂದ ಕೆಳಗಿಳಿದು ಬಂದು ಎಲ್ಲಿಗೆ ಹೋಗಬೇಕೆಂದು ಕೇಳಿತು. ಅಲ್ಲದೆ ಇಂಥ ಹೊತ್ತಲ್ಲಿ ಇಲ್ಲಿ ಕುಳಿತು ಈತನೇನು ಮಾಡುತ್ತಿರಬಹುದು ಎಂಬಂತೆ ಸುತ್ತ ಮುತ್ತ ಆ ವ್ಯಕ್ತಿ ನೋಡಿತು. ಮತ್ತು ದೈನ್ಯದಿಂದಲೇ 'ಆವೋ ಸಾಬ್' ಎಂದು ಮತ್ತೆ ಕರೆಯಿತು.

ವೃದ್ಧಾಪ್ಯದ ಗಡಿಗೆ ಬಂದು ನಿಂತಿದ್ದ ಜಟಕಾವಾಲನ ಮುಖದ ತುಂಬಾ ಗೆರೆಗಳು, ನೆರೆತ, ಉದ್ದವಾದ ಗಡ್ಡ, ತಲೆಗೆ ಮಾಸಲು ಬಟ್ಟೆಯೊಂದನ್ನು ಸುತ್ತಿಕೊಂಡಿದ್ದಾನೆ. ಒಂದೆರಡು ಕಡೆ ಹರಿದು ಹೋದ ಪಾಯಿಜಾಮ. ಕಮಟು ಹಿಡಿದಿದ್ದ ಜೇಬು. ಕೈಯಲ್ಲೊಂದು ಚಬುಕಾ ಹಿಡಿದಿದ್ದಾನೆ – ಆ ಕುದುರೆ ಬೆದರಿಸಲು! – ತಾನು ಹೋಗಬೇಕಾಗಿರುವ ಕೋಡಂಬಾಕ್‌ಗೆ ಇವನು ತನ್ನನ್ನು ತಲುಪಿಸಬಹುದೆ? ಎಂಬ ಅನುಮಾನ ಕಾಡತೊಡಗಿತು. ಯಾಕೆಂದರೆ ಇವನ ಕುದುರೆ ಗಾಡಿಗೆ ಮತ್ತು ಇವನಿಗೆ ಇದೊಂದು ನಿಲ್ಲದ ಪಯಣ. ಎಂದಿಗೆ ಇವನು ತನ್ನನ್ನು ತಲುಪಿಸಿಯಾನು? ಎಂದೆನಿಸಿತು. ಮತ್ತವನು 'ಆವೊ ಸಾಬ್' ಎಂದು ಮತ್ತೆ ಮತ್ತೆ ಕರೆದ. ತನಗೆ ಇದಕ್ಕಿಂತ ಸದ್ಯಕ್ಕೆ ಬೇರೆ ಗತಿ ಇಲ್ಲವೆಂದು ಜಟಕಾ ಏರಿ ಕುಳಿತುಬಿಟ್ಟ.

ಗಾಲಿಗಳು ಉರುಳುತ್ತಾ ಹೋದಂತೆ ತಾನು ಶತ ಶತಮಾನಗಳ ಹಿಂದಕ್ಕೆ ಹೋಗುತ್ತಿದ್ದೇನೆಂದು ಕರ್ಣನ್‌ಗೆ ಅನ್ನಿಸತೊಡಗಿತು. ಕಳೆದ ಮೂರು ದಿನಗಳಿಂದ ನಡೆದ ವಿದ್ಯಮಾನಗಳು, ಇಂದಿನ ಉತಾವಣೆಯನ್ನು ನೆನೆದು ಯಾಕೋ ಮೊದಲ ಬಾರಿಗೆ ಬದುಕಿನಲ್ಲಿಯೇ ವಿಶ್ವಾಸ ಹೋದಂತಾಯ್ತು. ಬದುಕು ಚಲನಶೀಲತೆಯನ್ನೇ ಕಳೆದುಕೊಂಡುಬಿಟ್ಟಿತೇನೋ ಎನ್ನುವ ಅನುಮಾನ. ಯಾವುದನ್ನು ಗಾಢವಾಗಿ ನಂಬಿಕೊಳ್ಳಲಾಗಿತ್ತೋ ಅದೆಲ್ಲಾ ಸ್ಥಬ್ದವಾಗಿ ಹೋಗಿವೆ. ಫೋನು, ಮೊಬೈಲ್, ಇ–ಮೇಲ್. ಉಹುಂ... ಇಡೀ ನಗರವೇ ಜೀವ ಕಳೆದು ಕೊಳ್ಳುವ ಮುನ್ನಿನ ಸ್ಥಿತಿ ತಲುಪಿಬಿಟ್ಟಿದೆ. ದೂರದಲ್ಲಿ ಅಲ್ಲಲ್ಲಿ ಭುಗಿಲ್ ಭುಗಿಲ್ ಎನ್ನುವ ಬೆಂಕಿಯ ಬೆಳಕು ಮಾತ್ರ ಆಕಾಶದಲ್ಲಿ ಕಾಣುತ್ತಿದೆ. ಉಳಿದಂತೆ ನೀರವ ಮೌನ. ಹೆಚ್ಚೆಂದರೆ ಗಾಲಿಗಳ ಉರುಳುವಿಕೆ ಮಾತ್ರ.

ಮೌನವನ್ನು ಎಂದೂ ಸಹಿಸದವನಂತೆ ಜಟಕಾವಾಲ ಮಾತಿಗೆ ಶುರುವಿಕ್ಕಿಕೊಂಡ. ತನ್ನ ಜಮಾನಾದ ಕಥೆ ಹೇಳತೊಡಗಿದ. 'ಎಲ್ಲರೂ ಬಾಲ್ಯದ ನಾಸ್ಟಾಲ್ಜಿಯಾಗೆ ನೇತು ಬಿದ್ದವರೆ ಪಾಪ ಇವನಿನ್ನೇನು'– ಎಂದುಕೊಂಡ ಕರ್ಣನ್. ನಾಡರ್ ಬಟ್ಟೆ ಮಿಲ್‌ನ ಮುಂದೆ ಹಾಯುತ್ತಿದ್ದಂತೆ ಅವನು 'ನನ್ನ ಮಗ ಇಲ್ಲೇ ಕೆಲಸ ಮಾಡುತ್ತಿದ್ದ, ಮಿಲ್ ಮುಚ್ಚಿ ಹೋಯಿತು. ತಿನ್ನಲು ಅನ್ನವಿಲ್ಲದೆ – ದುಡಿಯಲು ಎಲ್ಲೋ ಹೋಗಿದ್ದಾನೆಂಬ ಮಾತು ಕೇಳಿ ಕರ್ಣನ್ ಕುತೂಹಲಿಯಾದ. ಜಟಕಾದಿಂದ ಇಣಿಕಿ ನೋಡಿದ. ಬಾಗಿಲೆಳೆದು ಹಾಳು ಬಿದ್ದಂತಿರುವ ಮಿಲ್. ಪಕ್ಕದಲ್ಲಿ ಹಾಗೇ ನೆಲಸಮಗೊಂಡ ಇನ್ನಷ್ಟು ಮಿಲ್‌ಗಳು. ಖಾದಿ ಗ್ರಾಮೋದ್ಯೋಗದ ಬೋರ್ಡ್ ತಗುಲಿಸಿಕೊಂಡಿದ್ದ ಕಟ್ಟಡವೂ ನೆಲಸಮ. ನೂರಾರು ಜನ ಕಾರ್ಮಿಕರು ಬೀದಿ ಪಾಲಾದದ್ದು, ಕೆಲವರು ವಿಷ ಕುಡಿದದ್ದು – ಇಂಥಾ ನೂರಾರು ಕಥೆ ಹೇಳಿದ ಟಾಂಗವಾಲ, ತಾನು ಮಾತ್ರ ಮೂಲೆಗಿಟ್ಟಿದ್ದ ಜಟಕಾವನ್ನು ದುರಸ್ತಿ ಮಾಡಿಸಿ ದುಡಿಯುವ ಮಾರ್ಗ ಕಂಡು ಕೊಂಡೆ' – ಎಂದ. ಮತ್ತೆ 'ದುಡಿಮೆ ಏನೂ ಇಲ್ಲಾ ಸ್ವಾಮಿ. ಈ ಕಾಲದಲ್ಲಿ ಟಾಂಗಾನ ಯಾರು ಹತ್ತುತಾರೆ ಸ್ವಾಮಿ, ಆಟೋ ಟ್ಯಾಕ್ಸಿಲೇ

ಓಡಾಡ್ತಾರೆ. ಯಾರೋ ಬಡವರು, ಅಂತಿಂಥೋರು ಬರ್ತಾರೆ. ನಮ್ಮ ಜಮೀಲ ಮೂಳೆಗೀಳೆ ಸಾಗ್ಸೋಕೆ ಕರೀತಾನೆ. ದರವೇಸಿ ಹೆಣಗಳಿದ್ರೆ ಇದ್ರಲ್ಲೇ ಸಾಗ್ಸಿ ಜೀವನ ಮಾಡ್ತೇನೆ' – ಎಂದ.

ಕರ್ಣನ್‌ಗೆ ಅದರಲ್ಲಿ ಕುಳಿತಿರುವುದೇ ಅಪ್ಯಾಯಮಾನವೆನಿಸಿತು. ಕುಳಿತ ಜಾಗದಲ್ಲೇ ಹೊರಳಾಡಿದ. ಅದನ್ನು ಗಮನಿಸಿದ ಅವನು 'ಇಲ್ಲಾ ಸಾಬ್, ಎಲ್ಲ ಸುಚಿ ಮಾಡೀನಿ' ಎಂದು ತನ್ನ ಕಥೆ ಹೇಳತೊಡಗಿದ. ತನಗೊಬ್ಬನೇ ಮಗ. ಒಬ್ಬಳು ಮಗಳು ಇದ್ದರು. ಅಳಿಯ ತಲ್ಲಾಖ್ ಹೇಳಿದ್ದರಿಂದ ಮಗಳು ತನ್ನಲ್ಲೇ ಉಳಿದಳೆಂದೂ, ಅವಳಿಗೀಗಾಲೇ ಐದಾರು ಮಕ್ಕಳಿವೆಯೆಂದೂ ಅವುಗಳ ಹೊಟ್ಟೆ ಬಟ್ಟೆ ನೋಡಿಕೊಳ್ಳುವುದೇ ಯಮಸಾಹಸವೆಂದೂ ಅವನು ಹೇಳಿದ. 'ಯಾರೋ ಇಲ್ಲೆಲ್ಲೋ ತಮ್ಮ ಕಡೆಯವನು ಸತ್ತಿದ್ದಾನೆ. ಅದನ್ನು ತರೋಣ ಬಾ' ಅಂತ ಕರ್ಕೊಂಡು ಹೋಗಿದ್ದ ಸಾಬ್ ಅದೂ ಸಿಗಲಿಲ್ಲ. ಯಾವನೋ ಆಟೋದವನು ನನಗೂ ಮುಂಚೆ ಹಾಕೊಂಡು ಹೋದ್ನಂತೆ – ಎಂದು ತನ್ನ ನಿಸ್ಸಹಾಯಕತೆಯನ್ನು ತೋಡಿಕೊಂಡ.

ಅವನ ಹೆಸರು ಮುಬೀನ್. ಎಲ್ಲರೂ ಅವನನ್ನು ದಾದಾ ಎಂದೇ ಕರೆಯುತ್ತಾರಾದ್ದರಿಂದ ಅದೇ ಅವನ ನಿಜ ಹೆಸರಾಗಿದೆ. 'ಅಯ್ಯೋ ಪಾಪ' – ಎಂದ ಕರ್ಣನ್ ಅವನಿಗೆ ಏನಾದರೂ ತಿನ್ನಿಸೋಣವೆಂದೆನಿಸಿತು. ಅಸಲಿಗೆ ಬೆಳಗ್ಗೆಯಿಂದ ತಾನೇ ಏನೂ ತಿಂದಿಲ್ಲ. ಕರುಳು ಹಿಂಡುತ್ತಿವೆಯೆಂದು ಅವನಿಗೆ ಅನ್ನಿಸಿತು. ಇಡೀ ನಗರಕ್ಕೇ ಬೀಗ ಜಡಿದಿರುವುದರಿಂದ ತಿನ್ನುವುದಾದರೂ ಏನನ್ನು? ದಾದನಿಗೆ ಅದನ್ನೇ ಹೇಳಿದ. ದಾದ ಹುರುಪುಗೊಂಡವನಂತೆ 'ಚಿಂತಿ ಮಾಡಬ್ಯಾಡಿ ಸಾಬ್, ಮುಂದೆ ವಿಲ್ಮೋರದ ಚಾಳೊಂದರ ಮನೆಯಲ್ಲಿ ಏನಾದರೂ ಸಿಗುತ್ತಾ ನೋಡೋಣ' ಎಂದು ಆಶಾದಾಯಕವಾದ. ಒಂದು ಕ್ಷಣದ ನಂತರ 'ಉದರ್ ಸಬ್ ಕುಚ್ ಮಿಲೇಗಾ ಸಾಬ್' ಎಂದು ಮೌನವಾದ.

ವಿಲ್ಮೋರದ ಚಾಳಿನ ಮುಂದೆ ಜಟಕಾ ನಿಲಿಸಿದ ದಾದ ಮನೆಯ ಬಾಗಿಲೊಂದನ್ನು ಬಡಿದ. ಸ್ವಲ್ಪ ಹೊತ್ತಿನಲ್ಲಿ ಬಾಗಿಲ ತೆರೆಯಿತು. ಸೀಮೆಎಣ್ಣೆಯ ದೀಪ ಹಿಡಿದ ಹೆಂಗಸೊಂದು ಬಾಗಿಲ ಬಳಿ ನಿಂತು ಏನೇನೋ ಮಾತಾಡಿತು. ಮರಳಿ ಬಂದ ದಾದ 'ಆವೋ ಸಾಬ್' ಎಂದು ಕರ್ಣನ್‌ನನ್ನು ಜಟಕಾದಿಂದ ಇಳಿಸಿಕೊಂಡು ಮನೆಯ ಒಳಗೆ ಕುಳ್ಳಿರಿಸಿದ. ಕರ್ಣನ್‌ನಿಂದ ಹಣ ಪಡೆದುಕೊಂಡು ಹೊರ ಹೋದ ದಾದ ಸ್ವಲ್ಪ ಹೊತ್ತಿನಲ್ಲೇ ಮರಳಿ ಬಂದ. ಕೈತುಂಬಾ ತರಾವರಿ ಪಾಕೆಟ್ ತಂದಿದ್ದ. ಅದನ್ನು ಒಳಗೆ ಕೊಟ್ಟು ಬಂದ. ತಾನು ಹೊರಗೆ ಜಟಕಾದಲ್ಲಿರುವುದಾಗಿಯೂ ತಮ್ಮ ಊಟ ಮುಗಿದ ಕೂಡಲೇ ಹೊರಡೋಣವೆನ್ನುವುದಾಗಿಯೂ ಹೇಳಿ ದಾದ ಹೊರ ನಡೆದ.

ಈ ಮನೆಯ ಪರಿಚಯ ದಾದನಿಗೆ ಇದ್ದಂತೆ ಕಾಣುವಷ್ಟರ ಸಲಿಗೆಯು ಅವನ ನಡವಳಿಕೆಯಲ್ಲಿತ್ತು. ಅವನಿಗೆ ಇದು ತೀರಾ ಅಪರಿಚಿತವಲ್ಲದ ಮನೆಯಾದುದರಿಂದ

ಕರ್ಣನ್ ಒಂದು ಬಗೆಯ ವಿಶ್ವಾಸವನ್ನು ಹೊಂದಿದ. ಮನೆಯೆಂದರೆ ಒಂದು ಪಡಸಾಲೆ. ಅದಕ್ಕೆ ಹೊಂದಿಕೊಂಡ ಅಡುಗೆ ಮನೆ. ಪಡಸಾಲೆಗೆ ತೆರೆಹಾಕಿ ವಿಭಾಗ ಮಾಡಲಾಗಿತ್ತು. ಈ ವಿವರಗಳನ್ನು ನೋಡುನೋಡುತ್ತಿದ್ದಂತೆಯೇ ಹುಡುಗಿಯೊಂದು ಹುರಿದ ಮೀನಿನ ತಟ್ಟೆಯನ್ನು ಕಪ್ಪಾದ ದ್ರವ ಇರುವ ಗ್ಲಾಸನ್ನು ತಂದಿಟ್ಟು ಹೋಯ್ತು.

ಅದು ಕಡು ವಿಸ್ಕಿ. ತನ್ನನ್ನು ಉನ್ಮಾದದ ಔನ್ನತ್ಯಕ್ಕೆ ಎತ್ತಿಕೊಂಡು ಹೋದದ್ದು. ಅದುವರೆಗಿನ ನೋವು, ಸಂಕಟ, ಏಕಾಂಗಿತನಗಳೆಲ್ಲ ವನ್ನು ದೂರೀಕರಿಸಿ ಲಹರಿ ಮೂಡಿಸಿದ ಅಮೃತವದು. ಕರ್ಣನ್ ಉದ್ವಿಗ್ನನಾಗಿದ್ದ. ಉತ್ಕಟ ಸ್ಥಿತಿಗೇರಿದ್ದ. ಆಗಲೇ ಆ ಹೆಂಗಸು ಕರೆದದ್ದು 'ಆವೋ ಸಾಬ್'.

ಕರ್ಣನ್ ಒಳಕ್ಕೆ ಬಂದಾಗ ಕಮಟು ವಾಸನೆ ಮೂಗಡರಿತು. ಆಕೆ ಕೈ ತೋರಿದೆಡೆ ಹೋಗಿ ಚಾಪೆಯ ಮೇಲೆ ಕುಳಿತ. ಮುಖ ರಹಿತ ಹೆಂಗಸು. ಸಂಜ್ಞೆಗಳ ಭಾಷಿಕಗಳು. ಉಚ್ಚೆ, ಉಗುಳುಗಳಿಂದ ಮಿಶ್ರಿತವಾದ ಅಸಹ್ಯ ವಾಸನೆ ಇಡೀ ಕೊಠಡಿಯನ್ನು ತುಂಬಿಕೊಂಡಿತ್ತು. ಅಲ್ಲೇ ಪಕ್ಕದಲ್ಲಿದ್ದ ಬಿದಿರ ತೊಟ್ಟಿಲಿಂದ ಈ ವಾಸನೆ ಹರಿದು ಬರುತ್ತಿತ್ತು. ಆಕೆ ಕರ್ಣನ್‌ನ ಪಕ್ಕದಲ್ಲಿ ಕುಳಿತು ಅವನ ಕೈ ಹಿಡಿದುಕೊಂಡಳು. ಮಾತಿಲ್ಲದ, ಹಿತವಿಲ್ಲದ ಕೇವಲ ದೇಹದ ಭಾಷೆಯೊಂದರಲ್ಲೇ ಮಾತನಾಡೆಂದು ಪ್ರೋತ್ಸಾಹಿಸುವ ಆ ಸ್ಥಿತಿ ಕರ್ಣನ್‌ಗೆ ಅಸಹಜ, ಅಸಹ್ಯವೆನ್ನಿಸತೊಡಗಿತು. ಆಕೆಯ ಅತಿಕ್ರಮದ ಮುಂದೆ ಅವನು ಅಧೀರನಾದ. ಏನೂ ತೋಚದಂತಾದ ಹೊತ್ತಲ್ಲಿ ಎಳೆ ಕೂಸೊಂದು ಕಿಟಾರನೆ ಕಿರುಚಿದ ಶಬ್ದ ಅಡುಗೆ ಮನೆಯಿಂದ ಬಂತು. ಆಕೆ 'ಜರಾ... ಸಾಬ್' ಎಂದು ಒಳ ಓಡಿದಳು.

ಕರ್ಣನ್ ನಿಧಾನಕ್ಕೆ ಅವಳ ಹಿಂದೆಯೇ ಹೋಗಿ ಬಾಗಿಲಿಗೆ ಆತು ನಿಂತು ನೋಡಿದ. ದಾದನ ಮೇಲೆ ರೋಷ ಉಕ್ಕಿ ಬರುವಂತಾಯಿತು. ಆ ಹೆಂಗಸು ತನ್ನ ಬುರ್ಖಾ ತೆಗೆದು ಬ್ಲೌಸ್‌ನ ಬಿಚ್ಚಿ ಸಣ್ಣ ಮಕ್ಕಳ ಕೈಯಲ್ಲಿದ್ದ ಎಳೆಕೂಸನ್ನು ಎತ್ತಿಕೊಂಡು ಎದೆಗಾನಿಸಿಕೊಂಡಳು. ಸುತ್ತ ನೆರೆದ ಐದಾರು ಮಕ್ಕಳು ಆ ಹೆಂಗಸನ್ನೇ ನೋಡುತ್ತ, ಕೈಯಲ್ಲಿ ಬನ್ ಹಿಡಿದು ತಿನ್ನುತ್ತಾ, ಆ ಹೆಂಗಸಿನ ಮುಂಗುರುಳು ತಿದ್ದುತ್ತಾ ಅಮಾಯಕವಾಗಿ, ಹಸಿದ ಕಣ್ಣುಗಳವಾಗಿ ತೋರುತ್ತಿದ್ದವು. ಎಳೆ ಕೂಸಿನ ಹೊಕ್ಕಳಬಳ್ಳಿಯ ಸುತ್ತ ಗುಯ್ ಗುಡುವ ನೊಣಗಳನ್ನು ಓಡಿಸುತ್ತಲೇ ಆ ಹೆಂಗಸು ಹಾಲು ಕುಡಿಸಿದಳು. ಕೊನೆಗೊಮ್ಮೆ ಅದನ್ನು ಎದೆಯಿಂದ ತೆಗೆದಾಗ ಅದು ಕೀಟಲೆ ಮಾಡತೊಡಗಿತು. ಹಸಿದ ಅದರ ಒಡಲಿಗೆ ಪೂರ್ಣ ಹಾಲೂಡಿಸದೆ ಆಕೆ ಅವಸರಿಸಿ ಅದನ್ನು ಮಕ್ಕಳ ಕೈಗೊಪ್ಪಿಸಿ ಮೇಲೆ ಬುರ್ಖಾ ಎಳೆದು ಹೊರಗೆ ಓಡಿ ಬಂದಳು.

ಕರ್ಣನ್‌ಗೆ ದುಃಖ, ಬೇಸರ, ಕೋಪ, ಎಲ್ಲವೂ ಒಮ್ಮೆಲೆ ಬಂದು ಇಂಥಲ್ಲಿಗೆ ತನ್ನನ್ನು ಕರೆದು ತಂದ ದಾದನ ಮೇಲೆ ರೋಷ ಉಕ್ಕಿತು. ಬಾಗಿಲು ತೆಗೆದು ಹೊರಗೆ ಓಡಿ ಹೋದವನೇ ಜಟಕಾದಲ್ಲಿ ಅಡ್ಡಲಾಗಿ ಮಲಗಿದ್ದ ದಾದನನ್ನು ಚಬುಕಾದಿಂದ ಬಾರಿಸಿಬಿಟ್ಟ. ಇಡೀ ಜಗತ್ತಿನ ಮೇಲೆ ಬಂದ ರೋಷಾವೇಶಕ್ಕೆಲ್ಲ ದಾದ ಮೈಯೊಡ್ಡಿದವನಂತೆ 'ನಖೊಸಾಬ್, ನಖೋ...' ಎಂದು ಅಂಗಲಾಚಿ

ಅಬ್ಬರಿಸಿದ. ಮನೆಯ ಒಳಗಿಂದ ಓಡಿ ಬಂದ ಹೆಂಗಸು, ಮಕ್ಕಳು ಕರ್ಣನ್‌ನನ್ನು ಬಿಗಿಯಾಗಿ ಹಿಡಿದೆಳೆದು ದಾದಾನ ಸುತ್ತ ನಿಂತು 'ದಾದಾ ದಾದಾ' ಎಂದು ಮಕ್ಕಳು ಗೋಳಾಡತೊಡಗಿದರೆ, ಆ ಹೆಂಗಸು 'ಅಬ್ಬಾ... ಅಬ್ಬಾ' ಎಂದು ದಾದಾನ ಮೈಕೈ ಎಲ್ಲವನ್ನು ಮುಟ್ಟಿ ಮುಟ್ಟಿ ನೋಡುತ್ತಾ ಗೋಳಾಡತೊಡಗಿದಳು.

ಕರ್ಣನ್‌ಗೆ ಈಗ ಎಲ್ಲವೂ ನಿಚ್ಚಳವಾಯಿತು. ದಾದನನ್ನು ದೈನ್ಯದಿಂದ ನೋಡಿ ನಿಧಾನಕ್ಕೆ ಹೆಜ್ಜೆ ಹಾಕುತ್ತಾ ಕೊಡಂಬಾಕ್ ಕಡೆಗೆ ಹೊರಟ. ಬೀಜಗಟ್ಟಿದ ಮೋಡಗಳಿಂದ ಮಳೆ ಬರುವ ಯಾವ ಸೂಚನೆಗಳೂ ಕಾಣಲಿಲ್ಲ.

(ಚಿತ್ರದುರ್ಗ ಜಿಲ್ಲಾ ಕನ್ನಡ ಸಾಹಿತ್ಯ ಪರಿಷತ್ತು ಕಥಾಸ್ಪರ್ಧೆಯಲ್ಲಿ ಪ್ರಥಮ ಬಹುಮಾನ)

ಉರಿಯ ಉಯ್ಯಾಲೆ

'ಹಿಡ್ಕಂಬರ್ಲೇ ಆ ಭೋಸುಡಿನ' ಅಂತ ಭರಮಜ್ಜ ಅಂದುದ್ದೆ ತಡ ಅದೆಲ್ಲೆಲ್ಲಿದ್ರೋ ಏನೋ ರಾಟೇರ ನಾಗ, ಚೌರದಾರ ಪರಮಿ, ಆಳಬಿನ ಚನ್ನ ಎಂಗೆಂಗೆ ಇದ್ರೊ ಅಂಗಂಗೆ ಬಸ್ವಿಮನೆ ಕಡೆ ನಾಗ್ಗಾಲು ಬಿದ್ರು. ಊರ ಮುಂದ್ಲ ಇಸುರ ದೇವ್ರ ಪೌಳಿಕಟ್ಗೆ ಕುಂಡೆ ಆನಿಸಿಕುಂತ ಭರಮಜ್ಜನಿಗೆ ಎಂದಿಲ್ಲದ ಕುದಿ ಬಂದಿತ್ತು. ಆ ಕುದಿ ಅವನೊಬ್ಬುಂದೆ ಇದ್ದುದ್ದಲ್ಲ, ಊರ ಲಿಂಗಾತ್ರ ಗಂಡ್ಸೆಂಬ ಗಂಡ್ಸಿಗೆಲ್ಲ ಇದ್ದದ್ದೆ. 'ಊರ ಲಿಂಗಾತ್ರುತಾಗೆ ಇಲ್ಲದ್ದು ಆ ಮಾದ್ಗುಂತಾಗೇನು ಇದ್ದಾತು? ಜಾತಿಗುಟ್ಟಿ ಜಾತಿ ಮಾನವೇ ತಗದು ಕುಂತ್ಲು... ಹಾದರಗಿತ್ತಿ'- ಅಂತ ತಾರಾಮಾರ ಭರಮಜ್ಜ ಗುಡುಗುತ್ತಿದ್ದರೆ, ಇಸುರದೇವರ ತೇರಿನ ಡೂಮಿನ ದೊಕರೊಳಗೆ ಕುಂತು ಕಣ್ಣು ಪಿಳೀಂತ ಬಿಡ್ತಿದ್ದ ಬಾವಲಿಗಳು, ಕಾಗೆಗಳು, ಕೀಚುss... ಕಿಚೂss, ಕುರ್ರೋರ್‌ss... ಕುರ್ರೋರ್‌ss ಅಂತ ದನಿ ತೆಗೆದು ಮ್ಯಾಳ ಮಾಡುತ್ತಿದ್ದವು. ಮನಿವಳಗೆ ಸೇರ್ಕಂಡಿದ್ದ ಗಂಡಸರೆಲ್ಲ ಅಬ್ಬರದ ದನಿಕೇಳಿ ಪೌಳಿ ಕಟ್ಟೆಗೆ ಬಂದು ಸೇರಕತ್ತಿದ್ರು. ಅದೇ ಹೊತ್ತಿಗೆ ದಾವಣ್ಗೆರೆ ಕಡಿಂದ ಕೆಂದೂಳು ಕೇರ್ತಾ ಸಂಜೆಯ ರಾಯಲ್ ಬಸ್ಸು ಬಂತು. ಬಸ್ಸಿನಿಂದ ಇಳಿದ ಬಸನಳ್ಳಿಯ ಪರಮಾತ್ಮರು ಪೌಳಿಕಟ್ಗೆ ಕುಂಡೆ ಆನಿಸಿ ಏನು ಎತ್ತ ತಿಳಿದೆ ದನಿ ಏರಿಸಿ ಯಾರ್ಯಾರ್‌ರನ್ನೋ ಬಯ್ಕತ್ತಾ... ತೂರಾಡಿ ಕಟ್ಟೆ ಮ್ಯಾಲಿಂದ ಕೆಳಕೆ ತುಪುಕ್ಕಂತ ಬೀಳೋದು..., ಮನಾಮನಿ ಬಯ್ಯೋದು ಮಾಡೋರು...

'ಈ ಊರ್ಗೆ ಗಾಚಾರ ಕಾಡಯ್ತೆ!' ಅಂತ ಕೊಡೆ ಹಿಡಿದ ಕಾಡುಸಿದ್ದ ಹೇಳಿ ಹೋಗಿ ಇನ್ನೂ ತಿಂಗ್ಳೊಪ್ಪತ್ತು ಸುತಾ ಆಗಿಲ್ಲ... 'ಮಾದ್ರ ದುರ್ಗ ಇಸುರ ದೇವ್ರ ಗುಡಿಯೊಳಕ್ಕೆ ಹೋಗಿ ಬಂದ!'. ಅನ್ನೋ ಸುದ್ದಿ ಕೇಳಿ ಬಸನಳ್ಳಿಯ ಲಿಂಗಾತ್ರೆಲ್ಲ 'ಸಿವ ಸಿವಾs!...' ಅಂತ ಆ ಕಾಡಸಿದ್ದನ ಮಾತು ಹಲ್ಲಿ ನುಡ್ಡಂಗಾತು; ಮೈಲಾರಲಿಂಗನ ಕಾರ್ಣೀಕದ ಮಾತು ಆದಂಗಾತಲೇ ಅಂತ ನಿಟ್ಟುಸಿರು ತೆಗೆದ್ರು. ಹಿಂದೆಗುಂಟ್ಲೆ 'ತಗಳ್ರೋss ಮಚ್ಚು, ಕುಡ್ಲು... ಏನ್ನೋಡ್ತಿರೋ... ಆ ಸೂಳೆಮಗ್ನ ; ಒಂದು ಕೈ ನೋಡೇ ಬಿಡಾನ... ಕಾಲ ಕೆಟ್ಟೋ ಕುಂತವೆ... ಈಟೇನಾಕ ಹೆಚ್ಚು ಕಮ್ಮಿ ಆದ್ರೆ

ಯಾಕೆ..., ಆ ಕಾಡ ಸಿದ್ದ ಬ್ಯಾರೆ ಅಂಗೆ ಹೇಳೊಗ್ಯಾನೆ' ಅಂತ ಅಂದ ಭರಮಜ್ಜನ ಮಾತಿಗೆ ಎರಡಾಡದೆ ಎರ್ಡುರ್ ದಿನ ದುಮು ದುಮು ಮಾಡ್ಕೊಂಡು ಹೊಂಡದ ನೀರು ತಂದು ಗುಡಿನೆಲ್ಲಾ ಪಡ್ಡೆ ಹುಡುಗ್ರು ಸುಮ್ಕಾದವು.

ಲಾಗಾಯ್ತಿನಿಂದ್ಲೂ ಲಿಂಗಾತ್ರೆ ಗೌಡಿಕೆ, ಪಟೇಲಕೆ... ಪಂಚಾತಿ ಮಾಡ್ಕಂಡು ಬಂದ ಊರಲ್ಲಿ ಮಾದ್ಗನೊಬ್ಬ ಮಂಡಲ ಪಂಚಾತಿ ಮೆಂಬರಾಗಿ ಬರ್ತಾನೆ ಅನ್ನೋದೆ ಬರಸಿಡಲ ಸುದ್ದಿ. ಅಂತಾದ್ರ ಬೆನ್ನಲ್ಲೇ ಅವ್ನು ಇಸುರ ದೇವ್ರ ಗುಡಿ ನುಗ್ಗಿದ ಅನ್ನೋದು ಇನ್ನೂ... ಅತತಾ ಸುದ್ದಿ ಆತು. 'ಹೋಗ್ಲಿ ಬಿಡ್ರೋ... ಎಲೆಕ್ಷನ್ ಗೆದ್ದು ಬಂದು ಇಸುರ ದೇವ್ರಿಗೆ ಸಣ ಮಾಡ್ಲು ಹೋಗಿದ್ದಂತೆ... ದೇವು ಎಲ್ಲರಿಗೂ ಒಬ್ಬೆ ಅಲ್ರೇನೋ?' ಎಂದು ತಂಬೂರಿ ತಗಂಡು ಸಿದ್ದಾರೂಢರು 'ಗುಡಿಯ ನೋಡಿರಣ್ಣಾ ದೇಹದ ಗುಡಿಯಾ... ನೋಡಿರಣ್ಣಾ' ಅಂತ ರಾಗವಾಗಿ ಹಾಡಿದ ಅವಧೂತ್ರ ಮಾತಿಗೆ ಜನ 'ಬದಿಕೆಂಡ ಸೂಳೇಮಗ... ಇರ್ಲಿರ್ಲಿ...' ಅಂತ ಹಲ್ಲು ಮಸಿತಲೇ ಊರಿಗೆ ಬಂದಿದ್ರು. 'ಪಂಚಾತಿ ತೀರ್ಸಾಕೆ ಎಂಗೂ ಬರ್ತಾನೆ ಬರ್ಲಿ... ಅಂತ ಕೆಲವರಂದ್ರೆ... 'ಅವ್ನ ತ್ವಾಟಕೆ ಬೆಂಕಿ ಇಕ್ಕಿದ್ರೆ ಎಂಗೆ?' ಅಂತ ಮತ್ತೆ ಕೆಲವರು ಯೋಚ್ನೆ ಮಾಡಿದರು. 'ನೀಲವನಹಳ್ಳಿ ಹನುಮಂತ ನಿನ್ನ ಪರ್ವ ಮಾಡ್ತೀವೋ ಊರು ಪಾರು ಮಾಡೋ...' ಅಂತ ಹನುಮನಿದ್ದ ದಿಕ್ಕಿಗೆ ಸಣ ಮಾಡಿದರು ಕೆಲವರು. ಅಂಗ ಮಾಡಿ ಇಂಗ ಮಾಡಿ ಅವ್ನ ವಿಚಾರದಲ್ಲೇ ಊರ ಮಂದಿ ತಲೆ ಕೆಟ್ಟು ಮೊಸ್ರ ಗಡಿಗೆಯಾಗಿರೋ ಹೊತ್ಗೆ ಈ ಮಯೂರ ಊರುಫ್ ಕುಂಡೆ ಕರಿಯ ತಂದ ಸುದ್ದಿಯು ಕಾಡಸಿದ್ದನ ಮಾತನ್ನ ಮತ್ತಷ್ಟು ಸಮರ್ಥಿಸುವಂತೆ ಇತ್ತು.

ವತಾರೆನೆ ಮಕಾ ಸೈತ ತೊಳೀದೇನೆ ಕುಂಡೆ ಮೇಲಿನ ಕಜ್ಜಿನ ಪರಪರಾಂತ ಕೆರೀತಾ ದನ ಬಿಡ್ರವ್ವೋss.. ದನಾಂತ ಬಾಗ್ಲು ಬಾಗ್ಲಿಗೂ ಮಯೂರ ಎಡತಾಕತೊಡಗಿದೊಡನೆ ಹೆಂಗಸರು 'ಇವ್ನೋಸಡ್ಗ ಇವ್ನಿಗೇನು ಬಂತ ಬ್ಯಾನಿ, ಹೊತ್ತು ನೆತ್ತಿಗ್ಬಂದ್ರು ದನ ಬಿಡ್ದೋನು ಇವತ್ತೇನು ಒತ್ತಿಗ್ಮುಂಚೆ ಬಂದಾನ... ಇವ ನೆಗದಬೀಳಾ' ಅಂತ ಕರೆಯದಿರೋ ಎಮ್ಮೆ ಹಾಲಿಗೆ ಕೈಯಾಕಿ ಕುಂತ್ರೆ, ಹಿತ್ಲಬಾಗ್ಲಾಸಿಂದ ಬಂದು ಮಯೂರ 'ನೋಡ್ರವ ದುರ್ಗ ಹಿಂಗ್ಮಾಡೋದ? ರಾತ್ರಿ ನಿಮ್ಮ ಬಸವ್ವನ ಮನ್ಯಾಗೆ ಮಕ್ಕಂಬಂದಾನೆ'

ಕೆಚ್ಚಲಿಗೆ ಕೈಯಾಕಿದ್ದ ಕೆಂಚವ್ವ ಹಿಂದಕ್ಕೆ ದಸಕ್ಕಂತ ಕುಸಿದಳು. 'ಅಯ್ಯೋ ಸಿವನೇ ಇದೇನಪ್ಪ, ಓ ಕಾಡುಸಿದ್ದನ ಮಾತುಂತಂದ್ರೆ ಮಾತು ಬಿಡು. ಊರು ನಾಶ ಆಯ್ತು' ಅಂತ ಸೂರಾಚಾರಿ. 'ಊರ ಗಂಡಸ್ರೆಲ್ಲ ಸಾಲ್ದಾಗಿ ಆ ಮಾದ್ರೋನೇ ಬೇಕಾತೇನಪ್ಪ ಇವ್ಳಿಗೆ' ಅಂತ ಸೂರಾಚಾರಿ ಅಪ್ಪ ಕಿಸ್ಣಾಚಾರಿ. ಸುದ್ದಿಗೆ ಊರೆ ಗುಬಲೆದ್ದಿತು. ನಾನು ನೀನು ಅಂಬೋ ಹೊತ್ತಿಗೆ ಸುದ್ದಿ ರೆಕ್ಕೆ ಅಗ್ಲಿಸಿ ಊರನ್ನ ಒಂದು ರೌಂಡು ಹಾಕ್ಕಂಬಂತು.

ಜಂಗ್ಳಿ ದನ ವಡ್ಕಂಡು ಕೇದ್ಗಿ ಪೆಳೆತಾಗೆ ಹೋಗಿದ್ದ ಮಯೂರನ್ನ ಜನ ಅಗಸಿ ಬಾಗ್ಲಿಗೆ ಕರಸಿದ್ರು. ಪರಿ ಪರಿಯ ಕ್ರಾಸು ಕ್ವೆಶ್ಚನ್ನು ಹಾಕಿ ಸುದ್ದಿಯ ದಿಟವ

ಮಾಡ್ಕಂಡರು. ಮಯೂರನಾದ್ರು ಸುದ್ದಿಗೆ ಬಾಲ ಕೊಂಬು ಸೇರಿಸಿ ಬಣ್ವಾಗಿ ಬಣ್ಣಿಸಿದ. ಮೇಲಟ್ಟಿಯೋರು ಈಗಲಾದ್ರು ದುರ್ಗನಿಗೆ ಮಟ್ಟಸವಾಗಿ ಲಾತ ಹಾಕ್ಲಿ ಅನ್ನೋದೆ ಅವರ ಆಸೆಯಾಗಿತ್ತು. ತನ್ನ ಮಗಳು ಗಂಗಿನ ಕೆಡಿಸಿ ಅವ್ಳನ್ನ ಬಸ್ವಿಯಾಗಿ ಮಾಡೋದ್ರಲ್ಲಿ ದುರ್ಗನ ಕಿತಾಪತಿ ಬಾಳ ಇತ್ತು. ಅದು ಅವ್ನಿಗೆ ರಚ್ಚು ತರ್ಸಿತ್ತು. ಇಸುರ ದೇವ್ರ ಗುಡಿ ಒಳಗೆ ಹೋದಾಂತ ತಿಳಿದಾಗ್ಲೆ ಮಯೂರನಿಗೆ ಬಲು ಖುಸಿಯಾಗಿತ್ತು ; 'ಬಿದ್ವು ಚೋಜಿ ಮಗಂಗ ವನ್ನಾಳಿ ವಡ್ತ' ಅಂತ ಅಂದ್ಕಂಡಿದ್ದವಂಗೆ ಬಲೇ ದುಃಖವಾಗಿತ್ತು 'ಈ ಮೇಲಟ್ಟಿಯವರ್ಗು ಯಾಕೋ ನೆಣ ಕಮ್ಮಿಯಾಗ್ಯತೆ ಬಿಡು' ಎಂದು ಗೊಣಗಾಡಿದ್ದ. ಅಗಸಿಯ ಮುಂದೆ ಸೇರಿದ್ದ ಸಮಸ್ತರಿಗೂ ದುರ್ಗ ಬಸ್ವಿ ಇಚಾರನ ಬಣ್ಣವಾಗಿ ಬಣ್ಣಿಸಿ ಕ್ಯಾದಿಗೆ ಪೆಳಿ ಕಡೆ ಹೋಗೋಕೆ ಮುಂಚೆ ಮತ್ತೊಂದು ಮಾತು ಹೇಳ್ದ. 'ದುರ್ಗ ಟ್ಯಾಕ್ರಿ ತರಾಕೆ ವತಾರೇನೆ ದಾವಣ್ಗೆರಿಗೆ ಹೋದ. ಚೆಂಜಿ ಕಡಿಕೆ ಕೇರಿ ಕುಲಸ್ತರನ್ನೆಲ್ಲ ಕರಕಂಡು ಉಚ್ಚಂಗಿ ಜಾತ್ರಿಗೆ ಹೋಗ್ತಾನಂತೆ' ಅನ್ನೋ ಮಾತನ್ನ ಬೇಕೆಂತಲೆ ಒತ್ತಿ ಹೇಳಿದ್ದ. ರಟ್ಟೆ ಗಾತ್ರ ಮೀಸೆ ಇರೋ ಯಾವ ಲಿಂಗಾತ್ರ ಗಂಡಸಿನ ತಕೂ ಇಲ್ಲದ ಟ್ರಾಕ್ಟರಿಯನ್ನ ದುರ್ಗ ತರ್ತಾನೆ ಅನ್ನೋ ಸುದ್ದಿ ಮತ್ತಷ್ಟು ಮರ್ಮಘಾತಕ ಮಾಡಿ, ದುರ್ಗನಿಗೆ ಇವು ಲಾತ ಇಕ್ಕಿದ್ರೆ ಸಾಕು ಅನ್ನೋದು ಮಯೂರನ ಉದ್ದೇಶವಾಗಿತ್ತು. ಯಾವ ಜನುಮದಾಗೆ ಮಯೂರ ಅನ್ನೋ ದರ್ವೇಶಿ ಇಂಥ ಆಟ ಕಟ್ಟಿ ಆಡಿದ್ದನೋ ಏನೋ ಅವನ ಮಾತು ಲಿಂಗಾತ್ರ ನೆತ್ತಿ ಮೇಲೆ ಖಾರ ಆದಂಗಾತು.

ನೋಡು ನೋಡುತ್ತಲೆ ದುರುಗ ಎನ್ನೋ ನಮ್ಮೂರ ತಿರಬೋಕಿ ಇಸುರ ದೇವ್ರ ತೇರಿನಂಗೆ ಉದ್ದಕ್ಕೆ ಬೆಳದೇ ಬೆಳಿತಿದಾನೆ. ಅವನ ಹೊಲವೇನು? ತ್ವಾಟವೇನು? ಬಣ್ಣದ ಬಟ್ಟೆಯೇನು! ಮುಖದ ಮೇಲಿನ ನಗೆಯೇನು... ಅಮಮಾ ಇವ್ನ ಇಂಗೆ ಬಿಟ್ರೆ ನೆಲ ಆಕಾಶ್ನ ಒಂದು ಮಾಡ್ತಾನೆ. ಕಾಲೂರಲು ಒಂದಂಗುಲ ನೆಲನೂ ಇಲ್ದಂಗೆ ನುಂಗಿಬಿಡ್ತಾನೆ. ನಾಳೆ ಕಾಲೂರಕೂ ಕೈಯೂರಕೂ, ಕೊನೆಗೆ ಅಂಡೂರಾಕು ಅವನ ಅಪ್ಪಣೆ ಕೇಳ್ಬೇಕಾದೀತು ಅಂತ ಊರ ಅಗಸಿಯ ಮುಂದೆ ನಿಂತ ಜನ; ಜನರೊಳಗೆ ನಿಂತ ಭರಮಜ್ಜ, ಭರಮಜ್ಜನ ಅಂತರಂಗದ ಸಿಂಹಾಸನದೊಳಗೆ ವಿರಾಜಮಾನವಾಗಿ ಕುಂತ ಮಗ ಸೋಮೆಗೌಡ ಎಲ್ಲರೂ ಒಮ್ಮೆಗೆ ಮಾತಾಡತೊಡಗಿದರು. ಮಗ ಸೋಮೆಗೌಡ ಒಂದು ಹುಳ್ವಾಗಿ ಆ ಹುಳನ ಆಟ ಅಡಿಸೋ ಹಾವಾಗಿ ದುರ್ಗ ಕಾಣಿಸ್ಕೊಂಡ. ಈ ಘಟ ಬದುಕಿರುವಾಗ್ಲೆ ಮಗ ಹುಳ್ವಾದ್ರೆ ಎಂಗೆ? ಮಗ ಹುಳ್ವಾಗ್ಬಾರದು. ಇವತ್ತು ಎರಡ್ರಲ್ಲಿ ಒಂದು ತೀರ್ಮಾನ ಆಗೇ ಬುಡ್ಲಿ. ಬಸ್ವಿನ ಹಿಡ್ಕಂಬಂದ್ರೆ ದುರ್ಗ ಬಂದೇ ಬತ್ತಾನೆ. ಅವ್ನು ಬಂದ್ರೆ ಬುಲೆಟ್ಟಿನ ಮೇಲೆ ಲಾಠಿ ಕಾನೂನು ಬತ್ತದೆ. ಬರ್ಲಿ ನೋಡೇ ಬಿಡೋಣಾಂತ ಭರಮಜ್ಜ ಅಂದುಕೊಂಡ. ಅದ್ಕೆ ಪೌಳಿಕಟ್ಟೆಗೆ ಕುಂಡೆ ಊರಿ ಬಸ್ವಿನ ಎಳ್ಕಂಬರ್ರಲೇ ಅಂತ ಫರ್ಮಾನು ಹೊರಡಿಸಿದ.

ಅಮಮಾಂದ್ರೆ ನೂರೋ ನೂರಿಪ್ಪತ್ತೋ ಮನೆ ಇರೋ ಬಸನಳ್ಳಿಯ ಊರ ಗಂಡಸ್ರಿಗೆ ಬಸವ್ವನೆಂದರೆ ದುಃಸ್ವಪ್ನ. ನಾಲ್ಕೈದು ಜನ ಗಂಡಸ್ರು ಸೇರಕಂಡ್ರೆ ಸಾಕು

'ಏನು ಹೆಂಗ್ಸಲೆ ಮಾರಾಯ' ಅಂತ ಥರಗುಟ್ಟುತ್ತಿದ್ದರು. ಇಲ್ಲೆ ತಮ್ಮ ಕೇರಿಯಲ್ಲಿ ಹುಟ್ಟಿ ಅಂಬೆಗಾಲಿಕ್ಕಿ ಬೆಳೆದು ಕುಂಟಾಪಿಲ್ಲೆ ಆಡಿ, ಲಂಟಾನು ಪರಕಿ ತೊಂಡೆ ಹಣ್ಣುಗಳಿಗೆ ಬೇಲಿ ಹಾರಿ ಬೆಳೆದು ದೊಡ್ಡೋಳಾದ ಬಸವ್ವ ಲಿಂಗದಳ್ಳಿಗೆ ಬಾಳ್ವೆ ಮಾಡಲು ಹೋದವಳು ಒಂದು ವರ್ಷಕ್ಕೆ ಟ್ರಂಕು ಸಮೇತ ಊರಿಗೆ ವಾಪಾಸ್ಸು ಬಂದು ಬಿಡಾರ ಹೂಡಿದಾಗಲೇ ಊರಿನ ಮಂದಿ ಅವಳಿಗೆ ಗಿಳಿಗೆ ಹೇಳ್ದಂಗೆ ಹೇಳಿದರು. 'ನೀನು ಬೇಸಿರಬೇಕು ತಾಯಿ; ನಿನ ಗಂಡ ಎಲ್ಲಿರ್ತಾನೋ ಅಲ್ಲಿರ್ಬೇಕು. ಯಂತಾನೂ ಅವ್ನು ಒಬ್ಬ ಗಂಡ. ಗಂಡನಿಲ್ಲದ ಬದುಕು ಏನು ಚಂದಾನೆ' ಅಂತ. ಬಸವ್ವ ಜುಪ್ಪಯ್ಯಾ ಅನಲಿಲ್ಲ. ಸಣ್ಣಾಕಿ ಇದ್ದಾಗ ಬಂದ ಗುದ್ದವನ ಬ್ಯಾನ್ಯಾಗೆ ಅಪ್ಪ ಸತ್ತು, ಮದುವಿಯಾಗಿ ಮೂರು ತಿಂಗ್ಳೀಗೆ ಅವ್ವ ಟೀಬಿಯಿಂದ ಪಾಗಾರದ ತುಂಬ ರಕ್ತಕಾರಿಕೊಂಡು ಸತ್ತಿದ್ದಳು. ಅವತ್ನಿಂದ್ಲೂ ಜಂಗು ಹಿಡಿದ ಬೀಗದಿಂದ ಬಂದ್ ಆಗಿದ್ದ ಮನೆಯೆಂಬ ಅಟ್ಟುವಳಿ ಬಸವ್ವನ ಪುನರಾಗಮನದಿಂದ ಬಾಗಿಲ ತೆರಕೊಂಡಿತು 'ಅವಳಿಂಗೆ ಗಂಡನ್ನ ಬಿಟ್ಟು ಬಂದದ್ದು ಸರಿ ಅಲ್ಲಾಂತ' ಚಾಟೇರ ಈರಜ್ಜಿ ಅಂದ್ರೆ; ಗಟಾಣಿ ರುದ್ರವ್ವ 'ಅಂಥ ಗಂಡನಿಂದ ಏನು ಸುಖ ಕಂಡಾಳು ಬಿಡ್ರೆ ನಮ್ಮವ್ವ' ಅಂತ. 'ಬಸ್ವಿ ಇನ್ ಎಂಗಿದ್ರು ಒಂಟಿ ಯೆಣ್ಣು ತಗಾ ಒಂದು ಕೈ ನೋಡಾನ' ಅಂತ ಬಾಯಿ ಚಪ್ಪರಿಸಿದವರು ಹಲವರು. ಹಿಂಗೆ ಬಸವ್ವನೆಂಬ ಬಸವ್ವನ ಸುತ್ತ ಹದ್ದುಗಳು, ಸುದ್ದಿಗಳು, ಅಭಿಪ್ರಾಯಗಳು ಜೋಕಾಲಿಯಾಡತೊಡಗಿದವು. 'ನೀನು ಹಸಗಂಡಿದಿಯನೆ ತಾಯಿ ಉಣ್ಣು' ಅಂತ ಉಣ್ಣಾಕೆ ತಂದವರು ಆಕಿ ಮೈ ಮೇಲೇನಾದ್ರೂ ನಗ ಗಿಗ ಇದ್ಯಾತ ನೋಡಿದ್ರು. 'ಏನಾರ ಬೇಕಾರೆ ನಂಗೆ ಯೋಳು ತಂದು ಕೊಡ್ತೀನಿ' ಅಂತ ಅಂದ ರಾಟೇರ ಪರಿಮಿ ಚೇಳಾಗಿ ಅವಳ ಮೈಮೇಲೆಲ್ಲಾ ಹರಿದು ಬಂದು 'ಶಿವ್ನೇ ಏನು ರೂಪ ಕೊಟ್ಟಲೇ ಬಸವ್ವಂಗೆ – ಅಮಮಾ' ಎಂದು ನಿಂತಲ್ಲಿ ಕುಂತಲ್ಲಿ ವಳ್ಳಾಡಿದ. ಒಂದೆ ಎರಡೇ ಬಸವ್ವನಿಗೆ ಸೋಜಿಗವಾಯ್ತು. 'ಏನು ಜನ ಶಿವ್ನೆ ನಮ್ಮೂರ ಜನ. ನನ್ನ ಕಷ್ಟಕ್ಕೆ ಮರುಗೋರು' – ಅಂತ ಬಳ ಬಳಾಂತ ಕಣ್ಣೀರು ಆಕಿದ್ಲು. ಆ ತೊಳ್ಳೆ ನಡ್ಕನ್ನ ಬಿಟ್ಟು ಬಂದದ್ದು ಪಾಡಾತು ಅಂತ ಲಿಂಗದಳ್ಳಿ ಕಡಿಗೆ ಮಖ ಮಾಡಿ 'ಅವ್ನು ನೆಗೆದು ಬಿದ್ದು ಹೋಗ' ಅಂತ ಲಟಿಗೆ ಮುರಿದಳು.

ಬಸವ್ವ ಊರಿಗೆ ಬಂದು ಇಲ್ಲೆ ಖಾಯಂ ನಿಲ್ತಾಳೆ ಅನ್ನೊ ಸುದ್ದಿ ಕೇಳಿದ ದಿನಾನೆ ಭರಮಜ್ಜನಿಗೆ ಇದ್ಯಾಕೊ ಎಡವಟ್ಟಾಗುತ್ತೆ – ಅಂತ ಅನ್ನಿಸ್ತು. ಮಗ ಸೋಮೆಗೌಡನ ಒಳಗೆ ಲಾಲಸೆಯ ಬಳ್ಳಿ ದಾಂಗುಡಿ ಇಡತೊಡಗಿತು. ಎಲ್ಲರಂಗೆ ಗೌಡ ಅವ್ಳ ಮನಿಗೆ ಎಂಗೆ ಹೋಗದು? ಆಳುಕಾಳಿನ ಕೈಲಿ ರಾಗಿ, ಜ್ವಾಳವ ಹುಚ್ಚೆಳ್ಳ ಕುಬಸ ಸೀರೆನ ಕಳ್ಸಿದ. ಒಂದಿನ ಮಂಚ ಕಳ್ಸಿದ. 'ಮಂಚದ ಮ್ಯಾಕೆ ಬಲಾರ್ಂತ' ಒಂದಿನ ಹೇಳಿ ಕಳ್ಸಿದ. ಸೀತಾ ಮಾತೆಯಂತೆ ಮೌನವಾಗಿ ಬಾಳಬೇಕೂಂತ ಬಸವ್ವ ಅಂದುಕೊಂಡಿರದಿದ್ರು ಹೆಂಗೊ ತೂಗಿಸಿಕೊಂಡು ಹೋದ್ರಾಯ್ತು ಅಂದುಕೊಂಡಿದ್ದವಳು. ರಾತ್ರಿಯೆಲ್ಲ ತನ್ನ ಮನೆ ಮುಂದೆ ಓಡಾಡೋ ಹೆಜ್ಜೆಗಳ ಸಪ್ಪಳ ; ಬಾರದ ಕೆಮ್ಮು ಬರಿಸಿ ಕ್ಯಾಕರಿಸುವ ಸದ್ದು, ಸಿಳ್ಳೆ ಹಾಕಿ ಬಾಗ್ಲ ಬಡಿಯೋ ಕೈಗಳು – ಇವೆಲ್ಲ ಬಸವ್ವನಿಗೆ ನಿಗೂಢ

ಲೋಕದ ಆಂತರ್ಯವನ್ನ ಮೀಟಿದವು. ಗೌಡನ ಪಲ್ಲಂಗ ಏರಿದ್ರೆ ಈ ನಾಯಿಗಳು ಬಾಯಿ ಮುಚ್ತಾವೆ ಅಂತ ಎಳ್ಳಮಾಸೆ ದಿನ ಉರಿಯೋ ಕಿಚ್ಚಿನ ಮೇಲೆ ಮದಿವಿ ರೇಷ್ಮೆ ಸೀರೆ ಸುತ್ತಿ, ತಲೆತುಂಬ ಹೂ ಮುಡುದು ಕೆರವ ಮೆಟ್ಟಿ ಬಸವ್ವ ಸೋಮೆ ಗೌಡನ ಮನೆಗೆ ನಡೆದಳು. ಅವನ ಪಲ್ಲಂಗನೂ ಏರಿದಳು.

ಎಂಥ ಪಲ್ಲಂಗ! ಕರ್ರಗೆ ಮಿರಿಯುವ ಚಿತ್ತಾರದ ಪಲ್ಲಂಗ. ಮ್ಯಾಗೆ ಮಲ್ಲಿಗೆಯಂಥ ಹಾಸಿಗೆ. ಜನುಮ ಜನುಮದ ಪುಣ್ಯವೇ ತನ್ನನ್ನು ಇಲ್ಲಿಗೆ ಕೈ ಹಿಡಿದು ತಂದೈತಿ– ಅಂತ ಆಕೆ ಅಂದುಕೊಂಡಳು. ಮೈಯೊಳಗಿನ ಕಿಚ್ಚು ಹುಚ್ಚಾಗಿ ನಾಲ್ದೆಸೆಗೂ ನಾಲಿಗೆ ಚಾಚಿ ಆ ಅಗ್ನಿ ಕುಂಡದಾಗೆ ತಾನು ಉರಿದು ಕರುಕಲಾದೇಂತ ಬೆಚ್ಚಿ 'ಅಯ್ಯೋ ಗೌಡನೆ ನನ್ನ ಉಳಿಸೋ' ಅಂತ ಸೋಮೆಗೌಡನಿಗೆ ಜೋತು ಬಿದ್ದಳು. ಅಂಗಾತವಾದಳು. ಸೋಮೆಗೌಡನ ಆಕಾರಕ್ಕೂ, ಪ್ರತಾಪಕ್ಕೂ ಅವನ ಪಲ್ಲಂಗದ ಪ್ರವೀಣತೆಗೂ ಏನಕೇನು ಸಂಬಂಧ! ಬಸವ್ವ ಕುಸಿದಳು. ಸೋಮೆಗೌಡ ಥರಗುಟ್ಟುತ್ತಿದ್ದ. ಲಿಂಗದಳ್ಳಿಯ ತೊಳ್ಳೆ ನಡುಕ ಬಸವ್ವನ ಕಣ್ಣಮುಂದೆ ಮೂಡಿಬಂದ. ಅವಳ ಕಣ್ಣ ನೋಟದ ಹೊಳೆಯ ಸುಳಿಯೊಳಗೆ ಗೌಡಿಕೆ, ತ್ವಾಟ, ತುಡಿಕೆ ಎಲ್ಲವೂ ಕೊಚ್ಚಿ ಹೋದಂತ ರಭಸದ ಭರತ. ಸೋಮೆಗೌಡ 'ಇಸ್ಯ ನಿನ್ನತಾಗೆ ಇರ್ಲಿ. ನನ ಬಗ್ಗೆ ಏನಾರ ಕಮಕ್ ಕಿಮಕ್ ಅಂದ್ರೆ ಚಮ್ಡ ಸುಲ್ದು ಬಿಡ್ತೀನಿ' ಎಂದು ಗದ್ರಿಸಿ ಉಡಿ ತುಂಬ ಏನೇನೋ ತುಂಬಿ ಕಳ್ಸಿದ. ಮೆಟ್ಟಲಿಳಿಯುವಾಗ ಬಸವ್ವ ಸರಳು ಹಿಡಿದು ಬಿಕ್ಕುವ ಗೌಡತಿಯನ್ನ ನೋಡಿದಳು. ಮುಡಿಯಲ್ಲಿ ಮುಡಿದ ಮಲ್ಲಿಗೆಯರಳು ಬಾಡದೆ ಹಾಗೆ ಗಮಾಡಿಸುತ್ತಿತ್ತು.

ಬಸನಳ್ಳಿಗೆ ರಾಯಲ್ ಎಂಬ ಮೂತಿ ಇರೋ ಬಸ್ಸು ಬರೋಕೆ ಸುರುವಾದ ಮೇಲೆ ಆಸ್ತಿ ಉಳ್ಳ ಜನ ಹತ್ರದ ದಾವಣ್ಗೆರಿಗೆ ಹೋಗಿ ಬರೋದು ಮಾಡ್ತಿದ್ರು. ಅಲ್ಲಿಗೆ ಹೋಗಿ ಬರೋರು, ಹೋಗಿ ಎಲ್ಡೆಲ್ಡು ದಿನ ಇದ್ದು ಬರೋಕೆ ಸುರು ಮಾಡಿದ್ರು. ಅಲ್ಲಿ ದೊಗ್ಗಳ್ಳಿ ಕಾಂಪೊಂಡಿನ ಕಂಪ್ನ್ಯಾಗೆ ಗುಡ್ಲೇರಿ ಬಸ್ರಾಜು ಕಲ್ಪನಾನ ಜೊತೆಗೆ 'ಬಿಳಿಗಿರಿ ರಂಗಯ್ಯಾಂತ' ಹಾಡ್ತಾನಂತ. ಇತ್ಲಾಗೆ ಕೆ.ಬಿ. ಆರ್. ಡ್ರಾಮಾ ಕಂಪ್ನ್ಯಾಗೆ ಚಿಂದೋಡಿ ಲೀಲಾ ಕೃಷ್ಣ ಗಾರುಡಿ ಒಳಗೆ ಅಂಡು ತಿರುವಿ 'ಬೇಕೆನು ಸಾಮಾನು ನೋಡು ನೋಡು' ಅಂತ ವಯ್ಯಾರ ಮಾಡ್ತಾಳೆ ಅಂತ; ರೇಲ್ವೆ ಟೇಸನ್ನಿನ ಹತ್ರದ ಕಂಪ್ನ್ಯಾಗೆ ಯಾವನೋ ಹಂಸಲೇಖಾ ಅನ್ನೋನು 'ರೈತ ಜೀವಿ' ನಾಟಕಕ್ಕೆ ಭಲೇ ಮೀಜಿಕ್ಕು ಬಾರಿಸಿ ಹಾರ್ಮನಿನೂ ಬಾರುಸ್ತಾನಂತ ಥರ ಥರದ ರಂಗು ಗಳಿಗೆ ಬಸನಳ್ಳಿಯ ಜನ ತೆರಕಂಡು, ಸಿನಿಮಾ ನಾಟ್ಕ ಅಂದ್ಕಂತ, ದ್ವಾಸೆ ಗೀಸೆ ಹೆಂಡ ಸರಾಯಿನ ಕುಡ್ದು ಓಸಿ ಗೀಸಿ ಆಡೋಕು ಸುರುವಿಕ್ಕಿಕೊಂಡರು. ಮೋತಿ ಟಾಕೀಸಿನ ಮುಂದೆ ಲಾಟೀನು ಬತ್ತಿ ಆಟಕ್ಕೆ ಬೆಳ್ಳು ಇಟ್ಟು ಇಟ್ಟೂ ದುಡ್ಡೆಲ್ಲಾ ನೀಗ್ಲಿಕ್ಕಿದರು. ತಲೆಗೆ ಕಾರಪು, ಬಿಳಿ ಮರಸೈಜು ಪಂಚೆ, ಹೆಗ್ಲಿಗೆ ಟರ್ಕಿ ಟವಲ್ಲು, ಕಾಲಾಗೆ ಜರುಕಿನ ಜೋಡು, 'ಬಸನಳ್ಳಿ ಮಂದಿ ಯಂಗಾದ್ರಪಾಂದ್ರೆ' ರಾಯಲ್ ಬಸ್ಸಿನ ಡ್ರೈವರ್ ಖಲೀಲನೆ ಬೆಪ್ಪಾಗಿ 'ಬಸನಳ್ಳಿ ಗಂಡಸರಂದ್ರೆ, ಭಪ್ಪರೆ ಗಂಡಸ್ರು' ಅಂತ ಶಬಾಸ್‌ಗಿರಿ ಕೊಡೊಕೆ ಸುರುಮಾಡಿದ. ಅಷ್ಟಕ್ಕೆ ಸುಮ್ನಾಗದೆ ಕೆಟಿಜೆ ನಗರದಾಗ ಹೂಮುಡಿದ ಹೆಂಗಸರು ವಯ್ಯಾರು

ಮಾಡಿ ಕರೆಯುವ ನಾನಾ ಬಗೆಯನ್ನು ಬಾಯಲ್ಲಿ ನೀರೂರುವಂತೆ ವರ್ಣಿಸಿದ. ಜೊಲ್ಲು ಸುರಿಸಿಕೊಂಡು ಇದೆಲ್ಲ ಕೇಳಿದ ಬಸನಳ್ಳಿಯ ಗಂಡಸ್ರು ದಾವಣ್ಗೆರೆಲಿ ಬಸ್ಸು ಇಳಿದ ಕೂಟ್ಲೆ ದ್ವಾಸೆ ಗೀಸೆನೂ ಓಸಿ ಗೀಸಿನೂ ಮರ್ತು 'ಕೆಟಿಜೆ ನಗ್ರ ಎಂಬೋದು ಎಲ್ಲೈತ್ರಪ್ಪೋ' ಅಂತ ಹುಡುಕಾಕತ್ತಿದ್ದರು. ಕೆಟಿಜೆ ನಗ್ರದ ಯಾವ ಕೇರಿ ಕ್ರಾಸಿಗೋದರು ಬಸನಳ್ಳಿಯ ಮರ್‌ಸೈಜ್ ಪಂಚೆ ಮರ ಮರಾಂತ, ಜಿರಿಕಿ ಜೋಡು ರಕ್ ಜಿರಕ್ ಅಂತ ಸಪ್ಪಳ ಮಾಡದು ಕೇಳದು. ಒಬ್ಬರು ಮತ್ತೊಬ್ರಿಗೆ ಗೊತ್ತಾಗ್ಬಾರದು ಅನ್ನೋ ರೀತಿಲೇ ಹುಡುಕ್ತಾ ಇದ್ರು. ಒಂದೊಂದು ಕ್ರಾಸಿನಾಗೆ ಅವ್ರವ್ರೇ ಎದ್ರಾಗಿ ತಬ್ಬಿಬ್ಬು ಆಗ್ತಾ ಇದ್ರು. ಮತ್ತೆ 'ಮನೇಲಿ ಏಳ್ಬ್ಯಾಡ ಕಣಲೇ ಅಂತ ಪರಸ್ಪರ ಪ್ರಮಾಣ ಮಾಡಿದ ಮ್ಯಾಲೆ 'ಸಾಕಾತು ಮಾರಾಯ ಯಾವಳೂ ಕಣ್ಣಿಗೆ ಬೀಳುವಲ್ಲು' ಅಂತ ಅಂದು ಕೊಂಡು ಜೋಡಿಯಾಗಿ ಬೇಟೆ ಸುರು ಮಾಡೋರು. ಹೂ ಮುಡಿದ ಹೆಂಗ್ಸರು ಎದ್ರಿಗೆ ಬಂದ್ರೆ ಸಾಕು 'ಬರ್ತಿಯಾಂತ' ಕರೆಯೋದು ಕೆರದಲ್ಲಿ ಏಟುತಿನ್ನೋದು. ಬುಡ್ರಿ ಬಾಗ್ಲರ ರೊಂಡಿ, ಜೋಳಿಗೆರ ಸಿದ್ದ – ರೂರಲ್ ಪೋಲಿಸ್ ಸ್ಟೇಷನ್ನಿನಾಗು ಎಲ್ಡು ದಿನ ಇದ್ದು ಬಂದ್ರು. ಬರುವಾಗ ದಫೇದಾರ ಖುದ್ದೂಸು 'ಲೇ ಬಕ್ರಾಗಳ ಈ ಅಡ್ರೆಸ್‌ಗೆ ಹೋಗ್ರಲೇ' ಅಂತ ಕೆಟಿಜೆ ನಗ್ರದ ದಾರಿ ತೋರಿಸ್ದ. ಆ ರಾತ್ರಿ ಆ ಹೆಂಗ್ಸುರು ತಾವ ಇರೋವಾಗ್ಗೆ ಖುದ್ದೂಸು ರೈಡು ಮಾಡಿ ಇದ್ದಬದ್ದದನ್ನೆಲ್ಲ ಕಿತ್ಕಂಡ. ಬುಡ್ರಿ 'ಏನಣ್ಣ ನೀನೆ ಅಡ್ರೆಸು ಕೊಟ್ಟು ನೀನೇ ಇಂಗ ಮಾಡ್ಬೋದ' ಅಂದ್ರೆ 'ಅಡ್ರಸ್ಸು ನಾನು ಕೊಟ್ಟೇನೊನಿಜ, ನಿಮಗೆ ಇಲ್ಲಿಗೆ ಹೋಗ್ರಿ ಅಂತ ಹೇಳಿದ್ದೇನೋ ಸುವರ್ ಕಾ ಬಚ್ಚಾ – ದೂಸರ ಮಾತಾಡಿದ್ರೆ ಒಳಗಾಕ್ಬಿಡ್ತಿನಿ' ಅಂತ ಗದ್ರಿಸಿ ಗದುಮಿದ. 'ಅಲಲೇ ಇನ್ನು ಸಾಕಲೆ ಕೆಟಿಜೆ ನಗ್ರದ ಸಾವಾಸಾಂತ ಬಸ್ಸಿಗೆ ಬಂದು ಕುಂತ್ರೆ ಡ್ರೈವರ್ ಖಲೀಲ 'ಕ್ಯಾ ಸಮಾಚಾರ' ಅಂತ ಚಪ್ಪಾಳೆ ಬಾರ್ಸಿ ನಕ್ಕ. ವಿಷ್ಯ ಕೇಳಿ ಲಿವರ್ ಹಿಡಿದು ಜೋರಾಗಿ ನಕ್ಕು 'ಸಾಲೇ ಸುವ್ವರ್' ಅಂತ ಅಂದ. 'ಸಾಲೇ ಸುವ್ವರ್' ಅಂದ್ರೆ ಇನ್ಯಾವುದೋ ಹೆಂಗ್ಸಿರೋ ಅಡ್ರಸ್ಸು ಅಂತ ತಿಳ್ಕಂಡ ಬುಡ್ರಿ 'ಅಯ್ಯೋ ಇನ್ಯಾವ ಅಡ್ರಸ್ಸು ಬ್ಯಾಡ ಕಣಣೋ 'ಅಂದ. ಖಲೀಲ್ ಬಸ್ಸಿನ ತಗಡು ಅಲಗಾಡುವಂತೆ ಕೊಕ್ಕರಿಸಿ ನಕ್ಕ. ಮುಂಗಾರು ಸುರಿದ್ರೇನು ಅಂಗಾರ ಹರಿದ್ರೇನು ಮೈ ಮೇಲೆ ಎಚ್ರ ಇಲ್ದಂಗೆ ದಾವಣ್ಗೆರೆ ಭೂತ ಹಿಡಿಸ್ಕಂಡು ಓಡಾಡೋ ಇವ್ರನ್ನ ನೋಡಿ ಮನೆ ಹೆಂಗ್ಸುರು ಗೋಳೋಂತ ಕಣ್ಣೀರು ಆಕಿದ್ರು. ದಾವಣ್ಗೆರೆ ಸುಸ್ತನ್ನ ಸುಧಾರಿಸ್ಕೊಳ್ಳಾಕೆ ಊರಿಗೆ ಬರೋದು, ಎಲ್ಡೆಲ್ಡು ದಿನ ಮಲಿಗಿ ಎದ್ದು ಮತ್ತೆ ರಾಯಲ್ ಬಸ್ಸು ಹತ್ತುತ್ತಿದ್ರು.

ಇಂಥಾ ಹೊತ್ನಾಗೆ ಬಸವ್ವ ಟ್ರಂಕು ತಗಂಡು ರಾಯಲ್ ಬಸ್ಸಿನ್ಯಾಗೆ ಊರಿಗೆ ಬಂದದ್ದು.

ಕೆಟಿಜೆ ನಗ್ರದ ಹೆಂಗ್ಸರಿಗಿಂತ ಇವ್ಳು ಮಟ್ಟಸವಾಗಿ ಚಂದ್ವಾಗಿದಾಳೆ ಅಂತ ಅಂದ್ಕಂಡ ಬಾಳಷ್ಟು ಮಂದಿ ಬಸವ್ವನ ಹಿಂದೆ ಬಿದ್ರು. ಬಸವ್ವನಿಗಾದರೂ ಗೌಡನ ಮಗ ದುಃಸ್ವಪ್ನವಾಗಿದ್ದ ಆದರೆ, ಆಕೆಯಲ್ಲೆದ್ದ ಉರಿ ಉರಿಯಾಗಿ ಮಹಾಮಾರಿಯಾಗಿ

ದಿನದಿನವೂ ಹಲುಬುತಿದ್ದಳು. ನೀರು ತರುವಾಗ ಹಾಡು ಗುನುಗೋದೇನು? ಹಂಡೆ ಬೆಳಗುವಾಗ ಹಂಡೆಲಿ ತನ ರೂಪ ಕಂಡು ನಾಚೋದೇನು? ನೆಲಗಣ್ಣಿಗೆ ಹಗ್ಗ ಬಿಗುದು ಉಯ್ಯಾಲೆ ಆಡೋದೇನು. ಉರಿಯ ಉಯ್ಯಾಲೆ ಮ್ಯಾಗಿಟ್ಟು ತೂಗುತ್ತಿದ್ದಳು. ಯಾವ ಭೂಪ ಇದ್ದಾನಪ್ಪ ಈ ಉರಿ ಕಡಿಮೆ ಮಾಡಾಕೇಂತ ಉಯ್ಯಾಲೆ ಮ್ಯಾಲೆ ಕುಂತೆ ಯೋಚ್ನೆ ಮಾಡುತ್ತಿದ್ದಳು. ಇಂಥವಳ ಕಣ್ಣಿಗೆ ಬಿದ್ದವನು ಮೂಲಿ ಮನೆ ಮಂಜ. ಆನಗೋಡು ಜಾತ್ರಿಗೆ ಬಸನಳ್ಳಿಲಿ ಆಡೋ ಮಾಭಾರತ ನಾಟ್ಕದಲಿ ಮಂಜುಂದು ಅರ್ಜುನನ ಪಾಲ್ಟು. ಎಲ್ಲರಿಂದಲೂ ಭಲೇ ಅನ್ನಿಸಿಕೊಂಡವನು. ಬಸವ್ವನೂ ಎರಡು ಸಾರಿ ಆ ನಾಟ್ಕ ನೋಡಿ ಮಂಜನನ್ನ ಮೆಚ್ಕಂಡಿದ್ದಳು.

ಬೃಹನ್ನಳೆ ವೇಷ ಹಾಕ್ಕಂಡು ರಂಗದ ಮ್ಯಾಕೆ ಮಂಜ ಬಂದನೆಂದರೆ ಎಂಥಾ ಗಂಡಿನ ಮನ ಸೋಲಲೇಬೇಕು. ಅಂಥ ರೂಪ, ಹಾಡುಗಾರಿಕೆ ಮಂಜುಂದು. ಅಂತಾ ಮಂಜ ಈಗ ತನ್ನೆದುರು ಬಂದು ನಿಂತಿದ್ದಾನೆ. ಬಿಲ್ಲು ಬಾಣಗಳಿಲ್ಲ; ಸರಿಗಿ ಪಂಚೆ ಕಿರೀಟವಿಲ್ಲ– ಅವುನೆಲ್ಲ ನಾಟಕ ಆದ ಬೆಳಿಗ್ಗೆನೆ ಸೀನರಿ ತುಳಜಪ್ಪ ತಗಂಡು ಹೋಗಿದ್ದಾನೆ – ಆದರೂ ಮನ್ಮಥನಂತೆ ಕಾಣ್ತಾನೆ. ಹಾಗೆ ಬಂದ ಮಂಜನ ತೆಕ್ಕೆಗೆ ಸೇರಿದ ಬಸವ್ವಂಗೆ ಉರಿಯು ಜ್ವಾಲೆ ಜ್ವಾಲೆಯಾಗಿ ಮಹಾಜ್ವಾಲೆಯಾಗಿ ಇಡಿ ಭೂಮಂಡಲವನ್ನೆ ಆವರಿಸಿದಂತೆ ಉರಿ. ಇನ್ನೇನು ಅರ್ಜುನನು ಬಾಣ ತೆಗದು ನೆಲವ ಸೀಳಿ ಅಲ್ಲಿಂದ ನೀರು ಚಿಮ್ಮಿಸುತಾನೆ; ಮೈಯಿ ನರನಾಡಿಯು ಉರಿಯಿಂದ ಬಿಡುಗಡೆ ಆತದೇಂತ ಕಾದೆ ಕಾದಳು. ಉಹುಂ! ಎದ್ದು ನೋಡಿದರೆ ಮಂಜ ಬಸವ್ವನ ಕಾಲದೆಸೆಲಿ ನಡುಗ್ತಾ ಕುಂತವ್ನೆ. ಲಿಂಗದಳ್ಳಿ ತೊಳ್ಳೆ ನಡುಕ, ಗೌಡನ ಮಗ ಬಸವ್ವಂಗೆ ನೆನಪಾದ ಕೂಡ್ಲೆ ಮಂಜನ ಎದೆಗೆ ಕಾಲಲ್ಲಿ ವದ್ದಳು. ಎಲ್ಲಿಯ ಅರ್ಜುನ?, ಎಲ್ಲಿಯ ಬೃಹನ್ನಳೆ, ಎಲ್ಲಿಯ ಮಂಜ! – ನನ್ನ ನಸೀಬೆ ಖೊಟ್ಟಿ ಆಯಿತಲ್ಲೋ ಶಿವ ಶಿವಾಂತ ಬಸವ್ವ ಕಣ್ಣೀರು ಹಾಕಿದ್ದಲ್ದೆ, 'ಎಂತಾನೋ ಗಂಡ ಸುದ್ರಾಸಿಕೊಂಡು ಹೋಗ ಬೇಕೊಂತ' ಅಂದ ಬಸನಳ್ಳಿಯ ಹೆಂಗಸರ ಮಾತಿಗೆ ಮತ್ತೊಂದು ಅರ್ಥ ಇದೆ ಅನ್ನೋದು ಬಸವ್ವಂಗೆ ಹೊಳಿತು. ಆದರೆ, ಆಕೆಯ ಬಯಕೆಯಾಗಲಿ ದಾಹವಾಗಲಿ ಹಿಂಗೋದಿರಲಿ, ಸಂಗಕೆ ಹಾತೊರೆಯುತಿತ್ತು. ಬಸನಳ್ಳಿಯ ಎದುರಾದ ಎಲ್ಲ ಗಂಡಸರೂ ಆಕೆಯ ಸೆರಗ ಸೇರ ಬಯಸಿದರು. ಸೇರಿಯೂ ಪಾದ ಪೂಜೆ ಮಾಡಿಸಿಕೊಂಡು ಬಂದಂಥವರೂ ಆದರು. ತಾವು ತಾವೆ ಸೇರ್ಕೊಂಡಾಗ 'ಏನು ಹೆಂಗ್ಸಲೇ ಮಾರಾಯ' ಅಂತ ಬೆಚ್ಚಿ ಬೀಳೋರು. ಅವಳ ಹೆಸರೆತ್ತಿದ್ರೆ ಸಾಕು ಮುರೊತ್ತಿನ ಜ್ವರ ಬಂದೋರಂಗ ಆಡೋರು. ಬಸವ್ವ ಬಾವಿಗೆ ಬರ್ತಾಳೆ ಅನ್ನೋದು ಗೊತ್ತಾದ್ರೆ ಸಾಕು ಬಾವಿಯಿಂದ ಎಲ್ಲ ಗಂಡಸ್ರು ಕಾಲಕೀಳ್ತಾ ಇದ್ರು. ಅಕಸ್ಮಾತ್ ಸಿಕ್ಕಿ ಹಾಕಿಕೊಂಡ್ರೆ 'ಏನು ಗಂಡ್ಸೆ ನನ್ದು ಕೊಡ ಸೇದಿ ಕೊಡ್ತಿಯಾ' ಅನ್ನೋಳು. ದಾರೀಲಿ ಸಿಕ್ರೆ 'ಏನು ಗಂಡ್ಸೆ ಎಲ್ಲಿಗೆ ಸವಾರಿ' ಅನ್ನೋಳು, ಕೂಸು ಆಡಿಸ್ತಾ ಇದ್ರೆ – 'ಏನು ಗಂಡಸೆ ನಿಂದೆನಾ ಈ ಕೂಸು' ಅಂತ ಮರ್ಮಘಾತಕದ ಮಾತು ಆಡೋಳು. ಎಲ್ಲಿ ಕಂಡ್ರಲ್ಲಿ ಬಸವ್ವ – ಬಸವ್ವ ಕಂಡಲ್ಲಿ 'ಏನು ಗಂಡಸೆ'

ಅನ್ನೋ ಸಬುದ. ಕೇಳಿ ಕೇಳಿ ಬಸನಳ್ಳಿಯ ಗಂಡಸರು ಅಬ್ಬೇಪಾರಿಗಳಂತಾದರು. 'ಇವ್ಳನ ಇಂಗೆ ಬಿಡಬಾರ್ದಲೆ ಸೊಕ್ಕು ಮುರೀಬೇಕು'– ಅಂತ ಮಾತಾಡಿಕೊಂಡರು. ನಾನಾ ವಿದ್ವಾಗಿ ಪ್ಲಾನು ಮಾಡತೊಡಗಿದರು. ಅವ್ಳ ಸೊಕ್ಕು ಎಲ್ಲಿ ಅಡಗೈತಿ? ಏಳು ಸಮುದ್ರದಾಚೆಯ ಕೀಲು ಸಮುದ್ರದಾಗೋ, ಇಲ್ಲ ಅವಳ ದೇಹದ ಯಾವ ಭಾಗದಲ್ಲೋ? ಅನ್ನೊದನ್ನ ತಿಳಿದು ಅದನ್ನ ಇಳಿಸಬೇಕೂಂತ ತಲೆಕೆಡಿಸಿಕೆಂಡು ಕುಂತ ಗಂಡಸರಿಗೆ ಗುರುವಾಗಿ ಬಂದೋನು ಸಕುನಿಮಾಮ ಉರುಫ್ ಸೂರಾಚಾರಿ.

ಮಾಭಾರತ ನಾಟಕದಾಗ ಸೂರಾಚಾರಿದು ಸಕುನಿ ಪಾರ್ಟು. ಗುಫಿ ಪೈಂಟಾಲನ ಥರವೆ ಕುಂಟಿಕೆಂಡು, ಎಡಗೈಗೆ ವಾಚಾ ಕಟ್ಕೆಂಡು 'ಅಳೀಮಯ ಧುರೋದನ' ಅಂತ ರಂಗದ ಮ್ಯಾಕೆ ಹೆಜ್ಜೆ ಇಕ್ಕಿದ್ರೆ ಸಾಕು, 'ಬಂದಲೇ ಮನ ಮುರುಕ ಸಕುನಿ' ಅಂತ ಜನ ಅನ್ನೋರು. ಕೆಲ ಹೆಂಗ್ಸರಂತು' ಇವ್ನ ಮನಿಹಾಳಾಗ' ಅಂತ ಉಗಿತುದ್ರು. ಥೇಟು ಸಕುನಿಯಂಗೆ ಸೂರಾಚಾರಿ ಪಾಲ್ಟು ಮಾಡ್ತಿದ್ದ. ಊರಾಗ ಅವತ್ನಿಂದ್ಲು ಸೂರಾಚಾರಿನ ಸಕುನೀಂತಲೆ ಕರಿಯಕೆ ಸುರು ಮಾಡಿದ್ರು. ಸಕುನಿ ಅಂತ ಯಾರಾದ್ರು ಅಂದ್ರೆ ಸಾಕು ಸೂರಾಚಾರಿ ಉಬ್ಬಿ ಹೋಗಾನು. ಬರ್ತಾ ಬರ್ತಾ ಅವನೆಸ್ರು ಹಿಂದಕ್ಕೆ ಸರದು ಸಕುನಿ ಅನ್ನೋದೆ ನಿಂತ್ಕಂಬುಡ್ತು. ಅಕ್ಕಪಕ್ಕದೂರ ಯಾರಾರೂ ಔಸ್ತಿ ಗಿವುಸ್ತಿಗಿ ಸೂರಾಚಾರಿ ಹುಡಿಕ್ಕೆಂಬಂದು 'ಸೂರಾಚಾರಿ ಮನೆ ಎಲ್ಲಿದೆ' ಅಂತ ಕೇಳಿದ್ರೆ, 'ಯಾವ ಸೂರಾಚಾರಿ? ಅಂತ ಹೆಸ್ರಿನೋರು ಯಾರು ಇಲ್ಲ ಬಿಡು' ಅಂತ ಅನ್ನೋರು. ಬಂದೋರು 'ಅದೇ ಸಕುನಿ ಸೂರಾಚಾರಿ' ಅಂದಾಗಲೇ 'ಓ ಅಂಗನ್ನಿ ಮತ್ತೆ' ಅಂತ ಅಂದು ಆವ್ನ ಮನೆ ತೋರ್ಸೋರು. ಹಳೆ ಕಾಲದ ತಾಳೆಗರಿ ಕಟ್ಟು, ಭೂತನ ಸೆಟ್ಟು, ಯಾವ್ಯಾವುದೋ ಪ್ರಾಣಿಗಳ ತಲೆ ಬುಲ್ಡೆ ಇಕ್ಕೆಂಡು ಸೂರಾಚಾರಿ ಬಸನಳ್ಳಿಯ ಅಕ್ಕಪಕ್ಕದ ಜನಕ್ಕೆ ಭಯೋತ್ಪಾದಕನಂತೆ ಕಾಣುತ್ತಿದ್ದ. ಜಡ್ಡು ಜಾಪತ್ರೆ ಬಂದ್ರೆ ಅಂತ್ರ ಕಟ್ಟೋದು, ಮಾಟ ಮಂತ್ರ ಮಾಡ್ತಿನಿ ಅನ್ನೋದು 'ಕಳ್ಳ ಬಸ್ರು ಇಳ್ಸೋದ್ರಲ್ಲಿ ಎತ್ತಿದ ಕೈ' ಅನ್ನೊ ಖ್ಯಾತಿಯೂ ಸೂರಾಚಾರಿದಾಗಿತ್ತು. ಇಂಥ ಸೂರಾಚಾರಿ ಬಸವ್ವನ ದಿಗರನ್ನ ಇಳಿಸಬೇಕು ಅನ್ನೋ ಬಸನಳ್ಳಿ ಗಂಡಸರಿಗೆ ಗುರುವಾಗಿದ್ದು ಸಹಜವಾಗಿತ್ತು.

ಬುಡ್ರಿ, ಬಾಗ್ಲರ ಬಸ್ಯನ್ನ ಕೂರಿಸ್ಕೆಂಡು ಸಕುನಿ ಮಾಮ 'ನೋಡೊ ಇಂಥ ಹೆಂಗ್ಸಿನ ಸೊಕ್ಕು ಮುರೀಬೇಕಂದ್ರೆ ಕುದ್ರಿಕೂದ್ಲ ಸಣ್ಣಗೆ ಕತ್ರಿಸಿ ಅವಳ್ನ ಕೂಡೋ ಜಾಗಕೆ ಹಾಕಿದೇಂದ್ರ ನೋಡು..., ಮುಗೀತು ಕಥೆ' ಅಂತ ಕಿವಿಯಾಗೆ ಮಂತ್ರ ಊದಿದಂತೆ ಊದಿದ. ಆದ್ರೆ... ಕುದ್ರಿ ಕೂದ್ಲ ಎಲ್ಲಪಾ ತರೋದು' ಅಂತ ಬುಡ್ರಿ ತಲೆಕೆರೆದ್ರೆ. ಆಚಾರಿ 'ಲೇ, ಕುದ್ರಿದಾದ್ರೆ ಕುದ್ರಿದು, ಕತ್ತೆದಾದ್ರೆ ಕತ್ತೆದು. ಇಲ್ಲಾಂದ್ರೆ ಅಕ್ಕಿ ಮಕ್ಕೀಲಿ ಸಿಗೋ ಸಿಳ್ಳುಬಾದ್ರೂ ಆದೀತು' ಅಂತ ಮೂರು ದಾರಿ ತೋರ್ಸಿ. 'ಕತ್ತೆ' ಸಬುದ ಕೇಳತ್ಲೆ ಬುಡ್ರಿ 'ಅಯ್ಯೋ ಆನಗೋಡು ಸಾಬಿ ಉಳ್ಳಾಗಡ್ಡಿ ಉಪ್ಪ ಮಾರಾಕೆ ಬಂದಾನೆ. ಅವ್ನ ಕತ್ತೆಗಳು ಊರ ಬಾಗ್ಲಾಗೆ ಅದಾವು ಬಿಡು. ನಾನು ನೀನು ಅನ್ನಾದ್ರಗೆ ತಂದು ಬಿಡ್ತೀವಿ' ಅಂತ ಅಂದು ಟವೆಲ್ಲು ವದರಿ ಮ್ಯಾಕೆದ್ದರು.

ಊರ ಬಾಗ್ಲಿಗೆ ಬುಡ್ರಿ ಬಸ್ಯ ಬರೋ ಹೊತ್ತಿಗೆ ಸಾಬಿ ಉಳ್ಳಾಗಡ್ಡಿ ಹೊತ್ಕಂಡು ಊರಕೋಗಿದ್ದ. ಎಲ್ಲು ಕತ್ತೆಗಳು ಭಾವಡಿ ಕಟ್ಟೆಗೆ ಒರಗಿಮ್ಯೆ ಉಜ್ಜುತ್ತಾ ಇದ್ದು. ಬುಡ್ರಿ ಟವೆಲ್ಲನ್ನ ತಲಿಗೆ ಸುತ್ತಿಕೆಂಡು ಸಪ್ಪುಳಾಗದಂಗೆ ನಿಧಾನಕ್ಕೆ ಕತ್ತೆಗಳ ಹಿಂದಕ್ಕೆ ಹೆಜ್ಜೆ ಇಕ್ಕುತ್ತಾ ಬಂದು ಇನ್ನೇನು ಬಾಲಕ್ಕೆ ಕೈ ಹಾಕಬೇಕು ಅನ್ನೊ ಹೊತ್ತಿಗೆ ಸರಿಯಾಗಿ ಬಸ್ಯ 'ಹಿಡ್ಕಳಲೆ ಬಿಡಬ್ಯಾಡಾಂತ ಉತ್ತೇಜ್ನ ನೀಡಲು ಕೂಗಿದ. ಆ ಸಪ್ಪಳಕ್ಕೆ ಕತ್ತೆಗಳು ಬೆಚ್ಚಿ ಹಿಂದೆ ಕುಂತಿದ್ದ ಬುಡ್ರಿಗೆ ಜಾಡ್ಸಿ ಒದ್ದು ದಿಕ್ಕಾ ಪರ್ಲೆ ಓಡಿದವು. ಬಾಲಕ್ಕೆ ಡಬ್ಬಾ ಕಟ್ಟಾಕೆ ಬಂದಾವ್ರೆ ಅಂತ ಅಂದ್ಕಂಡ ಕತ್ತೆಗಳು ಬಲೇ ಜೋರಾಗಿ ಜಾಡ್ಸಿದ್ದವು. ಮೂತಿ ಮುಸುಡಿಯಿಂದ ರಕ್ತ ಬಳಬಳಾಂತ ಇಳಿಯೋಕೆ ಹತ್ತಿತು. ಬುಡ್ರಿ ಟವೆಲ್ಲಿಂದ ವರ್ಲಿಕೋತ 'ನಿನ್ನವ್ವು' ಅಂತ ಬಸ್ಯನ್ನ ಬಾಯಿಗೆ ಬಂದಂಗೆ ಬಯ್ದ. ಇವ್ರ ಅವಸ್ಥೆ ನೋಡಿದ ಸಕುನಿಮಾಮ 'ಹೋಗ್ಲಿ ಬಿಡೋ ಅವ್ಳ ಸೊಂಟ ಮುರಿರಲೇ ಸಾಕು' ಅಂತ ಮತ್ತೊಂದು ವಾಮ ಸೂಚನೆ ಇಟ್ಟುಕುಡ್ಲೆ ಬುಡ್ರಿ 'ಸಾಕು ಮಾರಾಯ ನಿನ್ನ ಸಾವಾಸಂತ' ಅಲ್ಲಿಂದ ಬಿದ್ದೋಡಿದರು. ಏನಾದ್ರು ಮಾಡಿ ಬಸವ್ವನ ಸೊಕ್ಕು ಇಳಿಸಬೇಕು ಅನ್ನೋ ಗುಂಗಿನಲ್ಲಿದ್ದ ಬಸನಳ್ಳಿ ಲಿಂಗಾತ್ರಿಗೆ ಮತ್ತೊಂದು ಬರಸಿಡಿಲ ಸುದ್ದಿ ಬಂತು.

ರಾಯಲ್ ಬಸ್ಸು ಹತ್ತಿ ನಾಟ್ಕ ಸಿನಿಮಾದ ಮೋಜಿಗೆಂದು ಪಠಾಣರತ್ತ ಮಾಡಿದ ಸಾಲ ಬಡ್ಡಿ, ಚಕ್ರಬಡ್ಡಿ ಸಮೇತ ಬೆಳೆದು ಹೆಮ್ಮರವಾಗಿತ್ತು. ವಸೂಲಿಗೆ ಸೈಕಲ್ಲ ಮೇಲೆ ಬಂದ ಪಠಾಣರು ಎಲ್ಲರನ್ನು ತಲಾಶ್ ಮಾಡಕತ್ತಿದರು. ಕೆಲವರು ಆಟ್ಟದ ಮ್ಯಾಗೆ ಬಣವೆಗೆ ಬಚ್ಚಿಕೆಂದ್ರು. ಗಾಳೆರ ಗಂಗ ಮಾತ್ರ ಸಿಕ್ಕ ಹಾಕ್ಕೆಂಡ. ಸೈಕಲ್ಲಿನ ಹಿಂದಕೆ ಅವ್ನ ಕಟ್ಟಿಕೊಂಡು ದಾವಣ್ಗೆರೆ ಕಡೆ ಹೋದ್ರು ಅನ್ನೋ ಸುದ್ದಿ ಕೇಳಿ ಉಳಿದೋರ ತೊಳ್ಳೆ ನಡಗತೊಡಗಿದವು. 'ಹೊಲ ಉಳಲಿಲ್ಲ; ಬೆಳೆ ತೆಗಿಲಿಲ್ಲ. ಪಠಾಣರ ಸಾಲ ಯಂಗಪಾ ತೀರ್ಸೋದು' ಅಂತ ಯೋಚಿಸಿದರು. ಮೇಣಿ ಹಿಡ್ದು ಹೊಲ ಉಳುವ ಶಕ್ತಿ, ಉತ್ಸಾಹ ಎರಡು ಇಲ್ಲದ ಮ್ಯಾಕೆ ಹೊಲ ಮಾರಿದ್ರಾತು ಅಂತ ಯೋಚಿಸಿ ಗೌಡನ ಬಳಿಗೆ ಓಡಿದರು. ಗೌಡ ಕೈಕೊಡವಿದ. 'ಬಿಲ್‌ಕುಲ್ ನನ್ನಿಂದ ಆಗೋಲ್ಲ' ಅಂದ. ಗಂಡಸ್ರೆಲ್ಲ ಏನು ಮಾಡೋದು. ಎತ್ತ ಮಾಡೋದು ಅನ್ನೋ ಚಿಂತೆಲಿರುವಾಗ ಮಾದ್ಗ ದುರ್ಗ 'ನಾನು ತಗಂತಿನಿ' ಅನ್ನೋ ಸುದ್ದಿ ಕಳ್ಸಿದ 'ಎಲಾ ಮಾದ್ಗ! ನಮ್ಮ ಹೊಲ ಕೇಳಂಗಾದ್ನ' ಅಂತ ಅವುಡುಕಚ್ಚಿದರು. ಆದ್ರು ಬೇರೆ ದಾರಿ ಕಾಣ್ದೆ ಅವ್ನಿಗೆ ತಮ್ಮ ಹೊಲಗಳ ಮಾರಿದ್ರು. ಉಳಲಾರದವರ ಹೊಲವಾ ಉಳಲಿಕ್ಕೆ ಕೊಂಡ ಮಾದ್ಗ ದುರ್ಗನ ಮೇಲೆ ಮೊದಲ ಬಾರಿಗೆ ಬಸವ್ವನ ಕಣ್ಣು ಬಿತ್ತು. ಭರಮಜ್ಜನ ಕಣ್ಣು ಕೆಂಪೇರಿದವು.

ದುರುಗ ಲಿಂಗಾತ್ರ ಜಮೀನು ತಗಂಡ ಸುದ್ದಿ ಹಟ್ಟಿಯೋರಿಗೆ ಹೆಮ್ಮ ವಿಚಾರವಾದ್ರೆ ಲಿಂಗಾತ್ರಿಗೆ ನಂಜಿನ ವಿಷ್ಯವಾಯಿತು. 'ಬಿಡ್ಲೆ ಅವ್ನ ತಮ್ಮಗೋಳು ಯಾವನ್ದೋ ತಲೆ ಹೊಡ್ದ ದುಡ್ನಾಗೆ ನಮ್ಮ ಹೊಲ ತಗಂಡಾನೆ! ಅವ್ನೇನು ಬಲ್ಲ ದುಡ್ಡು ಹೊಲ ತಗಾಳದ' ಅಂತ ದೂರದ ಮಡ್ಕೇರಿಲಿ ರೈಟರಾಗಿರೊ ದುರ್ಗನ ತಮ್ಮಗಳ ಬಗ್ಗೆ

ಮಾತಾಡಿಕೊಂಡರು. ದುರ್ಗ ತೀರಾ ಗತಿಗೆಟ್ಟವನೇನೂ ಆಗಿರ್ಲಿಲ್ಲ. ಇರೋ ನಾಲ್ಕೆಕರೆ ಹೊಲಕ್ಕೆ ಬಾವಿ ತೆಗಿಸಿ ಎಲೆ ಬಳ್ಳಿ ತ್ವಾಟ ಮಾಡಿದ ಮ್ಯಾಲೆ ಹಣದ ಮಳೇನೆ ಅವ್ನ ಮನೇಲಿ ಸುರೀತು. ನೆಲನ ಹೆಂಗೆ ಉತ್ತು ಬಿತ್ತಿದ್ರೆ ಬೆಳೆ ಬತ್ತದೆ ಅನ್ನೋದು ಅವ್ನು ಚನ್ನಾಗಿ ಬಲ್ಲವನೂ ಆಗಿದ್ದ. ಇರೋ ತಮ್ಮಗ್ಳು ಕಿರಿಸ್ತಾನರ ಹುಡಿಗಿರ್ನ ಕಟ್ಟಿಕೊಂಡು ಸೂಟು ಬೂಟು ಹಾಕ್ಕೆಂಡು ಅಡ್ಡಾಡ್ತಾರೆ ಅನ್ನೋದನ್ನ ಕೇಳಿ 'ಎಂಗಾರ ಸುಖವಾಗಿರ್ಲಿ ಬಿಡು' ಅಂತ ಅಂದಕ್ಕಂಡಿದ್ದ. ಅವ್ರ ದೆಸೆ ಇಂದ ದುರ್ಗನಿಗೆ ಯಾರು ಹೆಣ್ಣು ಕೊಡಲು ಮುಂದೆ ಬರ್ಲಿಲ್ಲ. 'ಜಾತಿಗೆಟ್ಟೋರ ಮನಿಗೆ ನಮ್ಮ ಕೂಸ ಎಂಗ್ ಕೊಡೋದು' ಅಂತ ಬಾಳಮಂದಿ ಅಂದಿದ್ರಿಂದ ದುರ್ಗ ಮದಿವಿ ಸುತ ಕಾಣ್ಲಿಲ್ಲ. ಈಚೆಗಷ್ಟೆ ಸಾಲೆ ಕಲ್ತು ಪೇಟೆ ಬಿಟ್ಟು ಬಂದ ನಾಕೈದು ಹುಡುಗ್ರು ಅವ್ನ ಗೆಣಿಕಾರರಾಗಿದ್ರು. ಅವ್ರು ರೂಲ್ಸು ಪಾಲ್ಸು ಅಂತ ಏನೇನೋ ಮಾತಾಡಾಕೆ ಸುರು ಮಾಡಿದ ಮೇಲೆ ಬಸನಳ್ಳಿಲಿ ರಂಪಾಟ ಸುರು ಆಗಿತ್ತು. ದುರುಗನು ಈ ಹುಡುಗ್ರು ಏಳದ್ರಾಗು ನಿಜ್ಯೆತಿ ಬಿಡೂಂತ ತಟಕು ತಟಕು ವಿಚಾರಕ್ಕೆ ಲಿಂಗಾತ್ರ ಮೇಲೆ ಏನೋ ಅರ ಮನಸು ಮಾಡಿಕೊಂಡಿದ್ದ.

ಎಂಗೆಂಗೋ ಇದ್ದ ದುರುಗ ಎಂಗೆಂಗೋ ಆದ. ಹಟ್ಟೀಲಿ ನಾಕು ಮಾತು ಹೇಳೋ ನಾಯಕನಾದ. ಉಡೋ ಬಟ್ಟೆ, ತೊಡೋ ಚಪ್ಲಿ ಎಲ್ಲಾದ್ರಾಗೂ ಒಂದೀಟೀಟೆ ಬದ್ಲಾದ. ರಾಯಲ್ ಬಸ್ಸು ಹತ್ತಿ ಆಗೀಗ ದಾವಣ್ಗೆರೆಗೂ ಹೋಗಿ ಬಂದು ಮಾಡಿದ. ಹಿಂಗೆ ಒಮ್ಮೆ ದಾವಣ್ಗೆರೆಗೆ ಹೊಂಟಿದ್ದಾಗ ಬಸವ್ವ ಅವನನ್ನ ನೋಡಿದಳು. ಚಳಿಜ್ವರಕ್ಕೊಂದು ಸೂಜಿನಾದ್ರು ಮಾಡಿಸ್ಕೆಂಡು ಬರಾಕೆಂದು ಹೊಂಟ ಬಸವ್ವ ದುರ್ಗನನ್ನು ಬಾಯಿ ತುಂಬ ಮಾತಾಡಿಸಿದಳು. ಅವ್ನ ಮಾತು, ರಟ್ಟೆಗಾತ್ರದ ಮೀಸೆ ಬಾಳೆಗಾತ್ರದ ತೋಳು, ಕಪ್ಪು ಮುಖದಲ್ಲು ತುಂಬಿ ತುಳುಕುತ್ತಿದ್ದ ಕಳೆ. ನೋಡ್ತಾ ನೋಡ್ತಾ ಎಲ್ಲಾನು ಕಣ್ಣೊಳಕೆ ತುಂಬಿಕೊಂಡಳು. ಬಸ್ಸು ಇಳಿದ ಮ್ಯಾಕೆ 'ಡಾಕುರು ಎಲ್ಲಿದಾರೆ ತೋರು ದುರುಗಣ್ಣಾ' ಅಂತ ದುರುಗನ ಕೇಳಿದ್ಲು. ದುರ್ಗ ಅಸ್ಪತ್ರೆಗೇಂತ ಅವಳ್ನ ಕರಕೊಂಡು ಹೋಗುವಾಗ ರೋಡಲ್ಲಿ ಅವಳು ಕುಸಿದು ಬಿದ್ಲು. ಚಳಿಜ್ವರದಿಂದ ಮೂರ ದಿನ ಉಪಾಸವಿದ್ದ ಆಕೆಗೆ ತಲೆ ತಿರುಗಿ ರೋಡಲ್ಲಿ ಕುಸಿದು ಬಿದ್ದಳು. ಆ ಪ್ಯಾಟೆ ವಳ್ಗೆ ಎಲ್ಲಿಂದ ಪರಿಚಿತರನ್ನು ಹುಡ್ಕೋದು? ದುರ್ಗನೆ ಉಪಚಾರ ಮಾಡಿದ. ಹೋಟ್ಲಿಗೆ ಕರ್ಕಂಡು ಹೋಗಿ ಕಾಫಿ ಕುಡಿಸಿದ. 'ಈ ಮಾದ್ಗನ ಜೊತೆ ಎಂಗಪಾ ಹೋಟ್ಲಿಗೆ ಹೋಗಾದು' ಅಂತ ಬಸವ್ವ ಅಂದುಕೊಂಡರೂ, 'ಇವ್ನಿಲ್ದಿದ್ರೆ ಇವತ್ತು ಏನಾಕ್ತ ಇದ್ನೋ ಏನೋ' ಅಂತ ಅಂದುಕೊಂಡ ಬಸವ್ವ ದುರುಗನ ಮುಂದೆ ಕಣ್ಣೀರು ಆಕಿದ್ಲು. ಅವಳ ಕಣ್ಣೀರಿನ ಸೆಲೆಯೊಳಗೆ ದುರುಗಣ್ಣ ಇಂಚಿಂಚೆ ಕರಗಿಹೋದ. ದಾವಣ್ಗೆರೆಗಿನ ತನ್ನ ಕೆಲ್ಸ ಬಿಟ್ಟು ಬಸವ್ವನ್ನ ಊರಿಗೆ ತಂದು ಬಿಟ್ಟ.

ಈ ಸುದ್ದಿ ಎಂಗೆಂಗೋ ಕೈಕಾಲು ಮೂಡಿ ಬಸ್ನಳ್ಳಿಯ ಕೆಳಟ್ಟಿಯ ಕೇರಿಯೊಳಗೆ ಅಂಬೆ ಗಾಲಿಕ್ಕಿತು. ಹಟ್ಟಿಯವರಿಗೆ ಏನೋ ಒಂಥರ ಹೆಮ್ಮೆ ಅನ್ನಿಸಿದ್ರೂನು ಇವ್ನಿಗ್ಯಾಕೆ 'ಲಿಂಗಾತ್ರ ಹೆಂಗ್ಸಿನ ಸಾವಾಸ. ಅವ್ರಿಗೆ ಇಚಾರ ಗೊತ್ತಾದ್ರೆ ಸುಮ್ಮೆ ಬಿಟ್ಟಾರ?' ಎಂದು

ಪಿಸ ಪಿಸಾಂತಾಡಿದ್ರು. ಸಾಲಿ ಕಲ್ತ ಹುಡುಗ್ರು 'ನಿಂದೇನು ತಪ್ಪಿಲ್ಲ ತಗಾ. ಅವಳ್ನ ಇಟ್ಗಾ' ಅಂತ ದುರುಗನಿಗೆ ಪುಸಲಾಯಿಸಿದ್ದಲ್ಲದೆ ತಮ್ಮ ತಮ್ಮಲೇ 'ಚರಿತ್ರೆ ಯೆಂಗ್ ಬದ್ಲಾಗುತ್ತೆ ನೋಡ್ರಲೇ' ಅಂತ ರೋಮಾಂಚನಗೊಂಡರು.

ದುರ್ಗನನ್ನು ನೋಡಿದ ಮೇಲೆ ಬಸವ್ವ ಕೊನೆಗೂ ಸಿವ ನನ್ನ ಕೈ ಬಿಡ್ಲಿಲ್ಲ ಅಂತ ಅಂದ್ಕಂಡಳು. ಜಾತಿ ಜನ ಏನೆಂದಾರು ಅನ್ನೋ ನದರಿಗಿಂತ, 'ಅವ್ರ ಬ್ಯಾಳೇಕಾಳು ನಾನು ಕಂಡಿಲ್ಲಾ?' ಅಂತ ಯಾರಿಗೂ ಕೇರು ಮಾಡದೆ ದುರ್ಗನ ತ್ವಾಟುತ್ತಾಗೆ ಹೋಗಾದು, ಅವ್ನ ಜೊತೆ ಹರಟೋದು, ಕಷ್ಟ ಸುಖದ ಮಾತಾಡೋದು ಮಾಡ್ತಿದ್ಲು. ಹೆಣ್ಣಿನ ಸುಖ ಕಾಣದ ದುರ್ಗ, ಗಂಡಿನ ಜೊತೆ ಇದ್ದೂ ಸುಖ ಕಾಣದ ಬಸವ್ವ ಒಂದಾದರು. ಮೈಯ ನರನಾಡಿಯಲ್ಲೂ ಸೇರಿದ್ದ ಬೆಂಕಿ ಆರಿದಂತೆ, ಮುಂಗಾರು ಮಳೆ ನೆಲಕ್ಕೆ ರಾಚಿ ಗಮಲು ಹರಡಿದಂತೆ ಮೈ ತುಂಬ ಸಡಗರ ಕಂಡ ಬಸವ್ವ ಜನುಮ ಸಾರ್ಥಕವಾದಂತೆ. ಬಸವ್ವನ ತೊಡಿ ಮ್ಯಾಲೆ ಮಲಗಿ ದುರ್ಗ ಏನೇನೋ ಮಾತಾಡ್ತಿದ್ದ. ಒಮ್ಮೊಮ್ಮೆ ಉರಿಯೋ ಸೂರ್ಯನ್ನ ನೋಡ್ತಿದ್ದ. ಸೂರ್ಯನ್ನ ನೋಡ ಬ್ಯಾಡಲೋ ಮಾದ್ಗ ಉರ್ದು ಹೋದಿ' ಅಂತ ಬಸವ್ವ ಅಂದ್ರೆ, ದುರ್ಗ' ನೋಡಾನ' ಅಂತಿದ್ದ. ಹೊಲದಲ್ಲಿ, ತ್ವಾಟದಲ್ಲಿ, ಎಲ್ಲೆಲ್ಲೂ ಬಸವ್ವ – ದುರ್ಗ. ದುರ್ಗ – ಬಸವ್ವ. ಇದೇ ಸುಮಾರಿನ ಆಸು ಪಾಸಿನಲ್ಲೇ ಕೊಡೆ ಹಿಡಿದ ಕಾಡುಸಿದ್ದ ಕಾಲಜ್ಞಾನವ ಉಸುರಿ ಹೋಗಿದ್ದ.

'ಎತ್ತಾಗೋದ್ರೊ ಆ ಚೋದಿಮಕ್ಳು. ಆ ಬೋಸುಡಿನ ಎಳ್ಕಂಬರಾಕೋದ್ರೊ? ಇಲ್ಲ ಎಳ್ಕಂಡು ಮಲಕ್ಕೊಳಕ್ಕೋದ್ರೋ' ಎಂದು ಭರಮಜ್ಜ ಕೈಗೆ ಕುಟುಕಿದ ಕೆಂಜಗೊದ್ದವ ಸಾಯಬಡಿದು ನಿಂತವರನ್ನು ಕೇಳಿದ. ಭರಮಜ್ಜನ ಸಿಟ್ಟು ನೆತ್ತಿಗೇರುವಂತೆ ಮಾಡುವಲ್ಲಿ ಈ ಕೆಂಚುಗೊದ್ದದ ಪಾತ್ರವು ಸೇರ್ಕೊಂಡಿತ್ತು. ಪೌಳಿಕಟ್ಟೆಯ ಬೇವಿನ ಮರದ ಬುಡದಲ್ಲಿ ಸಾವಿರಾರು ಕೆಂಚುಗೊದ್ದಗಳು ಗೂಡು ಮಾಡ್ಕೆಂಡಿದ್ದವು. ವತಾರೆ ಆದ್ಕೂಟ್ಲೆ ಗೂಡು ಬಿಟ್ಟು ಹೊರ ಹೊಂಟು ಅಲ್ಲೇ ಕಟ್ಟೆಯ ಮೇಲೆ ಅಡ್ಡಾಡುತಿದ್ದವು. ಉದುರಿದ ಬೇವಿನ ಹಣ್ಣಿನ ರಸ ಕುಡಿಯೋದು, ಕುಂತ ಜನರ ಕುಂಡಿಗೆ ಕುಕ್ಕಿ ಕೆಂಪಗೆ ಗೊಬ್ಬೆ ಬರಾಂಗ ಮಾಡಾದು – ಅವುಗಳ ಕೆಲ್ಸ ಆಗಿತ್ತು. ಪೌಳಿ ಕಟ್ಟೆ ಕುಂದ್ರಕೆ ಎಂಟೆದೆ ಗಂಡ್ಸೆ ಬೇಕೂ ಅನ್ನ ಥರ ಆಗಿತ್ತು. ಚೇಳಿನ ಉರಿನಾದ್ರೂ ಎಂಗರ ಮಾಡಿ ತಡ್ಕೊಂಬೌದು, ಇವುಗಳ ಉರಿ ತಡ್ಕೊಳಕ್ಕೆ ಯಾರಿಂದ್ಲು ಸಾಧ್ಯ ಇರ್ಲಿಲ್ಲ. ಸೂರಾಚಾರಿ ಎರಡು ಮೂರು ಬಾರಿ ಬುಡಕ್ಕೆ ಪಾಲಿಡಾಲು ಆಕಿದನಾದ್ರೂ ಅವುಗಳ ವಿಷ ಕಡಿಮೆ ಮಾಡೋದಿರ್ಲಿ, ಗೊದ್ದಗಳು ಅದನ್ನ ಕುಡುದು ಅರಗಿಸಿ ಕೊಂಡಿದ್ದವು. ಅದಾದ ಮೇಲೆ ಅವು ಯಾರ್ನರ ಕಡುದ್ರೆ ಭಲೆ ಉರಿ ಜಾಸ್ತಿಯಾಗಿ 'ಮೊದ್ಲೇ ಪಾಡಾಗಿತ್ತಪ್ಪ. ಈ ಆಚಾರಿ ಏನ ಮಾಡಿದ್ನೋ' ಅಂತ ಅಂಡು ತುರಿಸಿಕೊಂಡು ಓಡ್ತಿದ್ರು. ಕತ್ತಲಾಗಕೆ ಸುರುವಾದದ್ರಿಂದ ಅವು ಗೂಡಿನ ಕಡೆ ಹೊಂಟಿದ್ದವು. ದಾರಿ ಮಧ್ಯೆ ಸಿಕ್ಕ ಭರಮಜ್ಜನ ಕೈಯನ್ನ ನಿರಾಯಾಸವಾಗಿ ಅವು ಕಚ್ಚಿದ್ದವು. ಭರಮಜ್ಜನ ಆರ್ಭಟ ನೋಡಿ ಸುಟ್ಟ ಬಸ್ಯ,, ಬೆಂಕೇರ ಚಂದ್ರ ಬಸ್ವಿ ಮನೆ ಕಡೆ ಓಡಿದ್ರು. 'ಇದು

ಲಿಂಗಾತ್ರ ಮಾನ ಮರ್ವಾದೆ ಪ್ರಶ್ನೆ. ಇವತ್ತು ಆ ಮಾದ್ಗ ಉಳಿಬೇಕು ಇಲ್ಲವಾ ನಾವು ಉಳಿಬೇಕು. ಮನಿಗೊಬ್ಬಬ್ಬ ಕಣಗಾ ತಗಂಡು ಬರ್ರಲೇ'– ಅಂತ ಭರಮಜ್ಜ ಗುಡುಗಿದ.

ಕೊಂಡನೆಲವ ಎತ್ತಿನಲ್ಲಿ ಉಳೋದು ದುರ್ಗನಿಗೆ ಕಷ್ಟಾಂತ ಅನ್ನಿಸ್ತು. ಜನ ಕೂಲಿಗೆ ಬರಾರು ಕಡಿಮೆಯಾಗಿದ್ರು. ತೋಳಹುಣಸೆ ಆಂಜಿನಿಯ ಮಿಲ್ಲಿಗೆಂತ, ಕಾಟನ್ನು ಮಿಲ್ಲಿಗೇಂತ ಬಾಳ ಜನ ಕೆಲಸಕ್ಕೆ ಹೋದ್ರೆ. ರೇಸ್ಮೆ ಬೆಳೆಯೋಕೆಂತ ಬಾಳ ಜನ ಹೊರಗೋಗಿದ್ದರು. ಟ್ರ್ಯಾಕ್ಟ್ರಿ ಇಲ್ಲದೆ ಹೊಲ ಉಳಾದು ಕಷ್ಟ ಅಂತ ಅನ್ನಿಸಿ ಅಡಮಾನ ಬ್ಯಾಂಕಿನಿಂದ ಸಾಲ ತಗಂಡು ಮೂರು ಸಿಲೆಂಡಿರಿನ ಟ್ರ್ಯಾಕ್ಟ್ರಿ ತರೋಕೆ ದುರ್ಗ ನಿರ್ಧರಿಸಿದ್ದ. ಗೋವಾ ಕಡಿಂದ ತನ್ನ ಟ್ರ್ಯಾಕ್ಟ್ರಿ ಬಂತು ಅನ್ನೋ ವರ್ತಮಾನ ಗೊತ್ತಾಗಿ ದುರ್ಗ ದಾವಣ್ಗೆರೆಗೆ ಹೊರಟಿದ್ದ. ಹೋಗ ಮುಂದುಗಡೆ ನಾಳೆ ಹೆಂಗಿದ್ರು ಉಚ್ಚಂಗಿ ಎಲ್ಲವ್ವನ ಜಾತ್ರೆ, ಅಲ್ಲೆ ಹೊಸ ಟ್ರ್ಯಾಕ್ಟ್ರಿ ಪೂಜೆ ಮಾಡ್ಸಿದ್ರಾತು ಅಂತ ಕೇರಿಯ ಜನಕ್ಕೆ ಜಾತ್ರಿಗೆ ಹೊರಡುವಂತೆ ಹೇಳಿದ್ದ. ಬಸವ್ವನು 'ನಾನು ಬರ್ತೀನಿ' ಅಂತ ರಾಗ ತಗದಾಗ 'ಊರೆಂಬ ಊರಾಗೆ ಎಲ್ರು ಎದ್ರುಗೆ ನಿನ್ನ ಎಂಗೆ ಕರ್ಕೊಂಡು ಹೋಗಾದು' ಅಂತ ಯೋಚ್ನೆ ಮಾಡಿದ ದುರುಗ 'ನೀ ಮುಂದಾಗಿ ಹೋಗಿ ಕನ್ನಾಕೋವಿ ಕಾವ್ಲಾಗಿರೋ ಗುಡ್ಯಾಗಿರು. ನಾನು ಕರ್ಕಂಡು ಹೋಗ್ತಿನಿ' ಅಂತ ಅಂದು ದಾವಣ್ಗೆರಿಗೆ ಹೋದ. ಬಸವ್ವ ಜಾತ್ರಿಗೆ ಹೋಗಾಕೆ ಸಡಗರ ಮಾಡಿದ್ಲು.

ರಾಟೇರ ನಾಗ ಚೌರದಾರ ಪರಮಿ, ಅಳಬಿನ ಚನ್ನ ಬಸವ್ವನ ಮನಿ ಬಾಗ್ಲ ಬಡದು ಬಡದು ಸಾಕಾಗಿ ಸುಮ್ನೆ ಕಟ್ಟೆ ಮ್ಯಾಲ ಕುಂತಿದ್ರು. ಆಮೇಲೆ ಓಡಿ ಬಂದ ಸುಟ್ಟಿ ಬಸ್ಯ, ಬೆಂಕೇರ ಚಂದ್ರ ಇವ್ರನ್ನ ಸೇರಿಕೊಂಡು 'ಯಾಕ್ರಲೇ ಹೊತ್ತಾತು' ಅಂತ ಹೇಳಿದ್ದಲ್ದೆ, ಭರಮಜ್ಜ ರಾಂಗಾಗಿರ ವಿಚಾರಾನೂ ಹೇಳಿದ್ರು. ಎಲ್ಲರೂ ಸೇರಿ ಮತ್ತೆ ಬಾಗ್ಲ ಬಡಿದು 'ಸಪ್ಪಳನೇ ಇಲ್ಲ ಎಲ್ಲೋದ್ಲು ರಂಡೆ, ಯಾವನ್ಜೊತಿಗೊ ಅದಾಳ, ಅದ್ಕೇ ಬಾಗ್ಲ ತಗಿತಿಲ್ಲ' ಅಂತ ಜೋರಾಗಿ ಬಡಿಯೋಕೆ ಸುರು ಮಾಡಿದ್ರು. ಒಳಗೆ ಬಸವ್ವ ಹಬೆಯಾಡೋ ಹಂಡೇ ನೀರನ್ನ ಜಳಕಕ್ಕೆ ಬಚ್ಚಲಿಗೆ ಹಿಡ್ಕಂಡಿದ್ದು. ಹಾಡು ಗುನುಗುತ್ತ ಚರಿಗೆಯಿಂದ ನೀರುಹುಯ್ಕೋತ ನಚ್ಚಗೆ ಆನಂದ ಪಡ್ತಿದ್ದು. ಬಿಸಿನೀರಿನ ತಾಪ ಅವಳ್ನ ಅನೂಹ್ಯ ಲೋಕಕ್ಕೆ ಉಯ್ಯಾಲೆ ಮೇಲೆ ಕೊಂಡೊಯ್ದಿತ್ತು. ಟ್ರ್ಯಾಕ್ಟ್ರಿ ಹತ್ತಿ ತಾನು ದುರ್ಗ ಎಲ್ಲೆಲ್ಲೋ ಅಡ್ಡಾಡಿದಂತೆ. ದುರ್ಗ ಡ್ರೈವರ್ ಖಲೀಲ್‌ನ ಥರನೇ ಗಾಡಿ ಓಡಿಸ್ತಾ ಅವ್ನೆ. ಅಮಮಾ ಅವ್ನಿಗೆ ತಿಳಿದೆ ಇರೋದು ಯಾವ್ದು ಇದ್ದೀತು. ಅವನುಟ್ಟ ಕಚ್ಚೆಪಂಚೆ, ಬಿಳಿ ಅಂಗಿ ಮೇಲೆ ಬಿಳಿ ದೋತರ – ಎಷ್ಟು ಚನ್ನಾಗಿ ಒಪ್ತಾ ಇದೆ. ತಲೆ ಮೇಲೊಂದು ರುಮಾಲು ಬಂದ್ರೆ ಇನ್ನೂ ಚನ್ನಾಗಿ ಕಾಣ್ತಾನೆ. ನಾಳೆ ಉಚ್ಚಂಗಿ ಜಾತ್ರೆಲಿ ರುಮಾಲು ಕೊಡಸ್ಬೇಕು – ಅಂತ ಅಂದಕಂಡ್ಲು. ತಾನು ಯಾವ ಸೀರೆ ಉಡೋದು? ಇಲಕಲ್ ಸೀರೆ ದುರ್ಗಂಗೆ ಇಷ್ಟ ಅದನ್ನೆ ಉಟ್ರಾತು– ಅಂತ ಅಂದುಕೊಂಡು ಬಿಸಿ ನೀರನ್ನು ಮೊಗೆ ಮೊಗೆದು ಮೈ ಮೇಲೆ ಹುಯ್ಕಾಳದ್ರೊಳಗೆ ಏನೋ ಸಪ್ಪಳ. ಏನೋ ಅದ್ದರಿಸುವ ದನಿ ಕೇಳಿಬಂದವು. ನಿಧಾನಕ್ಕೆ ತನ್ನ ಕಿವಿಯನ್ನು

ಸಪ್ಪಳ ಬಂದ ಕಡೆಗೆ ರವಾನಿಸಿ ಕೇಳಿದಳು. ಐದಾರು ದನಿಗಳು. ಎಲ್ಲಾ ಗೊತ್ತಿರೋವೆ. ಎಲ್ಲಾ ಈ ಕಾಲಿಂದ್ಲೆ ಏಟುತಿಂದ ನಾಯಿಗಳು'. ಎಲ್ಲಾ ಒಟ್ಟಾಗಿ ಹರಿದು ತಿನ್ನಲು ಬಂದಾವೆ. ಏನು ಮಾಡ್ಬೇಕು ಅಂತ ಅವಳಿಗೆ ಹೊಳಿಲಿಲ್ಲ. ಮನಿಗೆ ಇರದೊಂದೆ ಬಾಗ್ಲು – ಎಲ್ಲಿಂದ ತಪ್ಪಿಸ್ಕಾಬೇಕು – ಅಂತ ಯೋಚ್ನೆ ಮಾಡ್ತಲೆ ಬಸವ್ವ ಬಚ್ಚಲಿನಿಂದ ಸರಸರ ಬಂದು ಕುಬಸ ಕಟಿ, ಪರಕಾರ ಉಟ್ಟು ಅದರ ಗಂಟಾಕಿ ಸೀರೆ ಉಡಬೇಕು, ಅನ್ನೋದ್ರಳಗೆ ಹಾರೆ ಹಾಕಿ ಬಾಗಲ ತಿರಗಣೆ ತಪ್ಪಿಸಿ ಎದುರಿಗೆ ಬಂದು ನಿಂತಾರೆ ಯಮದೂತರು. ಓಡಿ ಹೋಗಾದಾದ್ರೂ ಎಲ್ಲಿಗೆ? ಬಸವ್ವ ಏನೇನೋ ಮಾತಾಡಕೆ ನೋಡಿದ್ಲು. ನಾಲಿಗೆ ಹೊಳ್ಳಲಿಲ್ಲ. ಬುಡ್ರಿ, ಬಸ್ಯ, ಅವ್ಳ ರಟ್ಟೆ ಹಿಡ್ಕೆಂಡು ದರದರಾಂತ ಎಳದ್ರು. 'ತಡಿರೋ ಸೀರೆನಾದ್ರೂ ಉಟ್ಕತೀನಿ' ಅಂತ ಅಂದ ಅವಳ ಪ್ರತಿಭಟನೆಯ ನಡುವೆಯೂ ದರ ದರಾಂತ ಎಳ್ಕೆಂಡು ಊರ ಮುಂದಕೆ ನಡೆದರು.

ಜಳಕ ಮಾಡಿದ ನೀರು ಬಸವ್ವನ ಮೈಮ್ಯಾಲಿನ್ನು ಹಸಿ ಹಸಿಯಾಗಿದ್ದರಿಂದ ಅವಳು ಕುಪ್ಪಸ ಪರಕಾರ ತೊಟ್ಟಿದ್ದರೂ ಚರ್ಮಕ್ಕೆ ಅಂಟಿಕೊಂಡಂತೆಯೂ, ತಲೆಗೂದಲ ನೀರು ಮತ್ತೆ ಮತ್ತೆ ಮೈಮೇಲೆ ಬಿದ್ದು ಬಟ್ಟೆಯನ್ನು ಮತ್ತಷ್ಟು ಒದ್ದೆ ಮಾಡುತಿದ್ದವು. ಅವಳು ಸಣ್ಣಗೆ ಅಳುತಿದ್ದಳು. 'ಇವರ ಕೈಗೆ ಸಿಕ್ಕ ಹಾಕಂಡಿದಿನಿ ಅಂದ್ರೆ ಉಳಿಗಾಲವಿಲ್ಲ. ನನ್ನ, ದುರ್ಗನ ವಿಚಾರ ಗೊತ್ತಾದಂತೆ ಕಾಣ್ತದೆ. ಇನ್ನು ದುರ್ಗನಿಗೂ ಉಳಿಗಾಲವಿಲ್ಲ. ಅಯ್ಯೋ' ಎಂದು ನರಳಿದಳು. ಅವಳ ಕಣ್ಣೀರು ರಟ್ಟೆ ಹಿಡಿದಿದ್ದ ಬುಡ್ರಿಗಾಗಲಿ, ಬಸ್ಯನಿಗಾಗಲಿ ಕರುಣೆ ಉಕ್ಕಿಸುವಂತಿರಲಿಲ್ಲ. ಅವಳಿಂದ ತಾವು ಅದುವರೆಗೂ ಅನುಭವಿಸಿದ ಸಂಕಟ ಅವಮಾನಕ್ಕೆ ಇದು ಪ್ರತಿ ಸೇಡೆಂಬ ಭಾವ ಅವರಲ್ಲಿದ್ದಂತೆ ಕಾಣುತಿತ್ತು. ಆಕೆಯನ್ನ ಎಳೆದೊಯ್ಯುವ ರೀತಿಯನ್ನು ನೋಡಿದ ಬಸನಳ್ಳಿಯ ಹೆಂಗಸರು, ಕಿಟಕಿಯ ಸರಳ ಹಿಂದೆ ನಿಂತು ಭಾರದ ಹೃದಯದಿಂದ ನೋಡುತಿದ್ದರು.

ಸೂರ್ಯ ಮುಳುಗಿ ಮಸುಕು ಮಸಕು ಕತ್ತಲು ನಿಧಾನಕ್ಕೆ ಊರನ್ನು ಆವರಿಸತೊಡಗಿತು. ನಸುಕತ್ತಲಲ್ಲಿ ಪೌಳಿಕಟ್ಟೆಯ ಮೇಲೆ ಕುಂತ ಜನ ಬಸವ್ವನ ನಗ್ನ ಸ್ಥಿತಿ ನೋಡಿ ರಂಗೇರತೊಡಗಿದರು. ಭರಮಜ್ಜನಿಗೆ ಎಂಗನ್ನಿಸ್ತೋ ಏನೋ 'ಬಟ್ಟೆ ಬಿಚ್ಚಾಕಿ ಬೇವಿನ ಮರಕ್ಕೆ ಕಟ್ಟಾಕ್ರಲೇ' ಅಂದ. ಬುಡ್ರಿ, ಬಸ್ಯ ಅಂಗೇ ಮಾಡಿದರು. ಯಾರೋ ಹಗ್ಗನೂ ಕೊಟ್ರೂ. ಬೆತ್ತಲಾದ ಬಸವ್ವನ್ನ ಬೇವಿನ ಬಡ್ಡೆಗೆ ಆನಿಸಿ ಎಲ್ಡು ಕೈಗಳನ್ನು ಹಿಂದಕ್ಕೆ ಕಟ್ಟಿ ಹಾಕಿದ್ರು. ಬಸವ್ವನಿಗೆ ತನ್ನ ಗತಿ ಮುಗಿದೇ ಹೋಯ್ತು ಅಂತ ಅನ್ನಿಸಿತು. 'ನನಗೇನಾರ ಆಗ್ಲಿ ಸಿವ್ನೆ ದುರ್ಗನನ್ನ ಉಳಿಸು' ಅಂತ ಮೊರೆ ಇಡ್ತಿದ್ದಳು. ನಿಂತ ಜನ ಅವಳ ದೇಹದ ಇಂಚಿಂಚು ಭಾಗವನ್ನು ಚಪ್ಪರಿಸಿ ನೋಡುತ್ತಿದ್ದರೆ, ಸೂರಾಚಾರಿ ಭರಮಜ್ಜನ ಮಗ್ಗುಲಿಗೆ ಬಂದು 'ಬೆಲ್ಲದ ನೀರ ಕಲಿಸಿ ಅವ್ಳ ಮ್ಯಾಲೆ ಹೊಯ್ದರೆ ಮುಗೀತು ಶಿವಾಯಿ' ಅಂತ ಅಂದ. ಪರಮಿ ಡಬರಿ ತಂದ, ಇನ್ಯಾರೋ ಬೆಲ್ಲ ನೀರು ತಂದರು. ಅದನ್ನ ಹದವಾಗಿ ಬೆರಸಿ ಬಸವ್ವನ ತಲೆಯ ಮೇಲೆ ಸುರಿದರು.

ಬೆಲ್ಲದ ನೀರು ನೆತ್ತಿಯನ್ನು ದಾಟಿ ಕಣ್ಣು, ಕಪಾಲಗಳನ್ನು ಹಾಯ್ದು, ಎದೆಯೆಂಬ ಹೊಲದಲ್ಲಿ ಈಸಾಡಿ ಪಾದದ ಮೂಲಕ ನೀರು ಬೇವಿನ ಬುಡವನ್ನು ಸೇರಿತು. ಬಡ್ಡೆಯ ಬುಡದಲ್ಲಿದ ಕೆಂಚು ಗೊದ್ದಗದ ಗೂಡುಗಳಲ್ಲಿ ಬೆಲ್ಲದ ನೀರು ಹಾಯ್ದು ಗೊದ್ದಗಳು ಗಲಿಬಿಲಿಗೊಂಡವು. ಪುತ ಪುತಾಂತ ಗೂಡಿನಿಂದ ಹೊರಬಂದ ಗೊದ್ದಗಳು ಬಸವ್ವನ ಎರಡು ಕಾಲುಗಳ ಗುಂಟ ಸಿಹಿರುಚಿ ನೋಡುತ್ತ ಮೇಲಡರತೊಡಗಿದವು. ಸಿಕ್ಕ ಸಿಕ್ಕಲ್ಲಿ ಕಚ್ಚುತ್ತ, ತಮ್ಮ ರಚ್ಚು ತೀರಿಸಿಕೋತ ಆಕೆಯ ಕಪಾಲ, ಕಣ್ಣು, ಕಿವಿಗಳನ್ನು ಮುತ್ತಿದವು.

ಬಸವ್ವ ನರಳಿದಳು. ಪ್ರತಿ ನರಳಿಕೆಗೂ ನೆರದವರು ಕೇಕೆ ಹಾಕುತಿದ್ದರು. ಕತ್ತಲಾದ್ದರಿಂದ ಜ್ವಾಳದ ದಂಟು ತಂದು ಉರಿ ಹಾಕಿದ್ರು. ಆ ಬೆಳಕಲ್ಲಿ ಬಸವ್ವ ಜೇನು ಮುತ್ತಿದ ಹುಟ್ಟೆಯಂತೆ ಕಾಣುತಿದ್ದಳು. ಮೈ ಮೇಲಿನ ಗ್ಯಾನ ತಟಕು ತಟಕು ಕಡಿಮೆಯಾದಂತೆ – ಏನೇನೋ ಕನಸುಗಳು. ಉರಿಯೋ ಸೂರ್ಯ ತನ್ನ ಜೊತೆ ಉಯ್ಯಾಲೆ ಆಡಿದಂತೆ. ಅದೇ ಉಯ್ಯಾಲೆಯನ್ನ ಅವನೆ ಸುಟ್ಟಂತೆ, ದುರ್ಗನನ್ನು ಬಿಡದೆ ಅವನನ್ನೂ ಸುಟ್ಟಂತೆ ಕನಸು. 'ಉರಿಯೋ ಸೂರ್ಯನ್ನ ನೋಡಬ್ಯಾಡಲೇ ಮಾದ್ಗ' ಅಂದ್ರು ಕೇಳಲಿಲ್ಲವಲ್ಲ – ಅಂತ ಮರುಗಿದಳು. ಕೈ ಕಾಲು ಸೋತಂತೆ, ನೂರಾರು ಸೂಜಿಗಳು ದೇಹ ಹೊಕ್ಕಂತೆ ಆಯಾಸವಾಗಿ ಬಾಯ್ಬಿಟ್ಟಳು. ಅರೆ ಬರೆ ಕನಸುಗಳು ಯಾತನೆಯ ಮಧ್ಯೆ ಬಸನಳ್ಳಿಯ ದಿಬ್ಬವನ್ನು ಹತ್ತುತಿದ್ದ ಟ್ಯಾಕ್ರಿಯ ಗುಡುಗುಡು ಸಪ್ಪಳ ಕೇಳಿ ಕೊಂಚ ನಕ್ಕಳು. ಅದರೊಟ್ಟಿಗೆ ಮಗ್ಗುಲಲ್ಲೇ ದೊಣ್ಣೆ, ಕುಡಲು, ಕಣಗ, ಮಚ್ಚುಗಳ ಸಪ್ಪಳ ಕೇಳಿ ಬಸವ್ವ ಬೇವಿನ ಮರದ ಬುಡಕ್ಕೆ ಕಸ್ಸಕ್ಕಂತ ಕುಂತಳು.

(ಪ್ರಜಾವಾಣಿ ದೀಪಾವಳಿ ಕಥಾಸ್ಪರ್ಧೆ 1996 – ತೀರ್ಪುಗಾರರ ಮೆಚ್ಚುಗೆ ಪಡೆದ ಕಥೆ)

ಶಿರವ ಸೋರೆಯ ಮಾಡಿ

ಮಡಿವಾಳ ಮಾಚಿದೇವ್ರು ಬಟ್ಟೆ ಗಂಟ್ನ ಆಕಾಸಕ್ಕೆಸೆದು ಪಟ್ಟದಾನೆಯ ಸಿರವ ಕತ್ತರಿಸಲು ಅದರ ಸುಂಡಿಲ ಇಡ್ದು 'ಹರಹರಾ ಮಹಾದೇವಾ!' ಎಂದವರೇ, ಕಡ್ಗದಿಂದ ಸಿರವ ತುಂಡು ಮಾಡಿ ಆಕಾಸಕ್ಕೆಸೆದರು ನೋಡು! – ಆಕಾಸದಿಂದ ಗಂಟೆಗಳು ಘಣಿಲು ಘಣಿಲೇ ಘಣಿಲು! ಘಣಿಲು ಘಣಿಲೇ ಘಣಿಲು!! – ಅಂತ ಸದ್ದು ಮಾಡುತ್ತಿದ್ದರೆ, ಮುಂದಿನ ಮಂತಿನ ಗುಂಡ್ಯಾಗೆ ಹಾರ್ಮನಿ ತಿದಿಮ್ಯಾಲೆ ಕುಂಟು ಕಾಲಿಕ್ಕೆಂಡು ಕುಂತಿದ್ದ ಕಿಸ್ಣಾಚಾರಿ ಹಾರ್ಮನಿ ಮೇಲೆ ಬೆಳ್ಳಾಡಿಸುತ 'ಶರಣರ ಸಂಗ, ಸುಣ್ಣವ ಮಡಿಲಲಿ ಕಟ್ಟಿಕೊಂಡು ಮಡುವ ಬಿದ್ದಂತೆ' –ಎಂದು ಹಿನ್ನೆಲೆಯ ಹಾಡುತ್ತಿದ್ದರೆ, ತಬಲ, ಕ್ಲಾರನೆಟ್ಟಿನ ಸಾಥಿಗಳು 'ಉಗೀ ಉಗೀ' ಅಂತ ಅಂತಿದ್ದಾರೆ. ಕಿಸ್ಣಾಚಾರಿ ಸಾವ್ರ ಸಾರಿ ಹೇಳ್ಕೆಂಕೊಟ್ಟುದ್ದ 'ಉಘೇ ಉಘೇ ಅಂತ ಅನ್ರಲೇ' ಅಂತ. 'ನಾಟ್ಕ ದಿವ್ಸನಾರ ಸರಿಯಾಗಿ ಅನ್ರಲೇ ಅಲ್ಲೂ ಉಗೀ ಉಗೀಂತ ಅಂದಿಗಿಂದಿರಾ' ಅಂತ. ಅವನಂದಂಗೆ ಎಡವಟ್ಟು ಮಾಡಿದ್ರೆ ಹೊರ್ತು 'ಉಘೇ' ಅನ್ನಲಿಲ್ಲ. ಮಂತಿನ ಮುಂದೆ ಸಾಗರವಾಗಿ ಕುಂತಿದ್ದ ಸುತ್ತಲ ಐಗೂರು, ತುಂಬಿಗೆರೆ, ಸಿದ್ದನೂರ ಜನ 'ಅಗಸನಾದ್ರೂ ಏನು ದೈವ! ಎಂಥಾ ಪವಾಡ ಪುರುಸ' ಅಂತ ಕುಂತಲ್ಲೇ ಮಾಚಿದೇವ್ರಿಗೆ ಸಣ ಮಾಡಿದರು. ಆಟೋತ್ತಿಗೆ ಮಂತಿನ ಹಿಂದಿನ ರಸ್ತೆ ಮ್ಯಾಗೆ ಏನೋ ಗುಡುಗುಡು ಪೋಂ ಪೋಂ – ಅನ್ನೋ ಸದ್ದು ಕೇಳಿ ಜನ ಮಾಚಿದೇವ್ರನ್ನ ಮಂತಿನ್ಯಾಗೆ ಬಿಟ್ಟು ಕುಂಡೆಗಂಟಿದ ದೂಳ ವದರಿ ಮಂತಿನ ಹಿಂದಕೆ ಓಡೋಗಿ ನೋಡ್ತಾರೆ! ಅಲ್ಲಿ – ಅಮಮಾ!

ಬಸನಳ್ಳಿಯ ಜನ ಆನಗೋಡು ಮರುಳಸಿದ್ದನ ಜಾತ್ರೆ ಬಂತೂ ಅಂದ್ರೆ ಒಂದು ನಾಟ್ಕವ ಆಡ್ಲೇಬೇಕು ಅನ್ನೋ ಕುಸುರಿಗೆ ಬಿದ್ದಿದ್ದರು. ನಾಟ್ಕ ಇವ್ರಿಗೆ ತೆವ್ಲು ಅಲ್ದೇಹೋದ್ರು ಧಾರ್ಮಿಕ ಕ್ರಿಯೆಯ ಒಂದು ಭಾಗವೇ ಆಗಿತ್ತು. ಮರುಳಸಿದ್ದನಿಗೆ ಹರಕೆ ಹೊತ್ತ ಪಾನಕದ ಬಂಡಿ, ಅನ್ನದ ಸೇವೆ, ಈಡುಗಾಯಿ ಸೇವೆ–ಹೆಂಗೆ ಮಾಡ್ತಾರೋ ಅಂಗೆ ನಾಟ್ಕವ ಆಡೋದು ಒಂದು ಸೇವೆ ಅಂತ ಅಂದ್ಕಂಡಿದ್ರು.

ಅದೇನು ಕತೆಯೋ ಏನೋ ನಾಟ್ಕ ಆಡಿದ ವತಾರೆನೆ ಆಕಾಶದಾಗ ಮೋಡ್ಗಗಳು ಕವಿದ್ಕಂಡು ಬೈಸೆರೆ ಹೊತ್ತಿಗೆ ದೂಪಾರ್ತಿ ಹಾಕ್ದಂಗೆ ದೆವ್ವದ ಮಳೆ ಸುರಿಯೋದು. ಬಸನಳ್ಳಿ ಕೆರೆಯಾಗೆ ಮನಾಮನಿ ನೀತುರ್ಂಬವು. ವತಾರೆ ಮಂದಿ ಎತ್ತುಗಳ ಹೆಗ್ಲ ಮ್ಯಾಲೆ ನೊಗ ಇಕ್ಕೆಂಡು ನಾಟ್ಕದ ಮಟ್ಟ ಹಾಡ್ತಾ ಹೋದ್ರೂಂದ್ರೆ ಭೂತಾಯಿನೂ ಹದ್ವಾಗಿ ಬಾರೋ ಬಾ ಸರದಾರ ಅನ್ನೊಂಗೆ ಕರೀತಿತ್ತು. ಆದ್ರೆ ಈ ವರ್ಷ ಆದ ಎಡ್ವಟ್ಟೇನು ಗೊತ್ತೆ? ಜಾತ್ರಿ ಆಗಿ, ನಾಟ್ಕ ಆಗಿ ವರ್ಷ ತುಂಬಾಕೆ ಬಂದ್ರೂ ನಾಕುಹನಿ ಉದ್ರಲಿಲ್ಲ, ನೆಲ ಉಳ್ಳಿಲ್ಲ, ಬೆಳೆ ಬೆಳೀಲಿಲ್ಲ. ನಿಲನಹಳ್ಳಿ ಹನುಮಂತನ ಪರುವ ಎಲ್ಡು ಬಾರಿ ಮಾಡಿ ಬಂದ್ರೂ, ಉಹುಂ! – ಜಪ್ಪಯ್ಯ ಅನ್ಲಿಲ್ಲ. ಮಟ್ಟಿ ಮ್ಯಾಗಿರೋ ಏಕತಾರಿಯಜ್ಜನ್ನ ಕೇಳಿ ಬಂದ್ರು, ಅವ್ನಂದ 'ಶಿರ ಉರುಳೋ ಮಾಭಾರತ ಬಿಡ್ರೊ, ಸಿರ ಹೊನ್ನ ಕಳಸ ಮಾಡೋ ಶರಣರ ಕಥಿ ಆಡ್ರೋ' –ಅಂತ. 'ಶರಣರ ಜಾತ್ರೀವಳ್ಗೆ ಶರಣರ ಕಥೆ ಕಟ್ಬೇಕಲ್ದೆ, ದುಡ್ಡೆ–ದುಗ್ಗಾಣಿಗೆ ಶಿರಕಡ್ದಾಡೋರ ಕಥಿ ಬ್ಯಾಡಾಂತ' ಪೌಳಿ ಕಟ್ಟೆ ಮ್ಯಾಗಿ ಕುಂತ ಮಂದಿ ತೀರ್ಮಾನಿಸಿದರು. ಮತ್ತು 'ತಾಲೀಮು ಮನೆ ಪೂಜೆ'ಗೆ ಹೋಗಿ ಬರ್ವಾಗ ಯಾರೋ ಕರುಗಲ್ಲ ಸ್ವಾಮಿಯನ್ನು ಮೆರೋಣಿಗೆಲಿ ನೋಡಿದಾರೆ, ಅದ್ಕೆ ಮಳೆ ಬಂದಿಲ್ಲ. ಈ ದಪದ ಮರೋಣ್ಣೆಗೆ ಯಾರೂ ಕರಗಲ್ಲ ಸ್ವಾಮಿ ದೇವ್ರನ ನೋಡಬಾರ್ದೂಂತ ತೀರ್ಮಾನವಾದ ಮ್ಯಾಲೆ ಕುಂಬಾರ ಭದ್ರ ರಾಯಲ್ ಬಸ್ಸು ಹತ್ತಿ ದಾವಣ್ಗೆರೆಗೋಗಿ 'ಜಗಜ್ಯೋತಿ ಬಸವೇಸ್ವರ' ಎಂಬ ನಾಟ್ಕದ ಪುಸ್ತಕವ ತಂದ. 'ಆನಗೋಡು ಮರುಳಸಿದ್ದನು ಬಸವಣ್ಣನು ಒಂದೇ ಕಾಲ್ದಾಗಿದ್ದೋರು. ಬಸವಣ್ಣನ ಕಥಿ ನೋಡಿ ಮರುಳಸಿದ್ದನಿಗೆ ಸಂತೋಸ ಆಗಿ ಮಳೆ ಬಂದ್ರೂ ಬಂದೀತು' ಅಂತ ಏಕತಾರಿಯಜ್ಜ ಅಂದುದ್ರಿಂದ 'ಬಸವೇಸ್ವರ' ನಾಟ್ಕವೇ ತಾಲೀಮಿನ ಮನೆಯಲ್ಲಿ ರಂಗೇರತೊಡಗಿತು.

ಸುತ್ತಲ ಎಡಬಲ ಹಳ್ಳಿಗಳಲ್ಲೆಲ್ಲಾ ಲಿಂಗಾತ್ರೆ ಹೆಚಾಗಿದ್ದಿ ದ್ರಿಂದ ಆನಗೋಡು ಹೋಬಳಿಯ ಎಡಕ್ಕೊಂದು ಬಲಕ್ಕೊಂದು ಲಿಂಗಾತ್ರ ಮಠಗಳೇ ಇದ್ದದ್ರಿಂದ್ಲೂ ನೂವೆ ಬಸವೇಸ್ವರ ನಾಟ್ಕಕ್ಕೆ ಹೆಚ್ಚು ಹುರುಪು ಬಂದಿತ್ತು. ಅದಲ್ದೇನೆ ನಾಟ್ಕಕ್ಕೊಂದು ವಸಾ ಅಟ್ರಾಕ್ಷನ್ ಕೊಡ್ಬೇಕು ಅನ್ನೋ ಕಿಸ್ಣಾಚಾರಿಯ ಬಾಯಿ ಮಾತಿನ ವಗರು. ಎಲ್ಲಾ ಕಡೆ ಹರಡಿ ಮತ್ತಷ್ಟು ಜನ ಜಮಾಯಿಸುವಂತೆ ಆಗಿತ್ತು. 'ಅಕ್ಕನಾಗಮ್ಮನ ವಟ್ಯಾಗೆ ಸಿವನ ಪ್ರಸಾದದಿಂದ ಹುಟ್ಟೋ ಕೂಸಿಗೆ ತೊಟ್ಲಿಕ್ಕಾಕೆ ಸಾಕ್ಷಾತ್ ಸಿವ ಪಾರೊತೇರೆ ಆಕಾಸದಿಂದ ಬಂದು ನೆಲದಾಗಾಸಿ ಹೊಕ್ಕಾ ರಂತೆ' ಅಂಬೋದು, 'ಮಡಿವಾಳ–ಮಾಚಿದೇವ ಬಟ್ಟೆ ಗಂಟ್ನ, ಆನೆ ಸುಂಡಲನ್ನ ಕೋದು ಮ್ಯಾಕೆಸೆದರೆ ಅವು ಅಂಗೇ ಮ್ಯಾಕೆ ಒಕ್ತಾವಂತೆ' ಅನ್ನೋ ಸುದ್ಧಿ ಕೇಳಿ ಜನ 'ಅದ್ಯಂಗಲೇ? ನೋಡಾನ ಬಾರ್ಲೇ' ಅಂತ ಅಂದ್ಕೆಂಡು ಸೇರಿದ ಜನವೇ ಜನ. ಸಾಗರದ ಜನ.

ಕಿಸ್ಣಾಚಾರಿ ನಾಟ್ಕದ ತೆಪ್ಲ ಹಚ್ಚಿಸ್ಕೆಂಡು ಊರೂರು ಅಲ್ದು, ತುಮಕೂರಿನಾಗೆ ಗುಬ್ಬಿ ಈರಣ್ಣನ ಕಂಪ್ನ್ಯಾಗೆ ನಾಕು ದಿನ ಇದ್ದು ಬಂದಿದ್ದ. ಈರಣ್ಣನ ಕಂಬ ವಡದು ಹೊರಗೆ ಬರೋ 'ಉಗ್ರ ನರಸಿಂಹನ್ನ' 'ಅಗ್ನಿ ವಳಗೋಗೋ ಸೀತಾಮಾತೆನ್ನ'

ನೋಡಿ ಬಂದ ಕಿಸ್ಣಾಚಾರಿ ಇಲ್ಲೂ ಅಂತದೇ ಮಾಡ್ಬೇಕೆಂದುಕೊಂಡಿದ್ದ. ಆದ್ರೇನು ಬಸನಳ್ಳಿಗೆ ಕರಂಟೆಂಬ ಕಂಬಗಳ ಮೂಲ್ಕ ಬರೋ ದೀಪಗಳು ಬಂದಿಲ್ದೇ ಇದ್ದುದ್ರಿಂದ ಕಿಸ್ಣಾಚಾರಿಗೆ ಪಡಿಪಾಟ್ಲಾತು. ಏನು ಮಾಡೋದು? ಯೆಂಗ ಮಾಡೋದು? ಅಂತ ಯೋಚ್ನೆ ಮಾಡಿ–'ಬಾವಿಗೆ ಕೊಡ ಇಳಿಬಿಡಂಗೆ – ಶಿವ ಪಾರೋತಿಯರ್ನ ಹಗ್ಗ ಕಟ್ಟಿ ಮಂತಿನ ಮ್ಯಾಲಿಂದ ಕೆಳಗಿಳಿಬಿಡೋದು–' ಅಂತ ಅಂದ್ಕಂಡ. ಮಾಚಿದೇವ್ರ ಎಸೆಯೋ ಸೊಂಡಿಲು ಬಟ್ಟೆಗಂಟ್ನ ಮಂತಿನ ಮ್ಯಾಗೆ ಇಬ್ರು ಕುಂತು ಕ್ಯಾಚು ಹಿಡಿಯೋದೂಂತ ತೀರ್ಮಾನಿಸಿದ.

ಕಿಸ್ಣಾಚಾರಿ ಈ ಸರ್ತಿ ಮಂತನ್ನ ಊರ ಮುಂದ್ಲ ಅಗಸಿ ಬಾಗ್ಲ ದಾಟಿ ಪೌಳಿ ಕಟ್ಟೆ ನಿಸೂರಿಗೆ ಹಾಕಿಸಿದ್ದ. ಈಸೂರ ದೇವ್ರ ಮಕ್ಕೆ ನಾಟ್ಕ ಕಾಣೋಹಂಗೆ ರಸ್ತೆ ಮ್ಯಾಲೆ ಕಂಬಗಳನ್ನ ಹುಗಿದು ಮಂತ ಕಟ್ಟಿಸಿದ್ದ. ವತಾರೆ ರಾಯಲ್ ಬಸ್ಸು ಹೋದ್ರೆ ಆ ದಾರ್ಯಾಗೆ ಇನ್ನ್ಯಾವ ಬಂಡಿಗಳ ಓಡಾಟನೂ ಇಲ್ಲದಿದ್ರಿಂದ ರಸ್ತೆ ಬಂದು ಮಾಡಿ ಮಂತು ಹಾಕಿಸಿದ್ದ. ವತಾರೆ ರಾಯಲ್ ಬರೋಷ್ಟತ್ತಿಗೆ ರಸ್ತೆ ನಿಕಾಲ್ ಮಾಡ್ಲಿದ್ರಾತು ಅನ್ನೋ ಯೋಚ್ನೆ ಕಿಸ್ಣಾಚಾರಿದು. ಊರವರು 'ಸೈ ಬಿಡು' ಅಂದಿದ್ದರು. ಬಾನುವಳ್ಳಿ, ದಾವಣ್ಗೆರೆಯಿಂದ ತರಿಸಿದ್ದ ಸೀನರಿಗಳಿಂದ ಝಗ ಝಗಿಸುತ್ತಿದ್ದ ಮಂತಿನಾಗೆ ಮಾಚಿದೇವ್ರು ಭಟರನ್ನು ನಿಲೆ ಆಕಿಕೊಂಡು ಭೀಸಣವಾಗಿದ್ದಾಗ್ಲೆ ಮಂತಿನ ಹಿಂದೆ ಗುಡುಗುಡು, ಪೋಂ ಪೋಂ ಅನ್ನೊ ಸದ್ದು ಬಂದದ್ದು... ಜನ ಮಾಚಿ ದೇವ್ರನ್ನ ಮಂತಿನ್ಯಾಗೆ ಬಿಟ್ಟು ಕುಂಡೆಗಡರಿದ ದೂಳ ವದರಿ ಮಂತಿನ ಹಿಂದಕೆ ಹೋಗಿ ನೋಡ್ತಾರಲ್ಲಿ! ಅಮಮಾ...

ಉದ್ದಾನೆ ಉದ್ದನೆಯ, ಕೆಂಪುಮೂತಿಯ ಮೂತಿಯಲ್ಲೊಂದು ಹೊಗೆ ಉಗುಳುವ ಕೊಳವೆಯ, ಕೊಳವೆಗಂಟಿಕೊಂಡಂಗೆ ಗುಂಡಕೆ, ಕೆಂಪಗೆ ಉಬ್ಬಿಕೊಂಡ ಆನ್ಗೋಡ ಜಾತ್ರ್ಯಾಗಿನ ರಬ್ಬರಿನ ಪೀಪಿಯಂಥಾ ಪೀಪಿ. ಅದಕ್ಕೆ ಸುಳ್ಳಿ ಸುತ್ತಿಕೊಂಡು ಮ್ಯಾಳಮಾಡಾರ ಬರುಗದಂತ ಕೊಳವೆಯ ಸುಳ್ಳಿ ; ಮ್ಯಾಲೆ ಕುಂತವನು ಸರ್ತಿ ಸರ್ತಿಗೂ ಅದನ್ನು ಅಮುಕಿ ಪೋಂಪೋಂ ಅನ್ನಿಸುವ ಅವನ ಕೈ ಚಳಕವೇನು? ತಲೆಗೊಂದು ಟೋಪಿ, ಕಣ್ಣಿಗೊಂದು ಕರಿ ಕನ್ನಡಕ ಹಾಕ್ಕಂಡು ಬಾಯಾಗೆ ಬೆಳ್ಳಿಕ್ಕಂಡು ನೋಡುವ ಹಂಗಿದ್ದ. ಅವನೆಲ್ಲಿ ಮಾಚಿ ದೇವ್ರೆಲ್ಲಿ? ಮಾಚಿದೇವ್ರೇನು ಮಹಾ? ಬಟ್ಟೆ ಗಂಟ್ನ, ಆನೆ ಸಿರವ ಕೋದು ಆಕಾಸಕ್ಕೆಸೆದರೇನಾತು? ಇಂಥಾದ್ದರ ಮ್ಯಾಲೆ ಕುಂತು ಅದ್ನ ಸವಾರಿ ಮಾಡ್ಯಾರಾ? ಎಂದೆನಿಸಿ, ಅವ್ನನ್ನೇ ಮಾಯಕಾರನ ಥರ ನೋಡ್ತಾ ನಿಂತ್ರೆ, ಮಾಯಕಾರ ಅಂದ–'ಯಾವ್ ಸೀಮೆ ಜನ್ರಯ ನೀವು, ದಾರಿಗೀರಿ ಬಂದು ಮಾಡಿ ಅದ್ಯಂತ ನಾಟ್ಕವಯ್ಯ' ಜನ ಪೇರಿಕಿತ್ತರು. 'ನನ್ನ ಅವಾಜ್‌ಗೆ ಹೆದ್ರವ್ರೇಂತ' ಮಾಯಾಕಾರ್ನಿಗೆ ಖುಸಿ ಆತು. ಜನಪೇರಿಕಿತ್ತಿದ್ದ 'ಟ್ಯಾಕ್ರಿ' ಎಂಬ ಸಬುದ ಕೇಳೀಂತ ಪಾಪ ಅವ್ನಿಗೇನು ಗೊತ್ತು!

ಮೊನ್ನೆಯ ಎಳ್ಳಮಾಸೆಗೆ ಎಡಬಲ ಐದುವರ್ಷದ ಹಿಂದೆ ಬಸವ್ವನ್ನ ಬೆತ್ಲೆ ಮಾಡಿ ಪೌಳಿ ಕಟ್ಟೆ ಮ್ಯಾಗಿರೋ ಬೇವಿನ ಮರಕ್ಕೆ ಕಟ್ಟಿ, ಬೆಲ್ಲದ ನೀರ ಹುಯ್ದು

ಕಟುಗ ಗೊದ್ದಗಳ್ನ ಮ್ಯಾಗೆ ಬಿಟ್ಟಾಗ ಆಕಿನ್ನ ಬಿಡಿಸಬೇಕಂತ ಮಾದಿಗ್ರ ದುರ್ಗ ಇದೇ ಟ್ಯಾಕ್ರಿ ಮ್ಯಾಲೆ ಬಂದಿದ್ದ. ಭರಮಜ್ಜನಾದಿಯಾಗಿ ಎಲ್ರೂ ಅವ್ನಿಗೆ ತದುಕಿ, ಟ್ಯಾಕ್ರಿಗೆ ಬೆಂಕಿ ಇಕ್ಕಿ ಐದು ವರ್ಸ ಬಳ್ಳಾರಿ ಜೇಲಾಗಿದ್ದು ಬಂದದ್ದನ ಜನ ಮರ್ತಿರ್ಲಿಲ್ಲ ಟ್ಯಾಕ್ರಿ ಅಂಬೋದು ಅಪಶಕುನ ಮುಂಡೇದೆಂದು ತಿಳ್ಕಂಡ ಜನ, ರಾತ್ರಿ ಹೊತ್ತಲ್ಲದ ಹೊತ್ತಲ್ಲಿ ಪೋಂಪೋಂ ಅಂತಲೇ ಬಂದ ಈ ಟ್ಯಾಕ್ರಿಯೂ ತಮ್ಮನ್ನು ಜೇಲಿಗೆ ಕಳಿಸುವಂತಾದ್ದೆಂದು ಬಿದ್ದೋಡಿ ಬಂದು ನಾಟ್ಕ ನೋಡೋರ ಥರ ಕಂಬಳಿ ಗುಬ್ರ್ಯಾಕ್ಕೆಂಡು ಕುಂತರು. ಮಾಯಕಾರ ಮಾತ್ರ ಪೋಂ ಪೋಂ ಅಂತ ಅನ್ನಿಸ್ತಾನೆ ಇದ್ದ.

ಮಾಚಿದೇವರು ಕಲ್ಯಾಣದಣ್ಣ ಬಸವಣ್ಣನನ್ನ 'ಬಸವಾ' ಎಂದು ಕರೆದ ಕೊಂಡಿ ಮಂಚಣ್ಣನನ್ನು ನಿಲೆ ಹಾಕಿ ನಿಲ್ಲಿಸಿ, ಕತ್ತಿ ಝುಳಪಿಸಿ ನಿಂತಿದ್ದಾರೆ; ಏನು ರೋಷಾವೇಶ! ಏನು ಆಟಾಟೋಪ!! 'ಬಸವಾ ಎಂದ ನಾಲಗೆಯೂ ಆಕಾಶಕ್ಕೆ ಹೋಗಲಿ' ಎಂದವರೆ ಮಂಚಣ್ಣನ ಮೇಲೆ ಎಗ್ರಬೇಕು ಅನ್ನೋ ಹೊತ್ತಿಗೆ ಸರಿಯಾಗಿ ಮಾಯಕಾರ ಪೋಂಪೋಂ ಎನ್ನಿಸಿಬಿಟ್ಟ. ಮಾಚಿದೇವ್ರ ಪಾತ್ರ ಮಾಡಿದ್ದ ರಟ್ಟಳ್ಳಿ ಕಲ್ಲನಿಗೆ ಮಾತು ಮರೆತು ಗಲಿಬಿಲಿಗೊಂಡು, ಏನ ಮಾಡಬೇಕೂ ಅನ್ನಾದ್ನೆ ಮರ್ತ. ಪಿತ್ತ ನೆತ್ತಿಗೇರಿ 'ಪೋಂಪೋಂ ಎನ್ನುವವನ ಸಿರವ ಕತ್ತರಿಸಿ ಆಕಾಸಕ್ಕೆಸೆಯದಿದ್ದರೆ ನನ್ನ ನಾಮವು ಮಡಿವಾಳಮಾಚಿದೇವರಲ್ಲವೆಂದು ತಿಳಿಯಿರಿ' ಎಂದವ್ನೆ ಕತ್ತಿ ಝುಳಪಿಸುತ್ತಾ ಸೈಡುವಿಂಗಿಗೆ ಜಿಗಿದು, ಅಲ್ಲಿಂದ ಮಂತಿನ ಹಿಂದೆ ನಿಂತಿದ್ದ ಟ್ಯಾಕ್ರಿಗೆ ನೆಗೆದನು. ಮಂಚಣ್ಣನಾದಿಯಾಗಿ ಸೂರಾಚಾರಿ, ಕಿಸ್ಣಾಚಾರಿ, ಭರಮಜ್ಜ 'ಅಲೆಲೇ' ಅಂತ ಬೆನ್ನು ಬಿದ್ದರು. ಕುಂತು ನಾಟ್ಕ ನೋಡ್ತಿದ್ದವರು 'ನಾನು ಹೇಳ್ಲಿಲೇನು? ಟ್ಯಾಕ್ರಿ ಬಂದ್ಮೈ ತೇಂದ್ರೆ ಏನೋ ಆತತೇಂತ' ಅಂತ ಅಂದ್ರೆ ಮತ್ತೆ ಕೆಲವರು ಮಾಚಿದೇವ್ರು ರಂಗದ ಮ್ಯಾಕೆ ಬಂದಾಗ ನಿಂಬೆಹಣ್ಣು ನೀವಾಳಿಸಿ 'ಕೂದಾಕುಲ್ಲ ಬಿಡ್ಲೆ , ಅವ್ನಿಗೆ ರಾವು ಬಡ್ದೈತೆ' ಆಂತ ಅಂದ್ಕಂಡರು. ಸೀನರಿ ತುಳಜ ರಾಜವನದ ತೆರೆ ಇಳಿಬಿಟ್ಟ.

ರಟ್ನಳ್ಳಿ ಕಲ್ಲನ ರಭಸವ ಕಂಡ ಟ್ಯಾಕ್ರಿಯಲ್ಲಿ ಕುಂತಿದ್ದ ಮಾಯಕಾರ್ನಿಗೆ ಬೆವ್ರು ಕಿತ್ತುಬಂತು. ಕೊಳಪಟ್ಟಿ ಇಡಿದು ಮಾಯಕಾರ್ನ ಅನಾಮತ್ತಾಗಿ ನೆಲಕ್ಕೆ ಕುಕ್ಕಿ ಬಿಟ್ಟು ಕೈಯಲ್ಲಿದ್ದ ಕತ್ತಿ ಇನ್ನೇನು ಕೆಲ್ಸ ಮಾಡ್ಬೇಕು ಅನ್ನೊದ್ರಾಗೆ ಟ್ಯಾಕ್ರಿ ಹಿಂದಿನಿಂದ 'ಬಿಡಣ್ಣೋ' ಎನ್ನುವ ಹೆಣ್ಣು ದನಿಯೊಂದನ್ನು ಕೇಳಿ ಕಲ್ಗ ಆಚಿಕಡ್ಗೆ ನೋಡ್ದ. ಟ್ಯಾಕ್ರಿಯಲ್ಲಿ ಹೆಣ್ಣೊಂದು ಕೂಸ್ನ ಅವಚಿಕೊಂಡು ಕುಂತೈತೆ. ಪಕ್ಕದಾಗೆ ಪೆಕ್ರನಂಗೆ ನಕ್ತಾ ಕುಂತ ಸೀಲಿಂಗ್ ಉರುಫ್ ಸೀಲಿಂಗೇಗೌಡ.

ಸೀಲಿಂಗನನ್ನು ನೋಡ್ತಿದ್ದಂಗೆ ಕಲ್ಗ, ಕಿಸ್ಣಾಚಾರಿ, ಅಕ್ಕನಾಗಮ್ಮ, ಬಸವಣ್ಣರಾದಿಯಾಗಿ ಟ್ಯಾಕ್ರಿಯ ಮುಂದೆ ನಿಂತ ಸರ್ವ ಭೂತಗಣಕ್ಕೆಲ್ಲಾ ಒಂದು ಚಣದಲ್ಲಿ ಎಲ್ಲವೂ ಅರ್ಥವಾಗಿ ಹೋಯ್ತು. 'ಎಲಾ! ಇವ್ನೋ ಸಡ್ಗ' ಅಂಥಾ ಉದ್ಗಾರ ತೆಗೆದು ಎಂಥಾ ಹತಗಾರನ್ಲೇ? ಅಂದಂಗೆ ಮಾಡಿದ್ನಲಲೇ... ಅಮಮಾ.' ಈಶಾಚಾರಿಯ ಹೆಂಡರು ಬೃಂದವ್ವನತಾಕ ಮಲಗಿ ಎದ್ದು ಬಂದ ಶಿವಲಿಂಗೇಗೌಡನ

ನಾಮವು ಬೆಳಗಾಗದ್ರೊಳಗೆ ಸೀಲಿಂಗನಾಗಿ ಬಿಟ್ಟಿತ್ತೆಂದರೆ ಅದು ಮೇಲುನೋಟಕ್ಕೆ ಬಸನಳ್ಳಿಯ ಜನರ ನೈತಿಕ ಪ್ರಜ್ಞೆಯನ್ನು ಹೇಳುವಂತದ್ದಾದರೂ ಅದಕ್ಕಿಂತ ಜೀವ ದಸಕ್ಕೆನ್ನಿಸೋ ಸತ್ಯ ರೆಕ್ಕೆ ಅಗಲಿಸಿ ಊರನ್ನೆಲ್ಲಾ ರೌಂಡು ಹೊಡೀತಿತ್ತು. ಬೃಂದವ್ವನಂಥಾ ಬೃಂದವ್ವನೇ ಬಂದೋರತಾಕೆ ಹೋದರತಾಕೆ 'ಥೂ! ಅವ್ನೋಸಡ್ಗಾಂತ' ಉಗಿದಿದ್ದೆ ಉಗಿದದ್ದು. ಹೆಂಗ್ಸರು 'ಅವನ್ಮಂಜಾಳಗ ಅವನ್ಯಾವ ಸೀಮೆ ಗಂಡ್ಸೇ' ಅಂತ ಸದರದಿಂದ ಮಾತಾಡಕ್ಕೆ ಸುರಿವಿಕ್ಕಿ ಕೊಂಡರು. ಸಿಗಂದೂರವ್ವನ ಬಸ್ನೀಕಟ್ಟೆ , ನಾಗಪೂಜೆಗೂ, ಮಕ್ಕಳಾಗದೇ ಇರೋಕು ಯಾವ್ದೇ ಸಂಬಂಧಾನೂ ಇಲ್ಲಾಂದಕಂಡರು.

ಗಂಡ ಈಶಾಚಾರಿಯಿಂದ ಸೀಲಿಂಗೇಗೌಡ ತನ್ನ ಮಗ್ಲಿಗೆ ಬತ್ತಾನಂತೆ ಅನ್ನೋ ಸುದ್ದಿಕೇಳಿ ಆರಕ್ಕಡಿ ಹಾರಿದ ಸಂತೋಷ ಬೃಂದವ್ವಂಗಾಗಿತ್ತು. ದೂರದ ಸೀಮೆಯ ಕೂಡ್ಲಿಗಿ, ಹಡಗ್ಲಿ, ಬಳ್ಳಾರಿ ಅಂಥಾ ತಿರುಗಿ ನೋಟಿನ ಕಂತೆ ಕಂತೆನ ನಾಟ್ಕದ ಸೂಳೇರ ಸೊಂಟದ ಮ್ಯಾಲೆ ಎಸೆದು ಬರಾವ್ನು, ಎದೆ, ಸೊಂಟ, ಕುಣಿಸೋ ರಂಡೇರಿಗೆಲ್ಲಾ ಇನಾಮು ಕೊಟ್ಟು ಬರೋನೂಂತ ಅವ್ನ ಬಗ್ಗೆ ಬೃಂದವ್ವ ಕೇಳಿಬಲ್ಲಳು. ಯೇಸೋ ಹೆಂಗ್ಸುರನ್ನ ಕಂಡವನು, ನನ್ನತಾಕ ಬರ್ತಾನೇ ಅನ್ನೋದೆ ತನ್ನ ಪುಣ್ಯವೆಂದು ಸಡಗರಗೊಂಡ ಬೃಂದವ್ವ ಬಚ್ಚಲಲ್ಲಿ ಕುಂತು ಹಬೆಯಾಡೋ ಆರು ಹಂಡೆ ನೀರ ಹೊಯ್ಕೆಂಡಳು. ರಾಜಾಸ್ನೋವ ಮಕಕ್ಕೆ ಹಚ್ಚಿಕೊಂಡು ಕಾದು ಕುಂತಳು. ಸೂರ್ಯ ಸ್ವಾಮಿ ಮುಳುಗಿ ಊರೆಲ್ಲಾ ಗುಬ್ಬ್ಯಾಕ್ಕೆಂಡ ಮ್ಯಾಲೆ ಸೀಲಿಂಗೇಗೌಡ ಬಂದ, ಸದ್ದು ಮಾಡದೆ ಹೋದ. 'ಇಸಿಸೀಂತ' ಬಚ್ಚಲಿಗೆ ಓಡಿದ ಬೃಂದವ್ವ ಆರು ಹಂಡೆ ನೀರ ಅರುವತ್ತು ಬಾರಿ 'ಥೂ ಅವ್ನೋಸಡ್ಗ' ಅಂತ ಅಂದ್ಕಂತಲೇ ಹೊಯ್ಕಂಡಳು. ಈಶಾಚಾರಿ 'ಯಾಕಲೇ' ಅಂತ ಅದ್ದರಿಸಿದಕ್ಕೆ 'ಇಂಗಿಂಗೇಂತ' ಅಂಬೋಳು. ಈಶಾಚಾರಿಯಂಥ ಈಶಾಚಾರಿಯೇ 'ಥೂ ಅವನವ್ವನು' ಅಂತ ಉಗಿದು ಉಪ್ಪಾಕಿದನು.

ಬೃಂದವ್ವನ ಮಾತನ್ನ ಊರಮಂದಿ ಅಷ್ಟು ಸಡನ್ನಾಗಿ ನಂಬೋ ಹಂಗಿರ್ಲಿಲ್ಲ. ದೊಡ್ಡ ಸಿಂಗಾರೆವ್ವನ ಒಗೆತನದಲ್ಲಿ ಬೆಳದು ಬಂದ ಮೊಮ್ಮಗ ಶಿವಲಿಂಗೇಗೌಡನನ್ನು ಅಷ್ಟು ಸದರವಾಗಿ ಕಾಣೋದು ಊರಮಂದಿಗೆ ಆಗಲಿಲ್ಲ. ಅದಲ್ದೇನೆ ಬಸನಳ್ಳಿಯ ಗಂಡಸ್ರಿಗೆಲ್ಲ ಬೃಂದವ್ವನ ದಿಗುರಿನ ಪರಾಕಾಷ್ಟೆಯು ತಿಳಿದದ್ದೇ ಆದುದರಿಂದ 'ಅವಳ್ಮಾತೇನು ಬಿಡ್ಲೆ' ಅಂತ ತತ್ವದ ನಮೂನೇಲೆ ಮಾತಾಡಾರು. ನಾಕುದಿನ ಏಕತಾರಿಯಜ್ಜನತ್ರ ಹೋಗಿ ತತ್ವವ, ಪದವ ಕೇಳ್ಕಂಬರಾರು. ಆದರೆ, ಬೃಂದವ್ವನ ಹಿಂದು, ಮುಂದನ್ನು ನೋಡಿದ ಕೂಡ್ಲೆ ಜೇಲಿನಲ್ಲಿ ಸಾಕ್ಷಾತ್ಕಾರವಾದ ತತ್ವಜ್ಞಾನವೆಲ್ಲಾ ಮಸಿಯಾಗಿ ಹೋಗ್ತಿತ್ತು. ಆದರೂ ಬೃಂದವ್ವ ಬಸವ್ವನ ಥರ ದಪ್ಪ ದನಿಯವಳಲ್ಲ. ಅವಳಾಗಲಿ, ಅವಳ ದನಿಯಾಗಲಿ ಎಂದೂ ಹೊಸ್ತಲ ದಾಟಿ ಹೊರಬಂದಿಲ್ಲ. ಶಿವಲಿಂಗೇಗೌಡನ ವಿಚಾರವಾಗಿಯಾದರೂ ಒಂದೆರಡು ದಿನ ಇಸಿಸೀಂತ ಒಳಗೇ ಅಂದುಕೊಂಡಳೇ ಹೊರತು ಬೀದಿಗೆ ತಂದಿರಲಿಲ್ಲ. ಆದರೆ ತನ್ನ ನರವ ಮೀಟಿ ಸೋರೆಯಲಿ ನಾದ ಹೊಂಡಿಸೋ ಶಕ್ತಿ ಇಲ್ಲದ ಈಶಾಚಾರಿಯನ್ನು ದಿನಾರಾತ್ರಿ ನಿಲೆ ಹಾಕಿ ರಂಪ ಮಾಡುತ್ತಿದ್ದ ಸುದ್ದಿಯಾದರೂ ಈಶಾಚಾರಿಯಿಂದಲೇ

ಬಸನಳ್ಳಿಯ ಬೀದಿಯಲ್ಲಿ ಅಂಬೆಗಾಲಿಕ್ಕಿತ್ತು. ಹಿಂಗೆ ಅಂಬೆಗಾಲಲ್ಲಿ ಬಂದ ಸುದ್ದಿಗೆ ಬಸನಳ್ಳಿಯ ಗಂಡಸರು ಕಿವಿಯಾಕಿದರು. ಕಣ್ಣು ಹಾಕಿದರು. ಪ್ರತಿರಾತ್ರಿ ಬೃಂದವ್ವನ ಕೋರ್ಟು ಮಾರ್ಷಲ್ಲಿಗೆ ಹೆದ್ರಿಕೆಂಡ ಈಶಾಚಾರಿಯು ರಾತ್ರಿ ಮನೆ ಮುಂದ್ಲ ಕಟ್ಟೆ ಮ್ಯಾಗೆ ಮಲಿಕ್ಕೆಳ್ಳುತ್ತಿದ್ದ ಪಡ್ಡೆ ಹುಡುಗ್ರನ್ನ ಎಳಕಾಬಂದು ಬೃಂದವ್ವನಿದಿರುಗೆ ನಿಲ್ಲಿಸಿ ಪಾರಾಗೋನು. ಈ ಸುದ್ದಿಯು ಅವ್ನಿಂದ ಇವ್ನಿಗೆ, ಇವ್ನಿಂದ ಅವ್ನಿಗೆ ಮುಟ್ಟಿ ಇಡೀ ಬಸನಳ್ಳಿಯ ಪಡ್ಡೆ ಹುಡುಗ್ರೆಲ್ಲಾ ರಾತ್ರಿ ಆಕ್ತಿದ್ದಂಗೆ ಥೂ! ಅವನವ್ವನಾ ಸೆಕೇಂದ್ರೆ ಸಕೇಂತ ಬ್ಯಾಸಿಗಿ ಕಾಲದಾಗೂ ಕೌದಿಗಳ್ನ ಹೆಗ್ಲಮ್ಯಾಲೆ ಆಕ್ಕೆಂಡು ಮನೆ ಮುಂದ್ಲ ಕಟ್ಟಿ ಮ್ಯಾಗೆ ಹಾಸ್ಕೆಂಡು ಮಲಗಾವು. ಎರಡು ಕಣ್ಣುಗಳ್ನ ಹೊರಕ್ಕೆ ಬಿಟ್ಕಂಡು ಕೌದಿನ ಪೂರ್ತಿ ಗುಬ್ಬ್ಯಾಕ್ಕೆಣವು. ಈಶಾಚಾರಿ ಆಗ ಬಂದಾನು ಈಗ ಬಂದಾನು ಅಂತ ಕಾದೇಕಾಯೋರು. ಏನಾರಾ ಗರಿ ಸರಕ್ಕಂದ್ರೂ ಸಾಕು ಅಲೆಲೇ ಈಶಾಚಾರಿ ಬಂದ ಕಣಲೇಂತ ಎದಿ ಡವಡವ ಹೊಡ್ಕಂಡು ಸಣ್ಣಗೆ ಮೈಬೆವರ್ಲಿಕೊಳ್ಳಾರು. ಬಂದೋನು ಈಶಾಚಾರಿ ಅಲ್ಲ ಯಾವ್ದೋ ಹಡದಿ ಎಮ್ಮೆ ಅಂತ ಗೊತ್ತಾದ ಕೂಡ್ಲೆ ಕಲ್ಲು ತಗೊಂಡು 'ಇದ್ರವ್ವನಾ' ಅಂತ ಬಾರ್ಸಾರು. ಹಿಂಗೆ ರಾತ್ರಿನೆಲ್ಲಾ ಈಶಾಚಾರಿಯ ಆಗಮನಕ್ಕೆ ಕಾದು ಕಾದು ಕಣ್ಣು ಕೆಂಪಗೆ ಮಾಡ್ಕೆಂಡು ಯಾವ್ಜೋ ಹೊತ್ನಲಿ ನಿದ್ದೇ ಹೋಗಾವು.

ಕಣ್ಣು ತೆಗದ್ರೆ ಗೇಣುದ್ದದ ಸೂರ್ಯಸ್ವಾಮಿ. ವತಾರೆ ಯಾರಾರ ಗೆಣೆಕಾರ್ರು ಸಿಕ್ರೆ 'ಏನ್ಲೇ ಸಮಾಚಾರ' ಅಂತ ಅಂದು ಈಶಾಚಾರಿ ಬಗ್ಗೆ ಏನಾರ ಹೇಳ್ತಾರಾಂತ ಕಿವಿ ಅಗ್ಲಸೋರು. ಯಾರೋ ಈಶಾಚಾರಿ ರಾತ್ರಿ ಆ ಬೀದ್ಯಾಗಿದ್ದಾಂತ ಸುಳಿವು ಕೊಟ್ರೆ, ಮುಂದಿನ ರಾತ್ರಿ ಬೀದ್ಯಾಗಿನ ಯಾರ್ದಾರ ಕಟ್ಟೀಮ್ಯಾಗೆ ಮಲಗೋರು. ಆ ಮನೇರು 'ಯಾಕ್ಲೇ ತಮ್ಮ ಇಲ್ಲಿ' ಅಂದ್ರೆ, 'ಏ ನಮ್ಮಾನ್ಯಾಗೆ ಬಾರಿ ತೆಗುಣಿ ಕಣ ಮಾವ' ಅಂತ ಅಂಬೋರು. ಸರಿಹೋತ್ತಾದ್ರು ಈಶಾಚಾರಿ ಆ ಬೀದಿಗೂ ಬರ್ದಿದ್ರೆ 'ಅಲೆಲೇ ಈಶಾಚಾರಿ ಆ ಬೀದಿಗೇನಾರ ಹೋದ್ನೆನೋಕಣಲೆ, ನಾವು ಅಲ್ಲೆ ಮಕ್ಕಂಡಿದ್ರೆ ಪಾಡಿತ್ತು' ಅಂತ ಕೌದಿ ಬಾಚ್ಕೆಂಡು ಓಡೋರು. ಹಿಂಗೆ ಆಕರಾಳ ವಿಕಾರಾಳ ಓಡುವ ಕಾಲ್ಗಳ ಕಂಡು ನಾಯಿ ಕೊಳ್ಳೆತ್ತಿ ಮುಗ್ಲು ಹರಿಯಂಗೆ ಬೊಗಳಾವು. ಹಿಂಗೆ ರಾತ್ರೆಲ್ಲಾ ಆ ಬೀದಿಯಿಂದ ಈ ಬೀದಿಗೆ, ಇಲ್ಲಿಂದ ಅಲ್ಲಿಗೆ ಲಾಳಿ ಇಕ್ಕೇ ಇಕ್ಕೇ ಸಾಕಾಗಿ ಆಚಾರಿ ಮನೆತಾಕ ಬಂದು ಇಣಿಕಿ ನೋಡಾರು. ನೋಡಿದ್ರೇ... ಅಮಮಾ! ಆಕಡೆಯಿಂದ ಈಕಡಿಗೆ ಈಕಡಿಂದ ಆಕಡಿಗೆ ನಡೆದಾಡೋ ನೂರಾರು ಕೌದಿಗಳು. ಬೆಳಗಾದ್ರೆ ಕರಾಪು ತಿದ್ದೋದೇನು? ಮಕಕ್ಕೆ ಸ್ನೋವ ಹಚ್ಚೋದೇನು? ಅಂಗಿ ತೀಡಿ ತೀಡಿ ಸುಕ್ಕ ತಿದ್ದಿ ಕಳ್ಳೋದೇನು? ಒಂದೇ ಎಲ್ಡೇ? ಹಗ್ಲಲೆಲ್ಲಾ ಹೊಲಕ್ಕೋಗದೆ ಕಣ್ಣ ಕೆಂಪಗೆ ಮಾಡಿಕೊಂಡು ಮಲಿಕ್ಕೆಳ್ಳ ಹುಡುಗ್ರ ನಡಾವಳಿಕೇನೆ ವಿಚಿತ್ರವೆನಿಸಿತು.

ಊರ ಯಜಮಾನ್ರಿಗೆ ಹುಡುಗ್ರ ಕಟ್ಟೆ ಪುರಾಣ ಗೊತ್ತಾಗೋಕೆ ಬಾಳ ದಿನಯೇನು ಬೇಕಾಗ್ಲಿಲ್ಲ. ಗೊತ್ತಾದದ್ದೇ ತಡ 'ಭೋಸುಡಿ ಮಕ್ಳ, ಮಾನ ಮರ್ವಾದೆ ಐತಿ? ಹೋಗ್ರೋ ಒಳಗ ಮಕ್ಕಳಿ' ಅಂತ ಗದ್ರಿಸಿ ಅವ್ರ ಕೌದೀನ ಕಟ್ಗೆ ಹಾಸಾವು. 'ಬರ್ಲಿ ಇವತ್ತು ಆಚಾರಿ ಗ್ರಾಚಾರ ಬಿಡುಸ್ತೀವಿ' ಅಂತ ಮೇಲೆ ಮೇಲೆ ಚೂಡು

ಮಾಡಿದ ದನಿಗಳು ಒಳಮನದಲ್ಲಿ ಸಡಗರ ಪಟ್ಟವು. ಕೌದಿ ಗುಬ್ಯಾಕ್ಕೆಂಡು ಕಣ್ಣು ಬಿಟ್ಕಂಡು ಈಶಾಚಾರಿ ಬಂದಾನಾಂತ ಕಾಯೋವು. ವತಾರೆ ನೋಡಿದ್ರೆ ಅವುಗಳ ಕಣ್ಗಳೂ ಕೆಂಪಗೇ. ಮನೆ ಹೆಂಗಸ್ರು 'ಅಯ್ಯೋ ಮೂಡ್ಲುಗಾಳಿ. ನಿಮ್ಮ ಮೈಗೆ ಆಗಲ್ಲ ಒಳಗೆ ಮಕ್ಕಳಿ' ಅಂತ ಅಂದ್ರೆ 'ಓಗೆಲೇ ಒಳಗೆ ಸೆಕೇಂದ್ರೆ ಸೆಕೆ' ಅಂತ ಅನ್ನೋವು. ಇವತ್ತಾರ ಆಚಾರಿ ಬಂದಾನಾಂತ ಕಟ್ಗೆ ಕೌದಿ ಹಾಸೋವು. ಅಂಗಾಡಿ, ಇಂಗಾಡಿ ಬಸವನಹಳ್ಳಿಯ ಹಿರೇರು, ಕಿರೇರು ಬೃಂದವ್ವನ ನರವ ಮೀಟುವಲ್ಲಿ ನಾಮುಂದು ತಾ ಮುಂದೂಂತ ನುಗ್ಗಾಡಿದ್ರು. ಹಡಗ್ಲಿ, ಕೂಡ್ಲಿಗೆಯೆಲ್ಲ ಸೀಮೆ ನೋಡಿ ಬಂದ ತಾನು ಊರೊಳಗಿನ ಹೆಣ್ಣನ್ನೊಮ್ಮೆ ನೋಡಬೇಕೆಂಬ ಲಾಲಸೆ ಮೂಡಿ ಶಿವಲಿಂಗೇ ಗೌಡನು ಸದ್ದು ಮಾಡದೇ ಹೋದ, ಅಂಗೇ ಬಂದ. ಯಾರೂ ಅವಳ ಶರೀರದಲ್ಲಾಗಲಿ, ಶಿರದಲ್ಲಾಗಲಿ ನಾದ ಹೊಂಡಿಸುವ ಕಲೆಗಾರಿಕೆಯೋ, ಶಕ್ತಿಯೋ, ಯುಕ್ತಿಯೋ ತಿಳಿಯದೇನೆ ಅಬ್ಬೇಪಾರಿಗಳಂತಾದ ಹೊತ್ತಿನಲ್ಲಿ ಮೀಸೆ ತಿರುವಿ ಬಂದವನೇ ಗರ್ಮಿ, ಉರುಫ್ ತಿಮ್ಮಸೆಟ್ಟಿ.

ಬಸನಳ್ಳಿಗೆ ರಾಯಲ್ ಬಸ್ಸು ಬಂದಾಗ ಅದರಲ್ಲಿ ಮೊದಲು ಬಂದಿಳಿದವನೇ ಈ ತಿಮ್ಮಸೆಟ್ಟಿ, ತಕ್ಕಡಿ ಕೆಜಿ ಕಲ್ಲನ್ನು ಊರ ಮಂದಿ ನೋಡಿದ್ದೇ ಆವಾಗ. ದಾವಣ್ಗೆರಿಯಿಂದ ಸೋಪು, ಚಾಪುಡಿ, ಕಾಫೀಪುಡಿ, ಅಂತ ಏನೇನೋ ಸಾಮಾನು ಹೊತ್ತು ತಂದ ತಿಮ್ಮಸೆಟ್ಟಿ ಕಾರಮಂಡಕ್ಕಿಯೆಂಬ ಬಾಯಿರುಚಿಯನ್ನು ತಂದುಹಾಕಿದನು. ವಡೆ, ಮೆಣಸಿನಕಾಯಿ, ಗಾರಿಗೆ, ಚಕ್ಕುಲಿಯಂತ ತರೋನು. ಜನ ಬಾಯಿಚಪ್ಪರಿಸಿದರು. ತಿಮ್ಮಸೆಟ್ಟಿಗೆ ಇಲ್ಲೇ ನೆಲೆಯೂರಿ ನಿಲ್ಲಲು ಹೇಳಿ ಬಿಸಿ ಬಿಸಿ ತಿಂಡಿಯನ್ನು ಮಾಡುವಂತೆ ಜನ ಒತ್ತಾಯಿಸಿದ್ದಲ್ಲದೆ ಬೊಂಬು, ಗಳ, ತೆಂಗಿಂಗರಿ ತಂದು ಶೀಲಿಂಗೇಗೌಡನ ಮನೆಯ ಹಿತ್ಲ ಖಾಲಿ ಜಾಗದಲ್ಲಿ ಅಂಗ್ಡಿಯೊಂದನ್ನು ಹಾಕಿದರು. ತಿಂಡಿಯ ಚಪ್ಪರಿಸುತ್ತ, ಬೃಂದವ್ವನ ಸೀಲಿಂಗನ ದಿಗರು, ವಗರಿನ ವಿಚಾರವನ್ನು ಚಪ್ಪರಿಸಿದರು. ತಿಮ್ಮಸೆಟ್ಟಿಯೋ ಮಸಾಲೆ ಎಣ್ಣೆ ವಾಸ್ನೆ ಕುಡಿದು ಕುಡಿದು ಗರ್ಮಿಯೂ ಹೆಚ್ಚಿಕೊಂಡಿತ್ತು. ಅಂಥವನಿಗೆ ಬೃಂದವ್ವನ ಬಗೆಗೆ ವಿಶೇಷ ಒಲವು ಮೂಡಲು ಸುರುವಾಗಿತ್ತು.

ಹಂಗೆ ನೋಡಿದ್ರೆ ತಿಮ್ಮಸೆಟ್ಟಿಗೆ ಬೃಂದವ್ವನ ಪರಿಚಯ ಹೊಸದೇನಲ್ಲ. ಈಶಾಚಾರಿಯಂಥ ಗಂಡಿಗೆ ಅವಳನ್ನು ತಂದು ಕಟ್ಟಿಹಾಕಿದವನೇ ತಿಮ್ಮಸೆಟ್ಟಿ. ಮಾದ್ರ ದುರ್ಗ ಪಂಚಾತಿ ಮೆಂಬರಾದಾಗ ಎಲ್ಲವ್ವನ ಕತಿ ಹೇಳಾಕೆ ಜೋಗತೆಮ್ನೋರ ಉಚ್ಚಂಗಿ ದುರ್ಗದಿಂದ ಕರ್ಸಿದ್ದ. ಅವರ ಹಾವಭಾವ, ಕಾಲುಕುಣಿಸೋ ರೀತಿ ಇನ್ನ್ಯಾತ್ರಾತುದ್ನೋ ನೋಡಿ ಅವರ್ಜೊತೆ ಪೇರಿ ಕಿತ್ತಿದ್ದ. ಒಂದಲ್ಲಾ ಒಂದು ದಪ ಈಶಾಚಾರಿ ಇಂಗೇ ಹೋಗುವವನೇ ಅಂತ ಬಸನಳ್ಳಿ ಜನ ಅಂದ್ಕಂಡಿದ್ರು. ತೆಳ್ಳಗೆ, ಬೆಳ್ಳಗೆ ಸಣ್ಣ – ಸೊಂಟದ; ನಡೀವಾಗ ಬಳುಕುವ, ನುಡಿವಾಗ ಹುಬ್ಬಾರಿಸುವ ಅವನ ವೈಖರಿಯಂತೂ ಹೆಂಗಸರನ್ನ ನೆನಪಿಗೆ ತರ್ತಿತ್ತು. 'ಇವನ್ಯಾವ ಸೀಮೆ ಗಂಡ್ಸಲೇ' ಅಂತ ಜನ ಅಂದ್ಕಣಾರು. ಅಂಥಾ ಈಶಾಚಾರಿ ಜೋಗತೆಮ್ನೋರ ಜತಿಗೆ ಓಡಿ ಹೋಗಿ

ಅಣಜಿ ಕೆರಿ ಏರಿಮ್ಯಾಲೆ ಸೀರೆ, ಕುಬಸ, ಕುಂಕುಮ, ಬಳೆ ಇಕ್ಕೆಂಡು ಕಾಲಿಗೆ ಗೆಜ್ಜೆ ಕಟ್ಕೆಂಡು 'ಎಲ್ಲಿಕಾಣೆ ಎಲ್ಲಿಕಾಣೆ ಎಲ್ಲಮ್ಮ ದೇವಿ' ಅಂತ ಅಣಜಿ ಬೀದಿ ಬೀದಿವಳಗೆ ಕುಣಿಬೇಕಾರೆ ತಿಮ್ಮಸೆಟ್ಟಿ ನೋಡಿದ್ದ. ಬಸನಳ್ಳಿಗೆ ಬಂದವನೇ ಸೂರಾಚಾರಿಗೆ 'ಇಂಗಿಂಗೇ' ಅಂದು ಅಳಿಯನಿಗೆ ಈ ಗತಿ ಬಂತೇ ಅಂದವನು, 'ಬಾರ್ಲೆ ಸೆಟ್ಟಿ ತೋರ್ಸ್ತ್'. ಅಂತ ಎಳೆದು ತಂದು ಅಣಜಿ ಬೀದಿವಳಗೆ ನಿಂತ್ರೆ 'ಏಳುಕೊಳ್ಳದ ಎಲ್ಲವ್ವಾ ತಾಯಿ, ನಿನ ಮದುವಿಯ ಮಾಡಿ ಕೊಟ್ಟಾರವ್ವ ಜಮಾದಗ್ನಿಗೆ' ಅಂತ ಈಶಾಚಾರಿ ಕೊಡಹೊತ್ತು ಕುಣಿತಾ ಅವ್ನೆ! ಸ್ವಾಟಿಗೆ ಎಲೆ ಅಡಿಕೆ ತುಂಬಿಕೊಂಡ ಜೋಗತೆಮ್ನೋರು ಕಾಲು ಕುಣಿಸ್ತ ಚೌಡಿಕೆ ಬಾರುಸ್ತಾ ಆವೆ! ಸೂರಾಚಾರಿ ಈಶಾಚಾರಿಗೆ ನಾಕು ಬಾರ್ಸಿ ದರಾದರಾಂತ ಎಳಕೊಂಡು ಹೋಗ್ತಾಯಿದ್ರೆ ಜೋಗತೆಮ್ನೋರು ಉಚ್ಚಂಗಿ ಕಡೀಗಿ ತಿರ್ಗಿ 'ತಾಯೇ ನಿನ್ನ ಕುಲವ ಕಾಯೇ' ಬಂದವು ಜೋಳಿಗಿಯಿಂದ ಭಂಡಾರ್ವ ತೆಗೆದು ಸೂರಾಚಾರಿಯ ಮೇಲೆ 'ಉದೋ ಉದೋ' ಅಂತ ಮೂರು ಸಾರಿ ಅಂದು ಎಸೆದರು ನೋಡು; ನಿಂತಿದ್ದ ಮಂದಿ 'ಆತು ಬಿಡಿನ್ನು' ಅಂತ ದಿಕ್ಕಾಪರ್ಲೆ ಕಾಲಕಿತ್ತರು. ಸೂರಾಚಾರಿ ಇದಾವುದಕ್ಕೂ ಕೇರು ಮಾಡದೆ ಈಶಾಚಾರಿನ ಎಳೆದೊಯ್ದು ಅಣಜಿಕೆರೆವಳಗೆ ಮುಳುಗಿಸಿ, ಹೊಸಪಂಚೆ ಅಂಗಿ ತೊಡ್ಸಿ 'ಏನ ಮಾಡಾನ್ಲೆ ಸೆಟ್ಟಿ' ಅಂದ. ತಿಮ್ಮ ಸೆಟ್ಟಿ 'ಒಂದು ಮದ್ವೀ ಮಾಡು' ಅಂದ. ಅಣಜಿವಳಗೇ ಇದ್ದ ರಾಮಾಚಾರಿ ಮಗಳು ಬೃಂದವ್ವನ್ನ ಅವತ್ತೇ ತೋರಿ, ಒಪ್ಪಿಸಿ ಮದಿವಿನೂ ಮಾಡ್ಸಿದ್ದ. 'ನನ್ಗೊಂದು ಗಂಡನ್ನ ಹುಡ್ಕೊಟ್ನಲ್ಲಾಂತ ತಿಮ್ಮಸೆಟ್ಟಿ ಮ್ಯಾಗ ಬೃಂದವ್ವನಿಗೆ ಕೃತಜ್ಞತೆ ಇದ್ರೆ, 'ಇಂಥಾ ಗಂಡು ತೋರ್ಸಿದ್ನಲ್ಲಾ' ಅಂತ ಸಿಟ್ಟು ಇತ್ತು. ಇವೆಲ್ಲು ಮಿಕ್ಸಾದ ಗಳಿಗೇಲಿ ತಿಮ್ಮಸೆಟ್ಟಿಯ ಗಮಲು ಹಾಸಿಗೆಗೆ ಬರುವಂತೆ ಕರೆದಿದ್ದಳು.

ಬೃಂದವ್ವನ, ಸೀಲಿಂಗೇಗೌಡನ ಇಚಾರ ಬಂದಾಗೆಲ್ಲ ಗರ್ಮಿಯು ತನ್ನ ಅಂಗ್ಡಿಯಲ್ಲಿ ಕುಂತ್ಕೆಂಡಿರುತ್ತಿದ್ದ ಗಂಡುಸ್ತ್ರ 'ಯಾವುದನ್ನ ಯಂಗೆ ನುಡಿಸ್ಬೇಕು ಅನ್ನೋದು ಗೊತ್ತಿದ್ದವನೇ ಕಲೆಗಾರ ಕಣ್ರೋ. ಏಕತಾರಿಯಜ್ಜನ ತಂಬೂರಿ ತಂತಿಯ ಅಂದಂಗೆ ಮಾದ್ರ ತಪ್ಡೇನ ಅನ್ನಕಾಕುತ. ತಪ್ಡೇನ ಬೆಂಕಿಗೆ ಹಾಕಿ, ಅದ್ರ ಚರ್ಮವ ಹದ್ವಾಗಿ ಕಾಯ್ಸಿ ಕೋಲು ತಗೊಂಡು ಬಾರ್ಸಿದ್ರೆ ಬ್ರಹ್ಮಾನಂದ ಹೊರಡೋದು . ಯಾವದನ್ನ ಯಂಗ್ ಬಾರಸ್ಬೇಕು ಅನ್ನೋದೆ ನಿಮ್ಗೆ ತಿಳುದಿಲ್ಲ' ಅಂತ ಅನ್ನೋನು. ಇಂಥಾ ಗರ್ಮಿ ಹನುಮನು ತಪ್ಪೆಯಂಥಾ ಬೃಂದವ್ವನತಾಕ ಹೋಗಿ ಸದ್ದು ಮಾಡಿ ಬಂದ. ಅಂತಿಂಥ ಸದ್ದಲ್ಲ ಬ್ರಹ್ಮಾನಾದದ ಸದ್ದು. ಈ ಸುದ್ದಿಯೂ ಬಸನಳ್ಳಿಯ ಬೀದಿಯಲ್ಲಿ ಅಂಬೆಗಾಲಿಕ್ಕಿತು. ಇದನ್ನು ಸೊತಾ ಗರ್ಮಿಯೇ ಮೀಸೆ ಮ್ಯಾಲೆ ಕೈಹಾಕಿಕೊಂಡು ಹೇಳಿದ. ಬಸನಳ್ಳಿ ಗಂಡಸ್ರನ್ನ ಚ್ಯಾಷ್ಟಿ ಮಾಡಿದ. 'ಎಣ್ಣೆ ಮಸಲಾ ವಡೆಯ ತಿಂದೂ ಸೆಟ್ಟಿ ಸೂಳೇಮಗಂಗೆ ನೆಣಹೆಚ್ಚಾಗೆತಲ್ರೇ' ಎಂದು ಹೊಟ್ಟೆ ಉರಿ ತಾಳದೆ ಆಡಿಕೊಂಡರು. ಅಂಗೆ 'ತಾವು ಅವ್ನೆಲ್ಲ ತಿಂದ್ರೆ ಎಂಗೆ?' ಅಂತ ಯೇಚ್ನೆ ಮಾಡಿ ಗರ್ಮಿ ಅಂಗ್ಡಿಗೆ ಮುಗೆ ಬಿದ್ದರು. ವತ್‌ವತಾರೆನೆ ಇನ್ನೂ ಮಲಿಕ್ಕೆಂಡಿದ್ದ

ಗರ್ಮಿಯ ಎಬ್ಬಿಸಿ, ಬಾಂಡ್ಲಿ ಇಟ್ಟು ಎಣ್ಣೆ ಒಯ್ದು ಕೂತ ಕೊತಾಂತ ಕುದಿಸಿ ಅದ್ರಾಗೆ ಕಡ್ಲೆಹಿಟ್ಟು ಹಚ್ಚಿದ ಮೆಣಸಿನಕಾಯಿ ಇಳಿಬಿಟ್ಟಾಗ ಸೊಂಯ್ ಅಂತ ಏಳೋ ಹೋಗೇನಲ್ಲ ಬಸನಳ್ಳಿ ಗಂಡಸ್ರು ಮೂಸಿದ್ದೇ ಮೂಸಿದ್ದು. ಹೊಗೆ ಒಂಚೂರು ವೇಸ್ಟ್ ಆಗದಂಗೆ ಹೀರಿ ಮಾಡಿದ ವಡೆ, ಮೆಣಸಿಕಾಯಿನೆಲ್ಲ ತಿಂದು 'ಥರ್' ಅಂತ ತೇಗಿದ್ದೇ ತೇಗಿದ್ದು. ಹಿಂಗೆ ತೇಗಿದ ಮೂರ್ನಾಕು ದಿನಕ್ಕೆ ರಾಟೇರ ಪರಮಿಗೆ ಗೂರ್ಲು ಹತ್ತಿ ಹಗ್ಲೂ ರಾತ್ರಿ ಕೆಮ್ಮಿದ್ದೇ ಕೆಮ್ಮಿದ್ದು. ಬಾಗ್ಲರ ಬಸ್ಯನಿಗೆ ಬೇದಿ ಹಿಡ್ಕಂಡು ಹೊಂಡಕ್ಕೆ ಓಡಿದ್ದೆ ಓಡಿದ್ದು. ಯಾವನಿಗೂ ಬ್ರಹ್ಮನಾದ ಹೊಂಡಿಸೋ ಸಕ್ತಿ ಬರೋದಿರ್ಲಿ ಇರೋ ಪ್ರಾಣವಾಯುನ ಉಳಿಸ್ಕಂಡ್ರೆ ಸಾಕಾಗಿತ್ತು.

ಬ್ರಹ್ಮನಾದದ ಸುದ್ದಿ ಹಿಂಗೇ ಹಬ್ಬಿದ ಒಂದಿನ, ಅಂಗ್ಡಿಗೆ ಎಂದೂ ಬರದ ಸೀಲಿಂಗೇಗೌಡ ಬಂದ. ಬಂದಾಗ ರೊಂಡೇರ ಕೆಂಚ, ಬಾಗ್ಲರ ಬಸ್ಯ, ಕುಂತಕೆಂಡು ಸಿದ್ರಾಮನ ಲಾ ಪಾಯಿಂಟ್ ಕೇಳ್ತಿದ್ರು. ಗರ್ಮಿ ವಡೆ ಮಾಡಾಕೆ ಒಲೆ ಮ್ಯಾಲೆ ಬಾಂಡ್ಲಿ ಇಕ್ಕಿದ್ದ. ಸೀಲಿಂಗನನ್ನು ನೋಡಿ ಬಸ್ಯ ಕಿಸ್ಲಕ್ಕಂತ ನಕ್ಕ ಸಿದ್ರಾಮ 'ಬಾ ಸೀಲಿಂಗಣ್ಣ ಬ್ರಹ್ಮನಾದ ಹೊಂಡಿಸೋ ಟಾನಿಕ್ಕಿಗೆ ಬಂದ್ಯಾ' ಎಂದು ಕೊಕ್ಕರಿಸಿ ಹೊರನಡೆದರು. ಗರ್ಮಿಗೆ ನಗು ಆಶ್ಚರ್ಯ ಎಲ್ಲೂ ಆಯ್ತು. ಸೀಲಿಂಗಣ್ಣನನ್ನ ಮಣೆ ಮ್ಯಾಗೆ ಕುಂದ್ರಿಸಿ, ಮಕದ ಮ್ಯಾಲಾದ ಗಾಯಗಳ್ನ ತೋರಿಸ್ತ ಏನು, ಎತ್ತಾಂತ ಯಿಚಾರಿಸಿದ.

ನಾಕುದಿನದ ಕೆಳಗೆ ತನ್ನ ದಾಯಾದಿಗಳಾದ ಶಿಖ್ರಿ, ಬಸ್ವೇಗೌಡ, ಅವರ ಮಕ್ಕಳು ತದುಕಿದ ಸಂಗತಿ ಗರ್ಮಿಗೆ ಯಾಕೋ ತಿಳಿದಿಲ್ಲಾಂತ ಕಾಣುತ್ತೆ ಅಂತ ಅಂದ್ಕಂಡ ಸೀಲಿಂಗೇಗೌಡ ಅವರನ್ನು ತಾನು ನಿಲೆ ಹಾಕಿಕೊಂಡ ಸಂಗತಿಯನ್ನು ಹೇಳಿಕೊಂಡ.

ತನ್ನ ದಾಯಾದಿಗಳಿಗೆ ಸೀಲಿಂಗೆಗೌಡ ಮಜಾಮಾಡಿ ಅಳಿದುಳಿದ ಆಸ್ತಿಯ ಮೇಲೆ ಅವರ ಕಣ್ಣು ಬಿದ್ದಿತ್ತು. ತಮ್ಮ ಆಸ್ತಿಯನ್ನ, ದಾವಣ್ಗೆರೆಗೆ ರಾಯಲ್ ಬಸ್ಸು ಹತ್ತಿ ಹೋಗಿ, ನಾಟ್ಕ, ಡ್ವಾಸೆ, ಓಸೀಂತ ಅಂಡಾವರ್ಲ ಮಾಡಿಕ್ಕಂಡ ಮ್ಯಾಲೆ, ಮಕ್ಕಳಿಲ್ಲದ ಇವನ ಆಸ್ತಿ ಮ್ಯಾಲೆ ಕಣ್ಣಾಕೆಂಡು ಕುಂತಿದ್ರು. ಅವ್ನಿಗೇನಾರ ಮಕ್ಳಾದ್ರೇನು ಶಿವನೇಂತ ಬಾಯಾಗೆ ಅಕ್ಕಿಕಾಳು ಅಕ್ಕೆಂಡು ಕಾಯೋರು. ಬೃಂದವ್ವನು 'ಇಸಿಸೀಂದ' ಇಚಾರ ತಿಳಿದ ಮ್ಯಾಲೆ ಅವರು ಹಾಲು ಕುಡಿದಿದ್ದರು. ಸಿಕ್ಕ ಸಿಕ್ಕವರತಾಕ 'ಸೀಲಿಂಗುಗೆ ಇನ್ನೆಲ್ಲೀ ಮಕ್ಳು? ಅವನಾಸ್ತಿ ಪಾಸ್ತಿಯೆಲ್ಲ ನಮ್ದೇಯ. ಅವ್ನು ಸಾಯಾದೊಂದೆ ಬಾಕೀಂತ' ಬೊಂಬು ಸೀಳಿ, ಸಿದಿಗಿ ಕಟ್ಟಿಕೆಂಡು ಇನ್ನೇನು ಅವ್ನ ಹೆಣಕ್ಕೆ ಕಾದಕಂಡು ಕುಂತೋರ ಥರ ಆಡ್ತಿದ್ದ ಮಾತನ್ನ ಸೀಲಿಂಗ ಕೇಳಿ ಊರ ಮುಂದೆ ನಿಲೆ ಹಾಕಿಕೊಂಡಿದ್ದ. ಅವರು 'ನಾವೇನು ತಪ್ಪು ಮಾತಾಡಿದಿವ? ಬೇಕಾದ್ರ ಬೃಂದವ್ವನ್ನ ಕೇಳಿನೋಡು, ಅವ್ಳು ಯೋಳ್ತಾಳೆ ನಿನ್ನ ಯೋಗ್ತೇನ' ಅಂತ ಕೊಕ್ಕರಿಸಿದರು. ಸೀಲಿಂಗನಿಗೆ ಪಿತ್ತ ನೆತ್ತಿಗೇರಿ 'ಅಂಗೇನಾರ ಆದ್ರೆ ನನ್ನ ಆಸ್ತಿನೆಲ್ಲ ಮಠಕ್ಕೆ ಬರ್ದೇನೆ ಹೊರತು ನಿಮ್ಗೆ ದಕ್ಕಾಕ ಬಿಡಲ್ಲ' ಅಂತ ಹಲ್ಲು ಕಡಿದು 'ಗಂಟಕಳ್ಳ ಸೂಳೆಮಕ್ಳ' ಅಂತ ಬೈಯ್ದು. 'ಗಂಟಕಳ್ಳ ಸೂಳೆಮಕ್ಳ' ಅಂತ ಅಂದುದ್ದಕ್ಕಿಂತ ಅವ್ರಿಗೆ ಆಸ್ತಿನ ಕೈಗೆ ದಕ್ಕದಂಗೆ ಅವನು ಮಾಡಿರೋ ಸಂಚು ಕೇಳಿ ರಕ್ತ ಕೆದರಿಕೊಂಡಿತು. ಅವ್ರೆಲ್ಲ ಅವನ ಮ್ಯಾಲೆ ಮುಗೇ

ಬಿದ್ದು, ಮೂತಿ ಮುಸುಡಿ ಅನ್ನದಂಗೆ ಚಿಚ್ಚಿಹಾಕಿದ್ರು. ಆ ಏಟಗಳ್ನ ಮಂಚದ ಮ್ಯಾಲೆ ಮಲಗಿ ನಾಕು ದಿನ ಸುಧಾರಿಸಿಕೊಂಡ. ಹಂಗೇ ಮಲಗಿದ ನಾಕುದಿನದಲ್ಲಿ ಒಂದು ತೀರ್ಮಾನಕ್ಕು ಬಂದಿದ್ದ. 'ಆ ಸೂಳೆಮಕ್ಳಿಗೆ ಆಸ್ತಿ ದಕ್ಕಬಾರ್ದೂಂದ್ರೆ ಯಂಗಾರ ಮಾಡಿ ಮಕ್ಳ ಮಾಡ್ಕಾಬೇಕು' ಅಂತ.

ತನಗೆ ಮಕ್ಕಳಾಗದ್ದು ಯಾವ್ದೋ ಜನುಮದ ಕರ್ಮದ ಫಲವೆಂದು ತಿಳಿದಿದ್ದ ಸಿಗಂದೂರಿ, ವತಾರೆನೇ ಬ್ಯಾಗ ಎದ್ದು, ತಣ್ಣೀರ್ನಾಗೆ ಸ್ನಾನ ಮಾಡಿ, ಬನ್ನಿ ಪೂಜೆ ಮಾಡ್ಕೆಂಡು ತನ್ನ ಕರ್ಮ ಬಗೆ ಹರಿದು ಒಡಲು ತುಂಬಲೆಂದು ಊರ ಮುಂದ್ಲ ಹನುಮಂತ ದೇವರನ್ನು ಅಪ್ಪಿ ಅಪ್ಪಿ ಬರೋಳು. ಇಂಥಾ ಸಿಗಂದೂರಿಯನ್ನು ತನ್ನ ಮಂಚದ ಮ್ಯಾಲೆ ಕುಂದ್ರಿಸಿಕೆಂಡು, ಅವಳ ಕೈಹಿಡಿದು ಬಿಕ್ಕಿದ. 'ನೀನು ಯಂಗಾರ ಮಾಡಿ ಕೂಸ್ನ ಮಾಡ್ಕ್ಯ' ಅಂತ ಅಂದಕೂಡ್ಲೆ ಸಿಗಂದೂರಿ ಹೌಹಾರಿದಳು 'ಯಂಗಾರ ಮಾಡಿ' ಅನ್ನೋ ಶಬುದ ಕೇಳ್ತಿದ್ದಂಗೆ ಅವ್ಳಿಗೆ ತನ್ನ ತವರೂರು ಸಾವಳಿಗಿ ಜಾತ್ರಿ ನೆನಪಾತು.

ಸಾವಳಿಗೆ ಜಾತ್ರಿಗೋದಾಗ ಸಿದ್ದೇಶನಿಗೆ ಎಡೆಕೊಡಾಕ ಬಂದಿದ್ದ ಸಿಂಗಾರವ್ವ ಅಂದಿದ್ದು 'ಏನು ನಿನ್ನ ಕೈಯಾಗಿನ್ನು ಕೂಸು ಬಂದಿಲ್ಲೇನು?' ಅಂತ. ಸಿಗಂದೂರಿಗೆ ಸಿಂಗಾರವ್ವನ ಕೈಗೆ ಕೂಸು ಬಂದ ಸಂಗತಿಯು ತಿಳಿದಂತಾದ್ದೇನೂ ಅಲ್ಲ. ಅರಮನಿ ಕಂಬಗಳ ನಡುವೆ ಬೇಹೋಶ್ ಆಗಿ ದೇಸಾಯಿಯಿಂದ ಮಕ್ಕಾಗಲ್ಲಾಂತ ಗೊತ್ತು ಮಾಡ್ಕೆಂಡ ಸಿಂಗಾರೆವ್ವ ಆಳುಮಗ 'ಮರ್ಯಾ'ನ ಜೋಡಿ ಮಕ್ಕಂಡಿದ್ದ ತಿಳಿದ ದೇಸಾಯಿ ಗುಂಡು ಹೊಡಕ್ಕೊಂಡು ಸತ್ತಿದ್ದ. ಇದನ್ನೆಲ್ಲ ಸಿಗಂದೂರಿ ಬಲ್ಲಳು. ಇಂಥಾ ಸಿಗಂದೂರಿಯ ಕೈಹಿಡಿದು ಸಿಂಗಾರೆವ್ವ 'ಯಂಗಾರ ಮಾಡಿ ಕೂಸ್ನ ಮಾಡ್ಕೊ' ಅಂತ ಅಂದಿದ್ಲು. ತೊಡೆನೋಡ್ತಿದ್ದಂಗೆ ಬೇಹೋಶ್ ಆಗೋ ದೇಸಾಯಿನೆ ಅವಮಾನಕ್ಕೆ ಸತ್ರೆ, ತನ್ನ ಗಂಡ ಇದೇನನ್ನ ನನ್ನ ಮುಂದೆ ಹರಡ್ತಿದ್ದಾನಲ್ಲಾಂತ ಕೊಸರಿಕೊಂಡು ಮಂಚದ ಮ್ಯಾಲಿಂದ ಒಳಮನೆ ಸೇರಿ ಮುಳ ಮುಳಾಂತ ಅಳೋಕೆ ಸುರು ಮಾಡಿದಳು. 'ಇವಳು ಯಂಗಾರ ಮಾಡಿ ಕೂಸ ಮಾಡ್ಕೆಳಾದು' ಉಂಟೇ? ಎಂದು ಆತಂಕಗೊಂಡ ಶೀಲಿಂಗ ತಾನೇ ಮುಂದಾಗಿದ್ದ. ಬ್ರಹ್ಮನಾದದ ಗರ್ಮಿಯನ್ನು ಅದಕ್ಕೆ ಹುಡಿಕ್ಕೆಂಬಂದಿದ್ದ.

ಗರ್ಮಿ ಸೊಲುಪ ಹೊತ್ತು ಏನೂ ಮಾತಾಡ್ಲಿಲ್ಲ. ಸಿಗಂದೂರಿಯಂಥಾ ಪತಿವ್ರತೆಯ ಮುಟ್ಟಲು ಅವನ ಒಳಮನಸ್ಸು ಹಿಂದೇಟು ಆಕುತ್ತಿತ್ತು. ಆದ್ರೆ ಎದ್ರಿಗೆ ಇಕ್ಕೆಂಡು ಕುಂತಿದ್ದ ಬಾಂಡ್ಲಿಯಲ್ಲಿನ ಎಣ್ಣೆ ಕೊತ ಕೊತಾಂತ ಅನ್ನತೊಡಗಿ ಅದ್ರಿಂದ ಗಮಲು ಮೂಗಡರಿದಂತೆ ವಿಲಕ್ಷಣ ಆಸೆಯೊಂದು ಗರಿಗೆದರಿತು.

ಬೆಳಗಾದ್ರೆ ಆನ್ನೋಡು ಜಾತ್ರಿ. ತೇರ ಹರಿಸ್ಕೆಂಬಂದು ನಾಟ್ಕವ ನೋಡೋ ಹುರುಪು ಈ ಸಾರಿ ಇದ್ದಿಲ್ಲ. ಮಾದ್ರ ದುರ್ಗ 'ಈ ಸಾರಿ ನಾವು ಆಟ ಆಡ್ತೀವಿ ಯಾವಾಗ್ಲೂ ಲಿಂಗಾತ್ರೇ ಆಡ್ಬೇಕಾ' ಅಂತ ಸವಾಲು ಹಾಕಿ, 'ಸಂಗ್ಯಾಬಾಳ್ಯಾ' ಆಡಲು ಈಸೂರ ದೇವ್ರಗ್ವಾಡಿಗೆ ಮಂತುಹಾಕಿಸಿದ್ದ. 'ಲಿಂಗಾತ್ರ ಕೇರ್ಯಾಗೆ

ಮಾದ್ರು ನಾಟ್ಕ ಆಡೋದು ಅಂದ್ರೇನು, ಲಿಂಗಾತ್ರು ನೋಡೋದು ಅಂದ್ರೇನು?' ಅಂತ ರಾಂಗಾಗಿದ್ದ ಭರಮಜ್ಜ 'ಯಾವ ಲಿಂಗಾತ್ರು ನಾಟ್ಕ ನೋಡಬಾರದೂಂತ' ಫರ್ಮಾನು ಹೊಂಡಿಸಿದ್ದ. 'ಚೆಂಜಿಕೆ ಲಿಂಗಾತ್ರಿಗೂ ಮಾದಗ್ರಿಗೂ ಮನಾಮನಿ ಬಡದಾಟ ಆತತಲೇಂತ ಬಾಯಾಗ ಅಕ್ಕಿಕಾಳು ಆಕ್ಕೆಂಡ ಜನ ಜಾತ್ರಿಗೆ ಬಂದಿದ್ದ ಹೊಸ ಸೊಸೇರಿಗೆ ರಥದ ಕಳಸವ ತೋರ್ಸಿ, ಬೇಗ ಬೇಗನೆ ಗಾಡಿಗಳ್ನ ಓಡಿಸ್ಕೆಂಡು ಬಂದು ಊರು ಸೇರಿ ಮಕ್ಳು ಮರಿಗಳನ್ನ ಒಳದಬ್ಬಿ ಅಗಳಿ ಆಕ್ಕೆಂಡಿದ್ರು. ಇಂಥಾ ಸಲುವಲ್ಲದ ರಾತ್ರಿಯೇ ಸಿಗಂದೂರಿಯ ಮೀಸಲು ಮುರಿಯಲು ತಕ್ಕುದೆಂದು ಸೀಲಿಂಗ ಗರ್ಮಿ ತೀರ್ಮಾನಕ್ಕೆ ಬಂದಿದ್ದರು.

ಹಿಡಿಮಂದಿ ಹಟ್ಟಿಯವರ್ನ ಕುಂದ್ರಿಸ್ಕೆಂಡು ದುರ್ಗ ನಾಟ್ಕವ ಸುರು ಹಚ್ಚಿಕೊಂಡಿದ್ದ. ನೀನೇ ಅಂಬ ಒಬ್ಬೇ ಒಬ್ಬ ಲಿಂಗಾತ್ರು ನಾಟ್ಕ ನೋಡಾಕೆ ಬಂದಿರ್ಲಿಲ್ಲ. ಸೀಲಿಂಗೇಗೌಡ ಮಾತ್ರ ದೂರದ ಪೌಳಿಕಟ್ಟೇ ಮ್ಯಾಗೆ ಕಂಬಳಿ ಗುಬ್ರ್ಯಾಕೆಂಡು ಕುಂತಿದ್ದ. 'ಸೀಲಿಂಗಣ್ಣ ಒಬ್ಬನಾರ ಬಂದನಲ್ಲಾಂತ' ದುರ್ಗನಿಗೆ ಸಮಾಧಾನ 'ನನ್ನ ಮಾತಮೀರಿ ಹೋದ್ನಲ್ಲಾಂತ' ಭರಮಜ್ಜನಿಗೆ ಕುದಿ. ಆದ್ರೆ ಸೀಲಿಂಗ ಅಲ್ಲಿ ಯಾಕೆ ಕುಂತಾನೆ ಅನ್ನೋ 'ಅಸ್ಲಿ' ವಿಚಾರ ಯಾರ್ಗೂ ತಿಳಿದಿರ್ಲಿಲ್ಲ.

ಪರವ್ವನ ಕುಂಟಲತನದಿಂದ ಸಂಗ್ಯ ಮೆಚ್ಚಿದವಳ ಮನೆ ಸೇರಿ ಅವಳ ಸೊಂಟವ ಹಿಡ್ದು

ರನ್ನ ಮಂಚಾಕ ಹೋಗೋಣ ನಡೀ ನಡೀ
ಅಲ್ಲಿ ವಿಲಾಸ ಮಾಡಾನ ಕೂಡೀ ಕೂಡೀ

ಅಂತ ಅವಳನ್ನ ಮಂಚಾಕ್ಕೆ ಕರ್ಯೋಹೊತ್ತಿಗೆ ಸರಿಯಾಗಿ ಗರ್ಮಿ ಮಂಚದ ಮ್ಯಾಲೆ ಮಲಗಿದ್ದ ಸಿಗಂದೂರಿಯ ಮ್ಯಾಲೆ ಕೈ ಹಾಕಿದ. ಒರಟೊರಟಾದ ಕಡ್ಲೇ ಹಿಟ್ಟಿನ ಗಮಲಿನ ಕೈ ಮ್ಯಾಲೆ ಬಿದ್ದಿದ್ದನ್ನ ಗಮನಿಸಿ ಸಿಗಂದೂರಿ ಹೌಹಾರಿ ತಾರಾಮಾರ ಕೂಗಾಡಿದಳು. ಅಕ್ಕಪಕ್ಕದ ಮನೇವ್ರು 'ಯಾವ್ದೋ ನಾಟ್ಕದ ಸೀನು' ಅಂತ ಅಂದ್ಕಂಡ್ರೆ, ಪೌಳೀಕಟ್ಟೆ ಮ್ಯಾಗಿದ್ದ ಸೀಲಿಂಗ 'ಅಲೆಲೇ ಸೆಟ್ಟಿ ಯಡವಟ್ಟ ಮಾಡ್ದ' ಅಂತ ಅಂದ್ಕೆಂಡ. ದುರ್ಗ 'ನಮ್ಮನ್ನ ಬಡ್ಯಾಕೆ ಲಿಂಗಾತ್ರು ಏನೋ ಆಟ ನಡೆಸ್ಯಾರೇ' ಅಂತ ಅಂದ್ಕಂಡ. 'ಬಿಡೋ ಬಿಡೋ' ಅನ್ನೋ ಸಿಗಂದೂರಿಯ ಕೂಗು ಮ್ಯಾಲಿಂದ ಮ್ಯಾಲೆ ಬಂದಮೇಲೆ ಕೆಲವು ಲಿಂಗಾತ್ರ ಗಂಡ್ಸುರು 'ಏನಾರ ಆಗ್ಲಿಂತ' ಪಂಜು, ಕುಡಲು, ಹಿಡ್ದು ಓಡಿ ಬಂದ್ರೆ. ದುರ್ಗ 'ನಾಟ್ಕ ನಿಲ್ಸರಲೇ ಏನೋ ಆಗೇತಿ' ಅಂತ ಓಡಿಬಂದ. ಹಿಂಗ ಬಂದ ಜನ 'ದಬದಬಾಂತ' ಬಾಗ್ಲಾ ಬಡ್ದ ಮ್ಯಾಲೆ, ಸಿಗಂದೂರಿಯೇ ಅಳ್ತಾ ಅಳ್ತಾ ಬಂದು ಬಾಗ್ಲ ತೆಗದ್ಲು. ಉರಿವ ಪಂಜಲ್ಲಿ ನೋಡ್ತಾರೆ! ಸಿಗಂದೂರಿಯ ಸೀರೆ, ಕುಬುಸ ಹರ್ದುಹೋಗೇತಿ. ಏನು? ಎತ್ತ ಯಾವನೂಂತ ಮಂದಿ ಮನೆನುಗ್ಗಿದ್ರು. ಆಟೊತ್ತಿಗೆ ಗರ್ಮಿ ಹಿತ್ಲ ಬಾಗಿಲಿಂದ ಪೇರಿ ಕಿತ್ತಿದ್ದ. ಆದ್ರೇನು

'ಬಂದಿದ್ದವ್ನು ಗರ್ಮಿಯೇ' ಎಂದು ಸಾಕ್ಷಿ ನುಡಿವಂತೆ ಅವನ ಜಿರುಕಿ ಜೋಡುಗಳು ಮೂಲ್ಯಾಗಿದ್ದವು. ರೊಂಡೇರ ಚನ್ನ, ಸಿದ್ರಾಮ 'ಅಲೆಲೇ ಮೊನ್ನೆ ದಿನ ಅವರಿಬ್ರು ಅಂಗ್ನ್ಯಾಗೆ ಕುಂತು ಏನೋ ಪಿಸ ಪಿಸಾಂತ ಅಂತಿದ್ರು' ಅಂತ ಅಂತಿದ್ದಂಗೆ ಶಿಕ್ರ, ಬಸವೇಗೌಡನಿಗೆ ಒಂಚಚೂರೇ ಅರ್ಥಾತು. ಸಿಗ್ಲಿ ಸೂಳೇ ಮಗಾಂತ ಊರ ಮುಂದ್ಕೆ ಬಂದ್ರೆ ಪೌಳೀಕಟ್ಟೆ ಮ್ಯಾಗೆ ಅಲ್ಲಾಡದೆ ಕುಂತ ಸೀಲಿಂಗ. ಅವನ್ನ ಹಿಡ್ದು ಮತ್ತೆ ಎಕ್ಕಾಮಕ್ಕಾ ಇಕ್ಕಿದರು. ಊರ ಮಂದಿ ಸೀಲಿಂಗನಿಗೆ ಉಗಿದು 'ಹಿಡ್ಕಂಬರ್ಲಲೇ ಆ ಸೆಟ್ಟಿನ, ಮಸಾಲೆ ತಿಂದು ತಿಂದೂ ನೆಣ ಹೆಚ್ಚಾಗೇತಿ ಅಂತ ಅಂದು ಅವನ ಅಂಗ್ಡಿಗೆ ನುಗ್ಗಿದರು.

ನಾಕಾರು ದಿನ ಮಂಚದ ಮ್ಯಾಲೆ ನೋವು ಸುಧಾರಿಸಿಕೊಂಡ ಸೀಲಿಂಗನ ನಲ್ಲಿ ಹಠ ಬಲವಾಗ್ತಾನೇ ಹೋಯ್ತು. ಬಸನಳ್ಳಿಯ ಬೀದಿಯಲ್ಲಿ ಶಿವಲಿಂಗೇಗೌಡ ಸೀಲಿಂಗನಾಗಿಬಿಟ್ಟಿದ್ದ. ಸೂಳೆಮಕ್ಳಿಗೆ ಆಸ್ತಿ ದಕ್ಕಬಾರ್ದು ಅಂತ ಒಂದೈವತ್ತು ದಪ ಅಂದ್ಕಂಡು, ಗರ್ಮಿ ಇರೊ ದಾವಣ್ಗೆರೆಗೆ ಸಿಗಂದೂರಿಯನ್ನ ಕರೆದೊಯ್ಯಬೇಕೆಂದೂ ಅಲ್ಲಿ ಯಾರ ಉಪದ್ರವೂ ಇರಲ್ಲವೆಂದುಕೊಂಡು ಸಿಗಂದೂರಿಯನ್ನು ಕರೆದ. ನಾನಾ ವಿದ್ವಾಗಿ ರಮಿಸಿದ. ದಾವಣ್ಗೆರೆಗೆ ಹೋಗಿ ಚಿಂದೋಡಿ ಲೀಲಾನ 'ಕೃಷ್ಣ ಗಾರುಡಿ' ನೊಡ್ಕೆಂಬರಾನ ಅಂದ. ಉಹುಂ! ಅವಳು ಯಾವುದಕ್ಕೂ ಜುಪ್ಪಯ್ಯಾ ಅನ್ನಲಿಲ್ಲ. ಮೊನ್ನೆಯ ಘಟನೆಯಿಂದ ಜರ್ಜರಿತಳಾಗಿ ಮಾತೇ ಕಳಕೊಂಡುಬಿಟ್ಟಿದ್ದಳು. 'ಆಸ್ತಿ' ಕೈಬಿಡುವ ಭಯ ಹೆಚ್ಚಾಗಕ್ಕೆ ಹತ್ತಿದಂತೆ ಸೀಲಿಂಗ ಒಳಗೆ ಕೊರಗಿದ.

ಆಸ್ತಿ ಉಳಿಸಿಕೊಳ್ಳುವ ಒಂದೇ ಮಾರ್ಗಕ್ಕೆ ಸಿಗಂದೂರಿಯ ಪ್ರತಿರೋಧದ ನಡುವೆಯೇ ಸೂರಾಚಾರಿ ಹಿಂದೆ ಹೇಳಿದ ಮಾತೊಂದು ಸೀಲಿಂಗನಿಗೆ ನೆನಪಾತು. 'ನಿನ್ನ ಯೆಂಡ್ರಲ್ಲಿ ಮಕ್ಳಾಗ ಯೋಗ ಇಲ್ಲ. ನೀನು ಇನ್ನೊಂದು ಮದುವಿಯಾದ್ರೆ ಮಕ್ಳು ಆಕ್ತಾವೆ. ಆಸ್ತೀನು ಉಳೀತದೆ' ಅಂತ ಅಂದ ಮಾತು. 'ಯಾಕಾಗಬಾರ್ದು' ಮೈ ಕೊಡವಿ ಸೀಲಿಂಗ ಎದ್ದ. ಹೆಣ್ಣು ನೋಡಾಕೆ ಸುರು ಮಾಡಿದ. ಈ ಸುದ್ದಿಯೂ ಬಸನಳ್ಳಿಯ ಬೀದಿಯಲ್ಲಿ ಅಂಬೆಗಾಲಿಕ್ಕಿತು. ಇದನ್ನು ಸೊತಾ ಸೂರಾಚಾರಿಯೇ ಕೈ ಚಪ್ಪಾಳೆ ಬಾರಿಸಿ ಕೊಕ್ಕರಿಸಿ ಆಡಿದ. ಜನ 'ಯಕಾಕ್ತನಂತಲೇ' ಅಂತ ನಕ್ಕರು. 'ಗರ್ಮಿ ಇಲ್ಲಪ್ಪಾ. ಯಾರ ಚಾನ್ಸೋ' ಎಂದೂ ನಕ್ಕರು. ಸೀಲಿಂಗನ ತಲೆ ತುಂಬತುಂಬಿಕೊಂಡಿದ್ದ ಚಿಂತೆಯು ಕಿವಿಯವರೆಗೂ ಚಾಚಿಕೊಂಡಿದ್ದರಿಂದ, ಜನರ ಮಾತುಗಳು ಕಿವಿಯಾಳಕ್ಕೆ ಹೋಗುವ ಅವಕಾಶವೇ ಇರಲಿಲ್ಲ. ಇಂತಾದ್ರಾಗೊಂದು ದಿನ ಊರುಬಿಟ್ಟು ಹೋದ ಸೀಲಿಂಗ ಬಾಳದಿನ ಬರ್ಲಿಲ್ಲ. 'ಅಲ್ಲೆಲ್ಲೋ ಮದ್ವಿ ಮಾಡ್ಕೆಂಡು ಅದಾನೆ ಅಂತ... ಇಲ್ಲೇಲ್ಲೋ ಅದಾನೆ' ಅಂತ 'ಅವ್ನು ಗರ್ಮಿಯೂ ಜತೆಗಿದ್ರೂಂತ' ಹಿಂಗೆ ನೂರಾರ ಅಭಿಪ್ರಾಯಗಳು, ಅಂಬೋಣಗಳ ಮಧ್ಯೆ ಸೀಲಿಂಗ ಒಂದು ನೆನಪಾಗಿ ಮಾತ್ರ ಉಳಿದ ಸಿಗಂದೂರಿಯ ಪೂಜೆ, ಪುನಸ್ಕಾರಗಳ ನಡುವೆ ಮತ್ತೊಂದು ಬೇಡಿಕೆ ಹೆಚ್ಚಾತು. 'ಅವ್ರು ಎಲ್ಲಿದ್ರೂ ಬರ್ಲಿ ದೇವ್ರೆ' ಅನ್ನೋದು. ಹಿಂಗಿರುವಾಗ್ಲೆ ಬಂತು ನೋಡು ಆನ್ಗೋಡು ಜಾತ್ರೆ. ಈ ಜಾತ್ರಿಗೆ ಹೊಸ ನಾಟ್ಕ

ಅನ್ನೋ ಸಡಗರವೋ ಸಡಗರ. ಬಾನುವಳ್ಳಿ, ದಾವಣ್ಗೆರಿಯಿಂದ ತಂದು ಹಾಕಿದ ಭರ್ಜರಿ ಮಂತಿನ ಮುಂದೆ ಸುತ್ತಲ ಐಗೂರು, ಕಂದನಕೋವಿ, ತುಂಬಿಗೆರೆ ಜನ ನಾಟ್ಕ ನೋಡಲು ಸಾಗರವಾಗಿ ಕುಂತಿದ್ದಾರೆ. ಮಾಚಿದೇವರು ಕಲ್ಯಾಣದಣ್ಣ ಬಸವಣ್ಣನನ್ನ 'ಬಸವಾ' ಎಂದು ಕರೆದ ಮಂಚಣ್ಣನನ್ನು ನಿಲೆ ಹಾಕಿಕೊಂಡಿದ್ದಾರೆ. ಆವಾಗಲೇ ಪೋಂ, ಪೋಂ ಅನ್ನೊ ಸದ್ದು. ಪಿತ್ತ ನೆತ್ತಿಗೇರಿದ ಕಲ್ಗ ಮಾಯಕಾರ್ನ ತಗುಲಿಕೊಂಡಾಗಲೇ 'ಬಿಡಣ್ಣೋ' ಎನ್ನುವ ಹೆಣ್ಣದನಿ. ಹೆಂಗ್ಸಿನ ಪಕ್ದಾಗೆ ಪೆಕ್ರನಗೆ ನಕ್ತಾ ನಿಂತ ಸೀಲಿಂಗ. ಅಲೆಲೇ ಸೀಲಿಂಗ!

ಪೆಕ್ರನಗೆ ನಕ್ಕಂತ ಟ್ಯಾಕ್ರಿಯಲ್ಲಿ ನಿಂತಿದ್ದ ಸೀಲಿಂಗನನ್ನು ನೋಡ್ತಿದಂಗೆ ಅಲ್ಲಿ ನಿಂತಿದ್ದ ಭೂತ ಗಣಕ್ಕೆ ಎಲ್ಲವೂ ಚಣದಲ್ಲೇ ಅರ್ಥವಾಗಿ ಹೋಯಿತು. ನಾಟ್ಕ ಮರ್ತು ಕೂಸ್ನ ಹೊಸ ಹೆಂಗ್ಸನ್ನ ನೋಡ್ತಾ ನಿಂತ ಮಂದಿಯನ್ನ ಭರಮಜ್ಜ ಗದ್ರಿಸಿ ಕಳಿಸಿ. ಸೀಲಿಂಗನಿಗೆ 'ನಿನ್ನೋಸಡ್ಗ ಜಾತ್ರಿಗರ ಕರ್ಕಂಬರಾದು ಬಿಟ್ಟು ಈಟೊತ್ತಾಗೆ ಕಳ್ಳ ಬಂದಂಗೆ ಬಂದಿ ಯಲಲೇ'ಅಂತ ಬಯ್ದು 'ಉಂ! ನಡಿ ನಡಿ ಮನಿಗೆ' ಅಂತ ಅಂದದ್ದೇ ಸೀಲಿಂಗ ಅದ್ರಿನ್ದ ತೋಲ್ಟ ಕೈಯಾಗ ಹಿಡ್ಕಂಡು ಟ್ಯಾಕ್ರಿಯಿಂದ ಕೆಳಗಿಳಿದ. ಅಮಮಾs... ಜನವೋ ಜನ. ಮನಿಗೋಗಾಕೆ ದಾರೀನೇ ಇಲ್ದಂಗೆ ಕುಂತವರೆ. ಹಂಗೆ ಕುಂತವರಿಗೆ ಭರಮಜ್ಜ 'ದಾರಿ ಬಿಡ್ರಲೇ' ಅಂತ ಅಂದ. ಜನ ಕುಂತು ಕುಂತಲ್ಲೇ ಅಂಡು ವಳ್ಳಿಸಿ ದಾರಿ ಮಾಡ್ಕೆಂ ಕೊಟ್ಟರು. ಹಂಗೆ ತೆರವಾದ ಜಾಗದಲ್ಲಿ ಹೆಜ್ಜೆ ಇಕ್ಕೆಂತ ಮುಂದೆ ಮುಂದೆ ಸೀಲಿಂಗ. ಕೂಸ ಅವಚಿಕೊಂಡ ಹೆಂಡ್ತಿ ಹಿಂದಿಂದೆ. ಜನ ಕಣ್ಣಿನಲ್ಲೆ ಇರಿದು ನೋಡಿದ್ರು. ಹುಸಿನಗೆ ನಕ್ರು. ಯಾವನೋ 'ಲೇ ಕೂಸು ಯಂಗೈತಲೇ' ಅಂದ. ಇನ್ನೊಬ್ಬ 'ಸಿವನಂಗೆ' ಅಂತ ಅಂದ. 'ಹೆಂಗಲೇ?' ಅಂತ ಇನ್ನ್ಯಾರೋ ಅಂದಿದ್ದಕ್ಕೆ ಈಯಮ್ಮಂಗೂ, ಅಕ್ಕ ನಾಗಮ್ಮಂಗೂ ಒಂದೇ ಪಟು ಶಿವ ಪ್ರಸಾದ ಕೊಟ್ಟುದ್ದು' ಅಂತ ಅಂದ. ಜನ ನಕ್ಕರು. 'ಅಂಗಾರೆ, ಅವ್ನು ಚನ್ನಬಸಣ್ಣ... ಇವ್ನು?' ಅಂತ ಅಂದದ್ದಕ್ಕೆ 'ಇವ್ನು ಗರ್ಮಿ ಬಸಣ್ಣ' ಅಂತ ಕೈ ಚಪ್ಪಾಳೆ ಬಾರಿಸಿ ನಕ್ಕರು. ಸೀಲಿಂಗನಿಗೆ ರೋಸಿ ಹೋತು. . ಬಸನಳ್ಳಿಯ ಮಂದಿಗೇ ಸ್ವಾಗತಿಸುವರೆ ಅಂತ ರಗಳ ಅಂದಾಜಿತ್ತು. ಅದ್ಕೆ ರಾತ್ರಿ ಗುಬ್ಯಾಕ್ಕೆಂಡಾಗ ಮನಿ ಸೇರ್ಕಾಬೇಕಂತ ಓಡೋಡಿ ಬಂದಿದ್ದ. ಆದ್ರೇನು?

'ಸೀಲಿಂಗ, ಸವತಿ, ಕೂಸಿನ ಸಮೇತ ಬಂದ' ಅನ್ನೋ ಸುದ್ದಿ ಕೇಳ್ವ ಸಿಗಂದೂರಿ ಕೆಂಡವಾದ್ಲು. ಅವಳ ಸಾತ್ವಿಕತೆ ಎಲ್ಲ ಒಮ್ಮೆಲೇ ಜಾರಿ ಹೋಗಿತ್ತು. ಶಿಕ್ರ, ಬಸ್ವೇಗೌಡ ಹಲ್ಲು ಹಲ್ಲು ಮಸೆದರು. ರಕ್ತ ಕೆದರಿಕೊಂಡಿತು. ಆದ್ರೆ 'ಎಳೀನ ಸೂಕ್ಷ್ಮವಾಗಿ ಬಿಡಿಸ್ಕ ಬೇಕೂಂತ'ಲೂ ಅವರು ಲೆಕ್ಕ ಹಾಕಿ ಸೀಲಿಂಗನ ಮನೆ ಮುಂದಕೆ ಬಂದರು. ಸಿಗಂದೂರಿ! 'ಹಾದರದ ಕೂಸ್ನ, ಸವತೀನ ಒಳಗೆ ಬಿಟ್ಕಣಲ್ಲಾ' ಅಂತ ಬಾಗ್ಲಿಗೆ ಅಡ್ಡ ನಿಂತಿದಾಳೆ, 'ಗಲಾಟೆಯೋ ಗಲಾಟೆ; ಭರಮಜ್ಜ ಓಡಿಬಂದು ಸಿಗಂದೂರಿಗೆ ಕೈ ಮುಗಿದು 'ಒಳಗೆ ಬಿಟ್ಕಾ' ಅಂದ. ಗಲಾಟೆಯಾಗಿ ನಾಟ್ಕ ನಿಂತ್ರೆ 'ಮಾದ್ರ ಎದ್ರಿಗೆ ಅವಮಾನಕತಿ' ಅನ್ನೋದು ಭರಮಜ್ಜನ ಇರಾದೆಯಾಗಿತ್ತು. ಬಸ್ವೇಗೌಡ

ಸಿಗಂದೂರಿಯನ್ನ ಹೊರಕರೆದು ಏನೇನೋ ಪಿಸಪಿಸಾಂತ ಅಂದ. ಅವ್ವ 'ಯಂಗಾರ ಮಾಡಿ' ಅಂದು ಒಳ ಸೇರಿ ಮುಳ ಮುಳಾಂದ್ಲು. ಸಿಗಂದೂರಿಗೆ ಈಸುವರ್ಷದ ನೇಮ, ವ್ರತ ಎಲ್ಲವೂ ಕೆಲಸಕ್ಕೆ ಬಾರದವ್ವೊಂತ ಮೊದ್ಲಬಾರಿಗೆ ಅನ್ನಿಸ್ತು. ಕಣ್ಣೀರು ಧಾರೆ ಹರೀತು. ಬಸ್ವೇಗೌಡನ 'ಸಮಾಧಾನದ ಮಾತು ಏನೂ ಪ್ರಯೋಜನಕ್ಕೆ ಬಡ್ಲಿಲ್ಲ. ಅವ್ರನ್ನ ನೋಡ್ದ ಸೀಲಿಂಗ ನಕ್ಕ. ಆ 'ನಗುವಿನಲ್ಲಿ ಇಡೀ ಜಗತ್ತನ್ನೇ ಗೆದ್ದ ಸಡಗರವಿತ್ತು. ತನ್ನೆದುರಿಗಿದ್ದ ಸೋತ ಶತ್ರು ಪಾಳೆಯದವರ ಮರ್ಮಘಾತ ಮಾಡೋ ಹುನ್ನಾರವು ಇತ್ತು. ಶಿಕ್ರ ಸೀಲಿಂಗನಿಗೆ 'ನೀನೆಂಥ ಹುಚ್ಚಲೇ ಸೀಲಿಂಗ, ಕೂಸ್ನ, ಸೊಸಿನ ವತಾರೇನೇ ಜಾತ್ರಿಗೆ ಕರ್ಕಂಬಂದು ಕಳಸ ತೋರ್ಸಬೇಕೋ ಬ್ಯಾಡಲೇ. ಕಳಸ ನೋಡ್ದೆ ಬರೋ ಸೊಸೆರ್ನ ಊರಾಕೆ ಸೇರ್ಸಲ್ಲಾ ಅನ್ನೋದು ನಿಂಗೆ ಗೊತ್ತಿಲ್ಲೇನು? ಎಂದು ಪ್ರೀತಿಯಿಂದಲೇ ಗದರಿಸಿ, 'ಈಗೇನಾತು ತಗಾ, ಸೂರ್ಯ ಹುಟ್ಟದ್ರಾಗೆ ಕಳಸ ತೋರ್ಸಿಕೊಂಡು ಬಂದ್ರಾತು' ಎಂದ. ಸೀಲಿಂಗನಿಗೆ ಅನ್ನಿಸಿತು. ಶಿಕ್ರ, ಬಸ್ವೇಗೌಡ ತಮ್ಮ ಮಕ್ಕಳು ಮಲ್ಲ, ಜಗ್ಗನನ್ನು ಕರೆದು, 'ಲೇ ಆ ಟ್ಯಾಕ್ಯಾಗೆ ಆನ್ಗೋಡಿಗೆ ಹೋಗಿ ನಿಮ್ಮ ಚಿಗವ್ವಂಗೆ ಕಳಸ ತೋರಿಸಿಕೆಂಡು ಬರ್ರಲೇ' ಅಂತ ಅಂದ್ರು. ಸೀಲಿಂಗನ ಹೊಸ ಹೆಂಡ್ರು ತೊಟ್ಲಾಗೆ ಮಕ್ಕಂಡಿದ್ದ ಕೂಸ್ನ ಅಲ್ಲೇ ಬಿಟ್ಟು ಹೊಂಟ್ಲು. ಶಿಕ್ರ 'ಕೂಸ್ನ ಕರ್ಕಂಡು ಹೋಗವ್ವಾ' ಅಂದದ್ದಕ್ಕೆ ಸೀಲಿಂಗ 'ಅಯ್ಯೋ ಗಾಳಿ, ಬ್ಯಾಡಾಂದ' 'ಇಲ್ಲಲೆ ಕೂಸೂ ಕಳಸ ನೋಡ್ಬೇಕು' ಅಂತ ಏನೇನೋ ಹೇಳಾಕೆ ನೋಡಿದ್ರು ಸೀಲಿಂಗ ಒಪ್ಲಿಲ್ಲ.

ಅವನ ಹೊಸ ಹೆಂಡ್ರು ಒಬ್ಬಳೇ ಮಲ್ಲ ಜಗ್ಗರ ಸಮೇತ ಮಂತಿನ ಹಿಂದೆ ನಿಂತಿದ್ದ ಟ್ಯಾಕ್ರಿಯ ಹತ್ತಿದಳು. ಜಗ್ಗ ಮಲ್ಲನ ಜತಿಗೆ ನಾಕು ಆಳುಗಳು ಕೊಡ್ಲಿ, ಕುಡುಲು, ಕಣಿಗೆ, ಅದಲ್ದೇನೆ ಗೋಣೀಚೀಲಗಳ್ನ ಅಕ್ಕೆಂಡು ಟ್ಯಾಕ್ರಿಯ ಹತ್ತಿದರು. ಮಂತಿನ ಮುಂದೆ ಸೇರಿದ್ದ ಮಂದಿ 'ಕಳಸಾನೋಡಾಕೆ ಕೊಡ್ಲಿ, ಕುಡುಲು, ಚೀಲಗಳು ಯಾಕೆ ಬೇಕಲೇ?' ಅಂತ ತಮ್ಮ ತಮ್ಮಲೇ ಕೇಳ್ಕಂಡರು. ಯಾವ್ದೋ ನಿಗೂಢ ಲೋಕದ ನಿಯಮವಿದೆಂಬಂತೆ ಅವ್ರಿಗೆ ಅನ್ನಿಸ್ತು. ಮಾಯಕಾರ ಟ್ಯಾಕ್ರಿಯ ಗಡುಗುಡಿಸಿ ಆನಗೋಡಿನ ಕಡಿಗೆ ಹೊಂಟ. ಕತ್ಲಲ್ಲಿ ಇನ್ನೂ ನಾಕುಜನ ಟ್ಯಾಕ್ರಿಯ ಹತ್ತಿದ್ದನ್ನು ನೋಡಿದ ಮಂದಿ ಗಲಿಬಿಲಿಗೊಂಡರು.

ಸೂರ್ಯಸ್ವಾಮಿ ಮೂಡಿ ನಾಕುಗೇಣು ಮ್ಯಾಕ ಬಂದ್ರೂ ಟ್ಯಾಕ್ರಿ ಹಿಂದಕೆ ಬಂದಿರ್ಲಿಲ್ಲ. ನಾಟ್ಕ ಮುಗಿದು 'ಬಣ್ಣದ ಪೂಜೆ'ಗೆ ಜನ ಸಾಲು ಸಾಲಾಗಿ ನಿಂತಿದ್ದಾರೆ. ಪಾತ್ರಗಳು, ನಾಟ್ಕ ನೋಡಿದ ಮಂದಿಯು ನಾಟ್ಕ ಮುಗಿದ ಮೇಲೆ ತಾಲೀಮು ಮನೆಗೆ ಮೆರೋಣಿಗೇಲಿ ಹೋಗಿ, ಅಲ್ಲಿ ಗಣಪನನ್ನ ಪೂಜೆ ಮಾಡಿ ಅಲ್ಲಿಂದ ಈಸೂರ ಗುಡಿಗೆ ಹೋಗಿ ದೇವ್ರಿಗೆ ಸಣಮಾಡಿ, ಪಾತ್ರಧಾರಿಗಳನ್ನ ಮತ್ತೆ ಮಂತಿಗೆ ಬಿಟ್ಟು, ಮಂದಿ ಅವರವರ ಮನಿಗೆ ಹೋಗ್ತಿದ್ರು. ಹಿಂಗೆ ಹೋಗೋ ಮೆರೋಣಿಗೇಲಿ ಊರಾಗೆ ಒಂದು ನರಪಿಳ್ಳೆಯೂ ಉಳಿದಂಗೆ ಎಲ್ರೂ ಮೆರೋಣಿಗೇಲಿ ಹೋಗಬೇಕಿತ್ತು. ಮೆರೋಣಿಗೆಯು ಸೀಲಿಂಗನ ಮನೆ ಮುಂದೆ ಇದ್ದ ಕರುಗಲ್ಲ ಸ್ವಾಮಿಯನ್ನ ಪೂಜೆ

ಮಾಡಿ, ತಾಲೀಮು ಮನೆಗೆ ಹೋಗಿ ವಾಪಾಸ್ಸು ಬರುವಾಗ ಕರುಗಲ್ಲ ಸ್ವಾಮಿಯನ್ನು ನೋಡದೆ ಮುಗಿಲನ್ನನೋಡಿ ಮಳೆಗಾಗಿ ಪ್ರಾರ್ಥಿಸಬೇಕಿತ್ತು. ಅಪ್ಪಿ ತಪ್ಪಿ ಯಾರಾದ್ರು ಕರುಗಲ್ಲ ಸ್ವಾಮಿನ ನೋಡಿದ್ರೆ ಮಳೇನೂ ಬರಲ್ಲ, ನೋಡಿದವರೂ ಉಳಿಯಲ್ಲ ಅನ್ನೋ ನಂಬ್ಕೆ ಆ ಊರಾಗಿತ್ತು. ಬಾಳಾ ದಿನದಿಂದ ಬಸನಳ್ಳಿಲಿ ಇದು ನೆಡ್ಕಂಬಂದ ನೇಮವಾಗಿತ್ತು.

ಮಂದಿಯೆಲ್ಲ ಸಾಲುಸಾಲಾಗಿ ನಿಂತಿದ್ದರು. ಸಾಲಿನ ಮುಂದೆ ಕುಂಬಾರ ಭದ್ರ ಕೈ ಹಾರ್ಮನಿಯ ಕೊಳ್ಳಿ ಗೆ ಹಾಕ್ಕೆಂಡು ನಿಂತಿದ್ದಾನೆ. ಅವನ ಹಿಂದ್ಲ ಸಾಲಲ್ಲಿ ಸಿವ ಪಾರೋತಿ, ಅವ್ರಿಂದ್ಲ ಸಾಲಾಗೆ ಕಿರೀಟ, ಖಡ ಧರಿಸಿದ ಬಸವಣ್ಣ, ಪಕ್ಕಕ್ಕೆ ಚಂಬಸಣ್ಣ, ಅಕ್ಕನಾಗಮ್ಮ, ಅವರಿಂದ್ಲ ಸಾಲಾಗೆ ಬಿಜ್ಜಳ, ಸೋಮದೇವ, ಮಾಚಿದೇವ, ಅವರಿಂದ್ಲ ಸಾಲಲ್ಲಿ ಮಂಚಣ್ಣ, ಜಗದೇವ ಮಲ್ಲಿಬೊಮ್ಮ... ಎಲ್ಲಾ ಕಿರೀಟ, ಖಡ್ಗ, ವೇಷ ಹಾಕ್ಕೆಂಡು ನೋಡಂಗೆ ಅದಾರೆ. ಆವ್ರಿಂದೆ ಜನ ಸಾಲುಸಾಲಾಗಿ ನಿಂತಿದಾರೆ. ಕುಂಬಾರ ಭದ್ರ ಹಾರ್ಮನಿ ಬಾರಿಸ್ತ

ಅಣ್ಣ ಬಂದಿಯನಣ್ಣಾ
ಜಗದಣ್ಣ ಬಂದಿಯನಣ್ಣಾ
ಜಗದೊಳು ಧರ್ಮವ ಸಾರುತ
ಬಂದಿಯನೋ ಅಣ್ಣಾ

ಅಂತ ರಾಗ್ವಾಗಿ ಹಾಡ್ತಾ ಮುಂದೆ ಮುಂದೆ ಹೊಂಟ್ರೆ; ಮಂದಿ ಕೈ ಮುಕ್ಕಂಡು ಹಾಡೇಳ್ತ ಹಿಂದಿಂದೆ ಹೊಂಟುದಾರೆ. ಮೆರವಣ್ಗೇಲಿ ಹೋಗ್ದೆ ಸೀಲಿಂಗನ ಕೂಸ ಬಿಡ್ದೆ ಅವಚಿಕೊಂಡು ಶಿಕ್ರ, ಬಸ್ವೇಗೌಡ ಸೀಲಿಂಗನ ಮನೆಯಾಗೆ ಕುಂತುದಾರೆ. ಸಿಗಂದೂರಿ ಮುಳ ಮುಳಾಂತ ಅಳ್ತಿದ್ರೆ, ಅಳೋ ಕೂಸ ಶಿಕ್ರ ಲಾಲಿ ಹಾಡ್ತ ಮುದ್ದಿಸ್ತಾ ಅದಾನೆ. ಜಗತ್ತಿನ ಮ್ಯಾಲಿನ ಎಲ್ಲ ಪ್ರೀತಿನೂ ಅವನು ತೋರ್ಸೋ ಥರ ಕಂಡಾಗ ಸೀಲಿಂಗನಿಗೆ ಆಶ್ಚರ್ಯವಾಯ್ತು. 'ಛೇ ನಾವಿವ್ರನ ತಪ್ಪು ತಿಳ್ಕಂಡಿದ್ದೆ' ಅಂತ ಆಂದ್ಕಂಡ. ಮಂತಿನಿಂದ ಹೊಂಟ ಮೆರೋಣಿಗೆ ಆಟೊತ್ತಿಗೆ ಸೀಲಿಂಗನ ಮನೆಯ ಮುಂದಿನ ಕರುಗಲ್ಲ ಸ್ವಾಮಿ ಹತ್ರಕ್ಕೆ ಬಂತು. ಪೂಜಾರಿ ಕರುಗಲ್ಲ ಸ್ವಾಮಿಗೆ ಈಭೂತಿ ಹಚ್ಚಿ, ಹೂವ ಹಾಕಿ, ಗಂಧಕಡ್ಡಿಯ ಬೆಳಗಿ, ತೆಂಗಿನಕಾಯಿ ವಡದು ಆರತಿ ಬೆಳಗಿದನು. ಮೆರೋಣಿಗೆ ಮುಂದಕ್ಕೆ ಹೋಯ್ತು. ಹೋಗುವಾಗ್ಲೆ ಎಲ್ರು ಕರುಗಲ್ಲ ಸ್ವಾಮಿಯ ನೋಡಿಕೆಂಡೇ ಹೋದ್ರು. ಆ ಕಡೀಂದ ಬರುವಾಗ ಮುಗಿಲ ನೋಡ್ಕೆಂಡೇ ಬರ್ಬೇಕಲ್ಲಾ... ಮೆರೋಣಿಗೆ ಮರೆಯಾಕ್ತಿದ್ದಂಗ ಶಿಕ್ರ ಕೂಸ್ನ ದೊಪ್ಪಂತ ನೆಲಕ್ಕೆ ಎತ್ತಾಕಿದ. ಅವ್ನ ವರ್ತನೆ ಸೀಲಿಂಗ, ಸಿಗಂದೂರಿಗೆ ಗಾಬರಿ ಉಂಟು ಮಾಡ್ತು. ಸೀಲಿಂಗ 'ಯಾಕಲೇ' ಅಂದವನೆ ಕೂಸ ಎತ್ಕಳಾಕೆ ಬಂದ. ಬಸ್ವೇಗೌಡ ಅವನ್ನ ಹಿಡಕ್ಕಂಡು 'ಸೂಳೆ ಮಗ್ನೆ, ನಿನ್ನ ಆಸ್ತಿಗೆ ವಾರಸುದಾರ ಬೇಕೆನ್ಲೆ. ಹಾದರಕ್ಕುಟ್ಟಿಸ್ಕೆಂಡು

ಬಂದ್ರೆ ನಾವು ಸುಮ್ಕಿರ್ತೀವಿ ಅಂತ ಅಂದ್ಕಂಡ್ಯ' ಎಂದವನು ಅಲ್ಲೇ ಇದ್ದ ಬಡಿಗೆಯಿಂದ ಮುಕ ಮೂತಿ ನೋಡದೆ ತದುಕಿದ. ಕಣ್ಣು, ಮೂಗು ಬಾಯಿಂದ ರಕ್ತ ಬಂದು ಸೀಲಿಂಗ ಗ್ವಾಡೆಗ್ವರಿಕ್ಕಂಡ. ಕೂಸು 'ರೊಂಯ್ಕೋ' ಎಂದು ಅಳ್ತಾನೇ ಇತ್ತು. ಸಿಗಂದೂರಿಗೆ ತೊಳ್ಳೆ ನಡಗಾಕೆ ಹತ್ತಿತು. ಇವ್ರೆಲ್ಲ ಇಂಗ್ ಮಾಡ್ತಾರೆಂತ ಅವ್ಳು ತಿಳ್ಕಂಡಿರ್ಲಿಲ್ಲ. 'ಏನೋ ಸವತೀನ ಹೆದ್ರಿಸಿ ಓಡಿಸ್ತಾರೆ'ಂತ ಅಂದ್ಕಂಡವಳ್ಗೆ ತನ್ನ ಗಂಡನನ್ನೇ ಮುಗಿಸ್ತಾರೇಂತ ತಿಳಿಲಿಲ್ಲ. ಕೆಳಗೆ ಬಿದ್ದ ಹಸುಗೂಸಿನ ಕೊರಲ ಕರೆಯ ಆರ್ತನಾದಕ್ಕೆ ಅವಳ ವಾತ್ಸಲ್ಯದ ನರಗಳು ಮೀಟಿದವು. ಎದ್ದು ಓಡೋಗಿ ಕೂಸ್ನ ಬಾಚಿಕಂಡಳು. 'ಅಲೆಲೇ ಸಿಗಂದೂರಿ ಕೂಸ್ನ ಬದಿಕಿಸಿಕೊಂಡ್ರೆ ಮುಗಿತಲೇ' ಅಂತ, ಇಬ್ರೂ ಓಡಿ ಬಂದು ಅವ್ಳಿಂದ ಕೂಸ ಕಿತ್ಕಳಾಕೆ ನೋಡಿದ್ರು, – ಅವಳ ಹಿಡಿತದಿಂದ ಬಿಡಿಸಿಕೊಳ್ಳಾದು ಕಷ್ಟಾಂತ ಅನ್ನಿಸ್ತು. ಶಿಕ್ರ ಕೂಸಿನ ಒಂದು ಕೈನ, ಬಸವ ಇನ್ನೊಂದು ಕೈನ ಇಡದು ಜೋರಾಗಿ ಎಳ್ಯಾಕೆ ಸುರು ಮಾಡ್ಕೆಂಡ್ರು. ಕೂಸಿನ ಎಲ್ಲೊ ಕೈಗಳೂ ಕಿತ್ತು ಹೋದಾವಂತಾ ಹೆದ್ರಿಕೆಂಡು ಸಿಗಂದೂರಿ ಕೂಸ್ನ ಕೈ ಬಿಟ್ಟಳು. ಕೂಸ ಕೆಳ ಕೈಗೆ ಬಂದುಕೂಡ್ಲೆ ಶಿಕ್ರ, ಅದ್ರ ಕಾಲನ ಹಿಡ್ದು ಗಿಮಿ ಗಿಮಿ ತಿರಿಗಿಸ್ಕಂತ ಹೊರಗೋಡಿ ಬಂದು, ಕರುಗಲ್ಲ ಸ್ವಾಮಿಯೆಂಬ ಕಲ್ಲಿಗೆ ರಪ್ ಅಂತ ಬಡಿದನಲ್ಲಾ! ಕೂಸಿನ ತಲೆ ಛಪ್ಪನ್ನ ಚೂರು. ಓಡಿಬಂದ ಸಿಗಂದೂರಿಗೆ ಆ ಶಕ್ತಿ ಎಲ್ಲಿತ್ತೋ ಏನೋ ಶಿಕ್ರನನ್ನ ಜೋರಾಗಿ ನೂಕಿದಳು. ಅನಿರೀಕ್ಷಿತ ಒತ್ತಡಕ್ಕೆ ಸಿಕ್ಕ ಶಿಕ್ರ ಜೋಲಿವಡ್ದು ಅದೇ ಕರುಗಲ್ಲ ಸ್ವಾಮಿ ಮ್ಯಾಗೆ ಬಿದ್ದ. ಪಕ್ಕೆಗೆ ಬಲವಾದ ಏಟುಬಿದ್ದು ಉಸಿರು ಸಿಕ್ಕಂಡು ವದ್ದಾಡ್ತಿದ್ದ. ಬಸ್ವೇಗೌಡ ಉಳಿಸ್ಕಾಬೇಕೆಂತ ಓಡಿಬಂದ. ತಾಲೀಮು ಮನೆಯಿಂದ ಮೆರೋಣಿಗೆ ಮುಗಿಲ ನೋಡ್ಕೆಂತ ಬರಾವತಿಗೆ ಬಸ್ವೇಗೌಡ 'ಅಲೆಲೇಂತ' ಓಡಿದ. ಇರೋ ಶಕ್ತಿನೆಲ್ಲ ಒಂದುಮಾಡ್ಕೆಂಡು ಸೀಲಿಂಗ ಹೊರಗೆ ಬಂದ್ರೆ, ಚೂರಾದ ಕೂಸ ತಲೆಯ ಚೂರುಗಳನ್ನಾಯ್ದು ಸಿಗಂದೂರಿ ಜೋಡಿಸ್ತ 'ನನ್ನ ಸೇವೆ ದಿಟವಾಗಿದ್ರೆ ಶಿವ್ನೆ ಈ ಕೂಸ್ನ ಉಳಿಸು' ಅಂತವ್ಳೆ, ಶಿಕ್ರ ಬಿದ್ದು ವದ್ದಾಡ್ತ ಅದಾನೆ. ಮೆರೋಣಿಗೆ ಹತಿರಕ್ಕೆ ಬಂತೇ ಬಂತು. 'ಸ್ವಲ್ಪ ಬಿಟ್ರೆ ಸೂಳೆಮಗ ಮ್ಯಾಕೇಳ್ತಾನೆಂತ' ಅಂದ್ಕಂಡ ಸೀಲಿಂಗ ಶಿಕ್ರನ ಕುತ್ತಿಗೆಗೆ ಕೈಹಾಕಿ ಅಮುಕಲು ನೋಡಿದ. ಉಹುಂ ಅದು ಸಾಮಾನ್ಯ ಘಟವಲ್ಲ. ಏನು ಮಾಡಾದೂಂತ ಸುತ್ತ ಮುತ್ತಲ ಕಲ್ಲಿಗೆ ಬಾರ್ಯಾಡಿದ. ಕಲ್ಲು ಕಾಣ್ಸಿಲ್ಲ. ಕಾಲ್ಗಳು ಕಂಡವು. ಮ್ಯಾಕೆ ನೋಡಿದ. ಸಿವ ಪಾರೋತಿ, ಬಸವಣ್ಣ, ನಾಗಮ್ಮ ಹೊಂಟಿದ್ದರು. ಹಿಂದೆ ಬಂದ ಸಾಲೇ ಮಂಚಣ್ಣಂದು. ಅವನ ಸೊಂಟದ ಕತ್ತಿ ಕಣ್ಣಿಗೆ ಬಿತ್ತು. ಸೀಲಿಂಗ ಅದನ್ನ ಎಳಕಂಡು ಶಿಕ್ರನ ತಲೇನ ಕರುಗಲ್ಲಿಗೆ ಆನಿಸಿಕೆಂಡು 'ಕಚಕ್' ಅಂತ ಕತ್ತರಿಸಿ ರಣಕೇಕೆ ಹಾಕಿದ ನೋಡು! ರುಂಡದಿಂದ ಹಾರಿದ ರಕ್ತ, ಬಸವಣ್ಣ, ಬಿಜ್ಜಳ, ಎಲ್ಲರ ಮೇಲೂ ಹಾರಿತು. ಮುಗಿಲ ನೋಡ್ತಿದ್ದವ್ರು ಕೆಳಗೆ ನೋಡಿದ್ರು. ಎರಡು ಹೋಳಾದ ರುಂಡ ಮುಂಡ, ರಕ್ತದ ಹೊಳೆ, ಅದನ್ನ ನೋಡ್ತಿದ್ದಂಗೆ ಎಲ್ಲರೂ ದಿಕ್ಕಾಪರ್ಲೆ. ಹಾರ್ಮೊನಿನ ತಲೆ ಮ್ಯಾಲಿಕ್ಕೆಂಡು ಭದ್ರ ಓಡ್ತಿದ್ರೆ, ಕೆಂಚ, ಬಸ್ಯ, ಸಿದ್ರಾಮ, ತಮ್ಮ ಪಾತ್ರದ ಘನತೆ ಮರ್ತು ಸರಿಗಿ ಪಂಚೆಗಳ್ನ ಮ್ಯಾಕೆತ್ತಿಕೊಂಡು

ಓಡ್ತಾ ಅದಾರೆ. ಇನ್ನೇನು ದಾವಣ್ಗೆರೆಯಿಂದ ಪೊಲೀಸ್ ಬತ್ತದೆ. ಬಳ್ಳಾರಿ ಜೇಲಿಗೆ ಒಯ್ತಾರೇಂತ ತಪ್ಪಿಸ್ಕಳಾಕೆ ಜ್ವಾಳದ ಹೊಲ ಹುಲ್ಲು ಬಣವಿ, ಕುಳ್ಳು ಬಣವೀಂತ ಅವ್ರೆಲ್ಲ ಓಡ್ತಿದ್ರೆ, ಸೀನರಿ ತುಳಜ 'ಲೇ ಬಸಣ್ಣ, ಬಿಜ್ಜ ನನ್ನ ಡ್ರೆಸ್‌ಗಳ ಕೊಡ್ರಲೇ' ಅಂತ ಬೆನ್ನು ಬಿದ್ದು ಓಡ್ತಿದ್ದಾನೆ.

ಖಡ್ಗವನ್ನ ಸೊಂಟಕ್ಕೆ ಸಿಕ್ಕಿಸಿಕೆಂಡು, ಶಿಕ್ರನ ಸಿರವನ್ನ ಒಂದು ಕೈಯಲ್ಲಿ, ರುಂಡವಿದ್ದ ಕಾಲನ್ನು ಮತ್ತೊಂದು ಕೈಲಿ ಹಿಡಿದು ಸೀಲಿಂಗ ಬಸನಳ್ಳಿಯ ಬೀದಿಯಲ್ಲಿ ದರದರಾಂತ ಎಳ್ಕಂಡು ಹೊಂಟ. ಈಸೂರ ದೇವ್ರ ಗುಡಿ ದಾಟಿ ಮಂತಿನ ಮುಂದ್ಕೆ ಎಳ್ಕಂಬಂದು ನೋಡಿದ. ನಾಟಕ ಬೆಳಕಿಗೆ ಗ್ಯಾಸು ನೇತಾಕಲು ಮಂತಿನಲ್ಲಿ ಕಟ್ಟಿದ್ದ ಎರಡು ಹಗ್ಗಗಳು ನೇತಾಡ್ತಿದ್ದವು. ಹಗ್ಗಕ್ಕೆ ಸಿರವನ್ನ, ಮತ್ತೊಂದಕ್ಕೆ ಅವನ ಕಾಲನ್ನ ಕಟ್ಟಿ ಮ್ಯಾಕೆಳದು ತೂಗಾಡುವಂತೆ ಮಾಡಿ ಕಟ್ಟಿದ. ಕ್ಯಾಕರಿಸಿ ಉಗಿದ. ಮಂತಿನ ಒಳಗಿದ್ದ ದರ್ಬಾರ ಕುರ್ಚಿಯ ಮೇಲೆ ಕುಳಿತು ಜೋರಾಗಿ ನಕ್ಕ, ಅತ್ತ. 'ಅಯ್ಯೋ ನನ್ನ ಕೂಸ ಕೊಂದ್ರಲ್ರೋ' ಅಂತ ಜೋರಾಗಿ ಕಿರುಚಿದ. ಬಸವಣ್ಣಾ! ಹರಳ ಮಧುವರಸನಿಗೆ ನಾನೇ ಶಿಕ್ಷೆ ಕೊಟ್ಟೆ. ಇವನಿಗೂ ನಾನೇ ಕೊಟ್ಟೆ. ತಪ್ಪು ಮಾಡಿದವರಿಗೆ ನಾನೇ ದಂಡ ಹಾಕೋನು. ನಾನು ಪರಮಾತ್ಮ, ನಾನು ಬಿಜ್ಜಳ, ನಾನೇ ಬಿಜ್ಜಳಾಂತ ಜೋರಾಗಿ ಕಿರುಚಿ ಕುರ್ಚಿಯ ಮೇಲೆ ದೊಪ್ಪನೆ ಒರಗಿದನು. ವತಾರನೇ ಬರೋ ರಾಯಲ್ ಬಸ್ಸು ಊರ ಮುಂದೆ ನಿಂತು ಪೋಂ... ಪೋಂ... ಎಂದು ಹಾರನ್ ಮಾಡಿತು. ಸದ್ದು ಕೇಳಿ ಬರುವವರು ಯಾರಿದ್ದಾರು? ಕಾಗೆಗಳು ಮಾತ್ರ ಕಾವ್ ಕಾS ಕಾSS ಅಂತ ಕೂಗಿಕೊಳ್ತ ಮರವ ಬಿಟ್ಟು ಹಾರಾಡ್ತಿದ್ದವು.

ಕೊರಡು ಕೊನರುವ ಪರಿ

ಸರಿಹೊತ್ತಿನಲ್ಲಿ ಗಿರಕ್...ಗಿರಕ್... ಅನ್ನೋ ಸಬುದ ಕಿವಿಯ ತಮಟೆಯ ತಟ್ಟಿದಂತಾಗಿ ಮಲಗಿದ್ದ ಮುಲುಕಜ್ಜ ನಿಬ್ಬೆರಗಾದ. ಸದ್ದು ಬಂದ ಕಡೆಗೆ ಕಿವಿಯನ್ನು ಹೊಳ್ಳಿಸಿ ಆ ಕಡೆಯಿಂದ ಬಂದ ಸಬುದ ಯಾವುದೆಂದು ತಿಳಿದು ವರದಿ ಮಾಡೆಂದು... ತನ್ನ ಎಡ ಕಿವಿಯನ್ನು ಹೊರಕ್ಕೆ ಬಿಟ್ಟ. ಹೊರಹೋದ ಆ ಕಿವಿಯಾದರೋ ಅಲ್ಲೆಲ್ಲಾ ರೌಂಡುಹೊಡೆದು ಬಂದು ಅದೇ 'ಗಿರಕ್...ಗಿರಕ್...' ಅನ್ನುವ ಸಬುದವನ್ನೇ ವರದಿ ಮಾಡಿತು... ಎಲಾ ಇವ್ನ! ಈ ಟೋತ್ನಾ್ಯಗೆ ಅದ್ಯಾವ ಗಂಡ್ಸು ಮಠದ ಬಾವಿಯಿಂದ ನೀರ್ನ ಸೇದೋನು? ಎಂದೆಲ್ಲಾ ವಿಚಾರ ಮಾಡಿದ ಮುಲುಕಜ್ಜನ ಸ್ಮೃತಿ ಪಟಲದ ಮೇಲೆ ಆಘಾತ ತರುವಂತ ಚಿತ್ರವೊಂದು ಚಣದಲ್ಲಿಯೇ ಹಾದುಹೋತು. ಓ! ಮೀರಸಾಧಕರು ಏನೋನಾಟ್ಕವನಡಿಸ್ತಾದಾರೆ ಎಂದುಕೊಂಡು ಊರೆಂಬ ಊರೇ ಮಲಗಿ ಗರ್ಕಾಗಬೇಕೆನ್ನುವಾಗಲೇ ಊರ ಎದೆಯನ್ನು ತೌಡು ಕುಟ್ಟುವಂಗೆ ದಢ... ದಢ...' ಎಂದು ಹಳಿಗಳ ಮೇಲೆ ರೈಲು ಹರಿದು ಬಂದು, ಗಕ್ಕನೆ ನಿಂತು, ಉದ್ದನೆಯ ಸಿಳ್ಳು ಹಾಕಿ, ಮಳ್ಳಿಯ ಹಾಗೆ ಹೋದದ್ದನ್ನು ನೆನೆಸಿಕೊಂಡ. ಮುಲುಕಜ್ಜ ದುರಂತದ ವಾಸನೆಯನ್ನು ಹೀರಿಬಿಟ್ಟ. ಸಬುದ ಮಠದ ಬಾವಿಯ ಗಡಗದ್ದೇ ಆದ್ರೆ...ಏನ್ ಹೇಳ್ಲಿ ಶಿವನೇ! ನಾಳಿಕೆ ನೂರಾರು ಹೆಣ ಬೀಳ್ತಾವೆ... ಎಂದುಕೊಂಡ, ಮಗದೊಮ್ಮೆ ಆ ಸಬುದದ ಲಯವ ಮನದಟ್ಟು ಮಾಡಿಕೊಳ್ಳಲು ಎಡಕ್ಕೆ ಹೊಳ್ಳಿ ಬಲ ಕಿವಿಯನ್ನು ಬಾವಿಯೆಂಬ ಸೂಕ್ಷ್ಮ ಪ್ರದೇಶದವರೆಗೂ ಅಡ್ಡಾಡಿಕೊಂಡು ಬರಲು ಬಿಟ್ಟು, ಅದು ತರುವ ಲಯಕ್ಕೆ ಹಂಬಲಿತನಾದ. ಅದಾದರೋ ಅಡ್ಡಾಡಿ, ಅಡ್ಡಾಡಿ ಬಂದು ಅದೇ ಸಬುದವನ್ನೇ ವರದಿಮಾಡಿತು. ಮುಲುಕಜ್ಜ ಒಂದು ಚಣ ಗೊಂದಲಿತನಾದ.

'ಲೇ ಮುರ್ಗಿ...ಮುರ್ಗೀ... ಇಲ್ಲಿ ಕೇಳೆಲೇ ಒಂಚೂರು; ಮಠದ ಬಾವಿ ಗಡುಗ ಯಾಕೋ ಗಿರಕ್...ಗಿರಕ್ ಅಂತ ಅಂತತಲಲೇ...ನೀನಾರಾ ಒಂಚೂರು ಕೇಳಿಸ್ಕೊಂಡು ಹೇಳಲೇ' ಎಂದು ಕೌದಿಯ ಮೇಲೆ ಮಲಿಕ್ಕೆಂಡಿದ್ದ ಹೆಂಡ್ತಿಯನ್ನು ಕೋಲಿಂದ ತಿವುದು ಮುಲುಕಜ್ಜ ಪಿಸುಗುಟ್ಟಿದ. ತನ್ನ ಕಿವಿಯೆಂಬ ಯಂತ್ರದಲ್ಲೇನಾದರೂ ದೋಸಾ ಇದ್ದಿತಾ? ಎನ್ನುವ ಅನುಮಾನ ಒಂದಾದರೆ, ತನ್ನೊಳಗಿನ ದಿಗಿಲನ್ನು ಇನ್ನೊಬ್ಬರ

ಕಿವಿಗ್ಹಾಕಿ ಒಂದಷ್ಟು ಹಗುರಾಗೋನ– ಎಂಬ ವಿಚಾರವೂ ಮುರುಗವ್ವನನ್ನು ಎಬ್ಬಿಸುವುದರಲ್ಲಿ ಇದ್ದಂತೆ ಕಂಡಿತು.

'ಅಯ್ಕೋ,... ಇದ್ರೋಸಡ್ಗ... ಸುಮ್ನೆ ಬಿದ್ಕಬಾರ್ದ... ಹೇಳಿ ಕೇಳಿ ಅಮಾಸಿ... ಜಡೆ ಮುನಿಗಳೊ... ಯಾತ್ರೋ ತಿರ್ಗತಿದ್ದಾವು. ಗಡಗನಾರ ಗಿರಕ್ ಅನ್ಲಿ, ಗೌಡ್ನರ್ ಗೊಟಕ್ ಅನ್ಲಿ...ಸುಮ್ಕೆ ಬಿದ್ಕಣಕೇನಾಗೆತಿ...' ಎಂದು ಗದರಿಸಿ ಮುರಿಗಜ್ಜಿ ಕೌದಿಯನ್ನು ಗುಬ್ರಾಕಿ ಕೊಂಡಳಾದರು ಅವಳಿಗೆ ಸಮಾಧಾನವಾಗಾಲಿಲ್ಲ. ಹೊತ್ತಲ್ಲದ ಹೊತ್ತಲ್ಲಿ... ಅದೂ ಎರಡೂ ಕಣ್ಣಿಲ್ಲದ ತನ್ನ ಗಂಡ ಏನಾರ ಕೇಳಿದನೆಂದರೆ; ಹೇಳಿದನೆಂದರೆ ಅದು ನಿಜವೆ ಆಕ್ತತೇ... ಅನ್ನೊದನ್ನ ಅನುಭವದಿಂದ ಬಲ್ಲಳವಳು. ಕಣ್ಣು ಕಿವಿ ಸರಿಯಾಗಿರುವ ಯಾರಿಗೂ ಕಾಣದ, ಕೇಳದ ಸಬುದಗಳು. ಕಾಣ್ಕೆ ಕಾರಣಿಕಗಳು ಈ ಮುದ್ಕನಿಗೆ ಹೆಂಗೆಂಗೋ ಗೊತ್ತಾಗಿ ಬಿಡ್ತವಲ್ಲಾ ಶಿವನೇ!' ಎಂದು ಬೆರಗಾಗಿದ್ದಾಳೆ; ಬೆವರಿದ್ದಾಳೆ ಕೂಡ.

ಒಂದ್ಸರಿ 'ನಾಳೆ ಆಕಾಸದಾಗಿ ನಾಕು ಜನ ಯೆಣ ಹೊತ್ಕಂಡೋಕ್ತಾರೆ... ಅವ್ರೇನರ್ರ ಯೆಣಾನ ಉತ್ತರದಾಗೆ ಇಳ್ಸಿದ್ರೋ...ಪರ್ವಾಗಿಲ್ಲ, ಮೂಡ್ಲನಾಗೇನಾರ ಇಳ್ಸಿದ್ರು ಅಂದ್ರೆ...ಏನೇಳ್ಲಿ ಶಿವನೇ... ಊರಾಗ ರಕ್ತದ ಹೊಳಿ ಹರಿತತೆ...' ಅಂಥಾಂದುಬಿಟ್ಟ. ಮುರುಗಜ್ಜಿಗೆ ಆ ಮಾತ್ನ ಕೇಳಿ ಮೂರತ್ರಲೂ ಬೆವ್ರು ಕಿತ್ಕಂಬಂದಿತ್ತು. ಅಗ್ಲು ಕಳೆದು ರಾತ್ರಿ ಆಕ್ತಿದಂಗೆ ಊರ ಮಂದಿ ಆಕಾಸವ ನೋಡಿದ್ದೇ ನೋಡಿದ್ದು. ಕಣ್ಣ ಪಿಳಿ ಪಿಳಾಂತ ಮಿಟುಕಿಸಿ ನೋಡಿದ್ದೇ ನೋಡಿದ್ದು... ಏನು ಕಂಡೀತು ಪಾಪ...ಬೆಳಗಾಗುತ್ಲುನೂನೆ ಮುಲಕಜ್ಜನತ್ರ ಓಡಿಯೇ ಓಡಿದ್ರು 'ಏನಜ್ಜಾ, ಯೆಣನೂ ಇಲ್ಲ. ಯಾತ್ರೂದು ಇಲ್ಲ. ಸುಳ್ಳು ಹೇಳಿ ಮಳ್ಳ ಮಾಡ್ತೀಯಾ' ಎಂದರು. ಮುಲುಕಜ್ಜ ನಕ್ಕು ಏನ್ ಕಣ್ ಅದಾವ್ರಲೇ... ನಾಕನೇ ಜಾವದಾಗೆ ನಾಕುಮಂದಿ ಗೋಳಾಡಿ, ಬೋರಾಡಿ ಯೆಣ ಇಳ್ಸಿ ಹೋದ್ರಲಲೇ... ಎಂದು ಮೌನವಾದ.

ಬ್ರಾಂಬ್ರಾದಿಯಾಗಿ ಲಿಂಗಾತ್ರು, ಗೊಲ್ರು, ಕುರುಬ್ರು ಕೊನೆಗೆ ಮಾದ್ರಿಗ್ರೂ ಏನು ಆತತೋ ಅಂತ ಬಾಯಾಗ ಅಕ್ಕಿಕಾಳು ಅಕ್ಕೆಂಡು ಭಯಗ್ರಸ್ಥರಾಗಿರೋ ಒಂದು ದಿನ ಮುಲುಕಜ್ಜ ಬಾಯಿ ತೆಗೆದ 'ಲೇ ಮುರ್ಲಿ... ಆ ಬ್ರಾಂಬ್ರಿಗೋಗಿ ಹೇಳು. ಲಕ್ಷ್ಮಿನಾರಾಯಣ ಗುಡಿ ಗ್ವಾಪರದ ಕಳಸವ ನಾಳೆ ಅಸವಲ್ಲದ ಕಾಗೆಯೊಂದು ಮುಟ್ಟತತೆ ಅಂತಾ... ಅದು ಮುಟ್ದಾಂಗೆ ನೋಡ್ಕಾನ್ನು, ಅದೇನ್ರ ಮುಟ್ರೋ... ಏನೇಳ್ಲಿ? ಹರಹರಾ.. ಶಿವ ಶಿವಾ' ಎಂದು ಮುಗುಲು ನೋಡಿದನು.

ಮುರುಗವ್ವ ನಾದರೋ ಎದ್ದೆನೋ ಬಿದ್ದೆನೋ ಅನ್ನೋದ್ನು ನೋಡ್ದೆ ಬಾಂಬ್ರ ಕೇರಿಗೆ ಓಡೋಗಿ 'ಇಂಗಿಂಗೇಂತ' ಎಲ್ಲ ವಿಚಾರವ ಹೇಳಿ. ಅಂಗೆ ಯೇಳಿದ್ದೆ ತಡ ಜುಟ್ಟು ಜನಿವಾರ ಬಿಗಿಯಾಗಿ ಬಿಕ್ಕಂಡು, ಕೇರೆಂಬ ಕೇರಿಯ ಗಂಡ್ಸ್ರೆಲ್ಲಾ ಇಡೀ ದಿನ ಗುಡಿತಾವ ಹಾ...ಹೂ... ಅಂತ ಗಂಟಲ ನರ ಹರಿಯೋ ಹಾಗೆ ಕಿರುಚುತಿದ್ರೆ; ಸುದ್ದಿ ತಿಳಿದ ಲಿಂಗಾತ್ರು, ಗೊಲ್ರು, ಕುರುಬ್ರ ಗಂಡಸರುಗಳ ಆ ಕಡೆ ಠಳಾಯಿಸಿ ಏನಾರ ಆಪದ್ದಾದರೆ ನಾವೂನೂ ಇದ್ದೇವೆಂಬಂತೆ ಭರೋಸೆ ನೀಡೋರ ಥರ ಗಸ್ತು

ಹೊಡೆದುಕೊಂಡು ಹೋಗುತ್ತಿದ್ದರು. ಆಕಾಸದಾಗೆ ಅಲ್ಲೊಂದಿಲ್ಲೊಂದು ರೌಂಡು ಹೊಡಿತಿದ್ದ ಕಾಗೆಗಳಾದರೂ ನೆಲದಿಂದ ಸಾಮೂಹಿಕವಾಗಿ ಬರುತ್ತಿದ್ದ ಸೌಂಡಿಗೆ ಹೆದ್ರಿ ದಿಕ್ಕಾಪಾಲು ಪೇರಿ ಕೀಳುತ್ತಿದ್ದರೆ ಬ್ರಾಂಬ್ರಗಳ ಮುಖದ ಮೇಲಾದರೂ ನಗೆಯ ನವಿಲು ಗರಿಯ ಬಿಚ್ಚುತ್ತಿತ್ತು. ಅಂಗಾಡಿ... ಇಂಗಾಡಿ ಸಂಜೆವರೆಗೂ ನಡೆದ ಸಬುದದ ಯುದ್ಧವನ್ನು ಬ್ರಾಂಬ್ರಗಳು ಇನ್ನೇನು ಭಯವಿಲ್ಲಾ ಬಿಡು ಎಂದು ಏಕಪಕ್ಷೀಯವಾಗಿ ಹಿಂತಗಂಡು ಲಕ್ಷ್ಮಿನಾರಾಯಣ ಗುಡಿಯ ಪಾಗಾರದಲ್ಲಿ ಉಸ್ಸಪ್ಪಾಂತಲೇ ತಮ್ಮ ಬಾಡಿಗಳ ನೆಲಕ್ಕೆ ಅಂಗಾತ ಇಳಿಸಿ; ರಾಮರಾಮಾಂತ ಅನೋದುಕುವೇ ಸರಿಯಾಗಿ..., ಹಾ...ಹೂ... ಅನ್ನೋ ಸಬುದು ನಿಲ್ಲಲು, ಒಕ್ಕಣ್ಣಿನ ಕೆಂಪು ರೆಕ್ಕೆಯ ಕಾಗೆಯೊಂದು ಇದೇನಿದ್ದರಬಹುದು? ಇದರ ಮರ್ಮವ ನೋಡಾಮಾಂತ ಗುಡಿಯ ಒಂದು ರೌಂಡು ಹೊಡೆದು ಕಳಸದ ಮೇಲೆ ಕಾಲೂರಿ ಕುಂತು ಸ್ಥಳವ ಪರಿಶೀಲಿಸಿತು...

ಸದ್ದುಗಾರರಿಲ್ಲದುದ ಕಂಡ ಅದುವು 'ಎಲ್ಲವೂ ಸೌಖ್ಯವಾಗಿದೆ ಬನ್ನಿ ನನ್ನ ಕುಲವೇ, ಕ್ರಾ...ಕ್ರಾಂ'ತ ವದರಬೇಕೆ? ಅಲೆಲೇಂತ ಎತ್ತಲಾಗದ ಬಾಡಿಗಳ ಎತ್ತಿಕೊಂಡು ಹಾ ಹೂಂತಲೇ ಒಮ್ಮೆಗೆ ಬಂದ ಬ್ರಾಂಬ್ರುಕುಲದ ಸಬುದಕ್ಕೆ ಗರ್ಕಾಗಿ, ಪುಕುಲಿಡಿದು, ಹಾರೋದನ್ನೇ ಮರೆತ ಒಂಟಿ ಕಣ್ಣಿನ ಕಾಗೆಗೆ ಯಾವನೋ ಕಲ್ಲಿನಿಂದ ತರಿದನಲ್ಲಾ? ಅದಾದರೂ ಆಧಾರ ತಪ್ಪಿಗಾಳಿಯಲ್ಲಿ ಗಿರುಗಟ್ಟಲೆಯಾಡುತ ಗ್ವಾಪರದ ತುದಿಯಿಂದ ಗರ್ಭ ಗುಡಿಯ ಹಿಂಭಾಗದಲ್ಲಿ ಬೆಳಿಗ್ಗಿನಿಂದಲೂ ತಿದಿ ಒತ್ತಿ ಒತ್ತಿ ತಾಮ್ರದ ಕೊಡಗಳಿಗೆ ಕಲಾಯಿ ಬಳದು ಕಟ್ಟಿಕೊಂಡಿದ್ದ ಮೂತ್ರ ಉಯ್ದು ಒಂಚೂರು ನಿರಾಳಗಾಮಾಂತ ಒಂದು ಕೈಲಿ ಬೀಡಿಯನ್ನು, ಇನ್ನೊಂದರಲ್ಲಿ ಚಲ್ಲಣದ ಚುಂಗನ್ನು ವಾರೆ ಮಾಡಿ ಬುಳಬುಳನೆ ಮೂತ್ರ ವಿಸರ್ಜನೆ ಗೈಯುತ್ತ ಪುಲಕಗೊಳ್ಳುತ್ತಿದ್ದ ಪಕ್ಕದ ಫಕೀರನಳ್ಳಿಯ ಬುಡೇನಸಾಬಿಯ ಮೇಲೆ ಕಾಗೆಯು ಶವವಾಗಿ ಉರುಳಿತಲ್ಲಾ!

ದಿಗಿಲುಗೊಂಡ ಸಾಬಿಯಾದರೋ ಆರ್ತನಾದಗೈದು ತಕಪಕನೆ ಕುಣಿಯುತ್ತಿರಲು; ಇದೇನಿದು ಶವವಾಗಿ ಉರುಳಿದ ಕಾಗೆಯಾದರೂ ಈ ಪರಿ ಮಾತಾಡಿತಲ್ಲಾ? ಅದೇನ್ರ ದೆವ್ವ ಗಿವ್ವವಿರಬಹುದೆ...'ಂತ ಅಂಜಿಕೆಯಿಂದ ಕಳ್ಳ ಹೆಜ್ಜೆ ಇಟ್ಟು ಬಂದ ಬ್ರಾಂಬ್ರ ಕುಲಕ್ಕೆ ಚಲ್ಲಣವೆಲ್ಲವ ಮೂತ್ರದಿಂದ ತೊಯ್ಸಿಕೊಂಡು ಥರ ಥರ ಗುಟ್ಟುತ್ತ ನಿಂತ ಸಾಬಿ ಕಾಣಬೇಕೆ? ಒಂದು ಚಣದಲ್ಲೇ ದೇವರಿಗಾದ ಅಪಮಾನವ ತರ್ಕಿಸಿದ, ಬೆಳಗ್ಗಿನಿಂದಲೂ ಇಂಥದೊಂದು ಏನಾದರೊಂದರ ನಿರೀಕ್ಷೆಯಲ್ಲಿದ್ದ ಬ್ರಾಂಬ್ರ ಕುಲಕ್ಕೆ ಪಿತ್ತವು ನೆತ್ತಿಗೇರಿ ಸಾಬಿಯ ಮೇಲೆ ಮುಗೇ ಬಿದ್ದಿತು. ಹಿಗ್ಗಾ ಮುಗ್ಗಾ ಚಚ್ಚಿ ಹಾಕಿತು. ಸಾಬಿಯು ಮತ್ತಷ್ಟು ಕಂಗಾಲಾಗಿ ನಿಂತ ನಿಂತಲ್ಲಿಯೇ ಕುಸಿಯುತ್ತಾ ನೆಲದ ಮೇಲೆ ಅಂಗಾತ ಹೊಳ್ಳಿದನು.

ಕಲಾಯಿ ಸಾಬುವನ್ನು ಬ್ರಾಂಬ್ರು ಹಿಂಗೆ ಒದ್ದರೆನ್ನುವ ಸುದ್ದಿಯು ಊರೆಂಬ ಊರನ್ನೇ ಸುತ್ತಿ, ಸಾಬರಕೇರಿಗೂ ನುಗ್ಗಿತು. ಚಾಕು ಚೂರಿ ಹಿಡ್ಕಂಡು 'ಆರೇರೆ... ಅಮಾರ ಆದ್ಮಿ ಮರಗಯಾ...' ಆಂತ ಬಂದ ಸಾಬರಾದರೋ ಎದ್ರಿಗೆ ಸಿಕ್ಕ ಸಿಕ್ಕವರಿಗೆಲ್ಲಾ ಮಾರ್ತಾ... ಮಾರ್ತಾ... ಗುಡಿಯ ಮುಂದೆ ಬಂದು ರಣ ಕಹಳೆಯನ್ನೇ

ಊದಿದರು. ಸಾಬರ ಈ ಗೈರತ್ತು ನೋಡಿ ನಿಬ್ಬೆರಗಾದ ಬ್ರಾಂಬ್ರ ಕುಲವಾದರೂ ಏಕಾಏಕಿ ಎದುರಾದ ಈ ಪರಿಗೆ ಬೆರಗಾಯಿತು. ಆ ಭಾವದಲ್ಲಿರುವಾಗಲೇ ತಲೆಗೆ, ಬುಲ್ಡೆಗೆ ಹೊಟ್ಟೆಗೆ.. ಎಲ್ಲಿಗಂದರಲ್ಲಿಗೆ ಏಟುಗಳು, ಇರಿತಗಳು ಬಿದ್ದು ರಕುತವೆಂಬುದು ಬುಳಬುಳನೆ ಧರೆಗೆ ತೊಟ್ಟಿಕ್ಕುತ್ತಲೇ ಗೋಳಾಟವು ಇಡಿ ಊರನ್ನೇ ಇಡುಕಿರಿಯಿತು.

ಬ್ರಾಂಬ್ರನ್ನ ಹಾss... ಹೋss ಅನ್ನಲು ಬಿಟ್ಟು ಎತ್ತೆತ್ತ್ಲೋ ಹೋಗಿದ್ದ ಲಿಂಗಾತ್ರು, ಗೊಲ್ರು, ಕುರುಬ್ರು ಸಬುದ ಕೇಳಿ ಓಡೋಡಿ ಬಂದರು. ಇದೇನಿದು... ಎನ್ನೋದರಾಗೆ, ಎಲ್ಲವೂ ಹೊಳೆದಂತಾಗಿ ಭರಮಜ್ಜನ ಕಣ್ಣಿನ್ನೆಗೆ ಕಾದಂತವರಾಗಿ, ಕಣ್ಣುಗಳು ಮಿಟುಗಿದಂತಾಗಲು ಕಣ್ಗೇ, ಕುಡುಲು, ಮಚ್ಚುಗಳ ಹಿಡಿದ ಮಟ್ಟಸವಾದ ಹುಡುಗರು ಸಾಬರ ಮೇಲೆ ಮುಗೇಬಿದ್ದು ಚಣೊತ್ತಿನಲ್ಲಿ ಚಿತ್ತು ಮಾಡಿ ರಣಕೇಕೆ ಹಾಕಿತು.

ರಣಕೇಕೆಯು ಪಕ್ಕದ ಫಕೀರನಳ್ಳಿಯನ್ನು ಮುಟ್ಟಲು ತಡವೇ ಆಗಲಿಲ್ಲ. ಬರೀ ಸಾಬರೇ ಇದ್ದ ಫಕೀರನಳ್ಳಿಗೆ ಸೂರ್ಯ ಮುಳುಗಿದ ಮೇಲೆ ಬಸನಳ್ಳಿಯ ಕಡೆಯಿಂದ ಚಣೊತ್ತಿನಲ್ಲಿ ಹರಿದುಹೋದ ರೈಲು ಫಕೀರನಳ್ಳಿಯಲ್ಲಿ ಜನರನ್ನು ಇಳಿಸಿ ಹೋಗದ್ರು ಜೊತೆಗೇ, ಸುದ್ದಿಯನ್ನೂ ಜಟಕಾಗಳಲ್ಲಿ ತುಂಬಿಕೊಂಡು ಜಟಕಾದವರು ಎಲ್ಲರ ಮನೆಗಳಿಗೆ ಸೊಲುಪ ಸೊಲುಪನೆ ಇಳಿಸಿ ಜಟಕಾಗಳ ನಿಲ್ಲಿಸಿ 'ಅರರೇ...' ಅಂತ ಅರಚಿಕೊಂಡರು. ಚಣೊತ್ತಿನಲ್ಲಿ ಊರು ಬಿಸಿ ಬಿಸಿಯಾಗಿ ಆ ಬಿಸಿ ಕೆಂಪಾಗಿ, ಆ ಕೆಂಪು ಭುಗಿಲ್ ಎಂದು ಇದ್ದ ನಾಲ್ಕೇ ನಾಲ್ಕು ಬ್ರಾಂಬ್ರ ಮನೆಗಳ್ನ, ಮೂರ್ನಾಲ್ಕು ಗೊಲ್ರು, ಕುರುಬ್ರ ಮನೆಗಳ್ನ ತಾಗಿ ಆಕಾಸ ಭೂಮಿಯನ್ನು ಒಂದು ಮಾಡಿತು!. 'ಆ ಲಿಂಗಾತ್ರು ಇಲ್ದುದ್ರೆ ಅಮಾರ ಆದ್ಮಿನೇ ಬ್ರಾಂಬ್ರನ್ನ ಕೊಚ್ಚಿತ್ತು... ಲಿಂಗಾತ್ರಿಗೆ... ನೋಡ್ಕಮಾಂತ' ಹಲ್ಲು ಮಸೆದರು. ಬಸನಳ್ಳಿಯ ದಿನ್ನೆಯ ಮೇಲೆ ನಿಂತು ಜನ ಉರಿಯ ನಾಲಿಗೆಯ ನೋಡುತ್ತಿರುವವರಿಗೆ ಫಕೀರನಳ್ಳಿಯಿಂದ ಬಂದ ರೈಲು ತಲೆಯೊಡೆದವರನ್ನ, ಕೈ ಕಾಲು ಮುರಿದವರ್ನ, ಸೀರೆ ಕುಬಸ ಹರಿದು ಹೆಣವಾದವರನ್ನ ಎಸೆದು ಮುಂದಕ್ಕೆ ಹೋಯಿತು. ಮುಂದೆ ನೆಡದದ್ದೆಲ್ಲಾ ಮುರಿಗಜ್ಜಿಯ ಕಣ್ಣಲ್ಲಿದೆ. ಬಸನಳ್ಳಿಯ ಸಾಬರ ಕೇರಿಗಳೆಲ್ಲಾ ಉರಿದುರಿದು ಭಸ್ಮವಾಗಿ ಫಕೀರನಳ್ಳಿಗೆ ಸಂದೇಶವ ಮುಟ್ಟಿಸಿದ ಕಥೆ.

ಛೇ... ಛೇಂತ ಗುಬ್ರಾಕಿಕೊಂಡಿದ್ದ ಕೌದಿಯೊಳಗೆ ಮುರಿಗಜ್ಜಿ ಬೆವೆತು ಹೋದಳು. ಆಶ್ರಮದ ಪದಗಳ ಸದ್ದು ನಿಂತು ಹೋಗಿತ್ತು! 'ಅಲ್ಲಿಗಾರ ಹೋಗೋಣಾಂದ್ರೆ... ಇದ್ನೆಂಗೆ ಬಿಟ್ಟೋಗಾದು... ಅಸವಲ್ಲದ ಮುದ್ಕನಿಗೆ ಕಾಣಬಾರ್ದು ಕಾಣ್ತತಿ... ಕೇಳಬಾರ್ದು ಕೇಳ್ತತಿ...' ಎಂದು ತನ್ನ ಕಣ್ಣಿಲ್ಲದ ಗಂಡನನ್ನು ಶಪಿಸಿದಳು. ಮತ್ತೂ ಈ ಮುದ್ಕನ ಮಾತ್ನ ಉಪೇಕ್ಷೆ ಮಾಡಬಾರ್ದೂಂತ ಮಠದ ಬಾವಿ ಕಡೆಯಿಂದ ಬಂದ ಸಬುದ ಯಾವುದೆಂದು ಆಕೆ ತನ್ನೆರಡು ಕಿವಿಗಳನ್ನು ಟ್ಯೂನು ಮಾಡಿ ಕಳುಹಿಸಿದಳು. ಹೀಗೆ ಹೋದ ಕಿವಿಗಳು ಕಿರ್...ಕಿರ್ ಅನ್ನೋ ಸಬುದನ ವರದಿ ಮಾಡಿದವು.'ಏ ಅದು ಗಡುಗದ ಸಬುದ ಅಲ್ಲ... ಗಾಲಿಗಳದ್ದು... ಯಾರೋ ನೀರ್ನ ಸರಿಹೊತ್ತಿನಲ್ಲಿ ಸೇದ್ತಿಲ್ಲ... ಭಾರ್ವಾದ್ದನ್ನ ಏನ್ನೋ ಇಳಿಬಿಡ್ತಾರೆ..., ಈಟ್ಹೊತ್ನಲ್ಲಿ' ಅಂದಳು. ಮುಲುಕಜ್ಜ ಅಂದಾಜು ಮಾಡಿಯೇ ಮಾಡಿದನು. 'ಹನುಮನೇ... ಚನ್ನನೇ... ಜಡೆಮುನಿಯೇ...

ಛೆ ಛೇ ತಗಿ ತಗಿ' ಅಂತ ತಲೆ ಕೊಡವಿ ತನ್ನ ಅಂತರಾತ್ಮದ ಕಿನ್ನುರಿ ಏನನ್ನ ನುಡಿಸುವುದೋ ಎಂದು ಹಂಬಲಿತನಾದನು. ಆವಾಗಲೇ 'ದುಘುಂ' ಎನ್ನುವ ಸದ್ದು ಅವನ ಕಿವಿಯ ತುಂಬಿತು. ಈ ಮಠದ ಬಾವಿಯಿಂದ ಏನೇನು ಅನಿಷ್ಟ ಕಾದಿದೆಯೋ ಎಂದು ಗೊಣಗಿಕೊಳ್ಳುವ ಹೊತ್ತಿಗೆ ಜನರ ಗದ್ದಲ ಕೇಳತೊಡಗಿತು.

ಬಸನಹಳ್ಳಿಯಲ್ಲಿ ಇರೋದು ಐದುಬಾವಿಗಳು. ಕುಂಬಾರ ಬಾವಿ. ಪೀರ್ಲು ಬಾವಿ, ಮೇಗಳ ಬಾವಿ, ಹಳ್ಳೇರ ಬಾವಿ ಅನ್ನೋ ಹಳೆಯ ನಾಕು ಬಾವಿಗಳು. ಇವುಗಳದ್ದೇ ಒಂದು ಕಥೆಯಾದರೆ, ಬೆಳಗಾವಿಗೆ ಗಾಂಧಿ ಬಂದು ಹೋದ ಮೇಲೆ ಕಟ್ಟಿದ ಮಠದ ಬಾವಿದ್ದೇ ಇನ್ನೊಂದು ದೊಡ್ಡ ಕಥೆ. ಊರೊಳಗಿರೋ ನಾಕು ಬಾವಿಗಳಲ್ಲಿ ಬ್ರಾಂಬ್ರ, ಲಿಂಗಾತ್ರು, ಗೊಲ್ರು, ಕುರುಬ್ರು ಮತ್ತೆ ಸಾಬ್ರಗಳು ನೀರ್ನ ಸೇದ್ಕಂತಿದ್ರು. ಮಾದ್ರಟ್ಟಿಯ ಮಾದಿಗ್ರು ಊರ ಹೊರಗಿರೋ ಹೊಂಡದಿಂದ ನೀರ್ನ ತರೋರು. ಮಳೆ ಹುಯ್ದಿದಾಗ ತಿಪ್ಪೆ. ರಸ್ತೆಗಳಲ್ಲಿ ಬಿದ್ದ ನೀರು ಚರಂಡಿಗಳಲ್ಲಿ ಹರಿದು ಊರ ಹೋರ್ಗಿರೋ ಹೊಂಡದಲ್ಲಿ ಜಮಾಯಿಸ್ತಾ ಇತ್ತು. ಆ ನೀರ್ನ ನಾಯಿ ನರಿಗಳು, ದನ ಎಮ್ಮೆಗಳೂ ದಿನವು ಕುಡಿತಿದ್ವು. ಆ ನೀರ್ನೇ ಮಾದ್ರು ಮಡಕೆಯಿಂದ ಮೇಲಿನ ಕೆನೆ ತೆಗೆದು ನೀರ್ನ ತುಂಬ್ಕೆಂಡು ಬರಾರು. ಬಾಳ ದಿನಾದ ಮೇಲೆ ನೀರ್ನ ಮ್ಯಾಲೆ ಪಾಚಿ ಕಟ್ಟಿ ಗವ್ವೆನ್ನೊ ನಾತ ಹೊಡೆಯಂಗಾದಗೆಲೆಲ್ಲಾ ಊರೊಳಗಿರೊ ಬಾವಿಗಳ ತಾಕೆ ಬಂದು ದರ್ವೇಸಿಗಳ ಥರ ನಿತ್ಕಂಡು 'ನೀರ್ನ ಆಕ್ರಪಾ... ನೀರ್ನ ಆಕ್ರಪ್ಪಾಂತ' ದಯನೀಯವಾಗಿ ಹಂಬಲಿಸ್ತಿದ್ವು. 'ಏ ಇವ್ರುದು ದಿನಾನು ಇದ್ದುದೆಯಾ ಗೋಳು... ನಡ್ರಲೇಂತ' ಅವರ ಕೂಗಿಗೆ ಮೈಟು ಮಾಡದೆ ಜನಗಳು ಕೊಡಗಳ್ನ ಹೆಗ್ಲಿ ಗೇರಿಸಿಕೊಂಡು ಒಂಟೋಗ್ತಿದ್ರು. ಮಾದ್ರಗಳ ಕಾಟ ಸುರುವಾಗ್ತಿದ್ದಂಗೆ ಬ್ರಾಂಬ್ರಗಳು ನಸ್ಕಿಗೆ ಎದ್ದು ನೀರ್ನ ಸೇದ್ಕಂಬಿಡಾರು.

ಉಳದೋರಿಗೆ ಈ ಕಾಟ ಇದ್ದದ್ದೆ. ಅವ್ರಾದ್ರೋ ಒಂದಿನ, ಎಲ್ಲು ದಿನ ನೀರ್ನ ಸೇದಿ ಹಾಕೋರು. ದಿನಾಲು ಎಂಟೆಂಟು ಆಳುದ್ದದ ನೀರ್ನ ಸೇದಿ ಹಾಕೋದುಂಟೆ? ಹೀಗಾಗಿ ಮಾದ್ರಿಗೆ ದಿನಾಲು ನೀರು ಹುಯ್ಯೋಂತ ದಯಾವಂತ್ರು ಕಾಣ್ತಿರ್ಲಿಲ್ಲ. ಸಂಗೀತದ ಮೇಷ್ಟ್ರೋ, ಸಾಬ್ರ ಸಾರೀಪಾಣ್ಣೋ, ಕುಂಬಾರ ನಿಂಗಜ್ಜೋಂತೋರು ಬಂದ್ರೆ ಒಂದು ಸೆರೆ ಸಿಕ್ಕೋವು. ಅವ್ರಾದ್ರೂ ಸಿವ ಮೆಚ್ತಾನೆಂತ್ಲೋ ಖುದಾ ನೋಡ್ತಾನೆಂತ್ಲೋ ನೀರ್ನ ಸೇದಿ ಹಾಕೋರು. ಸಿವನೂ ಖುದಾನೂ ರಜಾ ಹಾಕಿದ್ದಿನವಂತೂ ಮಾದ್ರ ಪಾಡು ಹೇಳತೀರದು. ಯಾರೂ ನೀರ್ನ ಹುಯ್ಯಲಿಲ್ಲಾಂತಾದರೆ ಅದೇ ಹೊಂಡಕ್ಕೋಗಿ ಮೂಗ್ನ ಮುಚ್ಕೆಂಡು ನೀರ್ನ ತುಂಬ್ಕೆಂಡು ಬರೋರು.

ಈ ನಡುವೆ ಗಾಂಧಿ ಅನ್ನೊ ಮಹಾತ್ಮರು ಬೆಳಗಾವಿಯೆಂಬ ದೇಶಕ್ಕೆ ಬರುತ್ತಾರೆಂಬ ಸುದ್ದಿ ತಿಳಿದ ಸಿದ್ದಾರೂಢರು ಅವ್ರ ಪಾದದೂಳಿಯಾದ್ರು ಹಣೆ ಮೈಲಿರ್ಲಿಂತ ತಮ್ಮ ಕಮಾನು ಗಾಡಿಯಲ್ಲಿ ಬಸನಳ್ಳಿಯಿಂದ ಪ್ರಯಾಣ ಹೊಂಟ್ರು. ಬಸನಹಳ್ಳಿಯ ಬೆನ್ನಿಗಿರುವ ಗುಡ್ಡದಾಗೆ ಒಂದು ಸಣ್ಣ ಮನೆಯ ಮಾಡ್ಕೊಂಡು ಅದ್ಕೆ ಆಶ್ರಮಾಂತ ಕರ್ಕಂಡು ದಿನಾಲು ಭಜನೆ, ಗಿಜನೆ ಮಾಡ್ಕೆಂಡಿರೋ ಸಿದ್ದಾರೂಢರು

ಹಿಂಗೆ ಹೊಂಟಾಗ ಊರ ಜನ ಅವರಿಗೆ ಸಣ ಮಾಡಿದರು. ಊರ ಕೊನೆವರ್ಗೂ ಅವರ್ನ ಕಳಿಸಿ ಬಂದ್ರು. ಇಂಥಾ ಮಳೆಗಾಲ್ದಲ್ಲೇ ಸ್ವಾಮಿಗಳು ಪ್ರಯಾಣ ಹೊಂಟ್ರಲ್ಲಾ... ಗುಡುಗು...ಸಿಡ್ಲು...ಸಿವ್ನೆ! ಅವರ್ನ ಕಾಪಾಡೆಂದು ಭರಮಜ್ಜನಾದಿಯಾಗಿ ಎಲ್ಲರೂ ಇಸ್ವರ ಗುಡಿಯಾಗೆ ಪ್ರಾರ್ಥನೆ ಮಾಡಿದ್ರು; ಭಜನೆ ಮಾಡಿದ್ರು. ಇದು ಆ ಸಿವನಿಗೂ ವಿಷ್ಣುವಿಗೂ ತಿಳಿದು ಸಿದ್ಧಾರೂಢರು ಬಸನಳ್ಳಿಗೆ ವಾಪಸ್ಸು ಬರೋಗಂಟ ಮಳೆ ಸುರಸಬ್ಯಾಡಾಂತ ವರುಣನಿಗೆ ಹೇಳಿ ಕಳಿಸಿದ್ರು. ಅವನಾದರೋ...ಹಸಾದಾಂತ ಅಂದ.

ಬಸನಳ್ಳಿಯನ್ನು ಯಾವ ಋತುಕಾಲವೂ ಎಂದೂ ವಂಚಿಸಿರ್ಲಿಲ್ಲ. ಹದದ ಹೊತ್ತಿಗೆ ಸರಿಯಾಗಿ ಮಳೆ ಸುರ್‍ಯೋದು, ಬೆಳೆನೂ ಹಂಗೇ ಬರೋದು, ಸಿದ್ಧಾರೂಢ್ರನ್ನ ಕಳ್ಸಿ ಜನ ರಂಟೆ, ಕುಂಟೆ, ಬೀಜ ಗೊಬ್ಬರನ ರೆಡಿ ಮಾಡ್ಕೆಂಡು ಮುಗುಲ ನೋಡ್ಕೆಂತ ಕುಂತ್ರು. ಮುಗುಲ ಇವ್ರನ್ನ ನೋಡಿ ಹಲ್ಕಿರಿತು. ವರಣದೇವ...ಹಸಾದವೆಂದು ಸಿವನಿಗೆ ನೀಡಿದ್ದ ವಚನವಾದ್ರೂ ಇವ್ರಿಗೆ ಹೆಂಗೆ ತಿಳ್ದೀತು. ಕೆರೆಕಟ್ಟೆಗಳೆಲ್ಲ ಒಣಗಿ, ಬಾವಿಗಳಲ್ಲಿ ನೀರು ತಳವ ಸೇರ್‍ಕಂಡು ಕುಡಿಯಾಕೂ ನೀರೆಂಬ ಜೀವ ಜಲವು ಸಿಗೋದೆ ತ್ರಾಸಾಗತೊಡಗಿತು. ಜನರು ಸಣ್ಣ ಹುಡ್ಗರಿಗೆ ಹಗ್ಗ ಕಟ್ಟಿ ಬಾವಿಯೊಳಕ್ಕೆ ಇಳಿಬಿಟ್ಟು ಇದ್ದ ಬದ್ದ ನೀರ್‍ನ ಮಗಿದುಕೊಂಡು ಬಂದು, ಸೋಸ್ಕೆಂಡು ಕುಡಿಯಾರು. ಇಂಥ ನೀರ್‍ನ ಮನಿಗೊಂದೊಂದು ಕೂಡ್ದಂತೇ ಹಂಚಿಕೆಳಾರು. ಇನ್ನು ಇವ್ರ ಪಾಡೇ ಹಿಂಗಾದ್ಮೇಲೆ ಮಾದ್ರ ಕಥೇ ಇನ್ನೆಂಗಾಗಿರಾನ? ಗೊಲ್ರುಗಳೇನೋ ಎತ್ತಪ್ಪ ಜುಂಜಪ್ಪನ ಕಥೆ ಹೇಳ್ಕೆಂತ ಊರೂರ್‍ಗಳ ಮ್ಯಾಲೆ ಮ್ಯಾಕೆಗಳನ್ನು ಆಡಾಡ್ಸಿಕೆಂತ ನೀರೆಂಬ ಜೀವ ಜಲವು ಇರೋ ದಿಕ್ಕಿಗೆ ಹೊಂಟೋದ್ರು. ಕುರಿ ಇದ್ದ ಕುರುಬ್ರುಗಳೂ ಅಂಗೇ ಮಾಡಿದರು. ಕುರೀನೂ ಇಲ್ದೆ, ಮ್ಯಾಕೆನೂ ಇಲ್ದೆ, ಹೇಳ್ಕಳಕೆ ಒಂದು ಕಥೆನೂ ಇಲ್ಲೇ ಇರೋ ಮಾದ್ರು ಇರೋ ಹೊಂಡದ ನೀರ್‍ನೆ ಮಗದು ಮಗದು ಕುಡುದ್ರು, ದುಡ್ಡುಳ್ಳವರ ಮನ್ಯಾಗೆ ಮಕ್ಕಳನ್ನ ದುಡಿಯಾಕೆ ಇಕ್ಕಿದ್ರು.

ಮಾದ್ರು ಏನು ಮಾಡಿದರೇನು, ಕುಡ್ದ ನೀರು ಕಳ್ಳು ಸೇರ್‍ಕೆಂಡು, ಕಳ್ಳಿನಿಂದ ರಕ್ತಕ್ಕೂ ಹಿರಿದರಿದು ಮೈಯೆಲ್ಲಾ ಖಾಯಿಲೆಯೆಂಬ ಹುತ್ತವಾಯ್ತು. ಮಾದ್ರಕೇರಿಯ ಜನ ರಕ್ತ ಕಾರಿಕೂಂಡು ಮಾರಿಗುಡಿಯಲ್ಲಿ ಉರುಳಾಡುತ್ತಾ 'ತಾಯೇ, ನಮ್ಮನ್ನ ಕಾಪಾಡವ್ವಾಂತ' ಬೇಡಿದರು ಕುರಿ ಕೋಳಿ ಕೊಡುವುದಾಗಿ ಮಾತು ಕೊಟ್ಟರು. ಏನಾದ್ರೇನು? ಸಸ್ಯಹಾರ ತಿನ್ನೋ ದೇವ್ರ ಬ್ಯಾಗ ಕಣ್ಣು ತಗದಂಗ ಮಾಂಸಾಹಾರದ ದೇವ್ರುಗಳು ಕಣ್ಣು ತಗದಾವ? ಮಾರಿಗುಡಿಯೆಂಬುದು ನರಳಾಟಗಳಿಂದ ಪ್ರತಿಧ್ವನಿಸತೊಡಗಿತು.

ಊರು ಹಿಂಗೆ ಹಳಸಿಕೊಂಡು ಉಳ್ಳಗೆ ವಾಸ್ನೆ ಹೊಡೆಯೋ ಹೊತ್ತಿಗೆ ಸರಿಯಾಗಿ ಸಿದ್ದಾರೂಢ್ರು ಬಂದ್ರು. ಕಂಗಾಲಾದ್ರು, ಮುಮ್ಮಲ ಮರಗಿದ್ರು. ಭರಮಜ್ಜನನ್ನು ಕರೆದು... ನಿಲುವಳ್ಳಿ ಹನುಮಪ್ಪನ ಪರೂವ ಮಾಡು ಎಂದರು. ಭರಮಜ್ಜನಾದರೂ ಸಣ್ಣ ಹುಡುಗನೊಬ್ಬನ್ನ ಬೆತ್ತಲೆ ಮಾಡಿ ತಲೆಮ್ಯಾಗೆ ಮಳಿಮಲ್ಲಪ್ಪನನ್ನು ಹೊರಿಸಿ...

ಹುಯ್ಯೋ...ಹುಯ್ಯೋ ಮಳಿರಾಜಾಂತ ಊರೂರು ತಿರುಗಿಸಿ ಹನುಮಪ್ಪನಗುಡಿ ಮುಂದೆ ಬಾಳೆಹಣ್ಣು ಬಾನ ಮಾಡಿ ಮಳಿರಾಜನಿಗೆ ಎಡೆಯಾಡಿದರು.

ವರುಣದೇವನಾದರೂ... ತಡೀರಪಾ... ಒಂದ್ಮಾತು ಆ ಸಿವನ್ನೂವೆ, ವಿಷ್ಣುನೂವೆ ಕೇಳ್ಕಂಬರ್ತಿನೀಂತ ಅಂದು...ಅವ್ರಿಬ್ರನ್ನೂ ಕೇಳಲಾಗಿ...ಅವ್ರಿಬ್ರೂನು... 'ಸಿದ್ದಾರೂಢ್ರು ಊರಿಗೆ ವಾಪಾಸ್ಸು ಬಂದಿದ್ರೆ ಮಳೆ ಸುರುಸು...' ಎಂದರು. ವರುಣದೇವನದೆಲ್ಲವ ಪರಿಸೀಲಿಸಿ ಧರೆಯ ಮೇಲೆ ಧೋ... ಎಂದು ಸುರಿದನು. ಕೆರೆ, ಕಟ್ಟೆ, ಕಾಲುವೆ ತುಂಬ ಮನಾಮನಿ ನೀರು ಹರಿದಾಡಿದವು. ಬಾವಿಗಳು ಜಲ ಜಲವೆಂದು ಜಲವ ತುಂಬಿಕೊಂಡವು. ಯಥಾಸ್ಥಿತಿ ಊರು ದಿನ ಲಯಕ್ಕೆ ಮರಳಿತು.

...ಯಥಾಸ್ಥಿತಿಯೇ! ..ಸ್ಥಿತಿನೇ ಇಲ್ದಿರೋ ಮಾದಿಗ್ರುಗೆ ಎಂಥಾ ಯಥಾಸ್ಥಿತಿ? ಆಶ್ರಮದಾಗೆ ಸಿದ್ಧಾರೂಢ್ರು ಹಲವು ಬಾರಿ ಈ ಪ್ರಶ್ನೆಯ ಕೇಳ್ಕಂಡರು... ಭಜ್ನೇನೂ ಮಾಡು ..., ಧ್ಯಾನನೂ ಮಾಡು ಅದೆಲ್ಲದ್ಕಿಂತ ಹರಿಜನ ಸೇವೆ ಮಾಡು ಎಂದು ಬೆಳಗಾವಿಲಿ ಮಹಾತ್ಮರು ಹೇಳಿದ್ದ ಮಾತು ಕಿವಿಯಲ್ಲಿ ಗುಂಗಾಡುತ್ತಿತ್ತು. ತಾವಾದ್ರೂ ಒಬ್ನೆ ಏನು ಮಾಡಾಕಾದೀತು? ಊರ ಉಳ್ಳವರ್ನ ಇಟ್ಟುಕೊಂಡೇ ಈ ಕೆಲಸ ಮಾಡುಬೇಕೆಂದುಕೊಂಡು ಭರಮಜ್ಜನ ಮನಿಗೆ ಬಂದ್ರು. ಮನಿಗೊಂದೊಂದು ಆಳನ್ನು ಕರೆಸಿಕೊಂಡು ವಿಚಾರವ ಮುಂದಿಟ್ಟು, ಮಾದ್ರುನ್ನ ಇನ್‌ಮ್ಯಾಗೆ ಹರಿಜನ್ರು ಅಂತ ಅನ್ನಾನ. ಅವ್ರಿಗೂ ಕುಡಿಯ ನೀರಿಗೆ ಒಂದು ಬಾವಿ ಮಾಡ್ಕೊಡನ. ನೀವೆಲ್ಲಾ ಮನಸು ಮಾಡಬೇಕೆಂದರು. ಹರಿಜನ್ರೂಂತ ಅಂದಕೂಡ್ಲೆ ಕೆಲವರು ಕೊಕ್ಕಾಡಿಸಿದರಾದ್ರೂ ಸಿದ್ಧಾರೂಢರ ಕಣ್ಣು ಉರಿಗೆ ಅದುಮಿಕೊಂಡು ಕುಂತರು. ಸಹಾಯದ ಮಾತಿಗೆ ತಲೆ ಆಳ್ಕಾಡಿಸಿದರು. ಸಿದ್ಧಾರೂಢರ ಮುಖದ ಮೇಲೆ ಒಂದು ಚಣ ನಗೆಯ ನವಿಲುಗರಿಯ ಬಿಚ್ಚಿತು.

ಮಾದ್ರಟ್ಟಿಯ ಬುಡಕ್ಕೆ ಅಂಟಿಕೊಂಡಂತೆ ಒಂದು ಜಾಗವ ತೋರಿದ ಮುಲುಕಜ್ಜ ಅಲ್ಲಿ ನೀರಿನ ಒರತೆ ಇರುವುದಾಗೆ ಹೇಳಿದ. ನರಸೀಪುರದ ವಡ್ಡರು ನೀನು ನಾನೆಂಬುದರೊಳಗೆ ಆರಾಳುದ್ದದ ಬಾವಿಯ ತೆಗೆಯಲು, ಅಲ್ಲಿ ಚಿರುಕ್ಕ್‌ಕ್ಕ್‌ಕ್ಕ್ ಎಂದು ಚಿಮ್ಮಿದ ನೀರ ಚಿಲುಮೆಯ ಕಂಡು ಮಾದರು ಮುಗಿಲು ಹರಿಯೋ ಹಂಗೆ ಕೇಕೆ ಹಾಕಿದರು.

ಭೂತಾಬೋವಿಯು ಗಂಗಾಪೂಜೆಯ ಮಾಡಿ ಚಿಲುಮೆಗೆ ಮರದ ಗೂಟವೊಂದನ್ನು ಬಡಿದು ನೀರು ನಿಲ್ಲಿಸಿದನು. ಏಳೆಂಟು ವಾರಕ್ಕೆ ಕಲ್ಲಿನ ಕಟ್ಟಡವ ಕಟ್ಟಿ, ಮ್ಯಾಲೆ ಸುತ್ತಲೂ ಕಟ್ಟೆಯ ಕಟ್ಟಿ ಎರಡೂ ದಿಕ್ಕಿಗೆ ಎರಡು ದೊಡ್ಡ ದೊಡ್ಡ ಗಡುಗಗಳನ್ನು ಹಾಕಿ, ಅವಕ್ಕೆರಡೆರಡಂತೆ ನಾಲ್ಕು ಗಾಲಿಗಳನಿಕ್ಕಿ ಚಿಲುಮೆಗೆ ಇಕ್ಕಿದ್ದ ಗೂಟವ ತೆಗೆದನು. ಸೀದಾ ಗಂಗಾದೇವಿಯೇ ಕಳಿಸಿರುವ ನೀರಿರಬೇಕು. ನೋಡು ನೋಡುತ್ತಿದ್ದಂತೆ ನೀರು ಮೇಲೆರುತ್ತ ಬಂತು. ಥಳಥಳಿಸುವ ನೀರ ಕುಡಿದು ಸಿದ್ಧಾರೂಢರು... ಅಮೃತಾಂತ ರಾಗವೆಳೆದರು. ಭರಮಜ್ಜನಾದಿಯಾಗಿ ಎಲ್ಲರೂ ನೀರ ಕುಡಿದು ಚಪ್ಪರಿಸಿದರು. ನಾಲಗೆಯ ಮೇಲೆ ನೀರಾಡಿದ ಆಟಕ್ಕೆ ಬೆರಗಾದರು.

ನೀರು ಇಂಥ ಆಟವ ಆಡಬಾರದಿತ್ತು. ಊರೊಳಗಿನ ಯಾವ ಬಾವಿಯ ನೀರಿಗೂ ಇರದ ಸಿಹಯಾದ ರುಚಿಯನ್ನು ಈ ಬಾವಿ ನೀರು ಹೊಂದಿದ್ದೇ ಬಂತು ಆಪತ್ತು. ಭರಮಜ್ಜನ ಮಗ ಸೋಮೇಗೌಡ 'ಏ ಊರಾಗಿರೋ ನೀರು ಉಪಾಟೆ ಉಪ್ಪು... ಈ ಬಾವಿ ನಮ್ಗೆ ಇರ್ಲಿ ...ನಾವೇ ಬೇಕಾದ್ರೆ ನೀರ್ನ ಸೇದಿಹಾಕ್ತೇವೆ' ಎಂಬ ತಗಾದೆ ತಗದ. ಊರ ಜನ ಹೌದೌದೆಂದರು. ಗೊಲ್ರುಕ್ಯಾತಜ್ಜ, ಕುರುಬ್ರ ಮೈಲಾರಜ್ಜನೂ ಹೌದೌದೆಂದರು. ಸಿದ್ಧಾರೂಢರು ಕುಸಿದು ಹೋದರು. ಕೆಂಡಮಂಡಲವಾದರೂ ಆದರೂ ಜನ ಮೈಟು ಮಾಡದಾದಾಗ 'ನೀವು ಸೇದ್ಕಳಿ... ಅವ್ರೂ ಈ ನೀರ್ನೇ ಸೇದ್ಕಳ್ಲಿ... ಎಂದು 'ಮಹಾತ್ಮರ ಇಚ್ಚೇನೂ ಅದೇ ಆಗಿತ್ತು' ಎಂದಾಗ ಜನ ದಂಗಾದರು. ನಾಕಾರು ದಿನ ಇದೇ ಚರ್ಚೆ ನಡೆದು ಬ್ರಾಂಬ್ರು 'ರಾಮರಾಮಾಂತ' ಅಂದ್ರು. ಲಿಂಗಾತ್ರು ನಾವ್ ನಮ್ಮ ಸಿರಿಗೆರೆ ಮಠವ ಕೇಳ್ತೀವಿಂತ ಓಡೋಡಿ ಹೋದ್ರು. ಗೊಲ್ಲರು, ಕುರುಬರು 'ಲಿಂಗಾತ್ರುಯೆಂಗೋ... ನಾವ್ ಅಂಗೆಯ...' ಎಂದಂದರು.

ಸಿರಿಗೇರಿ ಸ್ವಾಮಿಗಳು ಎಲ್ಲವನ್ನೂ ಪರಾಂಬರಿಸಿ 'ಒಳ್ಳೆಕ್ರಿಯಾನೇ. ನಮ್ ಪೀಠದ ಮೂಲ ಪುರುಷ ಮರುಳಸಿದ್ದನೂ ಮಾದ್ರನೇ... ಆ ಮಲೆಯ ಮಾದೇಸ್ವರ್ರೂ ಮಾದ್ರನೆ... ಅಣ್ಣತಮ್ಗಳಿದ್ದಾಂಗೆ. ನಾವೇ ಊರ್ಗೆ ಬಂದು ಬಾವಿ ಪೂಜೆ ಮಾಡ್ತೇವಿ ನಡೀರಿ.' ಅಂತ ಬಸನಳ್ಳಿಗೆ ಬಂದರು. ಮಾದ್ರನ್ನ, ಗೊಲ್ರನ್ನ, ಕುರುಬ್ರನ್ನ ಎಲ್ರನ್ನ ಕೂರಸ್ಕೆಂಡು ನೀವು ಹಿಂಗ್ ಮನಸು ಮಾಡಿದ್ದು ಚಲೋ ಅತು. ದೇವ್ರು ಮನಸ್ಸು ಮಾಡಿದ್ರೆ ಏನೇನರಾ ಆಕ್ತತಿ... ಅದ್ಕೆ ಬಸವಣ್ಣ ನೀನೊಲಿದರೆ ಕೊರಡು ಕೊನರತತಿ ಅಂದ . ಈಗ ಅದು ಈ ರೂಪದಾಗೆ ಕೊನರೈತಿ... ಇದೆಲ್ಲರ್ದು ಬಾವಿ... ಎಲ್ರೂ ನೀರ್ನ ಸೇದ್ಕಳ್ಳಿ. ಇನ್ನು ಮುಂದೆ ಮಠದ ಬಾವೀಂತ ಕರೀರಿ ಅಂತ ಅಂದು ಜನರ... ಜಯ ನಮಃ ಪಾರ್ವತಿ ಪರಮೇಸ್ವರ ನಮಃ ಉದ್ಘೋಷಗಳ ನಡುವೆ ಸ್ವಾಮಿಗಳು ಬಾವಿಯ ಪೂಜೆ ಮಾಡಿದರು. ಓಂ ನಮಃ ಶಿವಾಯ... ಎನ್ನುವ ಪಂಚಾಕ್ಷರಿ ಮಂತ್ರ ತಾರಕ ಮುಟ್ಟುತ್ತಿತ್ತು. ಗಾಂಧೀ ಬಾವೀಂತ ಕರೀಬೇಕೆಂದುಕೊಂಡಿದ್ದ ಸಿದ್ಧಾರೂಢರಿಗೆ ಇವೆಲ್ಲವೂ ವಿಪರೀತವಾದಂತೆಯೂ ಬಿಟ್ಟ ಬಾಣದ ಗುರಿ ತಪ್ಪಿದಂತೆಯೂ, ಆ ಗುರಿಗೆ ತಾವೆ ಬಲಿ ಪಶುವಾದಂತೆಯೂ ಕುಳಿತಲ್ಲಿಯೇ ವದ್ದಾಡಿದರು.

ಸ್ವಾಮಿಗಳು ಅತ್ತ ಹೋದ ಕೂಡಲೇ ಸೋಮೇಗೌಡನು ಮಾದರಕೇರಿಯ ಹನುಮಜ್ಜನನ್ನು ಕರೆದು ಪೂರ್ವ ದಿಕ್ನಾಗಿರೋ ಗಡಗದಲ್ಲಿ ಊರವರು ನೀರ್ನ ಸೇದ್ಕಂತಾರೆ, ನಿಮ್ಮಟ್ಟಿಯೋರು ಆಕಡೆದ್ರಾಗೇ ಸೇದ್ಕಬೇಕು. ಮಾನ ಮರ್ವಾದೆಗೆ ಕುಂದ ಬಾರ್ದಾಂಗೆ ನ್ಯಡ್ಕಬೇಕು... ನಿಮ್ಮಟ್ಟಿಯೋರಿಗೆಲ್ಲಾ ಇದ್ನ ಸರ್ಯಾಗೆಯೇಳು... ಒಂದೋಗಿ ಒಂದಾಗಬಾರ್ದು...ತಿಳಿತಾ? ಎಂದದ್ದಕ್ಕೆ ಹನುಮಜ್ಜನಾದಿಯಾಗಿ ಉಳಿದ ಮಾದರಹಟ್ಟಿಯ ಮಂದಿ 'ಆಯ್ತೇಳು ಸ್ವಾಮಿ' ಅಂತಂದರು. ಗೊಲ್ರು, ಕುರುಬ್ರು ಮೊಟ್ಟ ಮೊದಲಿಗೆ ಮುಟ್ಟು ಚಿಟ್ಟಿನ ಅನುಭವವಾಗಿ, ಒಳಗೊಳಗೆ ತಳಮಳಿಸಿ... ನಮ್ಗೆ ಆ ಕುಂಬಾರ ಬಾವಿನೆ ಇರ್ಲಿ ಯೇಳು... ಈ ನೀರ್ನ ಕುಡ್ದು ನಾವಿನ್ನೇಸು ವರ್ಸ ಬದುಕಬೇಕು. ಯೋಳೂಂತ ಅಂದ್ರೆ, ಬ್ರಾಂಬ್ರುಗಳು ನಮ್ಗೆ ಆ ಹಳ್ಳೇರ ಬಾವೀನೇ

ಇರ್ಲಿ... ಅಂತಂದ್ರು ಸಾಬರು ನಮ್ಗೆ 'ನಮ್ಮ ಪೀರ್ಲು ಬಾವೀನೇ ಇರ್ಲಪ್ಪ ಅಲ್ಲಾ ಕೊಟ್ಟ ನೀರು ಯೆಂಗಿದ್ರೇನು' ಅಂತ ಅನ್ನೋಕೆ ಸುರು ಮಾಡಿದ್ರು. ಪೂಜೆ, ಪುರಸ್ಕಾರದಾಗೆ ನಾವೇನು ಬ್ರಾಂಬ್ರಿಗಿಂತ ಕಮ್ಮಿ ಅನ್ನೊ ಪಂಚಪೀಠದ ಲಿಂಗಾತ್ರು 'ನಮ್ಮ ಮೇಗಳ ಬಾವಿನ ಬಿಟ್‌ಬಿಡ್ರಪ್ಪ' ಎಂದು ರಾಗತೆಗೆದರು. ಜಾತಿಗಳ್ಗೆ ಒಂದೊಂದು ಬಾವಿಗಳ್ನ ಹಂಚ್ಕೆ ಮಾಡ್ಕೆಳ್ಳುತ್ತಿರೋ ಮಂದಿ ನೋಡಿ ಸಿದ್ಧಾರೂಢ್ರು ದಂಗಾದರು. ಕೊರಡು ಈ ರೀತಿ ಕೊನರುವ ಪರಿಗೆ ಮುಮ್ಮಲ ಮರುಗಿ ಆಶ್ರಮಕ್ಕೆ ಬಂದು, ಕದವ ಮುಂದೂಡಿ ಮೌನವಾಗಿ ಕುಂತರು.

ಮಠದ ಬಾವಿಯ ಎರಡೂ ಕಡೆಯ ಗಡುಗಗಳಲ್ಲಿರೋ ಗಾಲಿಗಳು ನಿಧಾನಕ್ಕೆ ತಿರುಗತೊಡಗಿದವು. ಮೊದಲಿಗೆ ಮಾದರಟ್ಟಿಯವರಿಗೆ ಸಂಕೋಚವೆನಿಸತೊಡಗಿತು. ಲಿಂಗಾತ್ಯಾರು ಬಾವಿತಾಕೆ ಇಲ್ಲದ್ದನ್ನು ಮನದಟ್ಟು ಮಾಡ್ಕೊಂಡು ನೀರ್ನ ಸೇದ್ಯಂಬರಾಕೆ ಸುರು ಮಾಡಿದರು. ಇದರಿಂದ ಅವರ ವರ್ತನೆಯೊಳಗೆ ಸಲ್ಲದ ಕಳ್ಳನೋಟವೂ, ಕಳ್ಳ ಹೆಜ್ಜೆಯ ನಡಿಗೆಯೂ ಸೇರಿಕೊಂಡು ಬಿಟ್ಟಿತು. ಲಿಂಗಾತ್ರುದಾದ್ರು ಇದೇ ಕಥೆಯೇ. ಮಾದರಕೇರಿಯೊಳಗಿಂದ್ಲೆ ಬಾವಿ ಹತ್ರ ಹೋಗೋದೆ ದೊಡ್ಡ ಅಪಮಾನದಂತಾಯ್ತು. ಅಲ್ಲಲ್ಲಿ ಗುಡ್ಲುಗಳ ಮುಂದೆ ಪಿಚಕ್ಕನೆ ಹಿಕ್ಕೆ ಹಾಕುವ ಕೋಳಿಗಳು, ಕ್ಯಾಕರಿಸಿ ಉಗುಳಿದ ಉಗುಳು. ಹಸಿಮಾಂಸವ ಕೋಲಿನ ಮೇಲೆ ಹರಡಿ ಒಣಗಿ ಹಾಕಿದ ಪರಿಯೂ, ಆ ಮಾಂಸದ ತುಂಡುಗಳನ್ನೆತ್ತಲು ಮರದ ಮೇಲೆ ಕಾದು ಕುಳಿತ ಹದ್ದು, ಕಾಗೆಗಳ ಆಕ್ರಂದನವೂ, ಕೆಳಗೆ ಜೊಲ್ಲು ಸುರಿಸಿ ನಿಂತ ನಾಯಿಗಳ ಬಳಗವೂ, ಒಣ ಹಾಕಿದ ಹಸಿ ಚರ್ಮದ ಗವ್ವೆನ್ನುವ ನಾತವೂ... ಎಲ್ಲೆಲ್ಲೂ ಇಂಥವೆ. ಇದನ್ನ ಅವ್ರು ಹೆಂಗಾದ್ರೂ ಸಹಿಸಿಕೊಳ್ಳುತ್ತಿದ್ರೇನೊ ಆದರೆ, ಗುಡಿಸಲು ಮುಂದೆ ಕಾಲಮ್ಯಾಲೆ ಕಾಲ್ಹಾಕಿಕೊಂಡು ಬಾಯಲ್ಲಿ ಬೀಡಿ ಎಳಿತಾ ಮಾದಿಗ್ರ ಗಂಡ್ಸ್ರ ದಿಗುರವನ್ನು ಅವರು ಸಹಿಸದಾದರು 'ಸಿವ ಸಿವಾ ಆ ನೀರು ಇಲ್ದುದ್ರುವೋಟೆ... ಇದ್ನಾ್ಯವನು ನೋಡ್ತಾನಲೇ... ಈ ಭರಮಜ್ಜನಿಗೂ, ಆ ಸ್ವಾಮಿಗಳಿಗೂ ಬುದ್ದಿ ಗಿದ್ದಿ ಐತೆನಲ್ರೇ...' ಎಂದೆನ್ನುತ್ತಲೇ ಲಿಂಗಾತ್ರ ಹುಡುಗ್ರು ವ್ಯಗ್ರರಾಗಿ ಕ್ಯಾಕರಿಸಿ ಉಗಿಯುತ್ತಿದ್ದರು. ಮಠದ ಬಾವಿಯ ನೀರು ನಾಲಿಗೆಯ ಮೇಲೆ ನರ್ತಿಸಿ ಜೀವವನ್ನು ತಣ್ಣಗೆ ಮಾಡಿದ ಕೂಡ್ಲೆ 'ಇರ್ಲಿ ಬಿಡ್ರಲೇ' ಎಂದೂ ಸಮಾಧಾನಿಸಿಕೊಳ್ಳುತ್ತಿದ್ದರು

ಎಲ್ಲವೂ ಸರಾಗ್ವಾಗಿ ನಡೆಯಲು ಸೊಲುಪ ಕಾಲವೇ ಹಿಡಿತಾದ್ರೂ, ಸರಾಗವೆನ್ನೋದು ಬಸನಳ್ಳಿಯ ಜಾಯಮಾನಕ್ಕೆ ಬರ್ದುರಂಗಿಲ್ಲ. ಯಾವ ಮಾರಾಯ ಊರ ಅಗಸೆ ಬಾಗ್ಲುನ ಉತ್ರುಕ್ಕಿಕಿದನೋ ಏನೋ... ಲಾಗಾಯ್ತಿನಿಂದ್ಲು ಇಂತವೇ ಏನಾರೂ ಕಾಡ್ತಾನೇ ಇರ್ತವೆ.. ಈಗ ಸೋಮೇಗೌಡ ಕೆದ್ರಿಕೆಂಡು ಕುಂತ, ಊರಾಗಿನ ಬ್ರಾಂಬ್ರು. ಗೊಲ್ರು, ಕುರುಬ್ರು ನಮ್ಮನ್ನ ಯಾಕೋ ದೂರಕ್ಕಿಕ್ಕಿದ್ದಾರೆಂಬ ಸಣ್ಣ ಅನುಮಾನವೊಂದು ಅವ್ನ ಮಿದುಳೆಂಬ ಕುಲುಮೆಯೊಳಗೆ ಬುಸುಗುಟ್ಟುತೊಡಗಿತು. ಅದಕ್ಕೆ ಸರಿಯಾಗಿ ಹೊಂದುವಂಥಾ ಘಟ್ನೆಗಳೂ ಊರಾಗೆ ಮೇಲಿಂದ ಮ್ಯಾಲೆ ನಡೆಯತೊಡಗಿದವು..

ಊರೊಟ್ಟಿನ ದೊಡ್ಡ ಜಾತ್ರೆ ನಾರಾಯಣ್ಣ ಜಾತ್ರೆ. ಗುಡಿಯ ಬಣ್ಣದಿಂದ ಹಿಡಿದು ದೂಪಾರ್ತಿ ಹಾಕಾಗಂಟ ಎಲ್ಲದಕೂನೇ ಭರಮಜ್ಜೆ ಮುಂದು. ಈ ಬಾರಿಯ ಜಾತ್ರಿವಳಗೆ ಭರಮಜ್ಜನ್ನಿರ್ಲಿ ಯಾವ ಲಿಂಗಾತ್ರುನ್ನೂ ಅತ್ರಕ್ಕೆ ಬಿಟ್ಕಳ್ಳಿಲ್ಲ. ನೀವು ಯಾವೂರಪ್ಪಾಂತ ಅನ್ಲಿಲ್ಲ. ಮೊದಲಾದ್ರೆ 'ಅದ್ನೆಗ ಮಾಡಾದಜ್ಜ... ಇದ್ದಂಗೆ ಮಾಡಾನಜ್ಜಂತ...' ಕುಂಡೆಗೆ ಬೆಕ್ಕು ಸೇರ್ಕಂಡ ನಂಗೆ ಬುಡು ಬುಡು ಓಡಾಡ್ತಿದ್ದ ಪುರೋಹಿತ, ಇತ್ಲಾಗೆ ತಲೀನೂ ಹಾಕ್ಲಿಲ್ಲ. ಜಾತ್ರೆ, ಧಾಂ ಧೂಂ... ಅನ್ನೋ ಆಂಗೇನೋ ಆಯ್ತು. ಇದಲ್ಲದೇನೆ ಲಿಂಗಾತ್ರ ಹುಡ್ಗೇರ್ನ ಯಾರಾರು ನೆರೆಯೂರ ಹುಡುಗ ಮದುವೆ ಮಾಡ್ಕೆಣಕೇಂತ ನೋಡಾಕ ಬಂದ್ರೆ... ಸಲವಲ್ಲದ್ದನ್ನ ಅವು ಇವು ಹೇಳಿ ಪೇರಿ ಕೀಳಂಗ್ ಮಾಡಾರು. ಮೊದಲೇನರ ಹಿಂಗಾಗಿತ್ತಾ? ಹಿಂಗಾದ್ರೆ ಲಿಂಗಾತ್ರ ಹುಡುಗೇರು ನೆರದು ಅಂಗೇನೇ ಮುದುಕೇರಾಗ ಬೇಕಾದಿತು... ಅದಿರ್ಲಿ, ನಾವೇ ಬೇಕೂಂತ ಗೊಲ್ರ, ಕುರುಬ್ರು ಮನೆತಾಕ ಹೋದ್ರೆ ಮನೆಯ ಹೊರಚ್ಚಿನ ಕಟ್ಟೆಯಾ ಮ್ಯಾಗೆ ಕುಂದ್ರಿಸಿ ಅಂಗೇ ಮಾತಾಡಿ ಕಳುಸ್ತಾರೆ ಹೊರ್ತು ಒಳಗೂ ಕರಿಯಲ್ಲ. ಒಂದು ತಂಬಿಗೆ ನೀರ್ನೂ ಕೊಡಲ್ಲ 'ಜಾತಿಕೆಟ್ಟವ್ರನ್ನ ನೋಡಿದಾಂಗೆ ನೋಡ್ತಾರೆ...' ಅನ್ನೋ ಮಾತುಗಳನ್ನು ಸೋಮೇಗೌಡ ತನ್ನ ವಯೋಮಾನದ ಹುಡುಗ್ರ ಹತ್ರಾನೂ, ಅಪ್ಪ ಭರಮಜ್ಜನಾತಾಗ್ಲೂ ಹೇಳಿ ನೋಡಿದ್ದ. ಭರಮಜ್ಜನೂ... ನೀ ಯೋಳಾದಲ್ಲನು ಸರಿಯೇ... ಅಂಗಂತ...ಮಾದ್ರನ್ನ ಆ ಬಾವಿ ನೀರ್ನ ಸೇದ ಬ್ಯಾಡ ಅನ್ನೊಕ್ಕಾದ್ದ. ಅವುಗಳ್ದೂ ಒಂದು ಜೀವ... ನೀರ್ನ ಕುಡಕಳ್ಲಿ ಬಿಡ್ಲೆ 'ನಮ್ಮ ಮಠವೇನೂ ನಮ್ಮನ್ನ ಜಾತಿಗೆಟ್ಟೋರಂತ ಹೇಳಿ... ಹೊರಗಾಕಿಲ್ಲಲೋ...' ಎಂದು ಸಮಾಧಾನಿಸಿದರು. ಅಪ್ಪನ ಮಾತು ಸೋಮೇಗೌಡನ ಎಡಕಿವಿಯಲ್ಲೂ ಹೋಗಲಿಲ್ಲ, ಅವನ ವಾರಿಗೆಯವರಿಗೆ ಅವರಪ್ಪಗಳೂ ಹೇಳಿದ್ದೂ ಹೋಗಲಿಲ್ಲ.

ಇಂಥಾ ಹೊತ್ತಿನ್ಯಾಗೆ ಸಲುವಲ್ಲದ ಸುದ್ದಿಗಳು ಕ್ಯಾರೆ ಹಾವು ಹೊಳ್ಳಾಡಿದಂತೆ ಹೊಳ್ಳಾಡ್ತ ಸೋಮೇಗೌಡನ ಭುಜವ ಏರಿ ಮಿದುಳ ಕುಲುಮೆಗೂ ಒಂದಷ್ಟು ತೌಡು ಹಾಕಿದವು. 'ಲಿಂಗಾತ್ರ ಕೊಡಗಳನ್ನೆಲ್ಲಾ ಮಾದ್ರ ಮುಟ್ತಾರಾಂತೆ, 'ಲಿಂಗಾತ್ರ ಹೆಂಗ್ಸ್ರು ನೀರಿಗೋದ್ರೆ, ಅವುಕ್ಕೆ ನೀರ್ನ ಎಳಿಯಕಾಗಲ್ಲಲಾ, ಮಾದ್ರೆ ಎಳೆದು ಕೊಟ್ಟು ತಲೆಮ್ಯಾಲೆ ಹೊರುಸ್ತಾರಂತೆ...' ' ...ಗೌರಿನೀರಿಗೋದಾಗ ಆ ರೊಂಡಿ ಹನುಮನ ಮಗ ಚನ್ನನ ಕೂಡ ಕಿಲ ಕಿಲಾಂತ ನಗ್ತಾಳಂತೆ' ಅನ್ನೋ ಸುದ್ದಿಗಳು ಲಿಂಗಾತ್ರು ಜಂಘಾಬಲವನ್ನೇ ಉಡುಗಿಸಿದವು. ಆದರೂ 'ಇದ್ದ ಬೇಕಂತ್ಲೆ ಸುದ್ದಿ ಮಾಡಿ ಮಾದಿಗ್ರಿಗೆ ಸಮಾ ಇಕ್ಲೀಂತ ಯಾರೋ ಹಬ್ಬಿಸ್ಯಾರ ಬಿಡೋ...' ಅನ್ನುವ ಸಮಾಧಾನದ ಮಾತಾಡಿಕೊಂಡ್ರಾದ್ರೂ ಭರಮಜ್ಜನ ಮಗ ಸೋಮೇಗೌಡನ ಮಗಳು ಗೌರಿ ಹಿಂಗೆ ಚನ್ನನ ಜೋಡಿ ನಗ್ತಾಳೆ ಅನ್ನೋ ಮಾತ್ನ ಜನ ಗಂಭೀರ್ವಾಗಿ ತಗಂಡ್ರು. ಸೋಮೇಗೌಡಂತೂ ಉರಿದುರಿದು ಬಿದ್ದನು.

ಸೋತಾ ಸೋಮೇಗೌಡ್ನೆ ಮಧ್ಯಾನ ಬಾವಿ ತಕ ಕಾಯ್ಕೆಂಡು ಕುಂತ. ಗೌರಿ ಕೊಡ್ಸ ಬಗಲಲಿಕ್ಕಿ ಕೊಂಡು ಬಂದಳು. ಚನ್ನನೂ ಅವರಪ್ಪ ರೊಂಡಿ ಹನುಮನು ಬಾವಿಕಟ್ಟೆ ಮ್ಯಾಗೆ ಏನನ್ನೊ ಮಾಡುತ್ತಿದ್ದರು. ಗೌರಿ, ಚನ್ನನೂ, ಚನ್ನ- ಗೌರಿಯೂ

ಮಾತಾಡಿದ್ದು, ನಕ್ಕದ್ದು ಎಲ್ಲವನ್ನೂ ಸೋಮೇಗೌಡ ನೋಡಿ ತಡಿಲಾರ್ದೆ ಅಲ್ಲಿಂದೆದ್ದು ಬಂದು ಚನ್ನನಿಗೂ, ಹನುಮನಿಗೂ ನಾಲ್ಕು ನಾಲ್ಕು ಬಿಗಿದು ಅಬ್ಬರಿಸಿದನು. ರೊಂಡಿ ಹನುಮನಾದರೂ ಎಮ್ಮೆಯ ಹಸಿ ಚರ್ಮ ಹಾಸಿ, ಮ್ಯಾಲೆ ಉಪ್ಪು ಹಾಕಿ ಅದ ಉಜ್ಜಿ ಉಜ್ಜಿ ಮಾಂಸದ ಚೂರು ಬಿಡಿಸುತ್ತಿದ್ದವನು ಏಟುಗಳಿಗೆ ತತ್ತರಿಸಿದನು. ಚರ್ಮದ ನೆಪವ ಮುಂದಿಕ್ಕಿ 'ಲೇ ರೊಂಡಿ–ನಾಳಿಂದ ಯಾವನಾರ ಬಾವಿಕಟ್ಟೆ ಮ್ಯಾಕ ಹತ್ತಿ ಬರ್ರೆಲೆ.. .ಕಾಲ ಕತ್ರಿಸಿಬಿಡ್ತಿನಿ' ಎಂದವನೆ ಹಟ್ಟಿಯ ಹನುಮಜ್ಜನತ್ರನೂ ಇದುನೆ ಹೇಳಿ 'ಮಠದ ಬಾವಿಯಿಂದ, ನಿಮ್ಮಿಂದ ಮಾನ ಮರ್ವಾದೆ ಹರಾಜಾತ್ತಲೇ...ನಾಳೆ ನೀರಿಗೇನ್ರ ಬಂದ್ರೋ...' ಎಂದವನೆ ಗೌರಿಯನ್ನು ಎಳೆದುಕೊಂಡು ಹೋಗಿ, ಮನೇಲಿ ನಿಲೇ ಹಾಕಿ ಸಿಟ್ಟಿನ ಸಮಸ್ತ ರೋಷವನ್ನು ಅವಳನ್ನು ಬಡಿಯುವುದರಲ್ಲೇ ಕಳಕೊಂಡ. ಮಾದರಹಟ್ಟಿಗೆ ಗರಬಡಿದಂತಾಗಿತ್ತು. ಭರಮಜ್ಜನಾದಿಯಾಗಿ ಊರ ಹಿರೇರೆಲ್ಲ ಹೇಳಿದ ಮಾತುಗಳಿಗೆ ಸೋಮೇಗೌಡ ಮೈಟು ಮಾಡದಾದ.

ಸುದ್ದಿ ತಿಳಿದ ಸಿದ್ದಾರೂಢರು ಕುಸಿದು ಕುಂತರು. ಮೊದಲ ಬಾರಿಗೆ ಎದೆಯಲ್ಲಿ 'ಚಳಕ್' ಎಂದ ಅನುಭವವೂ, ಉಸಿರು ಕಟ್ಟಿದ ಹಿಂಸೆಯೂ ಆಗತೊಡಗಿ ನೆಲಕ್ಕೆ ದೊಪ್ಪನೆ ಬಿದ್ದರು. ನಾನು ನೀನೆಂಬೋ ಹೊತ್ತಿಗೆ ಊರ ತುಂಬೆಲ್ಲ ಸುದ್ದಿ ಹರಡಿ ಸರ್ವಕುಲವೂ ಆಶ್ರಮದ ಬಾಗಿಲಿಡಿದು ಸಿದ್ದಾರೂಢರನ್ನು ನೋಡಿಯೇ ನೋಡಿತು. ತೇಲುಗಣ್ಣು ಮೇಲುಗಣ್ಣು ಮಾಡುತ್ತಿದ್ದ ಸ್ವಾಮಿಗಳಿಗೆ ಗೊಲ್ರ ಕ್ಯಾತಜ್ಜನು ಒಂದು ಹನಿ ನೀರಾಕಿದನು. ಏನೋ ಒಂಥರ ಹಿತವಾದಂತಾಗಿ ಹಾಗೇ ಕಣ್ಣು ಮುಚ್ಚಿ ಸಿದ್ಧಾರೂಢರು ಬೆರಳುಗಳಿಂದ ಏನನ್ನೋ ಎಣಿಸತೊಡಗಿದರು. ಸುತ್ತ ನೆರೆದ ಜನ ಮುಂದೆ ಏನು ಆತತೋಂತ ಅಕ್ಕಿಕಾಳು ಬಾಯಾಗಿಕ್ಕಿಕೊಂಡು ಉಸಿರುಬಿಗಿ ಹಿಡಿದು ನಿಂತೇ ಇತ್ತು. ಸಂಜೆಯಾಗಿ, ಕತ್ತಲಾಗುತ್ತಿದ್ದಂತೆ...ಕುರುಬ್ರ ಮೈಲಾರಜ್ಜ 'ಸಿವ ಸಿವಾಂತ ನಾಕು ಭಜ್ನಿ ಪದಗಳ ಹಾಡ್ರಪ್ಪ... ಏನು ಶಿವ್ನು ಜೋಡಿ ಮಾತಾಡ್ತಾ ಐತೋ ಏನೋ ಸ್ವಾಮಿ... ಅದು ಕಣ್ಣು ಬಿಡಾಗಂಟ, ಅದ್ರ ಕಿವಿಮ್ಯಾಲೆ ಪದಗಳು ಬೀಳ್ಲಿ...' ಅಂತ ಅಂದುಕೂಡ್ಲೆ ಕುಂಬಾರ ಭದ್ರ ಹಾರ್ಮನಿ ಹಿಡಿದ, ಉಳದವರ ತಾಳ ದಿಮಡಿ ಹಾಕ್ಯೆಂತ ಪದವ ಕಟ್ಟಿದರು. ಸುತ್ತ ನಿಂತ ಜನವು ತಲೆಗೊಂದೊಂದು ಮಾತು ತೆಗೆದು 'ಇದುಕ್ಕೆ ಮಠದ ಬಾವಿಯೂ...ಮಾದಿಗರೇ ಕಾರಣವೆಂದು... ಸೋಮೇಗೌಡ್ನು ಕಾರಣವೆಂದೂ, ಚನ್ನ ಅಂಗ್ಯಾಕೆ ನಗಬೇಕಿತ್ತೆಂದು... ಉತ್ತುಮಸ್ತಳಾದ ಗೌರಿ ಅಂಗ್ಯಾಕೆ ನಗಬೇಕಿತ್ತೆಂದು' ಹೀಗೆ ಆಡುತ್ತಾಡುತ್ತ ಅಂತಿಮವಾಗಿ ಮಾದರಟ್ಟಿಯನ್ನೇ ಕೇಂದ್ರದಲ್ಲಿರಿಸಿ, ಮಾದರನ್ನೇ ಖಳನಾಯಕರನ್ನಾಗಿಸಿದವು ಮಾತುಗಳು.

ಮಾತುಗಳ ಸಂತೆಯೂ, ಪದಗಳ ಕಂತೆಯೂ ಮುಗಿತಾ ಬಂತೆನ್ನುವ ಹೊತ್ತಿಗೆ. ಧಡದಢನೆ ಹಳಿಗಳ ಮೇಲೆ ಹರಿದು ಬಂದ ರೈಲು ಶಿಳ್ಳು ಹಾಕಿ, ಮಳ್ಳಿಯ ಹಂಗೆ ಹೋಯ್ತು... ಕುಂಬಾರ ಭದ್ರ 'ಜಯ ನಮ ಪಾರ್ವತೇ' ಅಂತ ಮುಕ್ತಾಯದ ಸೊಲ್ಲು ತೆಗೆದ. ಪದಗಳು ನಿಂತವು. 'ಸ್ವಾಮಿಗಳು ಸಮಾಧಿಯೊಳಗೆ ಅನುಸಂಧಾನವಾಗಿದ್ದಾಂಗದಾರೇ... ಇನ್ನ ಎಚ್ರಾಗದೆ ನಸಿಗೆ... ಇನ್ನ ನೀವೆಲ್ಲ ನಿಮ್ಮ

ಪಾಡ ನೋಡ್ಕೆಳ್ಳಿ... ನಾಕಾರು ಹಿರೇರು ಇದ್ರ ಚಲೋ ಆತತೀಂತ...' ಸಿದ್ಧಾರೂಢರ ಶಿಷ್ಯ ನಲಕೇತಯ್ಯ ಅನ್ನುತ್ತಿದ್ದಂಗೆಯೇ ಮಠದ ಬಾವಿ ಕಡಿಂದ 'ದಢಂ' ಅನ್ನೋ ಸಬುದ ಕತ್ತಲನ್ನು ಸೀಳಿಕೊಂಡು ಬಂತು 'ಅಲೆಲೇ ಯಾವನೋ ಬಾವ್ಯಾಕೆ ಬಿದ್ದಂಗಾತು...ನಡಿರ್‍ರಲೇಂತ' ಜನ ಲಾಟೀನು, ಪಂಜುಗಳನ್ನು ಹಿಡಿದು ನಡೆದರು 'ಅಮಾಸೆಲೆಲೇ...ಜಡೆ ಮುನಿ ಆಟ ಇರ್‍ಬೇಕು...' ಎಂದು ತರ್ಕಿಸುತ್ತ ಹೆದರುತ್ತಲೇ ಜನ ಸಾಗರವು ಮಠದ ಬಾವಿಯನ್ನು ಸುತ್ತುವರಿಯಿತು.

ಪಂಜಿನ ಬೆಳಕಿನಲ್ಲಿ ಪರಿಶುದ್ಧವಾಗಿ ಥಳ ಥಳಗುಟ್ಟ ಬೇಕಿದ್ದ ಗಂಗೆ ರಾಣಾರಕ್ತವಾಗಿದ್ದಳು. ಜನ ಬೆರಗಾದರು. ಬಾವಿಯ ತಳದಿಂದ ರಕುತವಿನ್ನೂ ಬುಗ್ಗೆ ಬುಗ್ಗೆ ಯಾಗಿ ಬುರತ್ತಲೇ ಇದೆ. ರಕ್ತದ ರುಚಿ, ಬಣ್ಣ, ವಾಸನೆ ಬಲ್ಲವರು 'ಇದು ಈಗ ಆಟೆ ಕಡ್ಡ ಆಕಳಿನ ರಕ್ತದ ವಾಸ್ನೆ...' ಅಂದರು. ಕ್ಯಾತಜ್ಜ 'ದೊಡ್ಡ ಮುಳ್ಳು ಕಳ್ಳೆಗೆ ಕಲ್ಲು ಕಟ್ಟಿ ಬಾವಿ ತಳಕ್ಕೆ ಬಿಡ್ರಪ್ಪ... ಏನೈತೋ' ಆಕಾರವ ನೋಡಿ ಮೂಕರಾದರು. ಅದು ಮಾದರ ರೊಂಡಿ ಹನುಮನ ಆಕಳಿನ ಮುಂಡ. ಒಂದು ಚಣದಲ್ಲೇ ಇದರ ಹುನ್ನಾರವ ಜನರು ಮನವರಿಕೆ ಮಾಡಿಕೊಂಡರು.

'ಇಕ್ರಲೇ...ಸೂಳೆ ಮಕ್ಳೀಗೇಂತ' ಸೋಮೇಗೌಡ ಅನ್ನಲಾಗಿ, ಅವನ ವಾರಿಗೆಯವರು ಮಾದ್ರ ಮೇಲೆ ಕವುಚಿಕೊಂಡರು. ಆಮೇಲೆ ಉಳಿದವರು. ಇನ್ಯಾರ್‍ಯಾರೋ ಪಂಜುಗಳ ಹಿಡಿದು ಮಾದ್ರಟ್ಟಿಯ ಗುಡಿಸಲುಗಳಿಗೆ ಬೆಂಕಿ ಇಕ್ಕಿದರು. ಸಾಲು ಸಾಲು ಗುಡಿಸಲುಗಳು ಧಗ ಧಗಿಸುತ್ತಿದ್ದರೆ, ಮಾದರು ಬೋರಾಡುತ್ತಿದ್ದರು. ಬೆಂಕಿಯಲ್ಲಿ ಸಿಕ್ಕ ಹಸುಗೂಸುಗಳು ಚೀರಾಡುತ್ತಿದ್ದವು. ಬೆಂಕಿ ನಾಲಗೆ ಕೆನ್ನಾಲಿಗೆ ಚಾಚಿ ಭೂಮಿ ಆಕಾಸವ ಒಂದು ಮಾಡುತ್ತಿರುವಾಗಲೇ ಕುಂಬಾರ ನಿಂಗಜ್ಜ ಫಕೀರನಹಳ್ಳಿ ಕಡೆಯಿಂದ ಓಡೋಡಿ ಬಂದ 'ಎಂಥ ಕೆಲ್ಸ ಮಾಡಿದ್ರಿ... ಯಾರೋ ನಾಕುಮಂದಿ ಬಾವಿಗೆ ಎನ್ನೋ ಆಕಿ ಆ ಕಡೆ ಓಡಿದ್ರು. ಅವ್ರು ಯಾರು, ಯತ್ತಾಂತ ತಿಳ್ಕಬರಾನ್ನ ಅನ್ನಾದ್ರಾಗೆ ಇಂಗಾಯ್ತೆ?.' ಎಂದ, ನಿಂಗಜ್ಜ ಫಕೀರನಳ್ಳಿಯ ಕಡೆ ಕೈ ತೋರಿಸುತ್ತಲೇ ಉರಿವ ಬೆಂಕಿಯ ಕಡೆ ಕಣ್ಣು ನೆಟ್ಟ.

ಆಶ್ರಮದ ಕಡೆಯಿಂದ ಯಾರೋ ಬೋರಿಡುತ್ತಾ ಓಡೋಡಿ ಬಂದರು. ನೋಡಿದರೆ ಸ್ವಾಮಿಗಳ ಶಿಷ್ಯ ನಲಕೇತಯ್ಯ 'ಏನು, ಎತ್ತ' ಎಂದು ಜನ ಅನ್ನಲಾಗಿ. 'ಸ್ವಾಮಿಗಳು ಈಗ ಹೋಗಿಬಿಟ್ಟ'ರೆಂದ. ಉರಿವ ಅಗ್ನಿಗೆ ಮೈಯಲ್ಲೆಲ್ಲಾ ಬಾಯಿ ಎನ್ನುವಂತೆ, ಉಳಿದ ಗುಡಿಸಲುಗಳನ್ನೆಲ್ಲ ಜೀರ್ಣಿಸಿಕೊಳ್ಳಲು ನಾಲ್ಕು ದಿಕ್ಕಿಗೆ ನಾಲಗೆ ಚಾಚತೊಡಗಿತು.

(ಪ್ರಜಾವಾಣಿ ದೀಪಾವಳಿ ಕಥಾ ಸ್ಪರ್ಧೆ – 2002ರಲ್ಲಿ ದ್ವಿತೀಯ ಬಹುಮಾನ ಪಡೆದ ಕಥೆ)

ಸೊಲ್ಲು ಫಲವಾಗಿ

'ಲೇs, ಬೋಸುಡಿಮಕ್ಳಾ, ನಿಮ್ಮನ್ನ ಏನಂತ ಕರೀಬೇಕಂಬದ್ನಾರ ನೆಟ್ಟ್‌ಗೆ ಬೊಗುಳ್ರಲೇ' ಅಂತ ಸೋಮೇಗೌಡ ಅಂದಕೂಟ್ಲೆ, 'ಅಲೆಲೇss ಈ ಸ್ವಾಮಣ್ಣ ಇನ್ನೇನೋ ಯಡವಟ್ ಮಾಡ್ತಾನೆ ಕಣ್ಲೇ...' ಅಂತ ಮನಸಿನ್ಯಾ‌ಗೆ ಅಂದುಕೊಂಡ ಬ್ರಾಂಬ್ರ ನಾರಾಣಪ್ಪ... 'ಏ ಸ್ವಾಮಣ್ಣ, ಮುದ್ಕಾಗಿ ಮೂರತ್ರ ನೆರೆ ಬರಾಕತ್ತಿದ್ರು ನಿನಗೋಟು ಸುದಾಣ್ಸೆ ಅಂಬಾದು ಬರ್ಲಿಲ್ ನೋಡು! ಏನೋ ತಿಳಿದ್ ಉಡುಗ್ರ ಅಂಗ್ ಅಂಬ್ತಾವೆ. ಅದುಕ್ಕೆಯ ಸಿಡ್ರು ಬುಡ್ರೂಂತ ಅಂದ್ರೆ ಆದೀತಾss' ಅಂತ ಮುನಿಸಿಕೊಂಡವನ ಥರ ಕೈಯಿ ಮಯ್ಯಿಯ ಹಿಂದಕ ಮುಂದಕ ಆಡಿಸಿ, ವಯ್ಯಾರವ ಮಾಡಿ, ಪೌಳೀಕಟ್ಟೆಮ್ಯಾಗೆ ಕುಂತಿದ್ದ ಕಲ್ಲ ಭದ್ರನ ಕಡೆ ತಿರ್ಗಿ, 'ಲೇ ಕಲ್ಲಣ್ಣಾ, ಭದ್ರಪ್ಪಾ ಇಬ್ರೂ ಗಡಾನ್ ಓಗಿ ಒಂದೀಟು ಆ ಭರಮಜ್ಜನ್ನಾರ ಕರ್ಕಂಬರೋಗ್ರಪ್ಪಾss... ಇದ್ಯಾಕೊ ಬಗೆಹರಿವಂಗೆ ಕಾಣುವಲ್ಲು, ಆ ಯಪ್ಪರ ಬಂದ್ರೆ ಒಂದ್ ದಿಕ್‌ನಾರ ತೋರುಸ್ತಾನೆ... ಗಡಾನ್ ಓಗಿ ಬಡಾನ್ ಬರ್ರೀss' ಅಂತ ನಾರಣಪ್ಪ ಅಂದುದ್ದೆ ತಡ ಕುಂಡಿಯಡಿಗೆ ಅಕ್ಕೆಂಡಿದ್ದ ತುವಲ್‌ಗಳ್ನ ಕೊಡವಿಕ್ಕೆಂಡು ರವ್ವನೆ ಹೆಗ್ಲಮ್ಯಾಕೆ ಎಸಿತಾ ಒಂದು ಸುತ್ತು ಕೊಳ್ಳಿಗೆ ಸುತ್ತಿಕೆಳ್ತಲೇ ಭರಮಜ್ಜ ಮನೆತಾವ ನಾಗ್ಗಾಲು ಬಿದ್ರು. ಅವ್ರು ಅಂಗೆ ಆ ಕಡೆ ಓಕ್ತಿದ್ದಂಗೆ ಈಸ್ವರ ದೇವ್ರ ಪೌಳೀಕಟ್ಟೆಮ್ಯಾಗೆ ಕುಂತಿದ್ದ ಮಂದಿ ಕವಕವಾನ್ನಾಕೆ ಸುರುಮಾಡಿದ್ರು.

ಮನಿಯಾಗೆ ಒಂದು ನರಪಿಳ್ಳೆಯೂ ನಿಂದ್ರುದಂಗೆ ಬಸನಳ್ಳಿಯ ಜನ ವತಾರೆಯಿಂದ್ಲೂ ಊರ ಮುಂದ್ಕೆ ಬಂದು, ಅವ್ರವ್ರ ಯೋಗ್ಯತೆಗೆ ಸರಿಹೊಂದುವಂತೆ ಪೌಳೀಕಟ್ಟೆ ಮ್ಯಾಗೆ ಅಂಡೋರಿಯೋ, ಕಾಲಿಳಿಬಿಟ್ಟುಕೊಂಡೋ, ಕಟ್ಟೆಯ ಕೆಳಗೆ ದರ್ವೇಸಿಗಳ ಥರ ಕುಕ್ಕರಗಾಲಲ್ಲಿ ಕುಂತೋ... ಕೀಚಿಡಿದ ಹಲ್ಲುಗಳ ತೆರಕೊಂಡು ಕಿವಿಗಳೆರಡನ್ನ ಅತ್ತಾಗೊಮ್ಮೆ, ಇತ್ತಾಗೊಮ್ಮೆ ಹರಿಯಲು ಬಿಟ್ಟು ತಾವು ಮಹಾಚೋದ್ಯಕ್ಕೆ ಒಳಗಾದವರಂತೆ ಕಣ್ಣಗಲಿಸಿ 'ಮುಂದೆ ಏನಾತತೋs'

ಅಂತ ಕಿಸುರುಗಣ್ಣಾಗಿ ಕುಂತಿರಬೇಕಾರೆ; ಪೌಳೀಕಟ್ಟೆಯಿಂದ ಸೊಲುಪ ದೂರದ ಸೈಜುಗಲ್ಲುಗಳ ಗುಪ್ಪೆಗಳ ಮೇಲೆ ಗಮಲು ಎಣ್ಣೆಯ ತಲೆಗೆ ಮೆತ್ತಿಕ್ಕೆಂಡು, ಮ್ಯಾಲೊಂದು ಚಂದದ ಕರಾಪು ತೆಕ್ಕಂಡು..., ಅದರ ತುದಿಗೊಂದು ಗುಬ್ಬಿಯ ಚುಂಗನ್ನಿರಿಸಿಕೊಂಡು, ಕಾಲುಗಳೆರಡೂ ಮುಚ್ಚುವಂತೆ ಬಣ್ಣ ಬಣ್ಣದ ಲುಂಗಿಯ ಇಳಿಬಿಟ್ಟುಕೊಂಡುದದದಲ್ದೇನೆ ಗಳಿಗೆಗೊಮ್ಮೊಮ್ಮೆ ಕಾಲಲ್ಲಿ ಮೆಟ್ಟಿಕೊಂಡಿದ್ದ ಕೆರವ ಕುಣಿಸುತಲಿ, ಕಲ್ಲುಗಳ ಮೇಲೆ ಒಂದೊಂದೇ ಕುಂಡೆಯೂರಿ ದಿಗುರಿನಲಿ ಕುಂತಿದ್ದ ಮಾದ್ರಕೇರಿಯ ಉಜ್ಜನಮಗ ರುದ್ರನೂ, ರೊಂಡಿಹನುಮನ ಮಗ ಚನ್ನನೂ, ಕರೇಮಲ್ಲನ ಮಗ ಸೋಮಸೇಖರನ ಮ್ಯಾಲೆ ಸೋಮೇಗೌಡನು ಅರ್ಜುನನ ಥರ ಬೈಗುಳಗಳ ಬ್ರಹ್ಮಾಸ್ತ್ರವ ಎಸೆದೇ ಎಸೆಯುತ್ತಿರಲಾಗಿ, ಅವರಾದರೋ ಸಬುದದ ಬೆನ್ನಿಡಿದು ಸಬುದವೇದಿಯ ಬೇಧಿಸುವ ಏಕಲವ್ಯನ ಥರವೂ, ಬ್ರಹ್ಮಾಸ್ತ್ರಕ್ಕೆ ದಿವ್ಯಾಸ್ತ್ರವ ಎಸೆವ ಬಬ್ರುವಾನನ ಥರವೂ ಸೋಮೇಗೌಡನ ಮ್ಯಾಲೆ ಬೈಗುಳಗಳೆಂಬ ಸಿಡಿಲ ತುಫಾಕಿಗಳ ಎಸೆದೆಸೆದು ಹಣ್ಣುಗಾಯಿ ನೀರುಗಾಯಿ ಮಾಡುತ್ತಿದ್ದರೆ, ಪೌಳೀಕಟ್ಟೆಯ ಮ್ಯಾಲೆ ಕುಂತಿದ್ದ ಉತ್ತುಮಸ್ತರಾದರೂ 'ಮಾದಿಗ್ರ ನೋಡ್ರಲೇss' ಅಂತ ಖಾರವ ಗೊಟಾಯಿಸಿಕೊಂಡು ಕುಡಿದು ವಿಲಿವಿಲಿ ವದ್ದಾಡುವವರಂತೆ ವದ್ದಾಡುತ್ತಲೇ ಸ್ವಾಮಣ್ಣನಿಗೆ ಬೆಂಬ್ಲವಾಗಿ ತಾವೂ ಒಂದೊಂದು ಬಾಣಗಳ್ನ 'ಇರ್ಲಿತಗಾs' ಅಂತ ಏಕಲವ್ಯ ಬಬ್ರುವಾನರ ಮೇಲೆ ಎಸೆಯುತ್ತಿದ್ದರು. ಅವಾದರೋ ಕೊಂಚ ದೂರವೂ ಕ್ರಮಿಸದೆ ಒಂದರೊಳಗೊಂದು ಮಿಕ್ಸ್ ಆಗಿ ದೀಪಾವಳಿಯ ಹಳೆಯ ಕೇಪುಗಳು 'ಠುಸ್‌ಸ್‌ಸ್‌ಸ್‌' ಅನ್ನುವಂಗೆ ಹೊಗೆಯ ಊದಿ ಸುಸ್ತು ಹೊಡೆಯುತ್ತಿದ್ದವು. 'ಇದೇನ್ಲಾ... ಇಂಗಾಕವಲ್ಲಾಂ'ತ ಅಂದಕಳ್ತಲೆ ಮಾದರ ಹುಡುಗ್ರ ಮಾತುಗಳ ಬಿರುಸು ಬಾಣಗಳ ಪೌರುಸವ ಕಂಡು 'ನಮ್ಮಕ್ಳು ಚಿಗಿ ಕಂಡ್ರು ಕಣಲೇss' ಅಂತ... ಕುಂಯಿs .. ಕುಂಯೀs ಅಂತ ಬಾಲ ಮುದ್ರಿಕೆಂಡು ಸುಮ್ಮಗಾಗುತ್ತಿದ್ದವು.

ವತಾರೆಯಿಂದ ಸೂರ್ಯಸ್ವಾಮಿ ನಡುನೆತ್ತಿವರ್ಗೆ ಬರೋತಂಕ ಪಂಚಾತಿಯೆಂಬ ಎಳೆದಾಟದ ಕ್ರಿಯೆಗೊಂದು ನಿಲುಗಡೆ ಬಂದಿರ್ಲಿಲ್ಲ. ನಿಲುಗಡೆ ಇರ್ಲಿ! ಇನ್ನಷ್ಟು ಮತ್ತಷ್ಟು ಹಳಸ್ಕಾತನೇ ಇತ್ತೆ ವರ್ತೂ ಕೊನೆ ಅಂಬಾದು ಕಾಣ್ತಿರ್ಲಿಲ್ಲ. ಮೊದಲಾದ್ರೋ ಭರಮುಜ್ಜ ನಾನು ನೀನೆಂಬದ್ರಾಗೆ ತೀರ್ಮಾನವ ಕೊಟ್ಟು ಬಿಡ್ತಾ ಇದ್ದ. ಸರೀನೋ, ತೆಪ್ಪೋ ಅವ್ನು ಎಡಗಾಲಲ್ಲಿ ತೋರ್ಸಿದ್ನ ತಲೀಮ್ಯಾಲೆ ಹೊತ್ತು ನೆಡ್ಕಳುವಂತ 'ಧರ್ಮಾತ್ಮ'ರಿದ್ರು. ಈಗ ಮಗ ಸೋಮೇಗೌಡ್ನ ಕಾಲಕ್ಕೂ ಅಂಗೇ ಆಗೂಂದ್ರೆ ಯೆಂಗಾದೀತು? ಅವ್ನೋ ಎಲ್ಲದಕ್ಕೂ ಕೈನೇ ಮ್ಯಾಕೆತ್ತಿಕೊಂಡು ಮೈಮ್ಯಾಲೆ ಅಡರಿಬರುವವನೇ ಹೊರತು ಕಾಲದ ಹಕ್ಕಿಯ ಎದೆ ಬಡಿತವ ಕೇಳಿಸ್ಕಂಡು ಅದರಂಗೆ ನುಡಿವ ಕಲೆಗಾರನಲ್ಲ. ಏನಿದ್ದರೂ 'ಏಕ್ ಮಾರ್ ಧೊ ತುಖ್ಡಾ..' ಅಂಬೋ ದಾವಣ್ಗೆರೆ ಪಠಾಣ್ರ ಪರಿಭಾಸೆಯವನು. ಆದರೆ, ಕಾಲದ ಪರಿಭಾಸೆಯೇ ಬ್ಯಾರೆಯಾಗಿರ್ತದೆಂಬದ್ನ ಮಾದ್ರಕೇರಿ ಈ ಹುಡುಗ ಥಾಳ್ವಾಗಿ ತೋರ್ಸಿದ್ವು. 'ಚೋದಿಮಕ್ಳು, ನಾಕಕ್ಷರ ಕಲ್ತಕಂಬರ್ರಲೇಂತ ಕಳ್ಸಿದ್ರೆ ಯಾತ್ಯಾತ್ರುದ್ನೋ ಕಲ್ತಕಂಬಂದು

ಮಾತಾಡ್ತವೆ' ಅಂತ ಪೌಳೀಕಟ್ಟೆಯ ಬುಡದಲ್ಲಿ ಕುಂತಿದ್ದ ಮಾದ್ರಕೇರಿಯ ರೊಂಡಿ ಹನುಮನೂ, ಉಜ್ಜನೂ ತಮ್ಮ ತಮ್ಮ ಕೂಸುಗಳ ಗದ್ರುತಿದ್ರೆ; ಆ ಕೂಸುಗಳೋ 'ಸುಮ್ಮೆ ಕೂಕಳ್ರಿ, ನೀವ್ ಇಂಗೆ ನಾಯಿಗಳ ಥರ ಇರಾದ್ಕೆಯಾ ಅವ್ರಂಗಾಡಾದು...' ಅಂತ ಸೈಜುಗಲ್ಲು ಸಿಂಹಾಸನದ ಮ್ಯಾಲಿಂದ್ಲೆ ಗುಟುರು ಹಾಕಿ ಅವರವರ ಅಪ್ಪಗಳ ಬಾಯೀನ ಮುಚ್ಚಿಸೋವು. ಇವಕ್ಕೆ ಅವಮಾನವೋ... ಸಡಗ್ರವೋ ಎಂಥದೋ ಒಂದು ಭಾವ ಉಕ್ಕಿ ತಡ್ಕಳ್ಳಲಾರ್ದೆ ಕಿವಿಸಂದಿಲಿರೋ ಮೋಟು ಬೀಡಿಗೆ ಕೈ ಹಚ್ಚಿ ಕೆಂಡಕ್ಕೆ ಸುತ್ಲೂವು ಹುಡಿಕ್ಯಾಡಕೆ ಹತ್ತಿದವು. ಇದರ ಮರ್ಮವ ತಿಳಿದ ಕಂತೇಭಿಕ್ಷದ ಅಯ್ಯ ನಲಕೇತಯ್ಯನವರು ಕೆಮ್ಮಿದಂತೆ ನಟಿಸಲು 'ಓ! ನಾವ್ ಪಂಚಾತಿ ಕಟ್ಟೇತಾವ್ ಅದೀವಿ' ಎಂಬದು ಗ್ಯಾಪ್ಕ ಮಾಡ್ಕೆಂಡು ಮುಖವ ಉಳ್ಳಗೆ ಮಾಡ್ಕೆಂಡು ಬೀಡಿಯ ಸ್ವಸ್ಥಾನಕ್ಕೆ ಕಳಿಸ್ಕೆಮ್ಮತಲೇ 'ಭರಮಜ್ಜಣ್ಣಪ ಯಾವಾಗ ಬತ್ತಾನೋ ಏನೋ' ಅಂಬ್ತ ಕಟ್ಟೆಯ ಮ್ಯಾಲೆ ಕುಂತವರ ನೋಡಕತ್ತಿದ್ರು.

ಪಂಚಾತಿ ಕಟ್ಟೆಮ್ಯಾಲೆ ಕುಂತವರು ಮಾರವ್ವನ ಹಬ್ಬದ ದಿನ ಮೈದುಂಬಿದ ಪೂಜಾರಪ್ನ ಥರ ಕಾಣ್ತಾ ಅದಾರೆ! ಕುಂಕಮವಿಲ್ಲ... ಭಂಡಾರ್ವಿಲ್ಲ ಕೈಯಾಗೆ ಕತ್ತು ಕತ್ತರಿಸುವಂತ ಖಡುಗವೊಂದಿಲ್ಲ. ಉರುಮೆ ಬಡ್ದಾಗ ಮೈದುಂಬಿಕೆಂಡು ಯಾರ ಮ್ಯಾಲಾರ ಬೀಳಂಗ್ ಅದಾರೆ. ಈ ಹಾಳಾದ ಹುಡುಗ್ರಾದ್ರು ಇದ್ನ್ಯಾಕೆ ಕೆದ್ರಿಕೆಂಡು ಕುಂತಾರೆ? ...ಸಾಲಿ ಒಳಗೆ ಯಾವ್ನೋ ಮೇಟ್ರು ನಮ್ಮ ಕೇರಿ ಉಡ್ರುನ 'ಮಾದ್ರೂ'ಅಂತ ಸೊಲ್ಲೆತ್ತಿ ಕರೆದ್ನಂತೆ..., ಕರ್ಕಂಡ್ರೆ ಯಾಕ್ ಕರ್ಕಾವಲ್ಲ. ಅಲ್ಲಾ ಮತ್ತವು ನಮ್ಮನ್ ಇನ್ನೆಂಗ್ ಕರೀಬೇಕು? ಏನು ಗಾಸಾರವೋ ಏನೋ...' ಎಂದು ಕುಂತು ಕುಂತಲ್ಲೇ ವಸಗಾಡಿದ್ರು. ಕಟ್ಟೀಮ್ಯಾಗೆ ಕುಂತ ಬಾಂಬ್ರ ಆ'ಯಪ್ಪ'ನ್ನ ನೋಡಿದ್ರು. ಪಾಪ ಆಯಪ್ಪ ತನ್ನ ಕೂಸ್ನ ಬಿಗಿಯಾಗಿ ಇಡ್ಕಂಡು ಕುಂತಾನೆ; ಕಣ್ ತುಂಬ್ಕೆಂಡು ಬಂದಂಗಾಗೇತಿ. 'ಏ..! ಆ ಉಡುಗ್ನೆಯೇನು ಅಲ್ಲೇನೋ ನಮ್ಮೂರ ಸಾಲಿಮೇಟ್ರು...' ಅಂತ ಉಜ್ಜ ಪಕ್ಕದಾಗಿದ್ದ ರೊಂಡಿ ಹನಮ್ನ ಕೇಳಿದ್ರೆ 'ಊಂಕಣಾ! ಆಯಪ್ನೆ. ನಮ್ಮ ಉಡ್ರಿಗೆ ಮಾದ್ರೂಂತ ಸೊಲ್ಲೆತ್ತಿದ್ದು... ಯಂಗ್ ಮಕಾ ಇಳಿಬಿಟ್ಕಾಂಡು ಕುಂತಾನೆ ನೋಡು... ನಮ್ಮವುಕು ಬ್ಯಾರೆ ಕೇಮಿಲ್ಲ... ದಾವಣ್ಗೆರೆಗೆ ಅದ್ಯಾತ್ರುದ್ರೋ ಸಂಗ ಪಂಗಾಂತ ಸೇರ್ಕೆಂಡು ಇಂಗಾಡ್ತವೆ..., ನಿಮ್ಮ ರುದ್ರ! ಅಲೆಲೇ ಅದೇನ್ ಮಾತೂಂಬ್ತ ಆಡ್ತಾನೆ. ಆ ಸ್ವಾಮಣ್ಣಂಗೆ ಯೆಂಗೆಲ್ಲಾ ಮಾತಾಡ್ದ... ತಗಿ ತಗಿ ಇದ್ಯಾಕೋ ಬಾಳ ಅತಪ್ಪಾ' ಅಂತ ಅಂದು ಎಡಕ್ಕೆ ವನೆಯತ್ತ ಬಾಯಾಗೆ ಆಕ್ಕೆಂಡಿದ್ದ ಸ್ವಾಮಣ್ಣ ಎಸೆದಿದ್ದ ಗೋಟು ಅಡಿಕೆಯ ನಲುಮ ತೊಡಗಿದ.

ಪಂಚರಿಗೆ ಆತುಕೊಂಡಿದ್ದ ಬ್ರಾಂಬ್ರ ಸುಬ್ಬಣ್ಣನ ಪಾಡಂತೂ ಹೇಳತೀರದು. 'ಈ ಭರಮಜ್ಜಾನ್ನನು ಯಾವಾಗ್ ಬಂದಾನು? ಈ ಹುಡ್ರು ಅವ್ನ ಮಾತಿಗೂ ಮೈಟು ಮಾಡದಿದ್ರೇನು?' ಎಂಬಂತ ಪ್ರಶ್ನೆಗಳನ್ನು ಕೇಳ್ಕಂಬತ್ತಿದ್ದಂಗ್ಲೆ ಹಾಸಿಗೆ ಹಿಡ್ದ ಹೆಂಡ್ತಿಯೂ ಹುಚ್ಚಿಡಿದು ಹಗ್ಲೂ ರಾತ್ರಿ ಕಿರಿಚ್ತಿರೋ ಮಗ್ಳು ನೆಪ್ಪಿಗೆ ಬಂದ್ರು. 'ಯೇಣುದೇನಾರ ಕೆಲ್ಸ ಓದ್ರೆ ಯೆಂಗಪ್ಪಾ.. ರಾಮರಾಮಾss' ಅಂತ ನಿಟ್ಟುಸಿರುಗರಿತಾ

ಮಗನ ಮಕವ ನೋಡ್ಕೆಂಬುತಾ 'ಅಯ್ಯೋ ನನ್ ಮಗ ಅಂಗನ್ನೋನೆ ಅಲ್ಲಾ' ಅಂತ ಹಲುಬುಲುಬಿ ದಂಡಗಿಂಡವ ಹಾಕಿದ್ರೆ ಕಟ್ಟಿ ಬಿಡಾಮಾ' ಅಂತಲೂ ಆಂದ್ಕಳ್ತಲೇ ಪೌಳೀಕಟ್ಟೆಯ ಮ್ಯಾಗೆ ಕುಂತ ಮಂದಿಯ ಕಳ್ಳು ಕತ್ತರಿಸುವಂತೆ ಮಕವ ಜೋತಾಡಿಸಿಯೇ ಆಡಿಸ್ತಿದ್ರೆ..., ಕುರಬ್ರ ಸಿದ್ರಾಮಜ್ಜನೋ 'ಹಾಳಾದ್ ಮೂಲಯಾದಿ ನನ್ನನ್ನ ಇನ್ನೂ ಬಾಳತಂಕ ಕುಂದ್ರುಗೊಡಸಂಗೆ ಕಾಣಲ್ಲ ಬಿಡು' ಅಂತ ಅಂದ್ಕಮ್ತ್ಲೆ 'ಭರಮಜ್ಜಣ್ಣರೆಲ್ಲಿ ಗಡಾನ್ ಬಂದಾರಪ್ಪ... ತಂಬೂರಿಯ ಕೆಳಗಿಕ್ಕಿ ಜಳಕ ಪಳಕ ಮಾಡ್ಕೆಂಬರಾದಂದ್ರೆ ಇನ್ನೂ ಬಾಳ ತಡಾಕತಿ ಬಿಡೂ' ಅಂತ ಅಂದ್ಕಮ್ತಾ ಅಂಡು ಬದಲಿಸಿದರು.

ಸಿದ್ಧಾರೂಡ್ರು ಸತ್ತ ಮ್ಯಾಕೆ ಭರಮಜ್ಜ ಮನೀಬಿಟ್ಟು ಹೊರಾಕೆ ಹೊಂಟುದ್ದೇ ಇಲ್ಲ. ಅವ್ರ ಆಶ್ರಮ ಹಾಳುಬೀಳ್ತತೀಂತ ಗೊತ್ತಾ ಕ್ತಿದ್ದಂಗೆ 'ಅದ್ನ ಭಜ್ನೆ ಮಂದಿರ್ವಾದ್ರೂ ಮಾಡ್ರೋ..' ಅಂತ ಅಂದದ್ದೂ..., ಅಲ್ಲಿ ಹೋದೋರೆಲ್ಲ ಭಜ್ನೆ ಮಾಡಾದು ಬಿಟ್ಟು ಇನ್ನೇನೋ ಮಾಡಕತ್ತಿದ ಮ್ಯಾಲೆ 'ಶಿವ ಶಿವಾ... ಆ ತಂಬೂರಿಯಾ, ತತ್ವದ ನುಡಿಗಳ ಹೊತ್ತಿಗೆನಾರ ತಂದು ಕೊಡ್ರಪ್ಪಾ... ಇಲ್ಲೇ ಮನಿಯಾಗೆ ಶಿವ ಶಿವಾಂತ ಅಂದಕಂಡಿರ್ತಿನಿ' ಅಂತ ಅಂದದ್ರಿಂದ ಅವ್ರು, ಅವುನ್ನೆಲ್ಲಾ ತಂದು ಈ ವಜ್ಜನ ಮನಿಯಾಗೆ ಇಕ್ಕಿದ್ರು. ಆ ವಜ್ಜೊ ಹಗ್ಲನ ಬ್ಯಾಡ... ರಾತ್ರಿ ಅನಬ್ಯಾಡ ಕುಂಬಾರ ನಿಂಗಜ್ಜನ್ನ ಕರಕಂಡು, ತಂಬೂರಿ ಮೀಟ್ಕೆಂಡು 'ಗುಡಿ ಗುಡಿಯ ಸೇದಿ ನೋಡು...' ಅಂತ್ಲೋ 'ಜ್ಯೋತಿ ಬೆಳಗತೈತಿ... ನಿತ್ಯ ಪರಂಜ್ಯೋತಿ... ಬೆಳಗತೈತಿ..' ಅಮ್ತ ನಿಜಗುಣರ ಪದವ ನುಡೀತಿತ್ತು..

ಕಲ್ಲ ಭದ್ರನು ಭರಮಜ್ಜನ್ನ ಕರ್ಕಂಬರಾಕೆಂತ ಹೋದಾಗ್ಲೂ ಆ ವಜ್ಜ ಕೈವಾರ ತಾತಯ್ಯ ನೋರ '..ಬ್ರಹ್ಮನೂ ನೀನೇನೇss ...ಜೀವಬ್ರಹ್ಮನೂ ನೀನೇನೇss' ಅಂತ ನುಡೀತಿತ್ತು. 'ಅಜ್ಜಾ... ಏ ವಜ್ಜಾss' ಅಂತ ಇಬ್ರೂ ಅನುದ್ದಂಕ್ಲೆಯ ...ಪದವ ನಿಲ್ಸಿ.. ..ನಿಸೂರುಗಣ್ಣಲ್ಲಿ ನೋಡಿ 'ಯಾರೊ? ಭದ್ರಣ್ಣ ಅಲ್ಲೇ? . ಅವ್ನನ್ಯಾರು... ಓ ಕಲ್ಲಣ್ಣಾ...' ಅಂತ ಅಂತುದ್ದಂಕ್ಕೆ ಇವ್ರೋ 'ಇಂಗಿಂಗೇs' ಅಂತ ಎಲ್ಲ ಯೇಳಿ 'ನೀನ್ ಗಡಾನ್ ಬರಾಕಂತೆ' ಅಂತಂದ್ರು.. 'ಲೇ ತಮ್ಮಾ ನಂದಿನ್ನು ಜಳಕ ಪಳಕಾಗಿಲ್ಲ, ಊಂ..., ಇರ್ಲಿ ನಡ್ರಿ..., ಅಲ್ಲಿ ಆಸೊಂದು ಮಂದಿ ಕಾಯ್ಕೆಂತ ಕುಂತ್ಕಂಡಿದ್ದು... ನಾನಿಲ್ಲ ಜಳಕ ಪಳಕಾಂತ ಕುಂತ್ರೆ.. ಆ ದೇವ್ರು ಮೆಚ್ತಾನಾ...' ಅಂತ ಅಂದ್ಕಳತ ವಲ್ಲಿಯ ಕೊಡವಿ ಕೆಂಡು ತಲಿಗೆ ಸುತ್ಕೆಂತ ಹಾವುಗೆಗಳ ಮೆಟ್ಕೆಂತ ಒಂದೊಂದೇ ಹೆಜ್ಜೆ ಇಕ್ಕೆಂತ ಪೌಳೀಕಟ್ಟೆ ಕಡಿಗೆ ಮಕಾ ಆತು. 'ಲೇ ಈ ವಜ್ಜ ಇಂಗೆ ಹೆಜ್ಜೆ ಮ್ಯಾಲೆ ಹೆಜ್ಜೆ ಇಕ್ಕೆಂಡು ವಂಟ್ರೆ ಸಂಜಿಕೆಯ ಮುಟ್ಟಾದು... ತಗಾಂತ' ಅಂದ್ಕತ ಇಬ್ರೂ ಕೈ ಕೈಗಳ್ನ ಇಡ್ಕಂಡು ಅಪ್ಪಾಲೆ ಮಾಡ್ಕೆಂಡು ಆವಜ್ಜನ್ನ ಅನಾಮತ್ತಾಗಿ ಎತ್ಕೆಂಡು ಪೌಳೀಕಟ್ಟೆಯ ಕಡೆಗೆ ನಾಗ್ಗಾಲು ಬಿದ್ರು.

ಬಸನಳ್ಳಿಯ ಜನ – ಯಾಕೆ? ಸುತ್ತಮುತ್ತ ನಾಕಾರು ಹಳ್ಳಿಯೋರು ಇಂತಾ ಇಚಾರಕ್ಕೆ ಎಂದೂ ಪಂಚಾತಿ ಅಮ್ತ ಸೇರಿದ್ದಿಲ್ಲ. ಊರ ಸಾಲಿಯ ಬಾಂಬ್ರ ಯೇಣು

ಗೋಪಾಲ್ನೆಂಬ ಮೇಸ್ಟ್ರು ಬಸನಳ್ಳಿಯ ಮಾದ್ರಟ್ಟಿಯಿಂದ ಸಾಲಿಗೆ ಬರ್ತಿದ್ದ ಹುಡ್ರುಗೆ ಸೊಲ್ಲೆತ್ತಿ ಮಾದಿಗರೂಂತ ಅಂದ ಅಂಬೋ ಸುದ್ದಿ ಊರ್ತುಂಬ ಹಬ್ಬಿ... ಕೇರೀನೂ ಮುಟ್ತು. ದೊಡ್ಡ ಸಾಲಿ ಓದಿದ ಕೇರಿಯ ನಾಕಾರು ಹುಡ್ರು ಸಾಲಿತಾವ್ ಬಂದು 'ನೀನು ಅದ್ಯಂಗೆ ಅಂದೆ?' ಅಂತ ಯೇಣುಗೋಪಾಲ್ನ ನಿಲೆ ಅಕ್ಕೆಂಡು ಕೇಳಿದ್ರಂತೆ... ಅವ್ರು ಆಟುಕ್ಕೂ ಸುಮ್ನಾನಾಗದೆ 'ಟೇಸನ್ನಿಗೆ ಕಂಪ್ಲೆಂಟ್ ಕೊಡ್ತೀವಿ'. ಅಂತ ಅಂದ್ರಂತೆ. ಅದ್ಯಂಗೋ ಏನೋ ಈ ಇಚಾರ ಗೊಲ್ರ ಕ್ಯಾತಜ್ಜುಂಗೂ... ಲಿಂಗಾತ್ರ ಮಾದೇವಜ್ಜಂಗೂ ಗೊತ್ತಾಗಿ 'ಲೇ ತಮ್ಮಾ ಅಂಗೆಲ್ಲಾ ಮಾಡ್ಗೀಡಿರಾ? ಅದೇನಂಬದ್ನ ಇಚಾರ್ಸನ ..ಸುಮ್ಕಿರಿ' ಅಂತ ಸಮಾಧಾನ್ವ ಮಾಡಿ ಅವ್ರು ಆಟುಕ್ಕೇ ಸುಮ್ಕಾಗದೆ ...ನಾಕಾರು ಹುಡ್ರುನ 'ಏನು? ಎತ್ತಾಂತ' ಇಚಾರ್ಸಿದ್ರಂತೆ.

ಆಗ ತಿಳಿದು ಬಂದದ್ದು ಏನಾಪಾಂತದ್ರೆ ;

ಚೌತಿ ಬಂತೊಂದ್ರೆ ಬಸನಳ್ಳಿಯ ಸಾಲೆಗೆ ಗಣಪ ಬಂದಾಂತ ಅರ್ಥ. ಊರ ಜನಾನೂ ಸೇರ್ಕಂಡು ಗಣಪತಿ ಹಬ್ಬ ರಂಗಾಗಿ ಮಾಡ್ತಿದ್ರು. ಸಾಲೆಗೆ ಗಣಪನ್ನ ಕೂರ್ಸಿ ನಾಕೆಂಟು ದಿನ ಭಜ್ನಿ, ಪೂಜೆ ಪ್ರಸಾದ ತಿಂದು ಕೊನೇ ದಿನ ಸರ್ವಾನ್ನೊಂದು ಕುಲದ ಕೇರ್ಯಾಗೆ ಮೆರೋಣ್ಗೆ ಮಾಡಿ ಕೆರೆಯಾಗೆ ಗಣಪನ್ನ ಬಿಡಾರು. ಆದ್ರೆ ಈ ಬಾರಿ ಒಂದು ಯಡವಟ್ಟಾತು. ಸಾಲಿಗೆ ಹೊಸದಾಗಿ ಬಂದಿದ್ದ ಯೆಡ್‌ಮಾಸ್ತ್ರು 'ಏ... ಅದೆಲ್ಲ ಬ್ಯಾಡಾ'ಂದ, ಉಳಿದಿಬ್ರು ಮೇಷ್ಟ್ರುಗಳು 'ಏ...ಏss ಅದೆಲ್ಲ ಬ್ಯಾಡೇ ಬ್ಯಾಡ...' ಅಂತಂದ್ರು. ಯೇಣುಗೋಪಾಲ ಒಬ್ನೆ ತಾನೆ ಯೇನು ಮಾಡ್ಯಾನು? ಊರೋರಿಗೆ ಯೆಂಗೆಂಗೋ ವಿಷ್ಯ ತಿಳ್ದು 'ಯಾಕ್ರಿ ಮೇಟ್ರೇ... ಬ್ಯಾಡಾಂತಂದ್ರಂತಲ್ಲಾ? ಊರುಟ್ಟಿದಾಗಿನಿಂದ ಮಾಡ್ಕೆಂಬಂದೀವಿ... ಈಗ್ಯಾಕೆ ಬ್ಯಾಡ?' ಅಂತ ಅದುದ್ದಲ್ದೆನೆ ಇನ್ನು ಒಂದು ಮಾತ್ನ ಉಚಾಯ್ಸಿ, 'ಜಾತ್ಯಲ್ಲದ ಜಾತೇರ್ಗೆ ಗಣಪ ಬ್ಯಾಡದಿರಬೋದು... ನಮ್ಗೆ ಬೇಕು... ಸುಮ್ಮೆ ಇಡ್ರಿ...' ಅಂತ ಅಂದ್ರು. 'ಅ..., ನಾನ್ ಕೊರಚ್ರನಾಗಿರಾದ್ರಿಂದ ಇಂಗಂದ್ರೂಂತ' ಯೆಡ್‌ಮಾಸ್ತ್ರು, 'ಓ... ನಾನು ಬ್ಯಾಡ್ರನಾಗಿರಾದ್ರಿಂದ ಇಂಗಂದ್ರೂಂತ' ಯೆಂಕ್ಕಪ್ಪ ಮೇಷ್ಟ್ರೂ..., 'ಓ ನಾನು ಬ್ಯಾಲರವನಾಗಿರಾದ್ರಿಂತ ಇಂಗಂದ್ರೂಂತ' ತಿಮ್ಮಣ್ಣ ಮೇಸ್ತ್ರು ಬಾರೀ ಬೇಸರಿಕೆ ಮಾಡ್ಕೆಂಡು..., ಮಕಾಇಳಿಬಿಟ್ಕಂಡು ಸೆಡವು ಮಾಡ್ತ್ಕೆಂಡು ಕುಂತ್ರು. ಸ್ವಾಮಣ್ಣ ಇದ್ಯಾವುಕ್ಕೂ ಮೈಟು ಮಾಡದೆ ಯೇಣುಗೋಪಾಲ್ನ ಕರ್ದು 'ಅದೇನೋ.. ಅದೆಲ್ಲವ ಮಾಡೂಂತ' ಅಂದು, ಒಂದೀಸು ರೊಕ್ಕಾನು ಕೊಟ್ರು.

ಯೇಣುಗೋಪಾಲ ನಾಕಾರು ಹುಡ್ರುನ ಕರ್ಕಂಡು ಸಾಲೀಲೇ ಇದ್ದ ನಾಕಾರೂ ಬೆಂಚುಗಳ್ನ ಚೌಕಾಕಾರ್ವಾಗಿ ನಿಲ್ಸಿ ಕಲರ್ ಕಲರ್ ಹಾಳಿಯ ತಂದು ಕತ್ರಿಸಿ... ಅಂಟಿಸಿ, ಒಂದು ಮಂಟಪಾಂಬದ್ನ ಮಾಡಿದ. ಅದ್ಕೆ ನಾಕಾರು ಮಾವಿನೆಲೆಯ ಸರವ ತೂಗುಬಿಟ್ಟು, ಐದಾರು ಬಾಳೆಕಂದನ್ನು ಪಡಸಾಲಿಯ ಕಂಬಕೆ ಬಿಗುದು... ರಾತ್ರಿ ಕಳೆದು ನಸುಕಿಗೆ ಬರೋ ರಾಯಲ್ ಬಸ್ ಹತ್ತಿ ದಾವಣ್ಣೆರೆಗೋಗಿ ಚಂದ್ವಾದ ಗಣಪನ್ನ ಅಂದ್ವಾದ ಬುಟ್ಟೀಲಿಕ್ಕೆಂಡು, ಹಾರತುರಾಯಿ ಮ್ಯಾಲೊಂದಿಷ್ಟು ಬೆಂಡು ಬತ್ತಾಸು... ಕಾರಸೇವೊಂತ... ಇನ್ಯಾತ್ಯಾತ್ರುದೋ ತನೆಗೇನು ತಿಳಿತದೋ ಅದ್ನೆಲ್ಲನೂ

ತಂದು ಮಂಟಪದಾಗಿರಿಸಿ 'ಸುಕ್ಲಾಂ... ಭರದರಂ' ಅಂತನೂ... 'ಗಜವದನಾ...ನಾ ಬೇಡುವೆ...' ಅಂತಾನು ಅಂತಿದ್ರೆ ಹುಡ್ರ ಮಕ ಲಕಲಕಾಂತಿತ್ತು. ಯಡ್‌ಮಾಸ್ಟ್ರು, ಉಳಿದಿಬ್ಬರ ಮಕಾಗಳು ರಣ ರಣಾಂತಿದ್ವು. ಪೂಜೆಯಾದ ಮ್ಯಾಲೆ ಹುಡ್ರು ಹುಡ್ಗೇರಿಂದ್ಲೂ ಪದಗಳ್ನ ಹೇಳ್ಸಿ, ಊರವ್ರು ತರ್ತಿದ್ದ ಎಡೆಯ ಗಣಪನಿಗೆ ಅರ್ಪಿಸಿ, ಮಂಗಳಾರತಿಯ ಮಾಡಿ ಕೊನಿಗೆ ಬೆಲ್ಲ, ಕೊಬ್ರಿ, ಮಂಡಕ್ಕಿ ಬಾಳೇಹಣ್ಣುವ ಮಿಕ್ಸ್ ಮಾಡಿ ಫಳಾರಾಂತ ಎಲ್ರಿಗೂ ಹಂಚುತಿದ್ದ.

ಎಲ್ಲ ಹುಡ್ರಂಗೆ ಮಾದ್ರಕೇರಿ ಹುಡ್ರು ಪೂಜೆ ಗೀಜೇ ಮುಗಿಸ್ಕೆಂಡು ಫಲಾರ್ವ ತಕ್ಕಂಡು ಹೊಂಟೋಗ್ತಿದ್ದವು. ಒಂದಿನಾತು, ಏಡುದಿನಾತು ಅಂಗೆಯೇ ಮೂರು ನಾಕನೇ ದಿನ ಕಳುದ್ರೆ ಐದ್ನೇ ದಿನ ಗಣಪನ್ನ ಎಬ್ಬಿಸಾದೂಂತ ಅಂದ್ಕಂಡ್ರು. ಆದ್ರೆ ನಾಕನೇ ದಿನವೇ ಮಾದ್ರಟ್ಟಿಯ ನಾಕಾರು ದೊಡ್ಡ ಹುಡ್ರು ಗದ್ಲವ ತೆಗದ್ವು. 'ಆ ಬ್ರಾಂಬ್ರ ಮೇಸ್ಟ್ರು ನಿನ್ನೀ ರಾತ್ರಿ ಪೂಜೆ ಮಾಡಿ ಎಲ್ರಿಂದ ಪದ್ವ ಯೋಳ್ಸಿದ ಮ್ಯಾಲೆ 'ಲೇ ಮಾದಿಗರ ಹುಡ್ರು ನೀವ್ಯಾರರಾ ಹಾಡ್ತಿರೇನ್ರಲೇ' ಅಂತ ಅಂದನಂತೆ. ಅದ್ಯಂಗಲೇ ನೀನು ನಮ್ಮುಡ್ರುನ 'ಮಾದ್ರೂ'ಂತ ಕರ್ದೇಂಬತಾ ಯೇಣುಗೋಪಾಲನನ್ನ ನಿಲೆ ಹಾಕಿ ಗದ್ಲವ ಮಾಡಿ... ನಾಕು ಸಾಲಿ ಹುಡ್ರನ ಕರ್ಕಂಡು ರಾಯಲ್ ಬಸ್ ಹತ್ತಿ ದಾವಣ್ಗೆರಿಯ ಪೋಲಿಸು ಠಾಣೆ ಹತ್ರವ ಇಳ್ದು '..ಇಂಗೀಂಗೇಂತ ಕಂಪ್ಲೇಂಟು ಬರೆದು, ನಾಕು ಹುಡ್ರಿಂದ್ಲೂ ಸಹಿಯೆಂಬದ್ನ ಹಾಕಿಸಿದರಲ್ಲಾ? ಕಂಪ್ಲೇಂಟು ತಗಂಡ ಧಪೇದಾರನು ಒಮ್ಮೆ ಹುಡ್ರುನೂ, ಅರ್ಜಿನೂ ಪರಾಂಬರಿಸಿ, ಅರ್ಜಿಲಿದ್ದ 'ಯೇಣುಗೋಪಾಲ್ನೆಂಬ' ಹೆಸ್ರ್ನನೋಡಿ, ಏನೋ ಅನುಮಾನ ಬಂದಂತಾಗಿ, ಜತಿಗೆ ಕರಳೂ ಚುರುಕ್ ಚುರುಕ್ ಅಂದಂತಾಗಿ ಕತ್ಲೆಯ ಮೈಮ್ಯಾಲೆ ಎಳೆದುಕೊಂಡು ತನ್ನ 'ಸುವೇಗ' ವನ್ನು ತಳ್ಳಿ ಚಾಲೂ ಮಾಡಿಕ್ಕೆಂಡು ವೇಗವಾಗಿ ಬಸನಳ್ಳಿಗೆ ಬಂದನಲ್ಲಾ... ನಾರಾಯಣಗುಡಿಯ ಪಕ್ಕದ ನಾರಾಣಪ್ಪನ ಮನೆಯ ಕೂನು ಹಿಡ್ದು ನಾರಾಣಪ್ಪನ ಬಲಕಿವಿಗೂ ಗೊತ್ತಾಗದಂಗೆ ಎಡಕಿವೀಲಿ 'ಇಲ್ಲೇ ಯೆಂಗಾರ ರಾಜಿ ಮಾಡ್ಕೆಳಿ, ಕೇಸಾತಂದ್ರೆ ಕೆಲಸ ಒಯ್ತಾಂತ ತಿಳಿರೀಂ'ತ ಹೇಳ್ತಾನೆನೆ, 'ಅಲ್ಲೀವರ್ಗೆ ಕಂಪ್ಲೇಂಟ ಬಚ್ಚಿಕ್ಕಿದ್ತೀನೀ' ಂತ ಅಂದವನೇ ಊರು ದಾಟವರ್ಗೆ ಸುವೇಗವ ತಳ್ಳಿಕೆಂಡು ಅಮೇಲೆ ಅದನ್ನ ಚಾಲೂ ಮಾಡ್ಕೆಂಡು ದಾವಣ್ಗೆರೆಯ ದಾರಿ ಹಿಡಿದನು.

ಬೆಳಗಾಗದ್ರೊಳಗೆ ಬ್ರಾಂಬ್ರ ನಾರಾಯಣಪ್ನಿಂದ ಬ್ರಾಂಬ್ರ ಕುಲಕ್ಕೂ, ಅಲ್ಲಿಂದ ಯೇಣುಗೋಪಾಲನ ಅಪ್ಪ ಸುಬ್ಬಣ್ಣಂಗೂ, ಸುಬ್ಬಣ್ನಿಂದ ಊರ ಹಿರೇರಿಗೆಲ್ಲ ಸುದ್ದಿ ಹಬ್ಬಿ ವತಾರಿಂದ್ಲೂ ಜನ ಪೌಳೀಕಟ್ಟೆ ಮ್ಯಾಗೆ ಬಂದು ಅವ್ರವ ಸ್ಥಾನಮಾನಕ್ಕೆ ಸರಿಯಾಗಿ ಕೂಕ್ಕಳ್ತಿದ್ರು. ಸೋಮೇಗೌಡ 'ಈ ಲೌಡಿ ಮಕ್ಳು ಊರಂಬದ್ಯೆತೆ, ಯಜಮಾನ್ರೆಂಬಾರು ಅದಾರೆ, ಹೇಳಾನ... ಕೇಳಾನಾಂಬದ್ನ ಮರ್ತು ಟೇಸನ್ನಿಗೆ ಹೋದ್ರಲಾ'ಂತ; ತನ್ನ ಯಜಮಾನ್ಕಿಗೇ ಗೌರವ ತೋರ್ಸಿಲಿಲ್ಲಾಂತ ಕೆದ್ರಿಕೆಂಡು ಕುಂತು ಹುಡ್ರುಗಳ ಮ್ಯಾಲೆ ಹರಿಹಾಯ್ದು ಬಾಯಿಗೆ ಬಂದಾಂಗೆ ಅನಾಕತ್ತಿದ್ದ. ಆವಾಗ್ಲೆ... 'ಬೋಸುಡಿ ಮಕ್ಳಾ ನಿಮ್ಮನ್ನ ಇನ್ನೆಂಗಲೇ ಕರೀಬೇಕೂಂತ' ಅಂದದ್ಕೊ, 'ಅಲೆಲೇ ಸ್ವಾಮಣ್ಣ ಯಡವಟ್

ಮಾಡುದ್ರೆ ಯೇಣುಗೋಪಾಲ್ನ ಕಥೆಯೇನ' ಅಂತ ನಾರಾಣಪ್ಪ ಭರಮಜ್ಜನ್ನ ಕರಿಯಾಕೆ ಕಲ್ಲಭದ್ರನ್ನೊವೆ ಕಳ್ಸಿದ್ದು.

ಭರಮಜ್ಜ ಬಂದ ಮ್ಯಾಲೆ;

ಕಲ್ಲಭದ್ರನೂ ಭರಮಜ್ಜನ್ನ ಇಳಿಸ್ತಿದ್ದಂಗೆ ಕಟ್ಟೀಮ್ಯಾಲೆ ಕುಂತು ವಟಗುಟ್ಟುತ್ತಿದ್ದ ಮಂದಿ ಸುಮ್ಕಾದ್ರು..., ಬೀಡಿ ಪಾಡಿ ಸೇದಿ, ತಲಬು ಮಾಡಾಕೆ ಹೋದ ಮಂದಿ 'ಲೇ ಆವಜ್ಜ ಬಂದ ಬರ್ರೆಲೇ... ಏನಕತಿ ನೋಡಾನಾ'ಂತ ಅಂದಕಂತಲೇ ಪೌಳೀಕಟ್ಟಿಗೆ ಅಂಡುಗಳ್ನೂರಿ ಕಿಸುರು ಗಣ್ಣಾದ್ರು. ಭರಮಜ್ಜ ಬಂದ್ ಬಂದಾನೆ ಈಸೂರ ಗುಡಿಯಾಕೆ ಹೋಗಿ ಗಂಟೆಯ 'ಘಳಿಲ್' ಅಂತ ಅನ್ನಿಸಿ ದೇವ್ರಿಗೆ ಸಣಮಾಡಿ ಬಂದು ಪಂಚರ ನಡೂವೆ ತನ್ನ ನಡುವನಿರುಕಿಸಿ ಎಲ್ರೂನೂ ಒಂದ್ಸಾರಿ ನೋಡಿದಂಗೆ ಮಾಡಿ 'ಇಲ್ಲಿ ಕುಂತಿರೋ ಎಲ್ರ ಅಂತರಾತ್ಮಗಳಿಗೆ ಸರಣು... ಸರಣಾರ್ಥಿ...' ಎಂದು ಎದೆಯ ಮುಟ್ಕೆಂಡು ಸೊಲುಪ ಸಿರವ ಬಗ್ಗಿಸಿದ. ಎಲ್ರೂ ಎದೆ ಮುಟ್ಕೆಂಡು ಸಿರಬಾಗಸ್ಬೇಕೊ ಅನ್ನಾದು ಗೊತ್ತಿದ್ದ ಮಂದಿ ಅಂಗೇ ಮಾಡಿದ್ರು. ಗೊತ್ತಿಲ್ಲದರು ಕೆಕರ ಮಕರು ಮಾಡಿದ್ರು. ಇದ್ದಕ್ಕಿದ್ದಂತೆ ಇಡೀ ಪಂಚಾತಿ ಕಟ್ಟೆ ಗಂಭೀರತೆಯ ಚಾದ್ರ ಹೊದ್ದು ಕೊಂಡಿತು.

ಪಂಚಾತಿ ಕಟ್ಟೀ ಕೆಳಗೆ ಕುಂತಿದ್ದ ಮಾದ್ರಕೇರಿಯ ಮಂದಿನೊಮ್ಮೆ, ಸ್ಲೆಜುಗಲ್ಲು ಗುಪ್ಪೆಮ್ಯಾಲೆ ಕುಂತಿದ್ದ ಹುಡ್ರುನೊಮ್ಮೆ ನೋಡಿದ ಭರಮಜ್ಜ 'ಲೇ ಉಜ್ಜ... ಹನುಮಾ... ಊರೈತಿ... ಹೇಳಾರು ಕೇಳಾರದಾರೆ ಅಂಬಾದ್ನೆ ಮರ್ತು... ಈ ಹುಡ್ರುನ್ನ ಟೇಸನ್ನಿಗೆ ಹೋಗಾಕೆ ಬಿಟ್ಟೀರಲ್ಲೋ, ಇಂಗಾದ್ರೆ ಊರ ಮರ್ವಾದೆ ಏನಾಗನಾ' ಅಂತ ಅಂತುದ್ದಂಕ್ಲೆಯಾ ಉಜ್ಜನೂ, ರೊಂಡಿ ಹನುಮನೂ ಕುಂತಲ್ಲೇ ವನದಾಡಿ 'ಏನೋ ತೆಪ್ಪಾಯ್ತು' ಅನ್ನೊ ಮಕಭಾವವ ಹೊದ್ದುಕತಿದ್ರೆ,' ರುದ್ರ 'ನಿಮ್ಗೆ ಊರ ಮರ್ವಾದೇನೆ ಮುಖ್ಯ... ಕೇರೇರಿಗೇನಾದ್ರೇನು?' ಅಂತ ಮೆಲ್ಲಗುಸುರಿದ. 'ಲೇ ತಮ್ಮಾ ಊರು ಬ್ಯಾರಲ್ಲಾ, ಕೇರಿ ಬ್ಯಾರಲ್ಲೋss ಎಲ್ಡು ಸೇರೇ ಊರಾಗಿರಾದು... ಏನಾದ್ರೂ ಈ ಕಟ್ಟೀಮ್ಯಾಗೆ ಬಗೆಹರಿಸ್ಕಾಬೇಕಪ್ಪಾ... ನೀವು ಈಗ ಮಾಡಿದ್ದಿರಲಾ ಆದು ಸರೀನಾ?' ಅಂತ ಅಂದ ಭರಮಜ್ಜನ ಮಾತಿನ್ನೂ ಮುಗಿಯೋಕು ಮುಂಚೇನೆ ಚನ್ನ 'ಅವ್ರು ನಮ್ ಹುಡ್ರುನ 'ಮಾದ್ರೂ'ಂತ ಕರ್ದನಲ್ಲ ಅದು ಸರೀನಾ?'ಂತ ರವ್ವನೆರಗಿದ. ಅವ್ನ ಹಿಂದಿದ್ದ ಸೋಮಸೇಖ್ರ 'ನಿಮ್ಮ ಪಂಚಾತಿ ಕಟ್ಟ್ಯಾಗೆ ನ್ಯಾಯ ಸಿಗಲ್ಲಾಂತ್ಲೆ ನಾವು ಟೇಸನ್ನಿಗೆ ಹೋದದ್ದು' ಅಂತ ಅಂದ. 'ಲೇ... ಊರು ಉಟ್ಟಾಗ್ನಿಂದ್ಲೂ ನಾವು ಇಂಗೆಯಲ್ಲೋ ನಿಮ್ಮನ್ನ ಕರ್ಕಂಬಂದಿರಾದು..., ಇದೇನು ವಸ್ತಾ?' ಅಂತ ಸೋಮೇಗೌಡ ಅಂದ. ಅದ್ಕೆ ಚನ್ನನು 'ಇನ್ನು ಮುಂದ್ಕೆ ಅಂಗೆಲ್ಲ ಕರ್ಯಾಂಗಿಲ್ಲ... ಅಂಗೇನಾರ ಕರುದ್ರೆ ಕರದಾರನ್ನ ಜೇಲಿಗೆ ಆಕ್ತಾರೆ... ದಂಡಾನೂ ಆಕ್ತಾರೆ, ಮತ್ತೆ... ನೀವು ನಮ್ಮುನ್ನ ಲಿಂಗಾತ್ರು ಕುರುಬ್ರು, ಗೊಲ್ರು... ಸಾಬ್ರೂಂತ ಕರೀತೀರಲ್ರೋ ನಾವೂ ನಿಮ್ಗೆ ದಂಡಾಕ್ತಿವಿ...' ಅಂತ ಕಲ್ಲ ರವ್ವನೆರಗಿದ 'ಏ ಸ್ವಾಮಾ... ಕಲ್ಲಣ್ಣಾ... ಸುಮ್ಕಿರಿ. ಅಂಗೆಲ್ಲ ಮಾತಾಡ್ಕೆಂತ ಓದ್ರೆ ಗುರಿ ಮುಟ್ಟಾಕೆ ಆದ್ದಾ?' ಅಂತ ಭರಮಜ್ಜ

ಅಂದು 'ಏ ಚನ್ನಣ್ಣಾ, ರುದ್ರಣ್ಣಾ ಕಾನೂನು ನಿಮ್ಮುನ್ನ ಅಂಗೆ ಕರೀಬ್ಯಾಡಾಂತ ಅಮ್ತು ನಿಜವಪ್ಪಾ... ಮತ್ತೇನಂತ ಕರೀಬೇಕೂ ಅನ್ನಾದ್ನಾದ್ರೂ... ಹೇಳ್ತೇನೋ? ಏ ಹನುಮಜ್ಜಾ, ಹಿಂದೆಲ್ಲಾ ಈ ಕಾನೂನು ಇದ್ವೇನೋ? ನಾವ್... ಯೆಂಗಿದ್ವೊ? ನೀನು ನಮ್ಮಾಕಿನ್ನ 'ಚಿಗವ್ವಾ' ಂತ ಕರೀತಿದ್ಯಲ್ಲೋ? ಅವಳಾರ ಏನಾರ ಮನ್ಯಾಗೆ ಸೀಪ್ರ ಪಾಪ್ರ ಮಾಡಿದ್ರೆ... ಏ! ಆ ಹನುಮಣ್ಣನ್ನ ಕರೇ ಕಳ್ಸೂಂತ ಇಲ್ಲಾ ಬರ್ದಂಗೆ ಹೇಳಿಕಳ್ಸಿ... ಉಂಬಾಕೆ ಇಕ್ಕಾಳಲ್ಲೋ! ಆಗ ಯಾವ ಕಾನೂನು ಇತ್ತೋ? ಇಂಗೆಲ್ಲಾ ಇರ್ರೀಂತ ನಮಗ್ಯಾರರ ಹೇಳಿದ್ರಾ? ಅದೇನೋ ಗಾಂಧಿ ಮಾತ್ಮುರು ಮಾತ್ರ ನಿಮ್ಮನ್ನ 'ಹರಿಜನ್ರೂ' ಂತ ಕರೀರಿಂತ ಅಂದಿದ್ರೂಂತ ನಮ್ ಸಿದ್ಧಾರೂಢ್ರು ಬೆಳಗಾವಿಲಿ ಮಾತ್ಮರನ್ನ ನೋಡ್ಕೆಂಬಂದ ಮ್ಯಾಲೆ ಅಂತಿದ್ರು... ಆದ್ರೆ ಅದ್ಯಾರೋ ಮಾತ್ಮರ ಗೆಣಕಾರೊಬ್ಬನಿದ್ನಂತೆ..., ನಿಮ್ಮನೆಯ- ಆತನೇನೋ ಮಾತ್ಮರಿಗೆ 'ನೀವು ನಮ್ಮನ್ ಅಂಗ್ ಕರ್ದು ಅವಮಾನ ಮಾಡಬ್ಯಾಡಿ.. ನಮ್ಮನ್ ಮಾದ್ರೂಂತಲೇ ಕರೀರಿ ಅಂತ ಅಂದ್ರಂತೆ ...' . ಅಂತ ಭರಮಜ್ಜ ಹೇಳೇದ್ನೆಲ್ಲ ನೆಪ್ಪು ಮಾಡ್ಕೆಂತಿದ್ರೆ... ಲಿಂಗಾತ್ರ ಈರಣ್ಣ 'ಹರಿಜನಾಂತಿವೀಂದ್ರೂ ಬ್ಯಾಂಡಾಂತಾರೆ... ಮಾದ್ರೂಂತ ಕರೆದ್ರೆ ಟೇಸನ್ನಿಗೆ ಓಕ್ತೀವೀ ಅಂತಾರೆ... ಇದೊಳ್ಳೆ ಗಾಸಾರಾತಪ್ಪಾ...' ಆಂತ ಗೊಣಗಿದ. 'ಅದ್ಕೆಯಾ ನಾನ್ ಕೇಳ್ತಿರಾದು 'ನಿಮ್ಮನ್ನ ಏನಂತ ಕರೀಬೇಕೂ ಅಂಬಾದರ ಹೇಳ್ರೀ'ಂತ ಎಂದು ಸೋಮೇಗೌಡ ಬಾಯಿ ತೂರಿಸಿದ. ಭರಮಜ್ಜ 'ತಮ್ಮಾ... ನಿಮ್ಮನ್ನ ಏನಂತ ಕರೀಬೇಕೂ ಅನ್ನಾದ್ನ ನೀವು ಹೇಳ್ರಿ ; ನಾವು ಇನ್ನು ಮುಂದ್ಕೆ ಅಂಗೇ ಕರೀತಿವಿ, ಆತಿಲ್ಲೋ?' ಎಂದು ರುದ್ರ, ಚನ್ನ, ಸೋಮಸೇಖ್ರನ ಮಕವ ನೋಡಿದ.

ಈ ವಜ್ಜನ ಪ್ರಶ್ನೆಗೆ ಏನುತ್ರ ಕೊಡ್ಬೇಕಂಬದ್ರಾಗೆ ಗಲಿಬಿಲಿಯಾದಂಗಾದ್ರು 'ಇನ್ಮ್ಯಾಕೆ ನಮ್ಮನ್ನ ಬುದ್ರೂ' ಅಂತ ಕರೀರೀಂತ ಚನ್ನ ಅಂತುದ್ದಂಗ್ಲೆಯ ಕಟ್ಟೀತುದಿಗೆ ಕುಂತಿದ್ದ ಬುಡೇನು ಸಾಬಿ ಕಿಸುಕ್ ಅಂತ ನಕ್ಕ. 'ಯಾಕ್ಲೆ ಸಾಬಣ್ಣಿ ಅಂಗೆ ಕಿಸೀತಿಯಾ'ಂತ ರುದ್ರ ಅಂದ್ರೆ, ಬುಡೇನನು 'ಏನಿಲ್ಲ ಬಿಡ್ರಪ್ಪ ನಮ್ಮ ಜಾತಿ ಭಾಸೆವಳ್ಗೆ ಬುದ್ದೂಂದ್ರೆ ದಡ್ಡ್ರಂತ... ನಿಮ್ಮ ಹೊಸ ಜಾತಿ ಹೆಸ್ರು ಕೇಳಿ ನಗು ಬಂತಪ್ಪಾ' ಎಂದು ಮತ್ತೊಮ್ಮೆ ಕಿಸ್ಸುಕ್ ಅಂತಂದ. 'ಬುಡೇನಿ..., ಬುದ್ದೂ... ಅಲ್ಲೋ... ಬುದ್ರೂ ಅಂತ. ನಿಮ್ಮ ಸರೀಪಣ್ಣ, ನಮ್ಮ ಬಸವಣ್ಣ ಅಂಬ ಸರಣ್ರು ಇರ್ಲಿಲ್ವೇ... ಅಂಗೇನೇ ಬುದ್ಧ ಅಂಬೋ ಸರಣ್ರಿದ್ರು. ಇವ್ರು ಆ ಜಾತಿಗೆ ಸೇರ್ಕೆಳ್ತಾರೆ...' ಎಂದು ಭರಮಜ್ಜ ಅನ್ನಲಾಗಿ... ಚನ್ನನು 'ಉಂ... ನಾವು ಅವ್ರ ಧರ್ಮವ ಸೇರ್ಕಳ್ತಿವಿ... ನೀವೂ ಬ್ಯಾಡ, ನಿಮ್ಮ ಧರ್ಮಾನೂ ಬ್ಯಾಡಾಂದ'. 'ಓಗೇ ಓಗ್ತೀವಿ ಅನ್ನೋರ್ನ ಬ್ಯಾಡ ಅನ್ನಾಕೆ ನಾವ್ಯಾರು? ಆದ್ರೆ ತಮ್ಮಾ! ಧರ್ಮದ ಹಂಗೇ ಬ್ಯಾಡ್ರಾಂತ ತೊರ್ದು ಹೋಗ್ತೀನಿ ಅನ್ನೋನಿಗೆ ಈ ಜಾತಿ ಹಂಗ್ಯಾಕೋ?' ಅಂತ ಭರಮಜ್ಜ ಲೊಚಗುಟ್ಟಿದ್ದಕ್ಕೆ ಆ ಹುಡ್ರು ಏನೂ ಮಾತಾಡ್ಲಿಲ್ಲ.

ಆವಜ್ಜೆಯ 'ನೋಡ್ರೋ ನಿಮ್ಗೆ ಮಾದ್ರೂಂತ ಅನ್ನದು ಅವಮಾನಾಗದಾದ್ರೆ ಹರಿ ಜನ್ರೂಂತ ಕರೀತಿವಿ ಬಿಡ್ರಪ್ಪಾ..., ಹರಿಜನ್ರು... ಹರಿಜನಕೇರಿ... ಆಗಬಹುದೇನ್ರಪ್ಪಾ?'

ಅಂತ ಅಂತು. 'ಅಜ್ಜರೇ ಅದೆಲ್ಲ ಬ್ಯಾಡಾಂತ ಅಂದ್ವೆಲ್ಲಾ! ನವಬೌದ್ರೂಂತ ಕರೀರಿ... ನಮ್ಮ ಕೇರಿನ ಬುದ್ಧ ನಗರಾಂತ ಅನ್ನಿ' ಅಂತ ಸೋಮಸೇಖರ ಅಂದ್ರೆ ಭರಮಜ್ಜ ಅಂಗೇ ಆಗ್ಲಿ ಬಿಡ್ರೋss..., ಅದ್ರೂ ತಮ್ಮಾ ಕೇಳಿಲ್ಲಿ; ನಮ್ಮ ಊರು ನಿಮ್ಮಂತ ಕೇರಿ ಇರೋ- ಹತ್ತು ಹಳ್ಳಿ ಹಾಕಿದ್ರೂ ಒಂದು ನಗರ ಆಗಲ್ಲ... ಹಂಗಿರ್ಬೇಕಾದ್ರೆ ನಿಮ್ಮ ಕೇರಿ ಒಂದೇ ಯೆಂಗೆ ಒಂದು ನಗರ್ವಾದಿತಪ್ಪಾ? ನೋಡ್ರಿ!... ಇಚಾರ ಮಾಡ್ರಿ' ಅಂತ ಅಂತು. 'ಅಜ್ಜರೇ ಅದು ನಗರ ಆಕ್ತತೋ... ಬಿಡ್ತತೋ... ನಮಗನ್ನಿಸಿದಂಗೆ ಇರಾಕೆ ಬಿಡ್ರಿ... ಎಲ್ಲ ನೀವೇಳ್ದಂಗೇ ಇರ್ಬೇಕೇನು?' ಅಂತ ಒಂಚೂರು ಉಚಾಯ್ಸಿ ಚನ್ನ ಅಂತುದ್ದಂಕ್ಲೆಯ ಹನುಮಣ್ಣ 'ಲೇ ಚೋದಿಮಕ್ಕಾ...ನಾಲ್ಗೆ ಎಂಗೆಗೆ ಹೊಳ್ತತೋ ಅಂಗಂಗೆ ವದ್ರಬ್ಯಾಡ್ರಲೇ... ಸುಮ್ಕೆ ಕೂಕಳ್ರಿ ಅಂತ' ಅಂದನಾದ್ರೂ ಅವ್ನ ಮಾತು ಅವರ ಎಡಕಿವಿ ದ್ವಾರದ ಹತ್ರನೂ ಸುಳೀಲಿಲ್ಲ. ಸ್ವಾಮೇಗೌಡನೂ ಭುಗಿಲೇಳುತ್ತ... 'ಅವ್ರು, ಹೇಳ್ದಂಗೆ ಕುಣ್ಯಂತ ಪಂಚಾತಿ ಕಟ್ಟೆಗೆ ಬಂದಿದ್ದೀರಲ್ಲಾ... ಮೊದ್ಲು ನಿಮ್ಗೆ ನಾಕು ಬಿಗೀಬೇಕು' ಅಂತ ಹನುಮಣ್ಣ... ಉಜ್ಜನ ಮೇಲೆ ಕೆಂಡಕಾರಿದ. 'ಲೇ ಸ್ವಾಮಾ... ಬುದ್ದಿಗಿದ್ದಿ ಐತೇನೋ, ಬಯ್ಯೋದೆ ತೆಪ್ಪಂತ ಅವ್ರು ಅನ್ತಿರಬೇಕಾರೆ ಬಡಿಯೋ ಮಾತಾಡ್ತಿಯಲ್ಲೋ, ಒಂಚೂರು ನೀ ಬಾಯಿ ಮುಚ್ಕಂಡು ಕುಂತ್ರೆ ಎಲ್ಲ ಪಾಡಾಕ್ತತಿ' ಅಂತ ಭರಮಜ್ಜ ಸಿಡಿಕಿಲೆ ನುಡುದ್ರೆ..., 'ಸ್ವಾಮಣ್ಣ... ಅಜ್ಜಾರದಾರಂದ ಮ್ಯಾಕೆ ನೀನು ಸುಮ್ಕಿರಪ್ಪಾ' ಅಂತ ನಾರಾಣಪ್ನೂ 'ನಿನಗೆ ಕೈ ಮುಗ್ದು ಕೇಳಕ್ಕತಿನಿ... ನೀ ಸುಮ್ನಿರಪ್ಪಾ' ಅಂತ ಸುಬ್ಬಣ್ಣನೂ ಪರಿಪರಿಯಾಗಿ ಬೇಡ್ಕಂಡ್ರು. 'ಏನೋ ಮೇಸ್ಟ್ರು ತಿಳಿದೋ ತಿಳಿದೇನೋ ನಿಮ್ಮನ್ನ ಅಂಗಂದಿರಬೋದು... ಅವ್ರಿಗೊಂದು ಎಚ್ರಿಕೆ ಕೊಟ್ಟು ಇಲ್ಲಿಗೆ ಜಯಮಂಗಳಾಂತ ಅನ್ನಾನೇನ್ರಾಪ್ಪಾss' ಅಂತ ಭರಮಜ್ಜ ಆ ಹುಡ್ರುನ ಕೇಳ್ತು. '..ಏ...ನೀ ಒಳ್ಳೆ ವಂಟೀಯ ಅವ್ರುನ್ನೇನು ಕೇಳಾದು... ನಾವ್ ಹೇಳ್ಬೇಕು... ಅವ್ರು ಕೇಳ್ಬೇಕು...' ಅಂತ ಸ್ವಾಮಣ್ಣ ಸೆಡವಿನಿಂದ್ಲೆ ಅಂದ್ರ. ಅಜ್ಜ 'ಹೇಳ್ಬೇಕು... ಅವ್ರು ಕೇಳ್ಬೇಕು... ಎರಡೂ ಇರ್ಬೇಕೋ! ಹೇಳಾನು ಕೇಳಾದ್ನೂ ಕಲ್ತಾಕಾಬೇಕು. ಈಸು ವರ್ಸಾನೂ ನಮ್ಮ ಮಾತ್ನೇ ಅವು ಕೇಳ್ಕಬಂದಾರೆ... ಈಗ ಅವರು ಹೇಳಾಕು ದಾರಿ ಮಾಡಿಕೊಡಬೇಕೂ' ಅಂತ ಅಂದ್ರೆ. 'ಲೇ ಈವಜ್ಜಂಗೆ ತಲೆಕೆಟ್ಟಂಗ ಕಾಣ್ತತಲೇ..., ಯಾತ್ಯಾತ್ರುದ್ರೋ ಮಾತಾಡ್ತತಲ್ಲೋ? ಆ ಸ್ವಾಮಣ್ಣನೇ ಸರಿಯಪ್ಪಾ' ಅಂತ ಪೌಳೀಕಟ್ಟೆ ಮ್ಯಾಗೆ ಕುಂತಿದ್ದ ಉತ್ತುಮಸ್ಥರಾದರೂ ಅಂದರೆ, ಈ ಹುಡ್ರಿಗೆ ಏನೋ ಒಂಥರಾ ಖುಸಿಯಾದಂಗಾದ್ರೂ ತೋರಗೊಡದೆ 'ಏನ್ರ ಆಗ್ಲಿ ಅಜ್ಜಾರೇ ತೆಪ್ಪು ಸೊಲ್ಲು ತಗದನಿಗೆ ದಂಡ ಹಾಕ್ಲೇ ಬೇಕು...' ಅಂತ ಅವ್ರು ಹಠದ ದನೀಲಿ ಮಾತಾಡಿದ್ರೆ, ಇವ್ರು 'ದಂಡ ಕಟ್ಟಾದಂದ್ರೇನು ಆಟು ಸುಮಾರೇಂ'ತ ಅಂದ್ಕಂಡು 'ಏ... ಅವ್ರುನು ಅಂಗೆ ಅಂದೇ ಇಲ್ಲಾಂತ' ಖಡಾಖಂಡಿತ್ವಾಗಿ ನುಡುದ್ರು. ಅಜ್ಜ 'ಗುಡಿಯಾಗೆ ಗಂಟೆ ಹೊಡ್ದು ಪ್ರಮಾಣ ಮಾಡ್ಲೀಂತ' ಅಂದ್ರೆ, ಹುಡ್ರು 'ಏ... ಅದ್ನೇನು ಯಾರ ಬೇಕಾದ್ರು ಮಾಡ್ತಾರೆ' ಅಂತ ಅನ್ನೋವು. ಭರಮಜ್ಜನಿಗೆ ಇದ್ಯಾಕೋ ಬಗೆ ಹರಿವಲ್ದೂ ಅಂತ ಅನ್ನಿಸಾಕೆ ಹತ್ತಿತು.

ಭರಮಜ್ಜ ಒಂದು ಚಣ ಕಣ್ಣು ಮುಚ್ಚಿ ಕುಂತ. ಜನ ಸದ್ದೊಡೆದು ಕುಂತರು. ಕಣ್ಣು ಮುಚ್ಚಿದ ಅಜ್ಜನ ಒಳಗಣ್ಣಿನ ಮುಂದೆ ಸಿದ್ಧಾರೂಢರ ರೂಪು ಬಂತು. 'ನಾನು ನಂಬಿರೋ ಗುರುವೇ? ನನಗೆ ದಾರಿ ತೋರು...' ಅಂತ ರೂಪದ ಮುಂದೆ ಗೋಗರೆದರು. ಜ್ಞಾನ ವಲಯಾದಾಗೆ ಏನೋ ಚಲನೆ ಉಂಟಾದಂಗಾತು, ಎದೆಯ ಕಿನ್ನುರಿಯು ಏನ್ನೋ ನುಡ್ಡಂಗಾತು, ಕಿವಿಗೇನೋ ಪಂಚಮ ಸ್ವರಾ ಕೇಳ್ದಂಗಾಗಿ ಅಜ್ಜ ಕಣ್ಣು ತೆರೆದನು ಆನಂದದಿಂದ 'ಲೇ ತಮ್ಮುಗ್ಳಾ? ಸಾಲಿ ಹುಡ್ರು ಯಾರ್ಯಾರು ಅದಿರೋ? ಅವ್ರೆಲ್ಲಾ ಇಲ್ಲಿ ಬರ್ರೆಪ್ಪಾsss ಅಂತ' ಅಜ್ಜ ಕರೆದ. ಪಂಚಾತಿ ಕಟ್ಟೆಮಾಗೆ ಅಪ್ಪಗಳ ತೊಡೀ ಏರ್ಕಂಡು ಕುಂತಿದ್ದ ಹುಡ್ರೂ, ಕಟ್ಟೆ ಕೆಳಗೆ ಕುಂತಿದ್ದ ಮಾದ್ರಟ್ಟಿಯ ಸಾಲಿಹುಡ್ರೂ ಮ್ಯಾಕೆದ್ದು ಬಂದು ಅಜ್ಜನ ಎದ್ರು ನಿಂತ್ವು. ಅಜ್ಜ ಮಾದ್ರುಡುಗ್ರುದೇ ಒಂದು ಸಾಲು ಮಾಡಿ. ಉಳದ ಜಾತಿಹುಡುಗ್ರದೊಂದು ಸಾಲುಮಾಡಿ ನಡೂವೆ... ಯೇಣುಗೋಪಾಲನನ್ನು ನಿಲ್ಲಿಸಿ 'ಲಕ್ಷ ಅಕ್ಷರದಾಗೆ ಒಂದಕ್ಷರವ ಕಲಿಸಿದವನೂ ಗುರೂನೇ..., ಅಂಥಾ ಗುರುವು ನಿಮ್ಮ ಮುಂದೆ ಅದಾನೆ..., ನೀವುಗಳು ದೇವ್ರಿದ್ದಂಗೆ... ಅದ್ಕೆ ದೇವ್ರಥರನೇ ಮಾತಾಡ್ಬೇಕು'. ಅಂತ ಅಂದ ಭರಮಜ್ಜ ಎಡದ ಸಾಲಿನ ಕಡೆ ಮುಕ ಹೊಳ್ಳಿಸಿ 'ಇವ್ರು ಅವ್ರನ 'ಮಾದ್ರೂಂತ' ಅಂದ್ರಾ'ಂತು. ಅವ್ರೋ... 'ಇಲ್ಲ. ಅಂಗನ್ಲಿಲ್ಲಾ' ಅಂತ ಅಂದುವು. ಬಲಕ್ಕೆ ಮಕಾ ಹೊಳ್ಳಿಸಿದ ಅಜ್ಜ ಏನ್ರಪ್ಪಾ... 'ಮೇಸ್ಟ್ರು ಅಂಗಂದ್ರೆನಪ್ಪಾ'ಂತ ಅಂತು. ಅವ್ರೋ ಮೆತ್ತನೆ ದನಿಯಾಗೆ 'ಅಂದ್ರು... ಅಂಗಂತ ಅಂದ್ರು' ಅಂತ ಅಂದವು. ಮಂದಿ ಅಲಲಾ... ಕುಲಲೋಂತ ದನಿಯ ತೆಗುದ್ರೆ, ಭರಮಜ್ಜ ಕಣ್ಣು ಮುಚ್ಚಿದ.

'ಸ್ವರದಲ್ಲಿ ಅಪಸ್ವರನಾ? ಗುರು... ಇನ್ನೇನು ದಾರಿ...' ಅಂತ ಮಕವ ಆಕಾಸದ ಕಡೆ ಎತ್ತುತು. ಜ್ಞಾನ ವಲಯದಾಗೆ ಮತ್ತೊಂದು ಬೆಳ್ಳಿರೇಖು ಮೂಡ್ತು. ಕಣ್ಣ ತೆರ್ದು ಯೆಡ್‌ಮಾಸ್ಟ್ರು ಕಡೆ ಹೊಳ್ಳಿ 'ಈಗನೀವೇ ಯೇಳ್ಬೇಕು... ಹುಡ್ರುನ ನೋಡಿರೋರೂ ನೀವೆ, ಈ ಮೇಸ್ಟ್ರುನ ನೋಡಿರೋರೂ ನೀವೆ, ಇವು ಅಂತ ಸೊಲ್ಲು ತೆಗದಿರಬೌದೇಂ'ತ ಭರಮಜ್ಜ ಕೇಳಿತು. ಆ ಯಡ್‌ಮಾಸ್ಟ್ರು ಮುಂದಕ ಬಂದು ಎಲ್ರಿಗೂ ಸಿರಬಾಗಿ ಕೈ ಮುಗುದು 'ಅವ್ನು ಅಂದಿರೋದು ನಿಜ... ಆಟೇ ಅಲ್ಲ ನಾವು ಅವ್ನಿಂದ ಅನುಬೋಗ್ಸಿರೋ ಅವಮಾನ ಒಂದೇ? ಎರಡೇ...' ಅಂತಂದು ಕುಂತರು.

ಪೌಳೀಕಟ್ಟೆಯ ಎದೆ ಧಸ್ಸಕ್ಕಂತು. 'ಏ ಬಿಡ್ರಲೇ ಅವ್ನು ಅವ್ರ ಜಾತಿನೆ ಅಲ್ಲೇನೋ... ಮತ್ತೆ? ಅತ್ಲಾಗೇ ಮಾತಾಡ್ತನೇಂ'ತ ಕಟ್ಟೆಮ್ಯಾಗೆ ಕುಂತ ಮಂದಿ ಯಡ್‌ಮಾಸ್ಟ್ರು ಮಾತ್ನ ಹಗುರ ಮಾಡಲು ನೋಡಿದವು. ಆದ್ರೆ ಭರಮಜ್ಜ ಬಿಡ್ಬೇಕಲ್ಲಾ!.. . 'ನಿಮ್ಮ ಮಾತಿಗೆ ಏನು ಆಧಾರೈತಿ? ಇದ್ರೆ ಯೇಳ್ರಿ... ಇಚಾರ್ಸನಾಂ'ತು. ಅವ್ರು ಹೇಳ್ಲೋ... ಬ್ಯಾಡೋ..., ಹೇಳಿದ್ರೆ ಕೇಳ್ತಾರೋ ಇಲ್ಲೋ ಅನ್ನೋ ಹುದಲಿಗೆ ಬಿದ್ರು. ಕಟ್ಟೇ ಮ್ಯಾಗೆ ಕುಂತ ಮಂದಿಯ ಕಿವಿಗಳು 'ಅದೇನೇಳ್ತಿಯೋ ಯೋಳು, ಅದ್ನ ಅವರವರ ಅಂತರಾತ್ಮಕೆ ಮುಟ್ಟುಸಾಕ ನಾವ ದೀವಂ'ತ ಎಲ್ಲರ ಕಿವಿಗಳೂ ಹೂವರಳಿದಂತೆ ಅರಳಿಕೊಂಡವು.

ಹೇಳತೇನೆ ಕೇಳಾ ;

ಮಲ್ಲಜ್ಜರ ಸಿದ್ಧಜ್ಜನ ಅರಳೀಮರ್ದ ಹೊಲದಾಗೆ ತಲೆ ಎತ್ತಿ ನಿಂತಿರೋ ಸಾಲಿಗೆ ಯೇಸೇಸೋ ಯಡ್‌ಮಾಸ್ಟ್ರುಗಳು ಬಂದು ಹೋದ್ವು. ಆವಾಗ್ಯಾವಾಗೋ ಕೊಟ್ರಬಸಪ್ಪಾಂಬ ಮೇಸ್ಟ್ರು ಇದ್ದ ಕಾಲ್ದಾಗೆ ಹುಡ್ರಿಗೆ ಮಧ್ಯಾನ ಉಪ್ಪಿಟ್ಟು, ಒಂದು ಲೋಟ ಹಾಲ್ನ ಕೊಡುತಿದ್ದೊನ್ನದ ಬಿಟ್ರೆ ಈಗ್ಲೇಯ, ಈ ಯಡ್‌ಮಾಸ್ಟ್ರು ಬಂದ ಮ್ಯಾಲೆ ಹುಡ್ರಿಗೆ ಬಿಸೇಊಟ ಅಕ್ತೀವೀಂತ ಗುಲ್ಲೆಬ್ಬಿಸಿ ಬರಬಾರ್ದರೆಲ್ಲ ಇಸ್ಕೂಲಿನ ಪಾಗಾರದಾಗೆ ಬಿಡಾರ್ವ ಹಾಕಿ; ಅಡ್ಗೆ ಆಗಾದ್ನೆ ನೋಡ್ಕೆಂತ ಕುಂತಿದ್ದು 'ಅವ್ನು ಬಸ್ವ, ಇವ್ಳು ಕಮ್ಲೆ' ಅಂತ ಅಂದು ಮಧ್ಯಾಹ್ನಕ್ಕೆ ಉಂಡು ಮನೀಕಡೀಕೆ ಪೇರಿ ಕಿತ್ತು ಬಿಡಾವು. ಲಿಂಗಾತ್ರ ನೀಲವ್ವ ಬೆಳಗ್ಗೆ ನಸಿಕ್ಲಿಂದನೇ ಅಡಿಗೆಗೆ ಸುರುಹಚ್ಚಿಕಂಡ್ರೆ ಬರಾಬ್ಬರಿ ಮಧ್ಯಾನಕ್ಕೆ ಹುಡ್ರಿಗೆ ಉಂಬಾಕಿಕ್ಕಾತ್ತಿಗೆ ಸಾಕು ಬೇಕಾಗಾದು. 'ನನ್ನೊಬ್ಳಗೆ ಸಾಕಾಕತಿ... ಜತಿಗೆ ಇನ್ಯಾರ್ಯಾರ್ನರ ಕರೀರಿ...' ಅಂತ ಅಂಬಾಳು. ಅಂಗಂದ ಕೊಟ್ಲೆ ಕರ್ಕಮಕೆನು ಮೇಸ್ಟ್ರು ಡಿ.ಸಿ.ಯಾ? ಸೋಮೇಗೌಡುನತಾಕೋಗಿ 'ಇಂಗಿಂಗೆ' ಆಂತಂದ್ರು... ಅವ್ನು ಎಮ್ಮೆಲ್ಲೇ ಇಡ್ಕಂಡು ಡಿ.ಸಿ. ತಾವ ಓಗಿ 'ಇಂಗಿಂಗೇ' ಅಂತ ಅಂಬಾನು. ಡಿ.ಸಿ. ಯಾದರೂ 'ತಗಾ ಇನ್ನೊಬ್ಬುನ' ಅಂತ ಆದ್ರ ಗೀಚಿ ಕೊಟ್ಟ. ಸೋಮೆಗೌಡ 'ಯಾರ್ನ ತಗಳನಾ?' ಅಂತ ಯೋಚ್ನೆ ಮಾಡ್ತಿದ್ರೆ ಯಡಮಾಸ್ತ್ರು 'ಅಂಗೆಲ್ಲ ಯಾರಾರ್ನರ ತಗಮಕೆ ಬರಲ್ಲ ಸಾ... ಇದುಕ್ಕೆ ರಿಜರ್ವು ಕೆಂಡಿಡೇಟೆ ತಾಕ್ಕಾ ಬೇಕೂಂತ ಆಡ್ರಾಗ್ಯೆತಿ ನೋಡಿಸಾ' ಅಂದ್ರು.. 'ತಗಳಪ್ಪಾ..., ಈ ಮೇಸ್ಟ್ರು ಇನ್ಯಾತ್ರುದೋ ಹೊಸರಂಕ್ಲು ತಗದಾಂತ ಊರವು ಕೈ ಕೈ ಹಿಸಿಕೆಮ್ತಾ ಇದ್ರೆ ಸೋಮೆಗೌಡ '.. ಆ ಚಟಗಿ ಮಗ್ಳು ಕೆಂಚಿ ಅದಾಳಲ್ರೀ... ಅವುಳ್ನೆ ತಗಳ್ಳೀಂ' ತ ಅಂದುದ್ದಲ್ದೇ 'ಅವ್ಳು ಪಾತ್ರೆ ಪಡ್ಗಾ ಮುಟ್ಟಾದು ಬ್ಯಾಡಾ ಅನ್ನಿ... ಕಟಿಗೆ ಪಟಿಗೆ ತಂದುಕೊಡೋದು ಒಲಿ ಪಲಿ ಹಚ್ಚಾದು ಮಾಡ್ತಿರಲಿ' ಅಂದ.

ಸ್ವಾಮವಾರ್ದಿಂದ ಕೆಂಚಿ ಸಾಲಿ ಅಂಗ್ಳಕ್ಕೆ ಕಾಲಿಕ್ಕಿದ್ಲು. ಮಂಗ್ಳಾರ ನೀರ್ನ ತಂದ್ಲು, ಬುಧ್ವಾರ ಉಪ್ಪಾಕಿದ್ಲು. ಅಂಗೆಯೇ ಖಾರಾವನೊಂದಿನ, ಹುಳಿನೊಂದಿನ ಹಾಕಿದ್ಲು – ಒಂದಿನ ಸಾರನ್ನೇ ಗೂರಾಡಿದಳು. 'ಅಲೆಲೇ ಎಲ್ಲಾನ ಉಂಟೇ...' ಅಂತ ಗೊಲ್ರು, ಕುರುಬ್ರು, ಲಿಂಗಾತ್ರು ಹೌಹಾರಿ ಬಿದ್ರು, ತಮ್ಮ ಹುಡ್ರಿಗೆ 'ಏ ಅಲ್ಲಿ ಉಂಬ ಬ್ಯಾಡ್ರಿ' ಅಂತ ಅಂದ್ರು, ಸ್ವಾಮಣ್ಣನತಾವ ಹೋಗಿ 'ಇದೇನು ಸ್ವಾಮಣ್ಣಾ'ಂತ ಮೂಗು ಮುರದ್ರು. ಅವ್ನೋ 'ಲೇ ಉಣ್ಣಾರು ಉಣ್ರಿ... ಬ್ಯಾಡಾದರು ಬಿಡ್ರಲೇ... ಅದ್ನ ಗತಿ ಇಲ್ದರಿಗೇಂತ ಮಾಡಿರಾದು... ನೀವ್ಯಾಕ್ರಲೇ ನಿಮ್ಮ ಹುಡ್ರನ ಉಂಡು ಬಾ ಅಂತ ಅಂತಿರಿ...' ಅಂತ ಕೈಯಾಡಿಸಿಬಿಟ್ಟನು. ಆದ್ರಿ ಸಿದ್ದಬಸ್ಯ ಒಂದು ಇಚಾರ ಮುಂದಿಕ್ಕಿದ. 'ವಾರ್ದಾಗ ಮೂರುದಿನ ನೀಲವ್ವ ಮಾಡ್ಲಿ..., ಇನ್ಮೂರುದಿನ ಕೆಂಚಿ ಮಾಡ್ಲಿ... ಮೂರ್ದಿನರ ನಮ್ಮ ಉಡ್ರು ಉಂಬ್ತಾವೇಂತ' ಅಂದ. 'ಅದ್ಸರಿ ಬುಡು' ಅಂದ ಸ್ವಾಮಣ್ಣ ಯಡಮಾಸ್ಟ್ರಿಗೆ ಅಂಗೇ ಹೇಳ್ದ... ಮಾಸ್ಟ್ರು 'ಅಂಗೆ ಆಗ್ಲೀಂತ' ಅಂದ್ರು, ಸರದಿ ಸುರು ಆತು. ಸರದಿ ಸುರು ಆಗಿ ಹತ್ತು ದಿನ ಕಳ್ದಿರ್ಲಿಲ್ಲ ಸುದ್ದಿಯ ಹದ್ಮೊಂದು ಬಿಸೇ ಊಟದ ಮ್ಯಾಲೆ

ರೆಕ್ಕೆ ಅಗಲಿಸಿ ರೌಂಡು ಹೊಡಿಯಾಕತ್ತಿತು. ಜನ 'ಎಲೆ ಇವನಪ್ಪಾಂತ' ಮೂಗಿನ ಮ್ಯಾಲೆ ಬೆಳ್ಳಿಕ್ಕೆಂಡ್ರು.

ದಾವಣ್ಗೆರಿ ಇಸ್ಕೂಲಾಗೆ.. ಇನ್ನೊಂದೂರಾಗೆ... ಮತ್ತ್ಯಾವುದೋ ಊರಾಗ ಬಿಸೇ ಊಟ ಉಂಡ ಹುಡ್ರು ವಾಂತಿ ಮಾಡ್ಕೆಣಾದು..., ಭೇದಿ ಮಾಡ್ಕೆಣಾದು... ಕಣ್ಣು ಮ್ಯಾಗ ಮಾಡ್ಕೆಣ ಸುದ್ದಿಗಳ್ನ ಕೇಳಿ ಕೇಳಿ, ಪೇಪರ್ನ್ಯಾಗೆ ಓದಿ ಓದ್ದೀ ಡಿ.ಸಿ. ತಲೆ ಕೆಟ್ಟು ಮೂರಾಬಟ್ಟೆಯಾಗಿ ಒಂದು ಆರ್ಡ್ರ ವಗಾಯ್ಸಿದ 'ಮೇಸ್ಟ್ರುಗಳು ನಿಗಾವಯಿಸ್ತಿಲ್ಲ..., ಅದುಕ್ಕೇಯಾ ಇಂಗಾಗಿರಾದು... ಆದಕಾರ್ಣ... ಹುಡ್ರಿಗೆ ಬಿಸೇ ಊಟ ಇಡಾಕು ಮುಂಚೆ ಮೇಸ್ಟ್ರುಗಳು ಉಂಬಬೇಕು. ಆಮ್ಯಾಕೆ ಹುಡ್ರಿಗೆ ಇಡ್ಬೇಕು... ಇದು ಜರೂರುಂ'ತ ತಿಳೀರಿ...,' ಆಡ್ರು ಕಾಪಿಯು ಬಸನಳ್ಳಿ ಸಾಲೆಗೂ ಬಂತು.

ಹೂವರಳಿದಂತೆ ಅರಳಿಕ್ಕೆಂಡು ಕೇಳ್ತಿದ್ದ ಕಿವಿಗಳು 'ಊಂ ಬಿಡಪ್ಪಾss ಮುಂದಿಂದೇ ನೇಳ್ತಿಯಾಂಬುದು ನಮ್ಗೆ ತಿಳೀತು ಅಂಬಂಗೆ' ನಲುಗ್ಯಾಡಿದವು.

'ನೋಡ್ರೀ ಅಜ್ಜಾರ್ರೆ... ಅವತ್ನಿಂದ ನೀಲವ್ವ ಅಡ್ಗೆ ಮಾಡಿದ್ಮೂರು ದಿನ ಈ ವೇಣು ಗೋಪಾಲ ಸಾಸ್ತ್ರಕಂಬಂಗೆ ಸೂರೇ ಸೂರು ಸಾರ್ನ ನಾಲ್ಗೆ ಮ್ಯಾಕೆ ಅಕ್ಕೆಮನು.., ಕೆಂಚವ್ವ ಅಡ್ಗೆ ಮಾಡಿದ್ಮೂರು ದಿನವೂ ಅವ್ನಿಗೆ ಜರ ಜಾಪತ್ತು, ವಾಂತಿ, ಬೇಧಿ. ಅದು ಸಾಲ್ದಂಬಂಗೆ ರಜಾ ಹಾಕಾದು ಮಾಡ್ತಿದ್ದ. ಮಾದ್ರ ಹುಡುಗ್ರ ಪುಸ್ತಕ, ಸ್ಲೇಟೂ ಕೂಡ ಕೊಲ್ನ್ಯಾಗೆ ಮುಟ್ಟಾದು, ನಮ್ಜತಿಗೂ ಕೂರ್ದಂಗೆ ದೂರ ಕೂಕಮದು ಮಾಡನ್ನ ನೋಡಿ ನೋಡಿ ಸಾಕಾಗೆತಿ. ಇಂತಾನು ಈ ಹುಡ್ರಿಗೆ 'ಮಾದ್ರೂಂತ' ಸೊಲ್ಲು ತಗದು ಅಂದೀರಾದೇನು ದೊಡ್ಡ ವಿಷ್ಯ ಅಲ್ಲಾ' ಅಂತ ಅಂದ ಯಡಮಾಸ್ತು ಎಲ್ರಿಗೂ ಸಣ ಮಾಡಿ ಕುಂತನು.

ಭರಮಜ್ಜನಿಗೂ ಕಿವಿಯೆಂಬ ಹೂವುಗಳು ಎಲ್ಲವನ್ನು ಮನವರಿಕೆ ಮಾಡಿಕೊಟ್ಟವು. ಅಜ್ಜ ಕಣ್ತೆರೀದೇ 'ಏನಿದೆಲ್ಲ ಆಟಾಂ'ತ ಅಂದ್ಕಮ್'ತಿದ್ದ. ಅಷ್ಟರಾಗೆ 'ಅಜ್ಜಾರೇ... ಇದೆಲ್ಲಾ ಸುಳ್ಳು, ಕೆಂಚವ್ವ ಅಡಿಗೆ ಮಾಡಿದಾಗ ನಾನು ಉಂಡುದಿನಿ... ಬೇಕಾರೆ ಸಾಲಿ ಹುಡ್ರುನ ಕೇಳಿ ನೋಡ್ರೀ...'ಅಂತ ಯೇಣುಗೋಪಾಲ ಅಂದನಾದ್ರೂ ಅಜ್ಜ ಕಣ್ಣು ತೆಗೀಲಿಲ್ಲ. 'ಆ ಮೇಸ್ಟ್ರು ಹೇಳಾದು ನಿಜಾನೇ ಆದ್ರೆ... ಈ ಪಂಚಾತಿ ಮುಂದೆನೂ ಕೆಂಚವ್ನ ಕೈ ಅಡ್ಗಿ ಉಣ್ಣಲಿ... ನಾವ್ ಕೇಸು ವಾಪಾಸ್ಸು ತಗಂತಿವಿ' ಅಂತ ಚನ್ನ ಅಂದ. ಭರಮಜ್ಜ ಅಷ್ಟಕ್ಕೂ ಕಣ್ಣು ತೆರೆದಿದ್ನ ನೋಡಿ ಸೀನಣ್ಣ 'ಅಜ್ಜಾರೇ ಸಂಜೆ ಆಗ್ತ ಬಂತು... ಏನಾರ ತೀರ್ಮಾನ ಮಾಡ್ರೀ' ಅಂತ ಅಂತು.

ಅಜ್ಜ ನಿಧಾನಕ ಕಣ್ಣ ತಗದು 'ಚನ್ನ ಹೇಳಿದ್ನಲ್ಲ, ಅದೇ ತೀರ್ಮಾನಾಂತ ತಿಳ್ಕಳ್ರಿ... ಆ ಮೇಸ್ಟ್ರು... ಆತ್ಮದಾಗೆ ಸುದ್ದವಾಗಿದ್ರೆ... ಆಕಿ ಕೈಯಾಗಿಂದ ಏನರ ತಿಂದು ಸೈ ಅನ್ನಿಸಿಕಳ್ಲೀ' ಅಂತು. 'ಅಜ್ಜನ ತಲಿ ಕೆಟ್ಟು ಬಿಟ್ಟಾತಿ' ಅನ್ನೊ ಸರದಿ ಈ ಬ್ರಾಂಬ್ರ ಕೇರಿಯೋರುದೂ ಅನ್ನಂಗೆ ಸೀನಣ್ಣ, ಸುಬ್ಬಣ್ಣ, ಜೋಯ್ಸುರು ಕಿವಿ ಕಿವಿಯ ಕಚಕಚಾಂತ ಕಚ್ಚಾಕತ್ತಿದ್ರು 'ಆಯ್ತೇಳ್ರಿ ನಮ್ಮ ಯೇಣು ಉಣ್ಣುತಾನೇ' ಅಂತ ನಿರ್ಧಾರದ ದನಿಯಾಗೆ ಸುಬ್ಬಣ್ಣ ಅಂದ್ರೆ... ಉಳಿದವ್ರು ಅಲಲೋ... ಕುಲಲೋಂತ ಗುಜು ಗುಜಾಯ್ಸಿದ್ರು.

ಕೆಲವ್ರು ಪಾತ್ರೆ ಪಡಗ ತಂದ್ರು. ಇನ್ನಾರೋ ಕಟ್ಟಿಗೆ ನೀರ್ನ ತಂದ್ರು. ಸಾಲಿಯ ಸ್ಟೋರು ರೂಮಿಂದಾನೆ ಎಣ್ಣೇ, ಈರುಳ್ಳಿ, ಎನೇನೋ ತಂದ್ರು. ಕೆಂಚಿ ಪಂಚಾತಿ ಕಟ್ಟೆಗೆ ಸೊಲುಪ ದೂರದಲ್ಲಿ ನಾಕು ಕಲ್ಲುಗುಂಡು ಹೂಡಿ ಉರಿಯ ಧಗಧಗಿಸಿ ಎಣ್ಣೆ ಹೊಯ್ದು.. – ಈರುಳ್ಳಿಯ ಕೊಯ್ದು.. ಉಪ್ಪು, ಹುಳಿ ಖಾರವ ಹಾಕಿ ಉಪ್ಪಿಟ್ಟಿಗೆ ನೀರು ಸುರಿದಳು. ಕಟ್ಟೆಯ ತುಂಬ ಗಮಲು ಹರಡಿದಂತೆ ನಾರಾಣಪ್ಪ ಸೀನಣ್ಣ, ಜೋಯ್ಸರೊಳಗೆ ಚಿಂತಿ, ಕುಲಕ್ಕೆ ಕಳಂಕ ಹತ್ತುವ ಭೀತಿ – ಸರ್ವ ಹನ್ನೊಂದು ಮುತ್ತಿಕೆಂಡವು. ಭರಮಜ್ಜನಾದರೂ ಇದಿನ್ನು ನನ ಕೈಯ ಸೂತ್ರವಲ್ಲ, ಅದೇನಿದ್ದರೂ ಹುಡ್ರಿಗೇ ಬಿಟ್ಟದ್ದು. ಅದ್ಯಂಗ ನಡೀತದೊ ಅಂಗೇ ತಾನು ಮಾತ್ರ ಸಾಕ್ಷಿ ಪ್ರಜ್ಞೆಯಾಗಿರಬೇಕೆಂದುಕೊಂಡವನ ಥರ ನಿರ್ಲಿಪ್ತನಾಗತೊಡಗಿದ.

'ಅಜ್ಜಾರೇ..., ಇನ್ನೊಂದು ಮಾತು ನೀವ್ ನಡಸಿಕೊಡಬೇಕೂ' ಅಂತ... ಪೀಠಿಕೆ ಹಾಕಿದ ರುದ್ರ 'ನಾಳಿಂದ ನಮ್ಮಕೇರ್ಯಾರು ಯಾರೂ ಯಾರ್ ಮನೀಗೂ ಜೀತಕ್ಕೆ ಬರಲ್ಲಾ...' ಅಂತ ಅಂದ. 'ಯಾಕ್ರಲೇ ಬಾರಿ ಆತು ನಿಮ್ದು..., ದುಡ್ಡು ಎಣಿಸ್ಕಂಡಿಲ್ಲಾ... ಬಂದು ಕೆಲ್ಸಾ ಬೊಗಳಿ... ಇಲ್ಲುದ್ರೆ... ಪಾಡಾಗಲ್ಲ ನೋಡ್ರೀಂತ ಸೋಮೇಗೌಡ ಹಲ್ಲು ಮಸೆದ. ಭರಮಜ್ಜ 'ಅವುಕ್ಕೆ ಸೆಗ್ಣಿ ಬಳಿಯಾದು ಬಿಟ್ಟು ಬೇರೆ ಏನು ಬತ್ತದೋ? ಕೆಲ್ಸ ಬಿಡ್ಸಿ ಏನು ಮಾಡ್ತಿಯಾ? ಹೊಲವೇ ಮನೆಯೇ?' ಅಂತ ಅಂದ್ರೆ, ಸೋಮಸೇಕರ 'ಮಟ್ಟಿಮ್ಯಾಗೆ ಗೋಮಾಳೈತಲ್ಲಾ ಎಲ್ರೂ ನಾಕ್ ನಾಕ್ ಎಕ್ರೆ ತಕ್ಕಂಡು ಉಳುತೀವಿ...' ಅಂತ ಅಂದ. ಗರಬಡಿದಂತಾಗಿ ಸೋಮೇಗೌಡ ಮಾತಕಳಕಂಡಿದ್ರೆ... ಜೋಯ್ಸರು 'ಈಗ ಸುಮ್ಕಿದ್ರೆ ಅದು ಹೋತು. ಆಮೇಲೆ ಊರವು ದನ, ಕರ, ಕುರಿ, ಮ್ಯಾಕೆ ಹುಲ್ಲು ತಿನ್ನಕೆ ಜಾಗ ಎಲ್ಲೈತಿ? ಏನು ತಿನ್ತಾವೆ? ಅವ್ರ ಸಾಟವ ತರಕಂದು ತಿನ್ನುಬೇಕು ಅಷ್ಟೇಯಾ...' ಅಂತ ಗೊಲ್ರ ಕ್ಯಾತಜ್ಜಂಗೂ, ಕುರುಬ್ರ ಬೀರಜ್ಜಂಗೂ ಕೇಳಂಗೆ ಅಂದ. 'ಊರದನ ಮೈಯೋ ಜಾಗ... ಅದೇನು ನಿಮ್ಮಪ್ಪಂದೇನ್ಲೆ ಆಸ್ತೀ' ಅಂತ ಸೋಮಣ್ಣ ಅಂದ್ರೆ ಚನ್ನನು 'ಅದು. ನಿಮ್ಮಪ್ಪಂದೂ ಅಲ್ಲ' ಅಂತ ಅಂದ.

ಈ ಮಾತ್ನ ಕೇಳಿಸ್ಕಂಡ ಭರಮಜ್ಜ ಏನ್ನೂ ಮಾತಾಡ್ದಂಗೆ ಕಟ್ಟೆ ಇಳ್ದು, ಎಲ್ರಿಗೂ ಸಣ ಮಾಡಿ ಒಂದೊಂದೆ ಹೆಜ್ಜೆ ಇಕ್ಕೆಂತ ಮನೆ ಕಡೆಗೆ ಹೊಂಟ. ಉಜ್ಜ ಹನುಮಪ್ಪ 'ಚೋದಿಮಕ್ಳಾ... ವತಾರಿಂದ್ಲೂ ಸ್ವಾಮ್ಯಾರಿಗೆ ಅನ್ನಬಾರ್ದ ಅನ್ನತಿದೀರಾಂ'ತ ಎದ್ದವರೇ ಹುಡ್ರು ಮ್ಯಾಲೆ ಏರಿ ಹೋದ್ರು. ಸೈಜುಗಲ್ಲುಗಳ ಮ್ಯಾಲೆ ಕುಂತಿದ್ದ ಅವ್ರ ಕೆನ್ನೆಗೊಂದೊಂದು ಏಟಾಕಿದ್ರು. ಅವ್ರೋ ಅವುಗಳ ಕೈ ಹಿಡಿದು ಜೋರಾಗಿ ನೂಕಿದ ಕೂಡ್ಲೆ ಕಲ್ಲುಗುಡ್ಡೆಗಳ ಮೇಲೆ ಬಿದ್ದು ಮೈಕೈ ತಲೆ ತುಂಬ ಗಾಯಗಳಾಗಿ ರಕ್ತ ಸುರೀತೊಡಗಿತು. 'ಬೋಳಿಮಕ್ಳಾ.. ಅಪ್ಪಾ ಅನ್ನಬ್ಯಾಡ... ಹಿರೇರೂ ಅನ್ನಬ್ಯಾಡ... ಕೈ ಮಾಡ್ತಿರೇನ್ರಲೇ' ಅಂತ ಕಟ್ಟೆ ಮ್ಯಾಲಿಂದ ಸ್ವಾಮಣ್ಣ ಜಿಗಿದ. ಅವನ ಕೂಡ ಕಲ್ಲ, ಭದ್ರ, ಪರಮಿ... ಜತೆಗೆ ಪಡ್ಡೆ ಹುಡುಗ್ರೆಲ್ಲ ನೆಗೆದು ಮಾದ್ರ ಹುಡ್ರಮ್ಯಾಲೆ ಮುಗೇಬಿದ್ದು ಸುಸ್ತಾಗುವವರೆಗೂ ಬಡಿದರು. ಸುಬ್ಬಣ್ಣ ಕಟ್ಟಿ ಮ್ಯಾಲಿಂದಲೇ 'ಬಿಡು

ಸ್ವಾಮಣ್ಣ, ಬಿಡು ಬಿಡೂಂತ'ಲೇ ಕುಸಿದುಕುಂತ. ಮಂದಿ ಕವಕವಾಂತ ದುಬುದುಬನೆ ಕಟ್ಟೆ ಇಳ್ದು ದಿಕ್ಕಾಪಾಲಾದ್ರು.

ಕೈ ಮಯ್ಯಿಂದ ಸುರಿವ ರಕ್ತವ ವರಸ್ಕಳತ, ಹರ್‍ದು ಹೋದ ಲುಂಗಿಯ ಕಟ್ಕಕೆಳತ ರುದ್ರ, ತನ್ನ, ಸೋಮಸೇಖರ ಕಣ್ಣೀರಿಕ್ಕುತ ಊರ ಮುಂದ್ಲ ರಸ್ತೆ ಕಡೆ ಹೊಂಟ್ರು. ಕೆಳಗೆ ಬಿದ್ದಿದ್ದ ಹನುಮ, ಉಜ್ಜ, ಕೆಂಚರನ್ನ ಸೋಮಣ್ಣ ಎಬ್ಬಿಸಿ, ನೀರು ಕುಡ್ಸಿಸಿದ ಅವ್ರೋ 'ಚೋದಿ ಮಕ್ಳು ಎಲ್ಲೋಗ್ತವೇ ಓಗ್ಲಿ..., ನಾವ್ ಅದೀವಿ... ಊರ ಮರ್‍ವಾದೆ ಕಾಪಾಡ್ತಿವೀಂತ' ಅಂದವು. ಸೋಮಣ್ಣ ' ...ಏ ಕೆಂಚಿ ಆ ಉಪ್ಪಿಟ್ಟು ತತಾ... ಇವ್ರಿಗೆ ಹಾಕು' ಆಂದ. ಕಲ್ಲಾಭದ್ರನು ಕೇರಿಯ ಎಲ್ಲಾರಿಗೂ ಪೇಪರನ್ನು ಹರಿದರಿದು ಕೈಗೆ ಕೊಟ್ಟರು. ಕೆಂಚಿ ಬಡಿಸತೊಡಗಿದ್ಲು. ಉಜ್ಜ, ಹನುಮ ಕೆಂಚಿರಾದಿಯಾಗಿ ಕೇರಿಯ ಎಲ್ಲರೂ ಉಪ್ಪಿಟ್ಟು ಮೆಲ್ಲುತ್ತಾ, ಸೋಮೇಗೌಡನ ಉದಾರತನವ ಕೊಂಡಾಡಿದರು. ತಮ್ಮ ಕೇರಿಯ ಹುಡುಗ್ರ ಧಿಮಾಕವನ್ನು ಕ್ಯಾಕರಿಸಿದರು.

ನಿಧಾನಕ್ಕೆ ಕತ್ತಲು ಊರನ್ನು ನುಂಗುವಂತೆ ಬರಾಕತ್ತಿತ್ತು. ದೂರದ ಹಳ್ಳದಲ್ಲಿ ರಾಯಲ್ ಬಸ್ಸು ಇಳಿದು ಹತ್ತುತಿತ್ತು. ಸುಬ್ಬಣ್ಣನಿಗೆ ಏನನಿಸ್ತೋ ಏನೋ 'ಏ ಯೇಣು ಬಾರೋ...' ಎಂದವ್ನೆ ಕಟ್ಟೆಯಿಂದ ಜಿಗಿದು ಕೆಂಚಿ ಹತ್ರ ಓಡೋಡಿ ಹೋಗಿ ಪೇಪರ್ನಲ್ಲಿ ಉಪ್ಪಿಟ್ಟ ಆಕೆಸ್ಕಂಡು, ಯೇಣುವ ಎಳಕಂಡು ರಸ್ತೆಯ ಕಡೆ 'ರುದ್ರಣ್ಣಾ.. ಚನ್ನಣ್ಣಾಂತ' ಅಂದಕತ ಓಡಿದ. ಬಸ್ಸು ಧೂಳೆಬ್ಬಿಸ್ಕೆಂಡು ಬಂದು ನಿಲ್ತು. ರುದ್ರನೂ, ಚನ್ನ, ಸೋಮಸೇಖರನು ಬಸ್ಸು ಹತ್ತಿಕೆಂಡರು. ...ಸಿಕರೇಟು ಹಚ್ಚಿಕೆಂಡಿದ್ದ ಯಾಡಮಾಸ್ತ್ರ ಬಸ್ಸು ಹತ್ತಿಕೆಂಡರು. ಸುಬ್ಬಣ್ಣ ಓಡ್ಕೆಂತಲೇ ಕೈಯಾಗಿದ್ದ ಉಪ್ಪಿಟ್ಟ ಅವ್ರಿಗೆ ತೋರಿಸ್ಕೆಮತ. 'ರುದ್ರಣ್ಣಾ...ಚನ್ನಣ್ಣಾ...ನೋಡ್ರೋ... ನಮ್ಮ ಯೇಣು ಕೆಂಚವ್ವ ಮಾಡಿದ ಉಪ್ಪಿಟ್ಟ ತಿನ್ತಾನೆ. . ನೋಡ್ರೋ... ' ಅಂತ ಬಸ್ಸ ಹತ್ರಕ್ಕೆ ಬರ್ತಿದ್ದಂಕ್ಲೆ ಬಸ್ಸು ಅದು ಮುಂದ್ಕೆ ಧೂಳೆಬ್ಬಿಸ್ಕೆಂತ ಹೊಂಟಿತು ಸುಬ್ಬಣ್ಣ, ಯೇಣುವೂ ಅದರ ಹಿಂದಿದೆ ಓಡಿದರು ಕೈಯಾಗಿನ ಉಪ್ಪಿಟ್ಟು ಚನ್ನ, ರುದ್ರರಿಗೆ ಕಾಣಲೆಂಬಂತೆ ಕೈ ಮ್ಯಾಲೆತ್ತಿ ತೋರ್‍ಸಿ ತೋರ್‍ಸಿದರು. ಬಸ್ಸಿನಿಂದೆದ್ದ ಧೂಳೂ... ಯಡಮಾಸ್ತ್ರ ಸೇದಿ ಬಿಟ್ಟ ಸಿಕರೇಟು ಹೊಗೆಯೂ ಮಿಕ್ಸ್ ಆಗಿ ಸುಳ್ಳಿ ಹೊಡಿತಾ ಹೊಡಿತಾ ಉಪ್ಪಿಟ್ಟನ್ನೂ, ಸುಬ್ಬಣ್ಣ ಯೇಣುವನ್ನೂ ಸುತ್ತುವರಿದ ಸುಂಟರಗಾಳಿಯಾತು. ಭೂಮಿ ಆಕಾಸ ಒಂದಾದ ಸುಳಿಗಾಳಿಯೊಳಗಿಂದ ಬಸ್ಸನ್ನೇ ನೋಡುತ್ತ ಬಸವಳಿದು ಸುಬ್ಬಣ್ಣ ನಿಂತುಕೊಂಡ. ರಾಯಲ್ ಬಸ್ಸು ತನ್ನೆರಡು ಕುಂಡೆಗಳ ತೋರಿಸ್ಕೆಂತ ದಾವಣ್ಗೆರೆ ಕಡಿಗೆ ಹೋಂಟೋತು.

(ಕನ್ನಡಪ್ರಭ, ಸಪ್ನ ಬುಕ್ ಹೌಸ್ ಕಥಾ ಸ್ಪರ್ಧೆ–2005 ಮೆಚ್ಚುಗೆ ಪಡೆದ ಕಥೆ)

ಮುಂಗಾರಿನ ಪೈರು

'ಈ ಸರ್ತಿ ಮುಂಗಾರು ನಮ್ ಕೈ ಬಿಡಲ್ಲ, ಬಿಟ್ರೆ, ಕೈಕೊಟ್ರೆ ಈ ಊರ ಮಂದಿನೇಕೊಡ್ಬೇಕು' ಅಂತ ಮಾದ್ರ ಕೇರಿಯ ಸೋಮಸೇಕರ ಅನ್ನ ತೊಡಗಿದರೆ ಅವನ ಸುತ್ತ ಕುಂತ ಕೇರಿಯ ಹುಡ್ರು ಹೌದೌದೆಂಬಂತೆ– ತಲೆಯಾಡಿಸತೊಡಗಿದರು. ಅವ್ನ ಮಾತು ನಿಜ ಆಗಂಗೂ ಕಾಣ್ತಿತ್ತು.

ಮುಂಗಾರಿನ ಮೋಡಗಳು ಬಸನಳ್ಳಿಯ ಮ್ಯಾಲೆ ದಿನವೂ ಬರೋವು... ಅಂಗೇ ಹೋಗವು. ಮಂದಿ ಹಣಿಗೆ ಕೈ ಹಚ್ಚಿ ಆಸೆಯಿಂದ ಅವುಗಳ್ನ ನೋಡೇ ನೋಡಾವು 'ಇದ್ರೋಸಡ್ಗ, ಅಂಗೇ ವಂಟೋದ್ವಲ್ಲಾ! ನಾಕು ಹನೀನರ ಸುರಿಸಬೋದಿತ್ತು...' ಅಂತ ಅನ್ನೋರು. ಇವ್ರ ಬೈಗಳನ ಕೇಳಿಸ್ಕಂಡ ಮೋಡಗಳು 'ಏನ್ ಆತುರವಪ್ಪಾ! ಸ್ವಲ್ಪ ತಡೀರಿ..., ಇನ್ನಷ್ಟು ಮೋಡ್ಗಳು ಅರ್ಬಿ ಸಮುದ್ರದ ಮ್ಯಾಕೆ ಊಟಕ್ಕೆ ಕುಂತಾವೆ.., ಅವೂ ಬಂದುಕೂಟ್ಲೆ ಒಟ್ಟಿಗೆ ಸುರೀತೀವಿ...' ಅನ್ನೋ ಹಂಗೆ ಹೊಲ್ಗಳ ಮ್ಯಾಲೆ, ಊರ ಮ್ಯಾಲೆ ತೇಲಾಡ್ತ..., ಯಾರ್ಯರಾ ಹೊಲ್ಗಗಳಲಿ ಯವ್ಯಾವ ಯಾವ್ಯಾವ ಮೋಡಗಳು ಲ್ಯಾಂಡಿಂಗ್ ಮಾಡ್ಬೇಕಂಬದ್ನ ಸರ್ವೇ ಮಾಡೋ ಥರ ಬಂದು ಬಂದು ಹೋಗಾವು. ಜನಾನು ನೋಡಿ ನೋಡಿಸಾಕಾಗಿ 'ಇದ್ರ ಮನೆ ಹಾಳಾಗ...' ಅಂತ ನೆಟಗೆ ತೆಗೆಯೋರು. ಅಂಗೆನೇ ಕೂರ್ಗೆ, ಕುಂಟೆ, ಬೀಜ, ಗೊಬ್ರವ ರೆಡಿ ಮಾಡ್ಕೆಳ್ಳಾಕೆ ಧಾವಂತ್ಸೋರು.

'ಮಳಿ ಸುರಿಯೋದೇನು ನಿಜ್ವೆ..., ಆದ್ರೆ ಬೆಳ್ದ ಪೈರನ್ನ ಈಸಾರಿ ಉಳ್ಸಿಕೊಳ್ಳಾದು ಹೆಂಗೆ?' ಎಂಬ ಮಾತು ಬಂದಾಗ ರುದ್ರ ಸೋಮಸೇಕ್ರ 'ಈ ಸರಿನೇನಾರ ಅವ್ರು ದನಗಳ್ನ... ಕುರಿಗಳ್ನ ಹೊಲಕ್ಕೆ ನುಗ್ಸಿದ್ರೆ... ಅವುಗಳ್ನ ಒಂದೊಂದಾಗಿ ಕೊಚ್ಚಿ ಹಾಕಿ ಬಿಡಾನ: ಮುಂದೇನು ಬತ್ತದೋ ಬರ್ಲಿ...' ಅವ್ರು ಕುಂತಲ್ಲಿ ನಿಂತಲ್ಲಿ ಮಾತಾಡ್ಕೆಂಡು 'ಕೇರ್ಯಾಗಿನ ಎಲ್ರೂ... ಎಲ್ಲದಕ್ಕೂ ರೆಡಿ ಇರ್ಬೇಕು...' ಅನ್ನೋ ಗುಪ್ತ ಸಂದೇಸವನ್ನ ಎಲ್ಲರಿಗೂ ತಲುಪಿಸಿದ್ರು. ಈಟೇ ಸಾಲ್ದೂಂತ ದಾವಣ್ಗೆರಿಗೆ ಹೋಗಿ ಇಸ್ಮಾಯ್ಲಿನ ಗುಜುರಿ ಅಂಗಡ್ಯಾಗೆ ಲಾರಿಗಳ ಮುರ್ದ ಬ್ಲೇಡುಗಳ ತಕ್ಕಂಡು... ಅವನಿಗೆ... ಇಂತಿಂತಾದ್ಕೆ... ಮಚ್ಚು, ಕೊಡಲಿ, ಕುಡುಲು ಮಾಡ್ಕೆಂಡು ಕೊಡು' ಅಂದ್ರು. ಇವ್ರ ಮಾತ್ನ ಕೇಳಿ ಹುಸಿ ನಗೆ ನಕ್ಕ ಇಸ್ಮಾಯ್ಲಿ 'ಯಾವ ಜಮಾನ್ದಾಗೆ ಅದಿರ್ಲೇ

ಬಚ್ಚಾಗಳ್ರಾ' ಅಂತ ಅಂದು... 'ಅಂತಾದ್ಯೆಲ್ಲ... ಇಗಳ್ರೀ... ಇಂಥಾವು ಬೇಕು' ಅಂತ ಉದ್ದುದನೆಯ ಕಬ್ಬಿಣದ ಲಾಂಗುಗಳನ್ನು... ಬಾಕುಗಳನ್ನ ತೋರ್ಸಿದ.. ಮತ್ತೆ ಇವ್ನ ಹೆಂಗೆ ಹಿಡ್ಕಬೇಕು... ಹೆಂಗೆ ಬೀಸಬೇಕು... ಅನ್ನೋದ್ನು ಕಲ್ಸಿ ಆ ಹುಡ್ರ ಒಳಗೆ ಇನ್ನೋಟು ಯುದ್ಧೋತ್ಸಾಹವನ್ನೂ ಡಬಲ್ ಮಾಡಿ ಕಳ್ಸಿದ. ಆ ಹುಡ್ರೋ... ರಾತ್ರಿಗೆ ಬರೋ ರೈಲಿನಾಗೆ ಬಸನಳ್ಳಿಗೆ ಬಂದು ಆ ಲಾಂಗು ಬಾಕುಗಳ್ನ ಬಣವೆಗಳಲ್ಲೂ... ತಮ್ಮ ತಮ್ಮ ಗುಡಿಸ್ಲ ನೆರ್ಕಿಗಳಲ್ಲೂ ಮುಚ್ಚಿಟ್ರು.

.. ಈಟು ಸಾಲ್ದೂಂತ ವತಾರೆನೇ ದಾವಣ್ಣೆರಿಗೆ ಮತ್ತೆ ಓಗಿ ಏಸಿಗೂ, ಡಿಸೀಗೂ..., ಎಸ್ಪಿಗೂ ಒಂದೊಂದು ಅರ್ಜಿ ಕೊಟ್ಟು 'ಇಂಗಿಂಗೆ... ಕಳದ್ಸರಿ ಆದಂಗೆ ಆಗ್ಬೋದು... ಏನ್ರ ಹೆಚ್ಚು ಕಮ್ಮಿ ಆದ್ರೆ ನಾವ್ ಜಬಾದಾರ್ರಲ್ಲ...' ಅಂತ ಹೇಳಿನೂ ಬಂದ್ರು.

ಅರ್ಜಿ ನೋಡಿದ ಡಿಸೀಗೂ...ಎಸ್ಪೀಗೂ ಬೇಧಿ ಕಿತ್ಕಂಡು ಒಬ್ರಿಗೊಬ್ರು ಪೋನು ಮಾಡ್ಕೆಂಡು 'ಇದು ದಲಿತ್ರು ಕೇಸು ಮಾರಾಯ್ರೆ..., ನಾವ್ ನಿಗಾ ಮಡ್ಗಲಿಲ್ಲಾಂದ್ರೆ ನಮ್ ಬುಡಕ್ಕೆ ಬತ್ತತೆ... ನೀವೂ ಹೊಂಡ್ರಿ ...ನಾನ್ ಹೊಂಡ್ತಿನಿ ' ಅಂತ ಎಲ್ಡು ಜೀಪುಗಳು ಬರರ್ರೋ ಅಂತ ಧೂಳು ಕೆದ್ರಿಕೆಂಡು ಬಸನಳ್ಳಿ ದಾರಿಯ ತುಳಿದವು. ಎಲ್ಡು.. ಮೂರು ಬಾರಿ ಬಂದ ಇಬ್ರೂನೂ ಬಸನಳ್ಳಿಯ ಲಿಂಗಾತ್ರು.., ಕುರುಬ್ರು, ಗೊಲ್ರು, ನಾಯ್ಕರ ಹಿರೇರ್ನೆಲ್ಲ ಕರ್ಸಿ 'ಈ ಸಾರಿ ಏನಾರ ನೀವು ಅವ್ರ ಹೊಲ್ಗಳಿಗೆ ದನಗಳ್ನ ನುಗ್ಗಿಸಿದ್ರೋ..., ಏರೋಪ್ಲೇನು ಏರ್ಸಿ ಬಳ್ಳಾರಿ ಜೇಲಿಗೆ ಗದುಮಿ ಬಿಡ್ತೀವಿ...' ಅನ್ನೋ ಗುಟ್ರು ಹಾಕಿದ್ರು. ಭರಮಜ್ಜನ ಕಾಲ್ದಾಗೊಮ್ಮೆ ಬಳ್ಳಾರಿ ಜೇಲು ಕಂಡು, ಅದ್ರರುಚಿ ನೋಡಿ ಬಂದಿದ್ದ ಮಂದಿ ಒಂದು ಚಣ ಬೆಚ್ಚಿದ್ರು.

'ಇಲ್ಲ ಹೇಳು ಸ್ವಾಮಿ... ಅಂಗೆಲ್ಲ ಆಗ್ದಂಗೆ ನಿಗಾವಹಿಸ್ತಿವಿ..., ತಲೆ ಮಾಸದ ನಾಕು ಹುಡ್ರು ಹಿಂದಿನ ವರ್ಸ ಅಂಗ್ ಮಾಡಿದವು,... ಈ ದಪ ಅಂಗಾಗದಂಗೆ ನಾವ್ ನೋಡ್ಕತಿವಿ...' ಅಂತ ಕ್ಯಾತಜ್ಜ, ಈರನಾಯ್ಕ, ಬೀರಜ್ಜ, ಸೋಮೇಗೌಡ ಡೀಸೀಗೂ, ಎಸ್ಪಿಗೂ ಮಾತು ಕೊಟ್ರು. ಬಂದ ಜೀಪುಗಳು ಬಂದ ದಾರ್ಯಾಗೆ ಬಂದಂಗೆ ಹೊಗೆ ಉಗುಳ್ತಾ ಹೋದ್ವು.

ಸೋಮೇಗೌಡ 'ಈ ನನ್ಮಕ್ಳು ಬರೀ ಚಿಗತ್ಕಳ್ಳಿಲ್ಲ... ಬೇರು ಬಿಟ್ಕಂಡು ಹೆಮ್ಮರ ಆಗಾಕೆ ಹೊಂಟಾರೆ..., ಬೇರಗಳ್ನ ಈಗ್ಲೆ ಕತ್ರಸದಿದ್ರೆ ನಾಳೆ ಕತ್ರಸಾಕೆ ಆದೀತಾ? ಇನ್ನು ಇವ್ರ ಕೈಯಾಗೆ ನಾಕು ಕಾಸು ಸಿಕ್ರಂತು ...ನಮ್ ಕತಿ ಮುಗಿತು– ಸೂಳೇಮಕ್ಕನ್ನ ಹಿಡಿಯಕಾದ್ದಾ? ಅಂತ ಹಲ್ಲು ಮುಸೀತಾ 'ಎನ್ರ .ಮಾಡ್ಬೇಕಲ್ರೆ...ಸುಮ್ಕಿರಬಾರ್ದು' ಅಂತ ಲೆಕ್ಕಾಚಾರವ ಹಾಕೇ ಹಾಕಿದೆ.

ಬಸನಳ್ಳಿಯ ಮಟ್ಟಿ ಮ್ಯಾಗಿನ ಖಾದಿ ಕೇಂದ್ರದ ಹಿಂದಿನ ಸಾವ್ರಾರು ಎಕ್ರೆ ಗೋಮಾಳ ಸರ್ಕಾರದ್ದೆ. ಅದು ಲಾಗಾಯ್ತಿನಿಂದ್ಲೂ ಖಾಲಿ ಖಾಲಿನೇ... ಅದ್ನ ಗೋಮಾಳಾಂತ ಕರ್ದು ಊರೊಟ್ಟಿನ ದನಕರು ಮ್ಯಾಕೆಗಳು ಆಡ್ಕೆಂಡು ಇರ್ಲೀಂತ ಬಿಟ್ಕಂಡ ಜಮಿನೂ. ಕಲ್ಲು, ಮುಳ್ಳು ತಗ್ಗು ದಿನ್ನಿ ಕೊರಕಲಿನಿಂದ ಕೂಡಿದ್ದ ಜರುಗು ಭೂಮಿ. ಬೆಳೆ ಬೆಳಿಯೋಕೆ ಲಾಯಕ್ಕಲ್ಲದ ಗೋಮಾಳದಲ್ಲಿ ಗಿಡ ಗಂಟೆ ಬೆಳಕಂಡು,

ಅದ್ರ ಬುಡ್ದಾಗೆ ಹುಲ್ಲು ಗರಿಕೆ ಚಿಗ್ರಿಕೆಂಡು, ದನಗಳ್ಗೆ ಒಳ್ಳೆ ಮೇವು ಸಿಕ್ಕಾದು. ಯಾವಾಗ ಮಾದ್ರಟ್ಟಿಯ ನಾಕೈದು ಹುಡ್ರು ದಾವಣ್ಣೆರೆಗೆ ಓದಾಕೇಂತ ಹೋಗಿ... ಅಲ್ಲಿ ಸಂಘ ಪಂಗ, ಸಂಘರ್ಷ ಅನ್ನೋ ಮಾತಗಳ್ನ ಆಡ್ಕೆಂತಲೇ ಅಡ್ಡಾಡಿಕಂಡು ಊರಿಗೆ ಬಂದು ಪರ್ಮಿನೆಂಟಾಗಿ ಸೆಟ್ಲ್ಟ ಆದರೋ..., ಆ ಎಲ್ಲ ಮಾತಗಳ್ನ ನಿಜವ ಮಾಡುವ ಭೂಮಿಕೆಯನ್ನಾಗಿ ಬಸನಳ್ಳಿಯನ್ನು ಬಳಸತೊಡ್ಕೆಂಡರು. ಅವ್ರು ಊರ್ಗೆ ಬಂದ ಕೂಟ್ಲೆ ಮಾಡಿದ ಮೊದ್ಲ ಕೆಲ್ಸಾಂದ್ರೆ ಲಿಂಗಾತ್ರ, ಕುರುಬ್ರ, ಗೊಲ್ರ... ಮನಿಯಾಗೆ ಜೀತಕ್ಕಿದ್ದ ಹಟ್ಟಿಯ ಹುಡ್ರುನೆಲ್ಲ ಬಿಡ್ಸಿ ಗೋಮಾಳದ ಜಮಿನಲ್ಲಿ ಉಳುಮೆಗೆ ಹಚ್ಚಿದ್ರು. ಆವಾಗ್ಲಿಂದ ಊರವರ್‍ರಿಗೂ ಕೇರಿಯವರಿಗೂ ಜಿದ್ದಾಜಿದ್ದು, ಮಾರಾಮಾರಿ. ಪಂಚಾತಿ ಕಟ್ಟಿ ಮ್ಯಾಲೆ ಭರಮಜ್ಜನತಾವ 'ನಾವ್ ಹೊಲ ಉಳ್ತೀವಿ, ಗೋಮಾಳದಾಗೆ ಬೆಳೆ ಬೆಳಿತೀವಿ' ಅನ್ನೋ ಮಾತನ್ನೇನೊ ರುದ್ರ, ಸೋಮಸೇಕ್ರ ಹೇಳಿದ್ರು, ಆದ್ರೆ ಅಂಗೆ ಭರಮಜ್ಜನೂ, ಊರವರ್‍ರ್ಯಾರೂ ಒಪ್ಕೆಂಡಿರ್ಲಿಲ್ಲ.

'ನಡಿರೋ ಉಳಾನ... ಅವ್ರುನ್ನೇನು ಕೇಳಾದು... ನಾವೇನ್ ಅವ್ರ ಹೊಲಕೇಳ್ತಿವ... ಸರ್ಕಾರದ್ದು... ನಡಿರ್ ನಡಿರೋ...' ಅಂತ ಅಂದ್ಕಂತ ಕೇರಿಯವ್ರೆಲ್ಲ ಗೋಮಾಳವ ಗುರ್ತು ಮಾಡಿ 'ಇಲ್ಲಿಂದ ಇಲ್ಲಿವರ್ಗೆ ಹನುಮಜ್ಜುಂಗೆ..., ಇಲ್ಲಿವರ್ಗೆ ಕೆಂಚಜ್ಜುಂಗೆ...' ಅಂತ ಇಡೀ ಕೇರಿಯ ಒಂದೊಂದು ಕುಟುಂಬಕ್ಕೂ ಸಮನಾಗಿ ಭೂಮಿಯ ಹಂಚಿಕಂಡು ಗೆರೆಯ ಕೊರ್ಕಂಡು ಬೇಲಿ ಇಕ್ಕಾಕೆ ಸುರು ಮಾಡಿದ್ರು. ಊರೋರಿಗೆ ನಾನು ನೀನೆಂಬದ್ರಾಗೆ ಈ ಸುದ್ದಿ ಗೊತ್ತಾಗಿ, ಹಾರೆ, ಮಚ್ಚು, ಕಣಗಾ ತಗಂಬಂದು ಮಾದ್ರ ಹುಡ್ರಿಗೆ ಸಮಾ ಇಕ್ಕಿದರು... ಆಗ್ಲೆನೂ ಇದೇ ಡೀಸಿಯೂ, ಇದೇ ಎಸ್ಪಿಯೂ ಬಂದು, ತಾವೇ ಮುಂದೆ ನಿಂತಿದ್ದು ಜಮಿನೂ ಹಂಚಿಕೆನೂ ಮಾಡಿದ್ರು, ಪಾಣಿ ಪಟ್ಟನು ಕೊಡ್ಸಿದ್ರು. ಭೂಮಿ ಉತ್ತು ಬಿತ್ತಾತಂಕ ನಾಕಾರು ದಿನ ಪೋಲಿಸ್ರು, ಅವ್ರ ಡಬ್ಬಾ ವ್ಯಾನು ಊರೊಳಗೆ ಮಕ್ಕಾಂ ಮಾಡಿ ನಿಗಾ ಮಡ್ಗಿದರು. ಕಳ್ಳನ್ನ ಕಾದವರು ಏಟು ದಿನಾಂತ ಹೊಲಾನ ಕಾದೋರು? ನಿರ್ಜೀವವಾಗಿ ಬಿದ್ದಿದ್ದ ನೂರಾರು ಏಕ್ರೆನ ದಿನಾಲೂ ನೋಡೀ ನೋಡೀ ಎಸ್ಪಿ, ಪೀಸಿಗಳ ಕಣ್ಣು ದೊಕರ ಬಿದ್ವು.

'ಸುತ್ತ ಬಿದ್ದ ಯೆಣನ ಯೆಂಗರ ಕಾಯ್ಬೌದಲೇ ತ್ರಿತರ್ಟಿ, ಈ ಹೊಲ ಯಂಗಲೇ ಕಾದಕಂಡು ಇರಾಕಾಯ್ತತೆ? ಆ ಲಿಂಗಾತ್ರಿಗೂ ಉಳ್ದೋರಿಗೂ ಬ್ಯಾರೆ ಕೇಮಿಲ್ಲ, ಒಂದು ಧಮಕಿ ಮಡಿಗೆ ದಾವಣ್ಗೆರಿಗೆ ರೈಟೆಳಮಾ ನಡಿಯಲೇ..! ಅಂತ ಮಂಡ್ಯಕಡಿಯ ಎಸ್ ಐ ರುದ್ರೇಗೌಡ ಅಂದು, ಅಂದಂಗೆ ಮಾಡಿ ಚಾಲೂ ಆಗದ ಡಬ್ಬಾ ವ್ಯಾನನ್ನ ನಾಕಾರು ಜನ್ರಿಂದ ದಬ್ಬಿಸ್ಕೆಂಡು 'ರೈಟು' ಅಂದವನು ಮತ್ತೆ ಲಾಠಿ ಹಿಡ್ದು ಬಂದದ್ದೆ ಮಾದ್ರ ಹೊಲ್ಗಳಿಗೆ ದನಕರಗಳು ನುಗ್ಗಿದಾಗ.

ಒಕ್ಕುಲು ಕೆಲ್ಸವೇನೋ ಲಿಂಗಾತ್ರಿಗೆ ಹೇಳಿ ಮಾಡ್ಸಿದ ಕಸುಬು. ಆದ್ರೆ ಉಳ್ದ ಜಾತ್ಯೋರು ಹೊಲ ಉತ್ತಾದ್ದಕ್ಕಿಂತ, ದನಕರ, ಕುರಿ, ಮ್ಯಾಕೆ ಅಡಿಸ್ಕೇಂಡು ಇದ್ದದ್ದೇ ಹೆಚ್ಚು, ಅಂಥವ್ರಿಗೆ ಮಾದ್ರು, ಗೋಮಾಳವನ ಹೊಲ ಮಾಡ್ಕೆಂಡದ್ದು ಸಂಕಟವ ತಂದಿಕ್ಕಿತು. 'ನಮ್ಗೆ ಹೊಲಾನೂ ಇಲ್ಲ... ದನಕುರಿ ಆಡ್ಸೋಕೆ ಗ್ವಾಮಾಳನೂ

ಇಲ್ಲಾಂದ್ರೆ ಯೆಂಗೆ?' ಅಂತ ಕ್ಯಾತಜ್ಜ, ಬೀರಜ್ಜ, ಸೋಮೇಗೌಡನತಾವ ರಾಗ ತೆಗುದ್ರೆ ಅವನಾದ್ರೂ 'ಅಯ್ಯೋ ನಮ ದನ್ಗಳಗೂ, ಎತ್ತುಗಳ್ಗು ಕಷ್ಟ ಆಗೆದೆ. ಎನ್ಮಾಡದು?' ಅಂತ ಕೈಯಾಡಿಸಿ ಕುಂತವನ ಕಿವಿಯೊಳಗೆ ಕೋಲೂರಿಕೆಂಡು ಬಂದ ಸೂರಾಚಾರಿ ಒಂದು ಸುಡುಗಾಡು ಸಂಚಿನ ಹುನ್ನಾರವ ಬಿತ್ತಿಕೊಂಡು ಹೋದ. ಸೋಮೇಗೌಡನ ನರನಾಡಿಯೊಳಗೆ ರಕ್ತವು ಸರಭರವೆಂದು ಸರಿದಾಡಿತು.

'ಸಂಜಿ ಕಳ್ಳು ಕತ್ಲಾಗಿ ಕೇರಿವ್ರೆಲ್ಲಾ ಉಂಡು ಮಲಗಿದ ಮ್ಯಾಕೆ ಊರವರು ಅವ್ರವ್ರ ಮನಿ ದನಕರು, ಕುರಿ, ಆಡುಗಳ ಮಾದ್ರ ಹೊಲ್ದಾಕೆ ನುಗ್ಸಿ... ಅಂಗೆ ನಿಮ್ಮ ಮನಿಗಳಿಗೆ ವಾಪಸ್ಸು ಬಂದು ಬಾಗ್ಲು ಅಗಳಿಯ ಬಿಗಿ ಮಾಡ್ಕೆಂಡು ಮಲ್ಕಳಿ ಅನ್ನೋ ಗುಸು ಗುಸು ಪಿಸು ಪಿಸು ಸಂದೇಶವೂಂದು ಊರ ಮನೆಯಾ ಕಿವಿಯೋಳಗಾಡಿತು. ಕಿವಿಯಿರೋ ಪುಣ್ಯಾತ್ಮರು ಕೇಳಿಸ್ಕಂಡದನ್ನ ಧರ್ಮಕಾರ್ಯ ಅನ್ನೋವಂಗೆ ಶ್ರದ್ದೆಯಿಂದ ಮಾಡಿ ಕಾಲು ಚಾಚಿ ಗಡದ್ದಾಗಿ ನಿದ್ದೆ ಹೊಡ್ಡರು.

ಮಾದ್ರ ಹೊಲವ ನುಗ್ಗಿದ ದನಕರು,ಕುರಿ, ಆಡುಗಳಾದರೂ ಮನಸ್ಸೋ ಇಚ್ಚೆ ಕಡಿದು ತಿಂದು ತುಳುದ್ ಹೊಲಾನೆಲ್ಲ ಚೂರು ಮಾಡಿ ಒಡೆಯನು ತಮ್ಮನನ್ನು 'ಗಂಗಿ ಬಾರೇ ತುಂಗೆ ಬಾರೇ...' ಅಂತ ಕರೆಯದಿದ್ರೂ ಅವುಗಳವುಗಳ ಮನಿಗೆ ಆನಂದ ಭರಿತವಾಗಿ ಕಾಲೆಳೆದುಕೊಂಡು ಬಂದು ಕಾಲುಚಾಚಿ ಮಲಗಿ ಗಡದ್ದಾಗಿ ಗುಟುರು ಹಾಕಿ ಮೆಲುಕತೊಡಗಿದವು. ವತಾರನೇ ಮೊದ್ಲಿಗೆ ಕಣ್ಣು ತೆಗೆದು ಈ ಅನಾಚಾರವೆಲ್ಲ ನೋಡಿದ ಸೂರ್ಯಸ್ವಾಮಿ 'ಇದ್ನೆಲ್ಲವ ನೋಡೂಂತ ನನ್ಗೆ ಕಣ್ಣ ಕೊಟ್ಟೆನೋ ಸಿವನೇ' ಎಂದು ಮುಳು ಮುಳುಸಿದಲ್ದೇ 'ಇನ್ನು ಮುಂದಿಂದ ನಾನು ನೋಡ್ಲಾರೆ...' ಅಂತ ಅಂದ್ಕೊಂಡು ಅಲ್ಲೇ ಅಡ್ಡಾಡುತ್ತಿದ್ದ ಮೋಡವೊಂದನ್ನು ತನಗಡ್ಡವಾಗಿ ಎಳಕಂಡು ಮರೆಯಾಗಿ ಹೋದನು. ಆವತ್ತು ಯಾಕೋ ಏನೋ ಮಾದ್ರಕೇರಿ ಮಂದಿ ತಡವಾಗೇ ಎದ್ರು... ಕೇರಿ ಕೋಳಿಗಳೂ ಲೇಟಾಗಿ ಮಲಕ್ಕಿಂಡಿದ್ದೊ ಎಂಗೋ ಅವು ಲೇಟಾಗಿ ದನಿ ತೆಗದವು...

ಎದ್ದುಕೊಟ್ಲೆ ಕಚ್ಚೆ ಕೈಯಾಗಿಡುದು ದಡ ದಡಾಂತ ದಿನವೂ ಓಡೋ ದುರ್ಗ ಇಂದೂ... ಚರಿಗೆ ಇಡ್ಕಂಡು ಖಾದಿ ಕೇಂದ್ರದ ಮ್ಯಾಕೆ ಓಡೇ ಓಡಿದ. ಚರಿಗೆ ಕೆಳಗಿಕ್ಕೆ ಕಚ್ಚೆಗೆ ಕೈಯಾಕಬೇಕೆನ್ನುವ ಕ್ಷಣದಲ್ಲಿ ಅವ್ನ ಕಣ್ಣು ತಮ್ಮ ಹೊಲ್ಗಳ ಕಡೆ ಹೋತು 'ಆಂ ಅಯ್ಯಯ್ಯೋ' ಅಂದ್ಕಂತಲೇ ಚರಿಗೇನೂ ಬಿಟ್ಟು ಕೇರಿಗೆ ಬಂದು 'ಅಲಲೋ... ಕುಲಲೋ' ಅಂತ ಅಂದ. ಕೇರಿ ಮಂದಿ 'ಏನಾತಲೇ...' ಅಂತ ಬಂದು ಕೇಳಿದ್ರೆ, ಅಸವಲ್ಲದ ಸುದ್ದಿ. ಓಡೋಡಿ ಬಂದು ಹೊಲ್ಗಳನ್ನ ನೋಡಿದ್ರೆ ಏನೈತಿ ಹೊಲ್ದಾಗೆ? ಬರೀ ಸೆಗಣಿ, ಕುರಿ ಮ್ಯಾಕೆಯ ಪಿಚಕಿ. ರುದ್ರ, ಸೋಮಸೇಕರರಾದಿಯಾಗಿ ಸಮಸ್ತ ಕೇರಿಗೆ ಎಲ್ಲವೂ ಮನವರಿಕೆಯಾತು. 'ನಮ್ಗೆ ಪರ್ಪಟ್ಟಾತಲೇ' ಅಂತ ಹಲುಬಿದ್ರು. ಸಿಟ್ಟು ಸೆಡವು ಬಂದು ಊರ ಮ್ಯಾಗೆ ನುಗ್ಗಬೇಕೂಂತ ಅನ್ನಿಸಿದರೂ, ಅದು ತಮ್ಮ ಕೈಯಾಗ ಆಗದ ಮಾತೂಂತ ಅನ್ನಿಸಿ ಡೀಸಿಗೂ ಎಸ್ಪಿಗೂ ಪೋನು ಮಾಡಿದರು.

'..ಇವ್ರಿಂದೇನು ನಮ್ಮೆ ಬಿಡ್ಗಡೆ ಇಲ್ಲ ಬಿಡು...' ಅಂತ ಅಂದ್ಕಂತಲೆ ಓಡೋಡಿ

ಬಂದ ಡೀಸಿ ಎಸ್ಪೀನೂ ಹೊಲವ್ನೆಲ್ಲ ಅಳೆದು ಸುರ್ದು ನೋಡಿ ಊರವ್ರುನ್ರ್ಲ್ಲಾ ಕರ್ಸಿ ಕೇಸು ಜಡಿಯುವ ಮಾತಾಡಿದರು. ಊರಿಗೆ ಊರೇ ಒಂದಾಗಿ ಗಪ್ಪಾಗಿತ್ತು, ಯಾರ ಮ್ಯಾಲೆ ಕೇಸಾಕೋದು? ಡೀಸಿ ಬುದ್ಧಿಯ ಮಾತು ಹೇಳಲು ಮುಂದಾದ್ರೆ... ಎಸ್ಪಿಯು ಗದ್ರಿಕೆಯ ಮಾತಾಕಿದರು. ಕೇರಿಯ ಹುಡ್ರು 'ಇಂತಿಂಥಾರನ್ನ ಅರೆಸ್ಟು ಮಾಡಿ ಅಂತ ಬರ್ಕಂಕೊಟ್ಟರೂ... ಕೇರಿ ಹಿರೇರು 'ಅಂಗೆಲ್ಲಾ ಮಾಡಕಾಕತ ಸ್ವಾಮಿ... ನಮ್ ಸ್ವಾಮ್ಯಾರುಗಳ್ಗನ್ನ ಜೇಲಿಗೆ ಕಳ್ಸೋದಂದ್ರೆ ಎಂಗೆ?' ಎಂಬ ಅಪಸ್ವರ ತೆಗೆದ್ರು. ಮಾದ್ರಲ್ಲೆ ಇಂಗೆ ಒಗ್ಗಟ್ಟಿಲ್ದುದ್ರೆ ಯೆಂಗೆ? ಅಂತ ಚನ್ನ, ರುದ್ರ ಸಿಡಿಮಿಡಿ ಮಾಡಿದ್ರೂನು ಕೇರಿ ಹಿರೇರು ಮೈಟು ಮಾಡದಾದಾಗ ಡೀಸಿ ಯೇಳಿದ ಪಂಚಾತಿಗೆ ಊರವರು ಕಿವಿ ಕೊಟ್ಟರು.

'ಏನೋ ಅದದ್ದಾತು... ಇನ್ನು ಮುಂದೆ ಇಂಗೆ ಮಾಡ್ಬ್ಯಾಡ್ರಿ... ಇಂಗೇನಾದ್ರೂ ಮತ್ತೆ ಆದ್ರೆ ಊರಿಗೆ ಊರ್ನೆ ಅರೆಸ್ಟು ಮಾಡಿಸ್ತಿನಿ...' ಅಂತ ಅಂದು 'ಅವ್ರಿಗೆ ಬೆಳಿನಷ್ಟ ಆಗೇತಿ... ಸರ್ಕಾರದಿಂದ ನಾವೇನಾರ ಕೊಡುಸ್ತೀವಿ.. ಮುಂದಿನ ಮುಂಗಾರಿನ ಬೆಳೆಗೆ ನೀವು ಅವ್ರಿಗೆ ಗೊಬ್ರ ಬೀಜವ ಕೊಡ್ರಿ... ಅವ್ರನ್ನೂ ಬದುಕಾಕೆ ಬಿಡ್ರಿ...' ಅಂಬೋ ಮಾತು ಹೇಳಿ 'ಗೊಬ್ರ ಬೀಜವ ನಾವುಕೊಡುಸ್ತೀವಿ' ಅನ್ನೋ ಪ್ರಮಾಣವ ಮಾಡಿ ಡೀಸಿ ಎಸ್ಪೀನೂ ಜೀಪುಗಳ್ನೇರಿದರು.

ಸೆಗಣಿಯಿಂದ ನೆಲಾನೆಲ್ಲಾ ಸಾರ್ಸಿದ್ರೂ ಅದ್ರ ಮೇಲಿರೋ ಹುಲ್ಲು ಕಡ್ಡಿ ಅದನ್ನು ಮೆಟ್ಟಿಕಂಡೇ ಮ್ಯಾಕೆ ಬರುವಂತೆ ಊರು ಕೇರಿಗಳ ಅಂತರ ಇನ್ನು ಹೆಚ್ಚಾಕ್ತ ಹೊಯ್ತೇ ಹೊರತು, ಒಂದಾಗುವ ಮಾತು ದೂರವೇ ಉಳೀತು. ಚನ್ನನ ತಲೀವಳಗೆ ಹೊಳದೋಯ್ತು. ಅದೇ ಹೊತ್ತ್ಯಾಗೆ ಮೈಸೂರ ಕಡೆಯ ಇಚಾರವಾದಿಯೊಬ್ಬ – ಹರವೆ ಅಂತ್ಲೋ, ಮಾದೇವ ಅಂತ್ಲೋ– ಯಾರೋ ಒಬ್ಬ 'ದಲಿತ್ರಂದ್ರೆ ಎಲ್ಲ ಜಾತಿ ವಳ್ಗಿ ಇರೋ ಸೋಸಿತ್ರು' ಅಂತ ಅನೌನ್ಸು ಬ್ಯಾರೆ ಮಾಡಿದ್ದ. 'ಹೌದೌದು' ಅಂತ ಕಾಳೆಗೌಡ ಅಂತ ಅನ್ನೋರು ಬರಗೂರಪ್ಪ ಅನ್ನೋರು ದನಿಗೂಡಿಸಿದರು. ಇದನ್ನ ರೇಡಿ ವಳಗೆ ಕೇಳಿದ ಚನ್ನ ದಾವಣ್ಗೆರೆಯಿಂದ ಸಂಘದ ಲೀಡ್ರುನ್ನ ಕರ್ಕಂಬಂದು, ನಾಯ್ಕರ ಜಾತಿಯ ಈರನಾಯ್ಕ, ಬೋರಜ್ಜನತ್ರ ಕರ್ಕಂಡು ಹೋಗಿ 'ಮಾದ್ರು, ನಾಯ್ಕರು... ನಾವೆಲ್ಲ ಒಂದೆಯಾ. ನೀವು ನಮ್ಮ ಹುಡ್ರಿಗೆ ಬೆಂಬಲ ಕೊಡದು ಬಿಟ್ಟು ಆ ಲಿಂಗಾತ್ರಿಗೆ, ಬ್ರಾಂಬ್ರಿಗೆ ಕೊಡ್ತೀರಲ್ಲಾ...' ಅಂತ ಏನೇನೋ ಹೇಳಿದ್ರು. 'ನೀನು ಏನೇನು ಯೇಳ್ತಿಯೋ ನಮಗೆ ತಿಳಿವಲ್ದಪ್ಪ, ಆದ್ರೂ ನಮ್ ದನಗಳಿಗೆ ಮೇಯಾಕೆ ಗೋಮಾಳ ಇಲ್ದಂಗೆ ಇವು ಮಾಡಿದ್ದು ನಮ್‌ಗೆ ಸರಿ ಕಾಣಲ್ಲ ಬಿಡು...' ಅಂತ ಅಂದ್ರು. ಲೀಡರ್ರುಗಳ ಮುಖಕ್ಕೆ ತಣ್ಣೀರು ಎರಚಿದಂಗಾತು. 'ಯಾವ ಸತಮಾನಕ್ಕಪ್ಪಾ ಇವ್ರಿಗೆ ಬುದ್ದಿ ಬರೋದು...' ಅಂತ ಅಂದ್ಕಂಡು 'ನೀವರ ಒಗ್ಗಟ್ಟಾಗಿರ್ರೋ..., ನಾವ್ ಅದೀವಿ..' ಅಂತ ಭರೋಸೆ ಕೊಟ್ಟು ಅವ್ರು, ದಾವಣ್ಗೆರಿಗೆ ಹೊಂಟೋದ್ರು.

ಆತು... ಇನ್ನ ನಮಗೆ ನಾವೇ ಉಸಾರಾಗಿರ್ಬೇಕು ಅನ್ನೋ ಎಚ್ಚರದಾಗೆ ಕೇರಿಯ ಹುಡ್ರು, ಮುದ್ಕುರು ಕಿತ್ತು ಹೋದ ಹೊಲಗಳ ಬೇಲಿನ ಬಿಗಿ ಮಾಡೋದು,

ಹೊಲ ಉಳೋದು, ಕಲ್ಲು ಗಿಲ್ಲು, ಆರಿಸಿ ನೆಲವ ಸಮ ಮಾಡ್ಕಳಾದು ಮಾಡ್ಕೆಂತ... ಆಗೊಮ್ಮೆ ಈಗೊಮ್ಮೆ ಮುಗುಲ ನೋಡ್ಕೆಂತ, ಕಾಲ ಕಳೀತ ಮುಂಗಾರಿಗಾಗಿ ಕಾದು ಕುಂತರು. ಈ ನಡುವೆ ಇಸ್ಮಾಯಿಲನಿಂದ ಲಾಂಗು ಭರ್ಚಿಗಳನ್ನೂ ತಂದು..., ಡೀಸಿ, ಎಸ್ಪೀಗೂ ಬರೆದು ಬಂದ್ರು... ಮುಂಗಾರಿನ ಮಳೆಗಾಗಿ ಊರು... ಊರಿಗಿಂತ ಕೇರಿಯೂ ಉತ್ಸಾಹ... ಧಾವಂತದಿಂದ ಕಾದು ಕುಂತ್ಕಂಡಿತ್ತು.

ಅರ್ಬಿ ಸಮುದ್ರದ ಮ್ಯಾಗೆ ಊಟಕ್ಕೆ ಕುಂತಿದ್ದ ಮೋಡಗಳ ಊಟ ಮುಗಿದ ಸೂಚ್ನೇನೋ ಅಂಬೋ ಅಂಗೆ ಮೂಡಲಲ್ಲಿ ಮಿಂಚ್ ಫಳ್ ಅನ್ನೋದು..., ಗಟ್ಟಿಯಾಗಿದ್ದ ಕರಿಮೋಡ ಗಳು ಸುರುಳಿ ಸುರುಳಿ ಸುತ್ತಿ ತಮ್ಮ ರೆಕ್ಕೆಗಳನ್ನ ಕಿರಿದುಗೊಳಿಸಿ ಭೂಮಿಗೆ ಇಳಿಯಲು ಸಜ್ಜಾಗುತ್ತಿದ್ದವು. 'ಜನ... ಆ... ಊ... ಅಲೆಲೇ...' ಅಂದ್ಕಂತ ಮನಿಬಾಗ್ಲು ಮುಚ್ಕೋದು, ಬಾಗ್ಲ ಮುಂದೆ ಕಬ್ಣದ ಸರಳ ಹಾಕೋದು... ಕಿಟಕಿ ಮುಚ್ಕೋದು, ಬಿರಣಿ ತಿರುವೋದು ಮಾಡ್ಕೆಂತ ಕುಂದ್ರೋವೊತ್ತಿಗೆ ಮಳಿ ಟಪ್ ಟಪ್ಪಾಂತ ಸುರುವಾತ. ಗುಡುಗು... ಸಿಡಿಲು, ಮಿಂಚುಗಳಿಂದ ಆರ್ಭಟಿಸಿ, ರಾತ್ರಿಯೆಲ್ಲ ಮಳೆಸುರಿದು ಕರೆಕಟ್ಟೆಗಳು ತುಂಬಿ ಹರಿದಾಡಿದವು. 'ಈ ಬಾರಿಯ ಮುಂಗಾರು ಹಿಂದಿನ ವರ್ಷಕ್ಕಿಂತ ಭಲೇ ಜೋರು..., ಇಡೀ ವರ್ಸವೆಲ್ಲ ಇಂಗೇ ಸುರಿತತೇ...' ಅಂತ ಪಂಚಾಂಗ ಬಿಚ್ಚಿ ನುಡಿದ ನಾರಾಣಪ್ನ ಮಾತು ನಿಜ ಆಗಂಗೇ ಕಾಣ್ತಿತು.

ಮಳಿ ಸುರ್ದು ನಾಕಾರು ದಿನಕ್ಕೆ ಬಿದ್ದ ಬಿಸಿಲಿಗೆ ನೆಲವೆಲ್ಲ ಅರಳಿಕೊಂಡು ನೆಲದಿಂದ ಗಮಲು ಗಂಧ ಮೂಗ ತಟ್ಟುತಿತ್ತು. ಭೂಮಿಯೆಂಬ ಹೆಣ್ಣಿನ ನಾಡಿ ಬಲ್ಲವರು ಅದರ ಗಮಲ ಜಾಡು ಹಿಡ್ದು ' ಇನ್ನು ನಾಕು ದಿನದಾಗೆ ಬೀಜ ಹಾಕಿದ್ರೆ... ಗಟ್ಟಿಯಾಗಿ ನಿಲ್ತಾವೆ...' ಅಂಬೋ ಮಾತಾಡಿದ್ರು. ದಾವಣ್ಗೆರಿಯಿಂದ ಗೊಬ್ರ... ಬೀಜವ ತಂದು ಹದ ಮಾಡಿಕೊಳ್ಳುವ ಕೆಲ್ಸವನ್ನ ಊರವರು ಮಾಡಾಕೆ ಸುರು ಮಾಡಿದ್ರು... ಕೇರಿಯ ಜನ 'ಬೀಜ ಗೊಬ್ರವ ಅವ್ರು ಕೊಡ್ತಾರೋ... ಇಲ್ಲೋ' ಅನ್ನೋ ಅನುಮಾನದಾಗೆ ನಾಕಾರು ದಿನ ಕಳ್ದು ಕೊನಿಗೂ ಹನುಮಜ್ಜನನ್ನೇ ಸೋಮೇಗೌಡನತ್ತಾವ ಕಳಿಸಿಕೊಟ್ರು... 'ಆಯ್ತೇಳು... ನಾಳಿಕೆ ಬಂದು ಬೀಜ ಗೊಬ್ರವ ತಗಂಡು ಓಗ್ರಿ..., ಮಳಿ ಜಾಸ್ತಿ ಆಗೋದ್ರಿಂದ... ಸೂರ್ಯಕಾಂತಿನ ಬಿತ್ರಿ..., ಆ ಬೀಜನ್ನೆ...ನಾಳಿಕೆ ಕೊಡ್ತೀವಿ...' ಅಂತ ಅಂದ. ಅವತ್ತು ರಾತ್ರಿನೆ ಬೀರಜ್ಜ... ಈರನಾಯಕ... ಅವನ್ನೆಲ್ಲ ಕರ್ಸಿ 'ನೀವ್ಗಳೆಲ್ಲ ಎಷ್ಟುಕತೋ ಅಷ್ಟು ಗೊಬ್ರ ಕೊಡ್ರಿ... ನಾನು ಉಳ್ದ ಗೊಬ್ರಾನು... ಬೀಜಾನ್ನು ಕೊಡ್ತೀನಿ...' ಅಂತ ಅಂದ. ಅದ್ರ ಪ್ರಕಾರ ಅವ್ರು ತಮ್ಮ ಗೊಬ್ರದಲ್ಲೆ ನಾಕಾರು ಚೀಲಗಳ್ನ ತಂದು ಕೊಟ್ರು...

ನಡುರಾತ್ರಿ ಆದ ಮ್ಯಾಲೆ ನಾಕಾರೂ ಹುಡ್ರನ್ನ ಸೋಮೇಗೌಡ ಕರೆಸಿ, ತಾನೇ ಬಿತ್ತಿ ಬೆಳೆದು ಮನೆಯಾಗೆ ಒಟ್ಟಿಕೆಂಡಿದ್ದ ಸೂರ್ಯಕಾಂತಿಯ ಮೂಟೆಗಳಿಂದ ನಾಕಾರು ಮೂಟೆಗಳ್ನ ಇಳಿಸಿ... ಮಾನ್ಸೆಂಟೋ ಕಂಪನಿಯ ಖಾಲಿ ಚೀಲಗಳಿಗೆ ತುಂಬ್ಸಿ... ಅದ್ರ ಬಾಯಿಯ ಹೊಲ್ಸಿ... ಹೊರಗಿನ ಪಾಗಾರ್ದಾಗೆ ಒಟ್ಟಿಸಿದ... ಬೀಜ ಗೊಬ್ರವ ರೆಡಿ ಮಾಡಿದ ಮ್ಯಾಕೆ 'ಬರ್ಲಿ ನಾಳಿಕೆ... ಗೊಬ್ರ ಬೀಜ ಹಂಚನಾ...' ಅಂತ

ಹುಸಿನಗೆ ನಕ್ಕು ಹುಡ್ರನ್ನ ಕಳಿಸಿಕೊಟ್ಟ..., ನಸುಕಿಗೇ ಮುಂಚೆನೆ ಕೆಂಚಜ್ಜ, ಕರಿಯಜ್ಜ, ಚನ್ನ , ರುದ್ರ ಕೇರಿಯವ್ರೆಲ್ಲ ಸೋಮೇಗೌಡನ ಮನಿಯ ಮುಂದೆ ಜಮಾಯ್ಸಿದ್ದರು. ಸೋಮೇಗೌಡ ಕಣ್ಣುಜ್ಜುತ್ತ 'ರಾತ್ರಿ ಕೋಳಿಗಳೆನಾದ್ರು ಬ್ಯಾಗ ಮಲಗಿದ್ದವೇನ್ರೋ...' ಎನ್ನುತ್ತ ಪಗಾರದ ಮೂಟೆಗಳತ್ತ ನೋಡುತ್ತ 'ಎತ್ತಕಳ್ರಿ...' ಎಂದ.

'ಸೋಮೇಗೌಡ ಎಂಥಾ ಬೀಜ ಕೊಟ್ನೋ ಮಾರಾಯ..., ಸಿವ ಅವ್ನನ್ನ ತಣ್ಣಗಿಕ್ಕಿರ್ಲಿ...' ಅನೋ ಮಾತನ್ನ ಮಾದ್ರಟ್ಟಿಯವರೆಲ್ಲಾ ಅನ್ನೋಕೆ ಶುರುಮಾಡಿದ್ರು. ಗೋಮಾಳದ ಅವ್ರ ಹೊಲಗಳಲ್ಲಿ ನೋಡು ನೋಡ್ತಿದ್ದಂತೆ ಗೇಣುದ್ದ, ಮೊಳಕಾಲುದ್ದ, ಎದೆಮಟ್ಟ ಸೊಂಪಾಗಿ, ಹಚ್ಚ ಹಸುರಾಗಿ ಬೆಳೆದು... ಹುಣ್ಣಿಮೆ ಚಂದ್ರನಷ್ಟು ಅಗಲ ಸೂರ್ಯಕಾಂತಿ ಹೆಡೆಯ ಬಿಚ್ಚಿ ನಲಿನಲಿದಾಡ್ತ ದಾರ್ಯಾಗೆ ಹೋಗಾರ್ನ ಬರೋರ್ನ ಕಣ್ಣು ಕುಕ್ಕುವಂಗಿದ್ದವು. ಆಸುಪಾಸಿನ ಮಂದಿ ಬಸನಳ್ಳಿ ಮ್ಯಾಲೆ ಹಾದು ಹೋಗ್ವಾಗ ಈ ಹೊಲಗಳ್ನ ನೋಡ್ಕೆಂಡೆ ಹೋಗಾರು 'ನಮ್ ಜನುಮದಾಗೆ ನಾವ್ ಇಂಥಾ ಪೈರನ್ನ ಕಂಡೇ ಇಲ್ಲ ಬಿಡು...' ಅಂತ ಅನ್ನೋರು... ದಾರ್ಯಾಗೆ ಸಿಕ್ಕವ್ರತ್ರ 'ಸೂರ್ಯಕಾಂತಿ' ಯ ಕಥನವ ಮಾಡೋರು. 'ಯಾವ್ ಬೀಜ... ಯಾವ್ ತಳಿ... ಯಾವ್ ಕಂಪ್ನಿದೂ...' ಅಂತ ಕೇರಿಯವ್ರುನ್ನ ಕೇಳಿದ್ರೆ 'ಅದೇನೋ ನಮ್ಗೆ ಗೊತ್ತಿಲ್ಲ... ಸ್ವಾಮೇಗೋಡ್ರು ಕೊಟ್ಟದ್ದು...' ಅಂತ ಅನ್ನೋರು... ಬೀಜದ ಕುಲಾಂತರವ ಕೇಳ್ಕಂಬಂದವ್ರತಾಗೆ ಸೋಮೆಗೌಡ... 'ಅದಾ ಮಾನ್ಸೆಂಟೋ ಕಂಪ್ನಿದು... ಮಯಿಕೋ... ಕಾರ್ಗಿಲ್ ತಳಿಗಿಂತ... ಬಾಳ ಚನ್ನಾಗಿ ಬತ್ತದೆ...' ಅಂತ ಹೇಳಿ 'ನೋಡ್ತಾ ಇರ್ರಿ... ಮಾದ್ರ ಹೋಲ್ದಾಗಿನ ಪೈರು ಹೆಂಗ್ ಬರ್ತದೇ...' ಅಂತ ಅಂದು ಹುಸಿನಗೆ ನಗುವನು. ಈ ನಗೆಯು ಮೆಚ್ಚುಗೆಯೋ ಮತ್ತಿನ್ನ್ಯಾತದೋ... ಎಂಬುದು ಒಂದು ತಿಳಿಯದೆ ಬಂದವು ಕನ್‌ಫ್ಯೂಸಾಗಿ... ಬಂದ ದಾರಿಯ ಹಿಡಿಯೋರು. ಗೋಮಾಳದ ಎತ್ತರದ ದಿನ್ನಿಮ್ಯಾಗೆ ಸಿದ್ದಾರೂಢ್ರ ಆಶ್ರಮದಲ್ಲಿದ್ದ ಕಂತೇ ಭಿಕ್ಷದ ನಲಕೇತಯ್ಯನವರು ಮಾತ್ರ ಆಗಾಗ ' ಈಪಾಟಿಬೆಳೆ...ಯಾವ್ ಕೇಡಿಗೆ ಬತ್ತಾ ಐತೋ...' ಎಂಬಂತೆ ರಾಗ ಎಳಿಯೋರು. ಅವ್ರ ಅಂತರಾತ್ಮದಾಗೆ ಕುಂತು ಸಿದ್ಧಾರೂಢ್ರು ಏನಾರ ನುಡಿತಿದ್ರೋ ಯೆಂಗೊ?

ಮಾದ್ರಕೇರಿಯ ರುದ್ರ, ಚನ್ನ, ಸೋಮಸೇಕರರಂತು ಖುಸಿಯ ಕುಂಡೆಯಾಗಿಟ್ಟು ಕೊಂಡು ಕೇರಿ ತುಂಬ ಅಡ್ಡಾಡೋರು. 'ಇನ್ ನಾವ್ ಉದ್ದಾರಾದ್ವಿ ಬಿಡು... ಒಳ್ಳೆ ರೇಟೂ ಸಿಕ್ಕಬಿಟ್ರೆ ನಮ್ ಕಷ್ಟಗಳೆಲ್ಲ ಬಗೆಹರಿತಾವೆ...' ಅಂತ ಅನ್ನೋರು. 'ನವ್ ಇಂಗೇ ವರ್ಸಾ ವರ್ಸಾ ಬೆಳಿತಾ ಹೋದ್ರೆ. ಆ ಕುರುಬ್ರನ್ನ, ಗೊಲ್ರನಾ, ಆ ಲಿಂಗಾತ್ರುನ್ನೇ ಜೀತಕ್ಕೆ ಇಕ್ಕ್ಯಬೌದೋ...' ಅಂತ ಉಬಾಯ್ಸಿಯೂ ನುಡಿಯೋರು... 'ಇಂತಾ ಧಿಮಾಕಿನ ಮಾತಾಡೆ ನೀವು ಅವ್ರತಾಗ ಆಗಾಗ ಇಕ್ಕಿಸ್ಕಮಾದು...' ಅಂತ ಕೇರಿಯ ಹಿರೇರು ಹುಡ್ರ ವರ್ತನೆಯ ಖಂಡಿಸೋರು. 'ಯಂಗೋ ಮಾರವ್ವ... ಈ ಸರ್ತಿ ನಮ್ಮನ್ನ ಪಾರು ಮಾಡವ್ವೋ..' ಅಂತ ಮಾರಿಗುಡಿತಾವ ಅಡ್ಡಡ ಬೀಳೋರು

ಸೂರ್ಯಕಾಂತಿ ಸೂರೆತ್ತರವಾಗಿ ಮೊಗ್ಗುಗಳು ಪಟಪಟನೆ ಬಿರಿದು...

ಅದ್ರೊಳಗಿಂದ ಹಳದಿ ಬಣ್ಣದ ಪಕಳೆಗಳು ಹೊರಚಾಚಿ... ಕಾರು ದಿನಕ್ಕೆ ಸೂರ್ಯನ ಮುಕವ ನೋಡೀ ನೋಡೀ ನಾಚಿಕೆಂಡು..., ಮುಖಕ್ಕೆ ಕೆಂಪಡರಿಸಿಕೊಂಡ ಗೋಮಾಳುನ ನೂರಾರು ಎಕ್ರೆ ಹೊಲವೆಲ್ಲ ಹಳದಿ ಬಣ್ಣ ತುಂಬಿ ಹೋಗಿತ್ತು... 'ಆ ದೇವತೆಗಳು ರಾತ್ರಿ ಹೊತ್ತು ಹೊಲನೋಡಾಕೆ ಬತ್ತಾರೆ... ಆಕಾಸದಾಗೆ ನಿಂತ್ಕಂಡು ಬಣ್ಣವ ಕಣ್ಣು ತುಂಭಿಸ್ಕತಾರೆ' ನಲಕೇತಯ್ಯ ಆಡ್ತಾ ಇರೋ ಮಾತ ಜನ ನಿಜವೇ ಇರಬೇಕಂದಕಂಡ್ರು... 'ಅಂಥಾ ಮಾತ್ಮರ ಕಣ್ಣಿಗೆ ಮಾತ್ರ... ಅಲ್ಲೇನೋ... ಅವ್ರು ಕಾಣಾದು..' ಅಂತ ಜನ ಮಾತಾಡಿಕಂಡ್ರು.

ಚನ್ನ...ರುದ್ರ... ಸೋಮಸೇಕರರಿಗೆ ಇದ್ಯಾಕೊ ಅಪಾಯದ ಸೂಚ್ನೆ ಕೊಡ್ತಾ ಇರೋ ಹಂಗೆ ಕಾಣ್ತು... 'ಇವತ್ತು ದೇವತೆಗಳು ಬರ್ತಾವೆ..., ನಾಳೆ ದೆವ್ವಗಳು ಬತ್ತಾವೆ. ಆ ನಾಡಿದ್ದು ಊರವರ ದನಗಳು ಬತ್ತಾವೆ...' ಅಂತ ಅಂದು... 'ಯಂಗರ ಆಗ್ಲೋ ನಾಳಿಂದ ನಾವ್ ನಮ್ ನಮ್ ಹೊಲವ ರಾತ್ರಿ ಹೊತ್ತುಕಾಯೋದು ಪಾಡಪ...' ಅಂತ ಅಂದ್ರೆ... ಕೆಂಚ, ದುರ್ಗ 'ಏನ್ ಮಾತಾಡ್ತಿರ್ರಲೇ..., ಅಂಥಾ ಒಳ್ಳೆ ಬೀಜ ಗೊಬ್ರ ಕೊಟ್ಟ ಪುಣ್ಯಾತ್ಮರು..., ಪೈರನ ಹಾಳ್ ಮಾಡ್ತಾರೇನ್ರಲೇ...' ಅಂತ ಬೈಯ್ದರು. ಈ ಮಾತುಗಳು ಆ ಹುಡ್ರ ಮೇಲೆ ಏನೂ ಪರಿಣಾಮ ಮಾಡ್ಲಿಲ್ಲ. 'ಆದ್ರೂ ನಮ್ ಉಸಾರಿ ನಮ್ಗೆ ಇರ್ಬೇಕು...' ಅಂತ ಆಂದ್ಕಂಡ ರುದ್ರ, ಚನ್ನರು... ಕೇರಿಯಾಗಿರೋ ಎಲ್ರೂ ರಾತ್ರಿ ಹೊತ್ತು ಅವ್ರವ್ರ ಹೊಲ್ವ ಅವ್ರವ್ರೇಕಾದಕಾಬೇಕು...' ಅಂತ ಸೂಚಿಸಿದರು. ಅವತ್ತು ರಾತ್ರಿಯಿಂದಾನೇ ಇಸ್ಮಾಯ್ಲಿ ಕೊಟ್ಟ ಲಾಂಗ್, ಭರ್ಜಿಗಳ ಸಮೇತ ಲಾಠಿಗಳ್ನ, ಲಾಟೀನುಗಳನ್ನು ಹಿಡ್ದು... ಹೆಗ್ಲಿಗೆ ಒಂದು ಕಂಬ್ಳೀನೋ, ದುಪ್ಪಿನೋ ಹಾಕ್ಕೆಂಡು, ಹೊಲಗಳ ರೌಂಡು ಮಾಡಾಕೆ ಸುರು ಮಾಡಿದರು.

ನಾಕಾರು ರಾತ್ರಿ ಕಳೆದು... ತಿಂಗಳೊಪ್ಪತ್ತು ಹಿಂಗೆ ಕಾಯೋದ್ರಾಗೆ ಹೋದ್ವು. 'ಬ್ಯಾಸರಕತಿ ಅಂತ... ಪದಗಳ್ನ ಆಡೋದು... ಕೋಲಾಟ ಕುಣೆಯೋದು..., ಬೀಡಿ ಪಾಡಿ ಸೇದೋದು...' ಸುರುವಾದವು. ಬೀಡಿ ಸೇದದೇ ಇರೋರು ಒಂದೊಂದು. ದಮ್ಮು ಎಳಿಯೋಕೆ ಹೋಗಿ... ದಿನಾನೂ ಬಿಡಿ ಇಲ್ದೆ ಬದ್ಕೆ ಇಲ್ಲ ಅಂಬಂಗಾದು... ಎಲೆ ಅಡಿಕೆ... ಸಿಕುರೇಟು... ಜರ್ದಾ... ಅಂಬೋ ನಾನಾ ತರ ತಲಬುಗಳು ಮಾದರ ಕೇರಿಯ ಹುಡ್ರ ಹೆಗ್ಲೇರಿ ಕುಂತವು. ಈ ಎಲ್ಲ ತಲುಬುಗಳಿಗಿಂತ ಶೀನಜ್ಜ ತಂದಾಕಿದ ತಲಬು ಭಾರೀ ಘನಂದಾರಿದು. ದಿನಾನು ಪಕ್ಕದ ರುದ್ರನ ಹಟ್ಟಿಗೆ ಹೋಗಿ ಸರಾಯಿ ಕುಡ್ಕಂಡು ಬರ್ತಿದ್ದವನು 'ರಾತ್ರಿ ಸಳಿಯಾಕತಪ್ಪ ಅಗೋಂದಿಟು ಇದ್ದಿದ್ರೆ ಪಾಡಕತಿ...ದಮ್ಮು ಬೇರೆ ಐತಿ.. ಅದನ್ನೋಟು ಕುಡುದ್ರೆ... ಅರಾಮಕತಿ... ಅಂತ ಅದ್ನೆ... ಹೊಲಕ್ಕೆ ತರಾಕೆ ಸುರು ಮಾಡ್ಕೆಂಡ. ಹುಡ್ರೆಲ್ಲ ಬಯ್ದರೂ ಅವ್ರ ಮಾತ್ನ ಅವ್ನೆಲ್ಲಿ ಕೇಳ್ತಾನೇ? 'ಹುಡ್ರು 'ಹೋಗಿ ಬಿಡ್ಲೆ ದಮ್ಮು ಬೇರೆ ಐತಿ ಕುಡ್ಕಂಬರ್ಲಿ... ' ಅಂತ ಅಂದ್ಕಡು ಶೀನಜ್ಜ ಸರಾಯಿಯ ಹೊಲಕ್ಕೆ ತರೋಕೆ ಅನಧಿಕೃತವಾಗೆ ಒಪ್ಕೆಂಡರು. ಸರಾಯಿಯ ಹಂಗೆ ತಂದ ಶೀನಜ್ಜ ಸುಮ್ಕಿರದೆ ಒಂದಿನ ದುರ್ಗನ ತುಟಿಗೆ ಒಂಚೂರು ಇಟ್ಟನು... ಅವ್ನೋ... ಥೂ ಥೋ ಅಂಥ ಮಾರುದ್ದ ನೆಗೆದವನು

...ದಿನದಿಂದ ದಿನಕ್ಕೆ ಗುಟುಕಿನಿಂದ ಬೊಗಸೆಗೆ, ಬೊಗಸೆಯಿಂದ ಸೆರೆಗೆ, ಸೆರೆಯಿಂದ ಒಂದು ಮಡಿಕೆವರೆಗೂ ಬಂದ. ಒಂದು ಮಡಿಕೆ ತರ್ತಿದ್ದ ಶಿನಜ್ಜ ಎಲ್ಡು ಮಡಕೆ ತರಾಕೆ ಹತ್ತಿದ. ರಾತ್ರಿ ಹೊತ್ತು ಮನೆಯಲ್ಲಿ ಉಂಬದೆ ದುರ್ಗ ಊಟವ ಹೊಲಕ್ಕೆ ತಂಗಂಡು ಬಂದು... ಸಾರಾಯಿ ಕುಡಿದ ಮ್ಯಾಲೆ ಗಡದ್ದಾಗಿ ಉಂಡು... ಕಾಲು ಚಾಚಿ ಗೊರಕೆ ಹೊಡೆಯತೊಡಗುವನು. 'ಹೊಲ ಕಾಯೋದು ಒಂಥರಾ ಮಜಾ ಅಂತನೂ ಹೇಳಾನು.

ಇನ್ನೇನು ಹದಿನೈದು ಇಪ್ಪತ್ತು ದಿನದಾಗೆ ಸೂರ್ಯಕಾಂತಿ ತೆನಿಯ ಮರಿಯಬಹುದೆಂಬ ಅಂದಾಜಿನ ಒಂದು ರಾತ್ರಿ...ಹೊಲದಾಗೆ ಪದ ಹಾಡಿ ಕುಂತ ಹುಡ್ರೆಲ್ಲ 'ಈಟು ದಿನಾದ್ರು... ಊರವರು ನಮ್ ಹೊಲಗಳಿಗೆ ದನ ಪನ ನುಗ್ಗುಸ್ಲಿಲ್ಲ..., ಏನೂ ಮಾಡ್ಲಿಲ್ಲಾಂದ್ರೆ... ಅವರಿಂದೇನು ತೊಂದ್ರೆ ಆಗಂಗೆ ಕಾಣಲ್ಲಪ್ಪಾ...' ಅಂತ ಸೋಮ ಸೇಕರನೆಂದರೆ..., 'ಯಾಕೆ ಸುಮ್ಮದರೇಂತ ಗೊತ್ತೇನ್ರೋ...' ಅಂತ ರುದ್ರ ಅಂದ. 'ನೀನೇನ್ರ ಹೇಳಪ್ಪ... ಅವ್ರಿಗೂ ನಮ್ಮೇಲೆ ಕರ್ಣೆ ಬಂದಂಗೆ ಕಾಣ್ತದೆ...' ಅಂತ ಚನ್ನನಂದ... ಮಾತಿಗೆ ರುದ್ರ ನಕ್ಕು ' ಕಟುಕನಿಗೆ ಕರ್ಣೆ ಯಂಗೆಲೇ ಬತ್ತದೆ..' ಎಂದ.. ಅದು ಇದೂ ಮಾತಾಡ್ಕೆಂಡು ಸರಿರಾತ್ರಿ ಕಳ್ದು ಬೆಳ್ಳಿ ನಕ್ಷತ್ರ ಮೂಡೋ ವ್ಯಾಳೆ ಹತ್ರಕ್ಕೆ ಬರೋ ತೊಡಗಿತು.

ಗೋಮಾಳದ ಇನ್ನೊಂದು ತುದೀಲಿ ರಾತ್ರಿ ಸರಾಯಿ ಸೇವೆಯ ಮಾಡಿ ಮಲ್ಕಿಂಡಿದ್ದ ಶೀನಜ್ಜ ದುರ್ಗನ ಆರ್ಭಟಕ್ಕೆ ಎದ್ದು ಕುಂತು 'ಏನಾತಲೇ ತಮ್ಮಾ...' ಅಂದ 'ಅಜಾ ವಟ್ಯಾಗೆ ಭಾರಿ ಸಂಕ್ಟ ಆತತಲ್ಲೊ...' ಅಂದ 'ರಾತ್ರಿ ಸೆಡ್ವಾಗಿ ಉಣ್ಣಲೇಂತ ಹೇಳ್ಲಿಲ್ಲಾ? ಕೂಳಿಲ್ದೆ, ಬರಿಕೈಯಾಗೆ ಬಂದು ಕಂಠಮಟ ಸರಾಯಿ ಕುಡುದ್ರೆ ಇನ್ನೇನು ಆಕ್ತತಿ...' ಅಂತ ಅಂದ. ದುರ್ಗನ ಮನಿಯಾಗೆ ರಾತ್ರಿ ಅಡ್ಗೆ ಮಾಡಲು ಏನೂ ಇಲ್ದೆ ಮಕ್ಳಾದಿಯಾಗಿ ಉಳ್ಳೋರೆಲ್ಲ ನೀರು ಕುಡ್ಡೆ, ಮಲ್ಗಿದ್ರು. ಆದ್ರೆ ದುರ್ಗ ಸರಾಯಿ ಕುಡ್ದು ಮಲ್ಗಿದ್ರಿಂದ ಸಂಕಟ ತಳಮಳಗಳು ತಾರಕಕ್ಕೇರಿ... ತಾನು ಈಗೇನ್ರ ತಿನ್ನದಿದ್ರೆ ಉಳಿಯಾದೇ ಇಲ್ಲ... ಅಂಬಂಗಾಗಿ... ಅಜ್ಜಾ... ಏನು ಮಾಡ್ಲೋ... ಎಂದು ಗೋಳಾಡಿದ. ಶೀನಜ್ಜ... 'ಲೇ ತಮ್ಮಾ ಬಲ್ತಿರೋ ಒಂದ್ನಾಕು ಸೂರ್ಯಕಾಂತಿ ತೆನಿ ಮುರಕಂಡು ಅದ್ರ ಬೀಜವ ತಿನ್ನು... ಸೊಲುಪ ಸಂಕಟ ಕಮ್ಮಿ ಆತತೆ...' ಅಂದ... ಮ್ಯಾಕೆದ್ದ ದುರ್ಗ ಒಣಗತೊಡಗಿದ್ದ ನಾಕಾರು ತೆನಿಯ ಮುರ್ಕಂಬಂದು ಕಾಳುಗಳ ಬಿಡ್ಸಿ, ಕಾಳಿನ ಮ್ಯಾಲಿನ ಸಿಪ್ಪೆ ಸುಲ್ದು, ಬೀಜವ ಬಾಯಿಗಾಕಿಕೊಳ್ಳಲು ನೋಡ್ತಾನೆ! ಬರೀ ಸಿಪ್ಪೆಗಳೇ ಅದವೇ ಹೊರ್ತು ಒಂದ್ರಾಗೂ ಬೀಜ ಇಲ್ಲ... ಎಲ್ಲ ತೆನಿಗಳಲ್ಲೂ ಬೀಜಕ್ಕಾಗಿ ಹುಡಿಕ್ಯಾಡಿದ. ಒಂದ್ರಾಗೂ ಬೀಜವಿಲ್ಲ. 'ಏ ಯಜ್ಜಾ ನೋಡೋ ಒಂದ್ರಾಗು ಬೀಜ ಇಲ್ಲ... ಎಲ್ಲಾ ಸೀರ್ಲೆಯ...' ಅಂತ ಅಂದ. ಕಣ್ಣುಜ್ಜಿಕೊಂಡು ಎದ್ದ ಶೀನಜ್ಜನೂ ಅವುಗಳ್ನ ಬಿಡ್ಸಿ ನೋಡಿ 'ಹೌದಲಲೇ.., ನಿನ್ನೊಲದವು ಅಂಗಿರ್ಬೇಕು! ನಮ್ಮ ಹೊಲ್ದಾಗಿಂದ್ಲೂ ಒಂದು ತಕಂಬಾ...' ಎಂದ. ಅದ್ರ ತೆನಿಯಲ್ಲೂ ಬೀಜವಿಲ್ಲ. 'ಆ ರುದ್ರ... ಚನ್ನ... ಸೋಮಸೇಕ್ರರ... ಹೊಲ್ದಾಗೂ

ಒಂದೊಂದು ತೆನಿತಗಂಬಾ...ನೋಡಾನ...' ಅಂತ ಅಂದ ಶೀನಜ್ಜನ ಮಾತಿನಂತೆ ದುರ್ಗ...ಎಲ್ಲರ ಹೊಲದಿಂದ್ಲೂ ಒಂದೊಂದು ತೆನಿ ತಂದ... ಸುಲ್ದು ನೋಡಿದ... ಅವುಗಳಲ್ಲು ಬೀಜವಿಲ್ಲ.. ಅಂಥಾ ಚಳಿಯಾಗೂ ದುರ್ಗನ ಶೀನಜ್ಜನ ಮೈ, ಬೆವಿಯತೊಡಗಿತು. ಅವ್ರು ಎದ್ದೆನೊ... ಬಿದ್ದೆನೋ... ಅಂಬಾದ್ದು ಲೆಕ್ಕಕ್ಕೆ ತಗಳ್ದೆನೆ... ಹುಡ್ರತ್ತ ಓಡೋಡಿ ಬಂದು 'ಇಂಗಿಂಗೆ...' ಅಂಬಾದ್ನೆಲ್ಲ ಹೇಳಿದ್ರು. 'ಕುಡ್ಡ ಗ್ಯಾನದಾಗೆ ನಿಮ್ಗೆ... ಏನೇನೊ... ಕಾಣ್ತತಿ...' ಅಂತಂದ ನಾಕಾರು ಹುಡ್ರು ನಾಕಾರು ದಿಕ್ಕಿನಿಂದ ನಾಕಾರು ತೆನಿಯ ತಂದು ಸಿಪ್ಪೆ ಸುಲ್ದು ನೋಡಿದ್ರೆ ಒಂದ್ರಾಗೂ ಬೀಜವಿಲ್ಲ. ಮಾತು ಕಳಕಂಡ ಹುಡ್ರು ಕಸ್ಸಕ್ಕನೆ ನೆಲಕ್ಕೆ ಕುಂತ್ರು... 'ಚನ್ನ ನೀನು ಆ ಬೀಜ ತಂದಿದ್ದ ಚೀಲನ ಹಾಸ್ಕೆಂಡು ಮಲಿಕ್ಕೆಂಡಿದ್ದೆ ಅಲಾ? ಬ್ಯಾಗ ತಂಗಂಬಾರ್ಲೆ ಅದ್ನ...' ಅಂತ ರುದ್ರನೆಂದ.. ಚನ್ನ ಓಡೋಗಿ ಚೀಲವ ತರೋತಿಗೆ ಯಾರೋ ಒಬ್ರು ಲಾಟೀನು ಹಚ್ಚಿದ್ರು. ಅದರ ಬೆಳಕಲ್ಲಿ ರುದ್ರನ ಕಣ್ಣಿಗೆ ಬಿದ್ದದ್ದು ಯಾವುದೋ ಇಸ್ವಿ. 'ಸೂಳೆಮಕ್ಳು ಕೈ ಕೊಟ್ರಲೇ...' ಅಂತ ಅಂದವನೆ ರೋಷ ತಡಿಲಾರ್ದೆ ...ಕೈಯಾಗಿನ ಲಾಂಗಿನಿಂದ ಸೂರ್ಯಕಾಂತಿ ಗಿಡಗಳನ್ನ ಕಡಿ ಕಡಿದು ಹಾಕಿದ. ಉಳಿದವು ಅಂಗೆ ಮಾಡಿದ್ರು... ಸೂರ್ಯ ಮುಖಾ ತೋರೋ ಹೊತ್ತಿಗೆ ಸರಿಯಾಗಿ ಸೂರಿನೆತ್ತರಕ್ಕೆ ಬೆಳೆದಿದ್ದ ಪೈರು ನೆಲವ ಹಿಡಿತು.

ರುದ್ರ ಚನ್ನ ಸೋಮಸೇಕರ ಓಡೋಗಿ ಊರ ಮುಂದ್ಲ ತಿಮ್ಮಸೆಟ್ಟಿ ಅಂಗಡಿಗೆ ಬಂದು ಫೋನಿಗೆ ಕೈಹಚ್ಚಿ ಡೀಸಿ ನಂಬರನ್ನು ಡಯಲ್ ಮಾಡಿದ್ರು. ಎಷ್ಟು ಸಾರಿ ತಿರುಗಿಸಿದರೂ ಫೋನು ಮಾತ್ರ 'ಔಟ್ ಆಫ್ ಕವರೇಜ್ ಏರಿಯಾ...' ಅಂತ ಬರೋದು. 'ಎಸ್ಪಿಗೆ ಮಾಡಲೇ...' ಅಂತಂದ ರುದ್ರನ ಮಾತಿನಂತೆ ಸೋಮಸೇಕರ ಆ ನಂಬರಿಗೂ ಡಯಲ್ ಮಾಡಿದ. ಎಷ್ಟೊತ್ತು ಮಾಡಿದ್ರು ರಿಂಗಾಗುವ ಸದ್ದು ಬರಲೇ ಇಲ್ಲ. ಸೋಮಸೇಕರ ಮತ್ತೂ ಮತ್ತು ಮಾಡುತ್ತಲೇ ಹೋದ ಮೇಲೆ 'ದೇರೀಜ್ ನೋ ರೂಟ್...' ಅಂತಂದ ಅದು 'ಕುಂಯ್ ಕುಂಯ್' ಎನ್ನ ತೊಡಗಿತು. ಶತ ಶತಮಾನಗಳ ಗೋಳಿನ ನೀಳ್ದನಿಯೊಂದು ನಿಲ್ಲದೆ ಆಳುತ್ತಿರುವಂತೆ ಅವನಿಗನಿಸಿ ಕಸಕ್ಕನೆ ಕುಂತನು. ಆವನೊಂದಿಗೆ ಉಳಿದವರೂ ಕುಂತರು. ತಡವಾಗಿ ಎದ್ದ ಕೋಳಿಗಳು ಕೇರಿಯಲ್ಲಿ ಕು... ಕೂ... ಕೂಕ್... ಎಂದು ಕೂಗತೊಡಗಿದವು.

ಹಾವಿನ ಹಲ್ಲ ಕಳೆದು

'..ಕಿರ್ರೋ..., ಕಿರರೋ...' ಅಂತ ಪಂಜರದಾಗಿನ ಗಿಳಿಗಳು ವದರ ತೊಡಗಿದಂತೆ ಕಂತೇ ಭಿಕ್ಷದ ನಲಕೇತಯ್ಯನವ್ರಿಗೆ ಎಚ್ಚ್ರವಾತು. ' ಊಂ... ಎಷ್ಟು ಸಾರಿ ನಿಂಗೇಳಾದೂ...' ಅಂತ ಮ್ಯಾಕೆದ್ದು ಕಣ್ಣುಜ್ಜಿಕೊಳ್ಳುತ್ತ ಆಶ್ರಮದ ಬಾಗಿಲ ತೆಗೆದು ಹಿಂದಿನ ಕಿಟಕಿತಾಗೆ ಬಂದು ನೋಡಿದ್ರೆ, ಅದೇ ನಾಗಪ್ಪ! ಗೋಡೆ ಅಡರಿ ಕಿಟಕಿಯಿಂದ ನುಸುಳಿ ಅದು ಒಂದು ಗಿಳಿಯ ತಿನ್ನಬೇಕೆನ್ನವ ಹುನ್ನಾರ ನಡೆಸಿದೆ. ಇದು ಒಂದು ಸಾರಿ ಆದದ್ದಲ್ಲ, ಮತ್ತೆ ಮತ್ತೆ ಅದು ಹಂಗೆ ಬರ್ತಾನೆ ಇರ್ತದೆ. ಗಿಳಿಗಳು ಕಿರುಚ್ತಾನೇ ಇರ್‍ತಾವೆ... ಇವ್ರು ನಾಗಪ್ಪಂಗೆ ಬಯ್ದು ಕಳಸ್ತಾನೇ ಇರ್‍ತಾರೇ.

ಅಯ್ಯನೋರನ್ನ ನೋಡಿದ ನಾಗಪ್ಪ ಕಳ್ಳ ನೋಟ ಬೀರಿ ನಿಧಾನಕ್ಕೆ ಗೋಡೆಯಿಂದ ಕೆಳಗಿಳಿದು ಸರಸರನೆ ಹರಿದು ಗೋಮಾಳದ ಮಾದ್ರ ಸೂರ್‍ಯಕಾಂತಿ ಹೊಲದಾಗೆ ಮರೆಯಾಗಿ ಹೋತು. ಆ ಹಾವ್ನ ಮನಸ್ಸು ಮಾಡಿದ್ರೆ ಅಯ್ಯನೋರು ಎಂದೋ ಹೊಡ್ದಾಕ್ತಾ ಇದ್ರು. ಆದ್ರೆ ಅವರ್‍ದು ಅಂತ ಮನಸ್ಸು ಅಲ್ಲ. ಇದೇ ಹಾವೇ ಆಶ್ರಮದ ಹಿಂದಿನ ನೀರುಗುಂಡೀಲಿ ಬಿದ್ದು ಮ್ಯಾಕೆ ಬರಲಾಗದೆ ವದ್ದಾಡ್ತಿರಬೇಕಾದ್ರೆ ಇವ್ರು ಕೋಲಿಟ್ಟು ಅದನ್ನ ಮ್ಯಾಕೆತ್ತಿದ್ರು. ಹಾವಿನ ವರ್ತನೆ, ಗಿಳಿಗಳ ಭಾಷೆ, ಆಶ್ರಮದ ಗೂಡೊಳಗೆ ಕೂತ ಪಾರಿವಾಳಗಳ ನಡಾವಳಿಯನ್ನೆಲ್ಲ ಅರ್ಥೈಸಿಕೊಳ್ಳಬಲ್ಲ ಪರಿಭಾಸೆಯೊಂದು ಅಯ್ಯನೋರಿಗೆ ರಕ್ತಗತವಾಗಿತ್ತು. 'ಗುಟಕ್..., ಗುಟುಕ್...' ಅಂತ ಅನ್ನುವ ಪಾರಿವಾಳದ ಭಾಷೆಯೊಳಗೆ ಲಯ ಪಲುಕುಗಳನ್ನಾ ಧರಿಸಿ ಅದರಂತರಂಗದ ತುಮುಲಗಳನ್ನ ಅಯ್ಯನವರು ಹಾಗೇ ವ್ಯಾಖ್ಯಾನಿಸಬಲ್ಲವರಾಗಿದ್ದರು. ಅವಕ್ಕೆ ಬೇಕಾದಾಗಲೆಲ್ಲ ಹಿಂಗೇನೀರು, ಕಾಳು... ಎಲ್ಲವನ್ನು ನೀಡಿಕೆಂಡೇ ಬಂದವರಾಗಿದ್ದರು.

ಬಸನಳ್ಳಿಯ ಖಾದಿ ಕೇಂದ್ರದ ಎತ್ರದ ದಿನ್ನೆಮ್ಯಾಲೆ ನಿಂತಿರೋ ಸಿದ್ಧಾರೂಢ್ರ ಆಶ್ರಮಕ್ಕೆ ಬಂದಾಗ ಲಾಗಾಯ್ತು ನಲಕೇತಯ್ಯನವರಿಗೆ ಸಮಾಧಾನ. ಮನಸ್ಸಿನ ತುಂಬಾ ಪ್ರಸನ್ನತೆ. ಆನಂದದ ಪರಾಕಾಷ್ಠೆ. ಸಿದ್ಧಾರೂಢ್ರು ಸತ್ತಮ್ಯಾಕೆ ಪೋಲಿ ಪಟಾಲಂಗಳ ಆಶ್ರಯ ತಾಣವಾಗಿದ್ದ ಈ ಆಶ್ರಮವನ್ನು ಮತ್ತೆ ಪವೇಶಿಸಿದ್ದು ಭರಮಜ್ಜನೆಯಾ. ಸಿದ್ಧಾರೂಢ್ರ ತಂಬೂರಿ, ತಾಳ, ಪದದ ಪುಸ್ತಕವನ್ನು ಮತ್ತೆ ಆಶ್ರಮಕ್ಕೆ ತರಿಸಿಟ್ಟ ಭರಮಜ್ಜ ತನ್ನ ಕೊನೆಯ ದಿನಗಳ್ನ ಅಲ್ಲೇ ಕಳಿಬೇಕಂತ ಮಾಡಿ,

ಮಗ ಸೋಮೇಗೌಡನಿಗೆ ಮನೆತನದ ಜತನವನ್ನೂ, ಊರಿನ ಹೊಣೆಗಾರಿಕೆನೂ ಬಿಟ್ಟು ನಲಕೇತಯ್ಯನವರನ್ನ ಕರ್ಕಂಡು ಬಂದು ಆಶ್ರಮದಾಗೆ ನೆಲೆಯೂರ ತೊಡಗಿದ. ಅವಧೂತ ಸಿದ್ಧಾರೂಢ್ರ ಆಶ್ರಮ ಸೇರ್ಕೊಂಡ ಮ್ಯಾಕೆ ಭರಮಜ್ಜನಿಗೆ ಆನಂದವೋ ಆನಂದ. ದಿನವೆಲ್ಲ ಅದೂ ಆ ಮಾತ್ಮರ ಪುಸ್ತಕ ಓದಾದು, ಬಂದವ್ರು ಹೋದವ್ರತಾಕೆ ಮಾತಾಡಾದು. ಕೇರಿಯವ್ರ ವಿಚಾರವಾಗಿ ಊರನವ್ರ ವರ್ತನೆ ಕೇಳಿ ರೋಸಿ ಹೋಗಾದು. ಮಗ ಸೋಮೆಗೌಡ್ನ ಕರೆಸಿ ಬುದ್ಧಿವಾದ ಹೇಳಾದು. ಸಂಜಿಗೆ ಸರೀಪರ, ಬಸವಣ್ಣೋರ ನಿಜಗುಣರ ಪದಗಳ್ನ ಭಜ್ನಿ ಮಾಡಾದು. ಮನಿಯಿಂದ ಬಂದ ಊಟ ಉಂಡು ರುದ್ರಾಕ್ಷಿ ಮಣಿಗಳ ಹಿಡಿದು ಜಪ ಮಾಡ್ಕೆಂತ ರಾತ್ರಿ ಎಷ್ಟೋ ಹೊತ್ತಿನತಂಕ ಹಾಗೇ ಕೂತಿದ್ದು... ಯಾವ್ದೋ ಮಾಯೆಯಲ್ಲಿ ನಿದ್ದೆಗೆ ಜಾರೋದು.

ಅಜ್ಜನ ಜೊತೆಗೆ ಸೇರ್ಕಂಡ ನಲಕೇತಯ್ಯನೋರಿಗೂ ಗೊತ್ತಿದ್ದೂ ಗೊತ್ತಿಲ್ಲದೆಯೋ ಸಾತ್ವಿಕತೆ ಮೈಯೊಳಗೆ ಇಳಿದು, ಬುದ್ಧಿ ಮನಸ್ಸುಗಳನ್ನು ವ್ಯಾಪಿಸಿ, ದೇಹ ಸದಾ ಆನಂದಮಯವಾಗಿರುವಂತೆ ಆಯಿತು. ದ್ವೇಸ, ಅಸೂಯೆ, ಆಸೆ, ವ್ಯಾಮೋಹಗಳ ಹಲ್ಲುಗಳು ಒಂದೊಂದಾಗಿ ಉದುರಿ ಹೋದ ದೇಹ ಮನಸ್ಸುಗಳ ಸಂಬಂಧದ ಅನನ್ಯತೆಯನ್ನು ನಲಕೇತಯ್ಯನೂ ಭರಮಜ್ಜನು 'ಹಾವಿನ ಹಲ್ಲ ಕಳೆದು ಹಾವನಾಡಿಸಬಲ್ಲಡೆ' ಅನ್ನೋ ಬಸವಣ್ಣನ ವಚನದ ಮೂಲಕ ವಿವರಿಸೋರು. ಹಲ್ಲು ಕಳೆದ ಹಾವಾದ ಅವರ ದೇಹ ಹಲ್ಲಿರುವ ಹಾವಿನ ಸಂಗಕ್ಕೂ ಭಯ ಪಟ್ಟಿದ್ದೂ ಕಡಿಮೆಯೆ. ಭರಮಜ್ಜ ಸತ್ತು ಹೋದ ಮೇಲೂ ಅಯ್ಯನವರಿಗೆ ಭಯವಾಗಲೀ, ಏಕಾಂತದ ಬೇಸರಕೆಯಾಗಲಿ ಕಾಣದಾಗಿತ್ತು. ಊರಿಂದ ದೂರವಿದ್ದ ಆಶ್ರಮದಲ್ಲಿ ಗಾಳಿಯ ಸದ್ದು, ಹಕ್ಕಿಗಳ ಚಿಲಿಪಿಲಿ, ಪಾರಿವಾಳ ಗಿಣಿ – ಹೀಗೆ ಸಕಲ ಸರ್ವ ಹನ್ನೊಂದು ಪ್ರಾಣಿ ಪಕ್ಷಿಗಳ ಸದ್ದು ಗದ್ದಲದೊಳಗೇ ಅವರ ಜೀವನ ಸುಖವ ಕಂಡುಕೊಂಡಿತ್ತು.

ಭರಮಜ್ಜ ಸತ್ತಮೇಲೂ ಅಜ್ಜನ ಮನೆಯಿಂದ ತಮಗೆ ಊಟಕ್ಕೆ ಬರುತ್ತಿದ್ದರೂ ಯಾಕೋ ತಮಗೆ ಅದು ಬೇಡವೆನಿಸತೊಡಗಿತು. ಅದನ್ನು ಸೋಮೇಗೌಡನಿಗೆ ಹೇಳಿಯೂ ಹೇಳಿದರು. ಊರವರು 'ದಿನಾಲೂ ಒಬ್ಬೊಬ್ಬರ ಮನೆಯಾಗೆ ಉಣ್ರಿ' ಅಂತಲೂ ಅಂದರು.

ಆದರೆ ನಲಕೇತಯ್ಯನವರು ' ಎಲ್ಲರ ಮನೆಯವರೂ ಒಂದೊಂದು ತುತ್ತು ಹಾಕಿ ಸಾಕು' ಅಂತ ಅಂದು, ಅಂದಿನಿಂದ ಭಿಕ್ಷಾ ಪಾತ್ರೆಯನ್ನು ಹಿಡಿದರು. ಹಿಂಗೆ ಅವರು ಭಿಕ್ಷಾಪಾತ್ರೆ ಹಿಡಿದು ಬರೋದು ಊರವ್ರಿಗೊ ಯಾಕೋ ಮುಜುಗರವಾದಂಗಾತು. ಆದ್ರೆ ಅಯ್ಯನವರಿಗೆ ಅದು ಏನೂ ಅನ್ನಿಸದೆ ದಿನಂಪ್ರತಿ ಊರನ್ನೆಲ್ಲ ಅಡ್ಡಾಡಿಕೊಂಡು ಬಂದು ತಮ್ಮ ಪಾತ್ರೆಯಲ್ಲಿರುವುದನ್ನೆಲ್ಲ ನಾಲ್ಕು ಭಾಗ ಮಾಡಿ ಎರಡು ಭಾಗನ ತಮ್ಮ ರಾತ್ರಿ ಮತ್ತು ಬೆಳಗಿನ ಊಟಕ್ಕೆಂದು, ಉಳಿದೆರಡು ಭಾಗದಲ್ಲಿ ಒಂದನ್ನು ಭೂಮಿಯ ಮ್ಯಾಲೆ ಹರಿದಾಡೋ ಕೀಟಗಳಿಗೆಂದು, ಇನ್ನೊಂದು ಭಾಗವನ್ನು ಆಶ್ರಮದ ಹೊಸ್ತಿಲಲ್ಲಿರುತ್ತಿದ್ದ ನಾಯಿಮರಿಗೂ ಹಾಕುತ್ತಿದ್ದರು.

'ಸ್ವಾಮಿ ನೀನು ಬಸನಳ್ಳಿಗೆ ಮಾತ್ರ ಸೇರ್ದಾರೇನು ಸ್ವಾಮಿ? ನೀವುನಮ್ಮೂರಿಗೂ ಬರ್ರಿ... ನಮ್ಮೂರಲ್ಲೂ ಒಂದೊಂದು ದಿನ ಕಂತೇ ಭಿಕ್ಷಾ ಮಾಡಿ...' ಅಂತ ಬಸನಳ್ಳಿಯ ಸುತ್ತಲ ಹೊನ್ನೂರು, ಲಕ್ಕೆನಳ್ಳಿ, ಐನಳ್ಳಿ, ತುಂಬಿದೂರಿನ ಮಂದಿ ನಲಕೇತಯ್ಯನವರನ್ನು ಒತ್ತಾಯಿಸಿಯೇ ಒತ್ತಾಯಿಸುತ್ತಿದ್ದರು. ಆ ಊರಾರ್ದೆಲ್ಲ ಏನ್ ನಂಬಿಕೆ ಅಂತಂದ್ರೆ 'ಬಸ್ನಳ್ಳಿಗೆ ಒಳ್ಳೆ ಮಳೆ ಆಕ್ತತೆ, ಒಳ್ಳೆ ಬೆಳೆ ಬತ್ತದೆ, ಎಲ್ಲ ಮನೆಗಳೂ ತುಂಬಿ ತುಳುಕ್ತಾವೆ, ನಮಗ್ಯಾಕೆ ಆಕ್ತಿಲ್ಲಾ' ಅಂತ ಅಂದ್ಕಂಡು 'ಅದ್ಕೆ ಸಿದ್ಧಾರೂಢ್ರರಂತ ಅವಧೂತ್ರು ಇದ್ದದ್ದು ಮತ್ತೆ ಈಗ ನಲಕೇತಯ್ಯನ್ನೋರು ಇರೋದು ಕಾರ್ಣಾಂತ' ಅವ್ರು ಭಾವಿಸಿ..., ಅವರು ತಮ್ಮೂರಿಗೂ ಬಂದರೆ ಮಳೆ ಆಯ್ತದೆ, ಬೆಳೆ ಬತ್ತದೆ... ಅನ್ನೊ ಕಾರ್ಣದಿಂದ್ಲೆ ನಲಕೇತಯ್ಯನವ್ರನ್ನ ತಮ್ಮ ಊರುಗಳಿಗೂ ಕರೆದಿದ್ರು. ' ಆಯ್ತು ನಡ್ರಿ, ಇನ್ನೇನು ಆಗ್ಬೇಕೋ ಆದು ಆಗ್ತತೆ ಅಂತ ಅಂದು ಅವರು ಅವರ ಊರ್ಗಳಿಗೆ ಹೋಗಲು ಒಪ್ಪಿದ್ರು. ಸುತ್ತಲ ಹಳ್ಳಿಯವರೇ ಯಾವ ಯಾವ ಊರಿಗೆ ಯಾವ ದಿನ ಅಯ್ಯನೋರು ಬರಬೇಕೆನ್ನದ್ನೂ ತೀರ್ಮಾನಿಸಿದ್ರು.

ಬಸನಳ್ಳಿಯ ಸುತ್ತ ನಾಕಾರು ಮೈಲಿಗಳ ಕೂಗಳತೆಯ ಅಂತರದಲ್ಲಿದ್ದ ಹಳ್ಳಿಗಳವು. ಸೋಮವಾರ ಹೊನ್ನೂರಿಗೆ ಹೊಂಟರೆ, ಮಂಗಳವಾರ ಲಕ್ಕೆನಳ್ಳಿ, ಬುಧವಾರ ಕೂಗನೂರು ಗುರುವಾರ ಐನಳ್ಳಿ, ಶುಕ್ರವಾರ ತುಂಬಿದೂರು ಶನಿವಾರ ಬಸವನಳ್ಳಿಯಲ್ಲಿ ಸುತ್ತಾಡಿಕೊಂಡು ಬಂದರೆ ಭಾನುವಾರವಿಡೀ ಉಪವಾಸ, ಭಜನೆ, ಜಪದಲ್ಲಿಯೇ ಕಾಲ ಕಳೆಯುತ್ತಿದ್ದರು. 'ಭಾನುವಾರ ಅಯ್ಯನೋರು ಉಪಾಸ ಇರ್ತಾರಂತಲೇ' ಎಂದು ಬೆರಗಾಗುವ ಮಂದಿ. 'ಹೆಂಗೆ ಇರ್ತರಪಾ!' ಎಂದು ಮೆಚ್ಚಿಕೊಂಡದ್ದೂ ಉಂಟು, ಈ ಮೆಚ್ಚಿಗೆ ಅವ್ರ ಬಗೆಗೆ ಭಯವನ್ನೂ, ಗೌರವವನ್ನು ಹೆಚ್ಚಿಸಿತ್ತು. ದಿನಂಪ್ರತಿ ತಂಬೂರಿ ಹಿಡಿದು, 'ಹೆಗ್ಲಿಗೆ ಜೋಳಿಗೆ ನೇತಾಕಿಕೊಂಡು ಪದಗಳ್ನ ಹಾಡ್ತ ಹೊಂಡುವ ನಲಕೇತಯ್ಯನವರಿಗೆ ಬದುಕೊಂದು ಸುಂದರ ಕಾವ್ಯವೆನ್ನಿಸತೊಡಗಿತ್ತು.

ನಾಗಪ್ಪನನ್ನು ಗದರಿಸಿ ಒಳಬಂದ ಅಯ್ಯನವರನ್ನು ಗಿಣಿ ಏನನ್ನೊ ನುಡಿದು ಹೇಳಿತು. ' ಆಂ... ಆಂ... ಇವತ್ತು ಲಕ್ಕೆನಳ್ಳಿಗೆ... ., ನನ್ಗೊತ್ತು.. ., ನನ್ಗಿನ್ನೂ ಮರೆವು ಬಂದಿಲ್ಲ...' ಅಂತ ಗಿಣಿಗೆ ಉತ್ರ ಕೊಡ್ತ, ಆಶ್ರಮದ ಹಿಂದಿನ ಬಾವಿಯಿಂದ ನಾಕು ಕೊಡ ನೀರು ಸೇದಿ ತಲೆಮೇಲೆ ಹೊಯ್ದುಕೊಂಡು, ವಸ್ತ್ರ ಬದಲಿಸಿ, ಹಣೆಮೇಲೆ ಎದ್ದು ಕಾಣುವಂಗೆ ವಿಭೂತಿಯಾ ಹಚ್ಚಿ ಕಾವಿ ಬಣ್ಣದ ಪೇಟವ ಕಟ್ಟಿ, ಸಿದ್ಧಾರೂಢರಿಗೊಮ್ಮೆ ದೀರ್ಘದಂಡವನ್ನು ಹಾಕಿ ತಂಬೂರಿಯಾ ನುಡಿಸದೆ ಕೈವಾರ ತಾತಯ್ಯನೋರ ಎರಡು ಪದವ ಹಾಡಿ, ಆಶ್ರಮದ ಬಾಗಿಲ ಮುಂದಕ್ಕೆಳೆದುಕೊಂಡು ಲಕ್ಕೇನಳ್ಳಿಯ ದಾರಿ ಹಿಡಿದರು.

ಪ್ರತಿದಿನವೂ ಹಿಂಗೆ ಕಂತೇ ಭಿಕ್ಷಕ್ಕೆ ಹೊಂಡುವಾಗ ಜತೆಗಾರನಾಗಿ ತಮ್ಮ ನಾಯಿಮರಿಯೂ ಹೆಜ್ಜೆ ಹಾಕಿಕೊಂಡು ಬರುತಿತ್ತು. ನಲಕೇತಯ್ಯನವರು ಅದರೊಂದಿಗೆ ಏನೇನೋ ಮಾತಾಡಿಕೊಂಡು ಊರನ್ನ ಸುತ್ತಾಡಿಕೊಂಡು ಬರೋರು.

ಎಲ್ಲ ಊರುಗಳಿಗೆ ನಾಯಿಯನ್ನು ಕರೆದೊಯ್ಯುತ್ತಿದ್ದ ಅವರು 'ಲಕ್ಕೇನಹಳ್ಳಿಗೆ ಮಾತ್ರ ಕರೆದೊಯ್ಯುತ್ತಿರಲಿಲ್ಲ. ಅದಕ್ಕೂ ಇದು ತಿಳಿದಿದ್ದರಿಂದ ಇಂದು ಹೊಸ್ತಿಲ ಬಿಟ್ಟು ಎದ್ದು ಈಚೆಗೂ ಬರಲಿಲ್ಲ.

ಬಸನಳ್ಳಿ ಮತ್ತು ಲಕ್ಕೇನಹಳ್ಳಿಯ ನಡುವೆ ಪುರಾತನಕಾಲದ ಆಲದಮರವೊಂದು ಹೆಮ್ಮರವಾಗಿ ಬೆಳೆದು ನಿಂತಿದೆ. ಅದರ ಬುಡುದಲ್ಲೇ ಒಂದು ಭಾರಿ ಭಾರಿಯಾದ ಹುತ್ತ ಬೆಳೆದಿದ್ದು. 'ಅದರೊಳಗಿಂದ ಯಾವಾಗ್ಲೂ ಘೋರ ಸರ್ಪವೊಂದರ ಪೂತ್ಕರ ಕೇಳಿಸ್ತಾನೇ ಇರ್ತದೆ' ಅನ್ನೋ ಜನ್ರ ಮಾತನ್ನ ನಲಕೇತಯ್ಯನೋರು ಕೇಳಿ ನಕ್ಕು ಸುಮ್ಮನಾಗಿದ್ರು. ಲಕ್ಕೇನಳ್ಳಿ ಜನ 'ಸ್ವಾಮೇರೆ... 'ಅಲ್ಲೊಟು ಉಸಾರಪ್ಪಾ...' ಅಂತ ಅಂದಾಗ್ಲೂ ಅವ್ರು ನಕ್ಕಿದ್ರು. ಹಾವಿನ ಹೆಜ್ಜೆ ಗುರ್ತು, ಸಪ್ಪಳಗಳ ಮಾತ್ರದಿಂದಲೇ ಅದರ ಜನ್ಮ ಜಾಲಾಡುವ ಕಲೆಗಾರನು ತನ್ನ ಅಹಮಿಕೆಯನ್ನು ಪ್ರಕಟಿಸದೆ ನಕ್ಕು ಸುಮ್ಮನಾಗುವುದೇ ಕ್ಷೇಮವೆಂದು ಅವರು ಬಗೆದಂತೆ ತೋರುತ್ತಿತ್ತು.

ಎಂಥಾ ಕಲೆಗಾರನೂ ಜಾಡು ತಪ್ಪುತ್ತಾನೆಂಬುದನ್ನು ಆ ಹೊತ್ತು ನಾಯಿಮರಿ ತೋರಿಸಿಕೊಟ್ಟಿತು. ಹುತ್ತದ ಮುಂದೆ ನಿಂತು ಜೋರು ದನಿಯಲ್ಲಿ ಬೊಗಳ ತೊಡಗಿದಂತೆ ನಲಕೇತಯ್ಯನವರು ಬೆರಗಾದರು. 'ತಾನು ಬಲ್ಲೆನೆಂಬ ಅಹಂನ ವಿಷದ ಮುಳ್ಳನ್ನು ಈ ನಾಯಿಮರಿ ಮುರಿಯಿತಲ್ಲಾ... ' ಎಂದು ವಿಷಾದಪಟ್ಟು ಅದರ ತಲೆಯನ್ನು ನೇವರಿಸಿ ಸುಮ್ಮನಾಗುವಂತೆ ಎಷ್ಟೆ ಸೂಚಿಸಿದರೂ ಅದನ್ನು ಅದು ಉತ್ತೇಜನವೆಂದು ತಿಳಿದೇ ಹುತ್ತದ ಬುಡದವರೆಗೂ ಹೋಗಿ ಮತ್ತಷ್ಟು ಬೊಗಳತೊಡಗಿತು.

ಅಂದು ಮಂಗ್ಳವಾರ ಬೆಳಿಗ್ಗೆಯೇ ಎದ್ದು ಲಕ್ಕೇನಳ್ಳಿಗೆ ಕಂತೇಭಿಕ್ಷಕ್ಕೆ ಹೊರಟಾಗ ದಾರಿ ಮಧ್ಯೆ ನಾಯಿಮರಿ ಏನೇನೆಲ್ಲ ಮೂಸಿ ನೋಡಿ ಮರಳಿ ಕಾಲಬುಡಕ್ಕೆ ಬಂದು, ಕಾಲನೊಮ್ಮೆ ಮುಟ್ಟಿ ಮತ್ತೆ ಓಡಿಹೋಗುತ್ತಿತ್ತು. ಆಲದಮರದ ಹತ್ತಿರ ಬಂದಾಗೊಮ್ಮೆ ನಾಯಿ 'ಗುರ್...' ಎಂಬ ಶಬ್ಧ ಮಾಡಿ 'ಕುಂಯ್...' ಎಂದು ವಾಪಾಸ್ಸು ಬಂದದ್ದು ಅಯ್ಯನೊರಿಗೆ ಅರೆ ಬರೆ ನೆನಪು. ಆಗ ತಾವು ಏನನ್ನೋ ಧೇನಿಸುವುದರಲ್ಲೊ , ಗುನುಗುವುದರಲ್ಲೊ ಮಗ್ನರಾಗಿರಬೇಕು. ನಾಯಿಯ ಈ ಅಟಮಟವ ಜ್ಞಾನೇಂದ್ರಿಯ ಗ್ರಹಿಸಲೂ ಇಲ್ಲ, ಸ್ಪಂದಿಸಲೂ ಇಲ್ಲ, ಆದರೆ, ಅದೆಲ್ಲ ಈಗ ನಲಕೇತಯ್ಯನವರಿಗೆ ನೆನಪಾಯ್ತು. ಜನ ಅನ್ನುವಂಗೆ ಈ ಹುತ್ತದಲ್ಲಿ ಸರ್ಪವೊಂದು ಇರಲೇಬೇಕು – ಎಂದು ಭಾವಿಸಿ ನಾಯಿಮರಿಯನ್ನು ಹಿಡಿಯಲು ಮುಂದೆ ಮುಂದೆ ಹೋದಂತೆಲ್ಲ ನಾಯಿಮರಿ ಮತ್ತಷ್ಟು ಯುದ್ಧೋತ್ಸಾಹದಿಂದ ಹುತ್ತದ ಮ್ಯಾಲೆ ನಿಂತು ಗುರ್ರ್‌ರ್ರ್‌ರ್ರ್... ಗುರ್ರ್‌ರ್ರ್‌ರ್ರ್... ಎನ್ನತೊಡಗಿತು.

ನಲಕೇತಯ್ಯನವರ ಕಿವಿಗೆ ಸರ್ಪದ ರೋಷಾವೇಶ..., ಅದು ಭುಸುಗುಟ್ಟುತ್ತ ನಿಧಾನಕ್ಕೆ ಬುಡದಿಂದ ಸರಿದಾಡುತ್ತಿರುವ, ಮೇಲೆರುತ್ತಿರುವ ಸಪ್ಪಳ ಕೇಳತೊಡಗಿತು. ಹುತ್ತದ ಎಂಟತ್ತು ಕೋವೆ ಬಿಲಗಳಿಂದ ಯಾವಕ್ಷಣದಲ್ಲಾದರೂ ಅದು ಹೊರಬಂದು ನಾಯಿ ಮರಿಯ ಮೇಲೆ ಎರಗಬಹುದೆನ್ನಿಸಿ, ಜೋಳಿಗೆ, ತಂಬೂರಿಯನ್ನು ಕೆಳಗಿಳಿಸಿ,

ನಿಧಾನಕ್ಕೆ ನಾಯಿಮರಿಯ ಕರೆಯತೊಡಗಿದರು. ಅದೆಂಥಾ ಹಠಮಾರಿ ನಾಯಿಮರಿ ಎಂಬುದು ಅಂದು ಅಯ್ಯನವರಿಗೆ ಮನವರಿಕೆಯಾಯಿತು. 'ಮಠದೊಳಗಣ ಬೆಕ್ಕಿಗೆಲ್ಲಿಯ ಸಾತ್ವಿಕತೆ' ಎಂದು ಮನಸ್ಸಲ್ಲೇ ಅಂದುಕೊಂಡು ನಿಧಾನಕ್ಕೆ ನಾಯಿಯ ಹಿಂದಿನಿಂದ ಅದರ ಹತ್ತಿರತ್ತಿರಕ್ಕೆ ಇವರು ಹೋಗುತ್ತಿದ್ದಂತೆ, ನಾಯಿಯ 'ಗುರ್ರ್ರ್ರ್ರ್, ಗುರ್ರ್ರ್ರ್ರ್...' ಸದ್ದು ಹೆಚ್ಚಾಗುತ್ತಲೇ ಇದೆ. ಒಳಗೆ ಹರಿದು ಬರುವ ಸರ್ಪದ ಓಟವು ವೇಗಗೊಳ್ಳುತ್ತಿದೆ. ಹಿಂದೆ ಮುಂದೆ ನೋಡದೆ ಅಯ್ಯನವರು ನಾಯಿಯ ಬಾಲಕ್ಕೆ ಕೈ ಹಾಕಿ ಅದನ್ನು ಜೋರಾಗಿ ಹಿಂದಕ್ಕೆ ಎಳೆಯುವುದಕ್ಕೂ, ನಾಯಿಮರಿ ನಿಂತಿದ್ದ ನಡುವಿನ ಬಿಲದಿಂದ ಸರ್ಪ ಮೇಲಕ್ಕೇರಿ ಬರುವುದಕ್ಕೂ ಸರಿಯಾಯಿತು. ಒಂದು ಕ್ಷಣದಲ್ಲಿ ಸಾವಿನ ದವಡೆಯಿಂದ ನಾಯಿಮರಿಯನ್ನು ಅಯ್ಯನವರು ಪಾರು ಮಾಡಿದರು. ಬಿಲದಿಂದ ನಾಲ್ಕಾರು ಅಡಿವರೆಗೆ ತಲೆ ಎತ್ತಿ ನಾಲಗೆಯ ಚಾಚಿ, ಹೆಡೆಯನ್ನು ಅತ್ತ ಒಮ್ಮೆ, ಇತ್ತ ಒಮ್ಮೆ ಆಡಿಸುತ್ತ ಆರ್ಭಟಿಸುವ ಸರ್ಪವನ್ನು ನೋಡಿ ನಾಯಿಮರಿ ಸುಮ್ಮನೆ ನಲಕೇತಯ್ಯನವರ ಕಾಲಬುಡದಲ್ಲಿ ನಿಂತುಕೊಂಡಿತು.

ನಲಕೇತಯ್ಯನವರು ಜಲ ಜಲ ಬೆವೆಯುತ್ತಿದ್ದಾರೆ. ತನ್ನಲ್ಲಿ ಭಯ ಓಡಿಹೋಗಿದೆ; ಮೀರಿದ್ದೇನೆಂಬುದು ಸುಳ್ಳು ಎಂಬಂತೆ. ಎದೆಯೊಳಗೆ ಢವ ಢವ. ನಿಂತವರು ನಿಂತೇ ಇದ್ದಾರೆ. ಕರಿಕಪ್ಪು ಹೆಡೆಯ ಮಧ್ಯೆ ಅರೆ ಚಂದ್ರನಾಕೃತಿಯಲ್ಲಿರುವ ಎರಡು ಗೆರೆಗಳನ್ನು ನೋಡುತ್ತಲೇ ಇದ್ದಾರೆ. ಬುಡದಿಂದ ಮಿರ ಮಿರ ಎನ್ನುವ ಅದರ ಶರೀರ, ತಲೆದೂಗುವ ಅದರ ವೇಗ–ಯಾವಕ್ಷಣದಲ್ಲಿ ಯಾರಿಗಾದರೂ ಅಪ್ಪಳಿಸಬಹುದೆಂಬ ಅದರ ರೀತಿಗೆ ಅಯ್ಯನವರು ಬೆರಗಾದರು. ಅದರಲ್ಲಿಯೇ ಏನೇನೋ ಗೊಣಗಿದರು. 'ನಡಿ ಆಚೆ...ನಿನ್ಗೆ ಯಾರ್ ಮ್ಯಾಲೆ ಸಿಟ್ಟೈತ್ತೊ ಅವ್ರನ್ನ ಹಿಡ್ಕೋ, ನಮ್ ಮ್ಯಾಲ್ಯಾಕೆ ರೇಗಾಡ್ತಿಯಾ?' ಅಂತೆಲ್ಲಾ ಬಯ್ದು, ತುಟಿ ನಡುವಿಂದ ನಾಲಿಗೆಯನ್ನು ಹೊರಚಾಚಿ ಎಂಥದೋ ಒಂದು ಬಗೆಯ ಸಿಳ್ಳೆಯನ್ನು ಹಾಕ ತೊಡಗಿದರು. ಹಾವು ನಿಧಾನಕ್ಕೆ ತನ್ನ ಕತ್ತನ್ನು ಇಳಿಸುತ್ತ, ಆರ್ಭಟವನ್ನು ಕಡಿಮೆ ಮಾಡುತ್ತ, ತಲೆಯನ್ನು ಹುತ್ತದ ಮೇಲೆ ಇರಿಸಿತು. ಆ ಕಣಕ್ಕೆ ಸರಿಯಾಗಿ ಮರದ ಕೊಂಬೆಯ ಮೇಲಿಂದ 'ಟ್ರೊ ಟ್ರೊ...' ಅಂತ ಸದ್ದು ಮಾಡುತ್ತ ಹದ್ದೊಂದು ರೌಂಡು ಹೊಡೆಯ ತೊಡಗಿದಂತೆ ಹಾವು ಸರಕ್ಕನೆ ತನ್ನ ಕತ್ತನ್ನು ಬಿಲದೊಳಕ್ಕೆಳೆದುಕೊಂಡು ಅಂತರ್ಧಾನವಾಯ್ತು.

ನಲಕೇತಯ್ಯನವರು ತಲೆ ಎತ್ತಿ ನೋಡೇ ನೋಡಿದರು. ದೊಡ್ಡದಾದ ಹದ್ದೊಂದು ತನ್ನ ಘನಗಾತ್ರದ ರೆಕ್ಕೆಗಳನ್ನು ಅಗಲಿಸಿ 'ಟ್ರೊ ಟ್ರೊ' ಅನ್ನುತ್ತಲೇ ಹುತ್ತಕ್ಕೆ ಪ್ರದಕ್ಷಿಣೆ ಹಾಕಿಕೊಂಚ ದೂರದಲ್ಲಿ ಕೂತುಕೊಂಡು ಹುತ್ತದ ಕೋವೆಗಳನ್ನು ತದೇಕ ದೃಷ್ಟಿಯಿಂದ ಒಮ್ಮೆ ನೋಡುತ್ತಾ, ಮಗದೊಮ್ಮೆ ನಲಕೇತಯ್ಯನವರ ಕಡೆಗೆ ನೋಡುತ್ತಾ 'ನಾನು ಇದ್ದೇನೆ...ನಿಮ್ಮ ಜೊತೆ' ಅನ್ನೋ ಹಂಗೆಯೂ, ಇವರೇನಾದರೂ ಮಾಡಿ ಸರ್ಪವನ್ನು ಹೊರಗೆಳೆಯಲೆಂಬ ಆಕಾಂಕ್ಷೆ ಹೊಂದಿದಾ ನೋಟದಿಂದ ಅದು ಕುಂತಿರುವುದನ್ನು ಅಯ್ಯನವರು ಅರ್ಥಮಾಡಿಕೊಂಡರು. ಹದ್ದಿನ ವರ್ತನೆಯಿಂದ ಅವೆರಡರ ನಡುವಿರಬಹುದಾದ ವೈರತ್ವವನ್ನು ಅವರು

ಅರಿತುಕೊಂಡರು. ಕೆಳಗೆ ಇಟ್ಟಿದ್ದ ತಂಬೂರಿ, ಜೋಳಿಗೆ ಮತ್ತು ನಡಿಗೆ ಗೋಲನ್ನು ಹಿಡಿದು ನಾಯಿ ಮರಿಯನ್ನು ಕರೆದುಕೊಂಡು ಅವರು ಬಸನಳ್ಳಿಗೆ ಬಂದಿದ್ದರು. ಅಂದಿನಿಂದ ಎರಡು ದಿನ ನಾಯಿಮರಿ ಊಟವನ್ನು ಬಿಟ್ಟು, ಗದಗದ ನಡುಗುವುದು, ಕುಂಯ್ ಎನ್ನುವುದು, ಬೆಚ್ಚಿಬೀಳುವದೂ ಮಾಡತೊಡಗಿತು. ಅಯ್ಯನವರಿಗೆ ಇದೆಲ್ಲ ಅರ್ಥವಾಯ್ತು. ಲಕ್ಕೇನಹಳ್ಳಿಗೆ ಕಂತೇ ಭಿಕ್ಷಕ್ಕೆ ಹೋಗುವಾಗ ಅದನ್ನು ಕರೆದುಕೊಂಡು ಹೋಗಲೇಬಾರದೆಂದು ನಿರ್ಧರಿಸಿದ್ದರು. ಅದು ಅವರ ಜೊತೆ ಹೋಗಲೇಬಾರದೆಂದು ಅಯ್ಯನವರಿಗಿಂತ ಮುಂಚೆಯೇ ನಿರ್ಧರಿಸಿತ್ತು. ಇಂದು ಲಕ್ಕೇನಳ್ಳಿಗೆ ಹೊಂಟಾಗ ಈ ಕಾರಣದಿಂದಲೇ ನಾಯಿ ಮರಿ ದಿವ್ಯ ನಿರ್ಲಿಪ್ತತೆಯಿಂದ ಹೊಸ್ತಿಲ ಮೇಲೆ ತಲೆ ಇಟ್ಟಿದ್ದು ಅಪ್ಪಿತಪ್ಪಿ ತಲೆ ಎತ್ತಿ ಅಯ್ಯನವರನ್ನು ನೋಡಲೂ ಇಲ್ಲ. ನೋಡಿದರೆಲ್ಲಿ ಕರೆದುಬಿಡುತ್ತಾರೋ ಎಂಬ ಭಾವ ಅದಕ್ಕಿದ್ದಂತೆ ಕಾಣುತ್ತಿತ್ತು.

ಆಶ್ರಮವನ್ನು ಬಿಟ್ಟು ಹೊರಟ ಅಯ್ಯನವರು ನಡೆಗೋಲನ್ನು ಊರುತ್ತಾ, ದಾರಿಯಲ್ಲಿ ಕಲ್ಲು ಮುಳ್ಳುಗಳು ಅಡ್ಡ ಬಿದ್ದಿದ್ದರೆ ಅವುಗಳನ್ನು ಸರಿಸುತ್ತಾ ಸಲೀಸಾಗಿ ನಡೆದು ಹೊರಟರು. ಆಲದಮರದ ಹತ್ತಿರತ್ತಿರಕ್ಕೆ ಬರುತ್ತಿದ್ದಂತೆ ಅಪ್ರಜ್ಞಾ ಪೂರ್ವಕವಾದ ಭಯ ತನ್ನ ನೆರಳನ್ನು ಚಾಚಿತು. ಮರದಿಂದ ಇನ್ನೂ ದೂರವಾಗಿರುವಾಗಲೇ 'ಕರರ್ರೋ... ಕುರರ್ರೋ' ಎಂಬ ಆರ್ತ ದನಿಯು ಕ್ಷೀಣವಾಗಿ ಕೇಳುತ್ತಿದ್ದರೆ... ಅದರ ಜೊತೆಯಲ್ಲಿ 'ಉಸ್ಸೂಂ ಉಸ್ಸೂಂ' ವಿಜಯದ ಠೇಂಕಾರದ ಶಬ್ಧವೂ ಅಯ್ಯನವರ ಕಿವಿಗೆ ಬಿದ್ದಿತು. ಅವೆರಡೂ ಕೇಳಿದ ದನಿಗಳೇ ಅದುದರಿಂದ ಇವೊತ್ತು ಇವುಗಳೇನೋ ಮಾಡಿಕೊಂಡಿವೆಯೆಂದು ಹತ್ತಿರಕ್ಕೆ ಬಂದು ನೋಡಿದರೆ!

ಹುತ್ತದ ಮೇಲೆ ನಾಯಿ ನಿಂತಿದ್ದ ಬಿಲದ ಮೇಲೆಯೇ ಹದ್ದು ನಿಂತಿದೆ, ಬಿಲದೊಳಗಿಂದ ಕತ್ತು ಚಾಚಿ ಸರ್ಪ ಅದರೆರಡು ಕಾಲುಗಳನ್ನು ಬಿಗಿಯಾಗಿ ಬಾಯಲ್ಲಿ ಕಚ್ಚಿ ಹಿಡಿದಿದೆ. ಹದ್ದು ಹಾರಲು ಯತ್ನಿಸುತ್ತಲೇ ಇದೆ... ಕಾಲನ್ನು ಭೂಮಿಗೆ ಒದೆದು ರೆಕ್ಕೆ ಬಿಚ್ಚಲು ಆಸ್ಪದವಾಗದಂತೆ ಸರ್ಪ ಕಾಲನ್ನೇ ಬಗಿಯಾಗಿ ಹಿಡಿದುಕೊಂಡುಬಿಟ್ಟಿದೆ.

ನಲಕೇತಯ್ಯನವರು ಓಡೋಡಿ ಬಂದು ತಂಬೂರಿ, ಜೋಳಿಗೆಯನ್ನು ಕೆಳಗೆ ಬಿಟ್ಟು ನಡೆ ಗೋಲನ್ನು ಊರುತ್ತ ಹುತ್ತದ ತೀರ ಹತ್ತಿರಕ್ಕೆ ಬಂದು ನೋಡಿದರು. ನಿನ್ನೆ ಸಂಜೆಯೋ ಅಥವ ಇಂದು ಮುಂಜಾನೆಯೋ ಸರ್ಪ ಹದ್ದನ್ನು ಹಿಡಿದಿದೆ. ಹದ್ದಾಗಲೇ ಸೋತು ಸೋತು ಹೆಣಗಾಡುತ್ತಿದೆ. ತನ್ನ ಕೊಕ್ಕಿನಿಂದ ಅದನ್ನು ಹೊಡೆಯಲು ಏನೆಲ್ಲಾ ಪ್ರಯತ್ನ ನಡೆಸಿದರೂ ಅದರ ಕೊಕ್ಕಿಗೆ ಸರ್ಪ ಸಿಗದಂತೆ ಎಚ್ಚರವಹಿಸಿದೆ. ಹಾಗೆಯೇ ಕಾಲನ್ನು ಕಚ್ಚಿದ ಸರ್ಪ ಹೊರಳಿ ಹಲ್ಲಿನಿಂದ ವಿಷಬಿಡದಂತೆ ಹದ್ದು ಎಚ್ಚರವಹಿಸಿದೆ. ಕುಕ್ಕುವ, ವಿಷ ಬಿಡುವ ಗುರಿಯನ್ನೆ ಮುಖ್ಯವಾಗಿರಿಸಿಕೊಂಡು ಎರಡೂ ಸೆಣಸುತ್ತಿರುವುದನ್ನು ನೋಡಿ ಅಯ್ಯನವರು ಬೆರಗಾದರು.

ನಲಕೇತಯ್ಯನವರು ಬಂದದ್ದನ್ನು ನೋಡಿದ ಹದ್ದು 'ಕ್ರ...ಕ್ರ...' ಅಂತ ಅಂದೇ ಅಂದಿತು, ಅಯ್ಯನವರಿಗೆ ಅದರ ಭಾಷೆ ತಿಳಿಯಿತು. 'ಇರು... ಇರು... ನಾನು ಬಂದಿದೀನಲ್ಲಾ' ಅಂತ ಭರವಸೆ ಕೊಡುವ ಸಂಜ್ಞೆ ಮಾಡುತ್ತಿದ್ದಂತೆ ಸರ್ಪ...

ಉಸ್... ಉಸ್... ಎನ್ನುತ 'ಏನಾದ್ರೂ ಸಹಾಯ ಮಾಡಿದ್ರೆ ನೋಡು' ಅನ್ನುವಂತೆ ಎಚ್ಚರಿಸುತ್ತಿತ್ತು. ಕೆಳಗೆ ಕೂತ ನಲಕೇತಯ್ಯನವರು ಹದ್ದಿನ ಕಾಲನ್ನೊಮ್ಮೆ ನೋಡಿದರು. ಹಾವಿನ ಎರಡು ಹಲ್ಲುಗಳು ಕಾಲೊಳಗೆ ನಾಟಿದಂತೆ ಭಾಸವಾಯ್ತು. ಅಲ್ಲೊಂಚೂರು ರಕ್ತದ ಕಲೆ ಕಂಡಂತಾಯ್ತು. 'ಬಿಡೋನಾಗಪ್ಪ... ಬಿಡು' ಅಂತ ಅಂದು ನಾಲಗೆಯ ಹೊರಚಾಚಿ ಮಡಿಚಿ ಸಿಳ್ಳೆ ಹಾಕಿದರು. ಸರ್ಪ ಮತ್ತಷ್ಟು ಜೋರಾಗಿ 'ಉಸ್ಸ್‌ಸ್ಸ್... ಉಸ್' ಎನ್ನತೊಡಗಿ 'ಸುಮ್ಮನೆ ಹೋಗು' ಎನ್ನುವಂತಿತ್ತು.

ಸುಮ್ಮನೆ ಹೇಗೆ ಹೋಗುವುದು? ಹದ್ದಿನ ಸಂಕಷ್ಟವನ್ನು ಅವರು ನೋಡಲಾರದಾದರು. ಅದರ ದಯನೀಯ ದನಿಯ ಕೇಳಿಯೂ ಹೋಗುವುದಾದರೂ ಹೇಗೆ? ಈ ಯುದ್ಧದಲ್ಲಿ ಸರ್ಪದ್ದೆ ಒಂದು ಕೈ ಮೇಲಾಗಿದೆ. ಹದ್ದಿನದು ಪಟ್ಟಿಗೆ ಸಿಕ್ಕು ಪೆಟ್ಟುತಿಂದು ನಾನಿನ್ನು ತಾಳಲಾರೆನೆನ್ನುತ್ತಿದೆ. ಏನು ಮಾಡಬೇಕೆಂದು ಯೋಚಿಸಿ, ಯೋಚಿಸಿ ಕಣ್ಣು ಮುಚ್ಚಿ 'ಅಂತರಾತ್ಮದ ದೇವ ದಾರಿತೋರಿಸೆಂದು...' ಸಿದ್ಧಾರೂಢ್ರನ್ನ ನೆನದರು. ಏನೋ ಒಂದು ಸಂದೇಸ ಜ್ಞಾನವರಣೀಯವನ್ನು ಪ್ರವೇಶಿಸಿಸುತ್ತಿದ್ದಂತೆ ಅಯ್ಯನವರು ತಮ್ಮ ನಡೆ ಗೋಲನ್ನು ಮೇಲಕ್ಕೆ ಎತ್ತಿ, ಬಾಗಿದ್ದ ಹಿಡಿಕೆಯ ಭಾಗವನ್ನು ಹದ್ದಿನ ಕಾಲ ಹತ್ತಿರ ತೆಗೆದುಕೊಂಡು, ಕಾಲಿಗೆ ಹಾಕಿ ಎಳೆಯತೊಡಗಿದರು. ಸರ್ಪದ ಆರ್ಭಟ ಜೋರು ಜೊರಾದಂತೆ, ಹದ್ದಿನ ಮರುಗಾಟ ಮುಗಿಲ ಮುಟ್ಟತೊಡಗಿತು. ಈ ಸದ್ದು ಗದ್ದಲ ಅಕ್ಕ ಪಕ್ಕದ ಹೊಲದಲ್ಲಿ ಕೆಲಸ ಮಾಡುವ ಲಕ್ಕೇನಳ್ಳಿ, ಬಸನಳ್ಳಿ ರೈತರಿಗೂ ಕೇಳಿಸಿ 'ನಡ್ರಲೇ ಅದೇನು ನೋಡಾವಾ... ಸ್ವಾಮೇರಿದ್ದಂಗದಾರೆ...' ಅಂತ ಓಡೋಡಿ ಬರೋ ಹೊತ್ತಿಗೆ ಸರಿಯಾಗಿ ನಲಕೇತಯ್ಯವನರು ಕೊಕ್ಕೆಯನ್ನು ಜೋರಾಗಿ ಎಳೆದರು. ಹದ್ದು ಆ ಕ್ಷಣವನ್ನು ಬಳಸಿ ಕೊಂಡು ಹಾರತೊಡಗಿತು. ಹಾವಿನ ಹಲ್ಲು ಮುರಿದು ಅದರ ಬಾಯಿಂದ ಹದ್ದು ತನ್ನ ಕಾಲನ್ನು ಬಿಡಿಸಿಕೊಂಡು ರವ್ವನೆ 'ಕೀರ್...ಕೀರ್' ಅಂತ ಸದ್ದು ಮಾಡುತ್ತ ಮೇಲೇರಿ, ಮರದ ಕೊಂಬೆಯ ಮೇಲೆ ಕುಂತು ಆವೇಶದಲ್ಲಿ ಕೂಗತೊಡಗಿತು. ತನಗಾದ ಅಪಮಾನದಿಂದ ಸರ್ಪ ರೋಷಗರಿಯುತ್ತ ಬಿಲದ ತುದಿಯಿಂದ ಅಯ್ಯನವರನ್ನು ಹುರಿದು ತಿನ್ನುವಂತೆ 'ಬುಸ್...ಬಸ್' ಎನ್ನುತ್ತಲೇ ಇತ್ತು. ಬಂದ ಮಂದಿಯೆಲ್ಲ 'ಇದನ್ಯಾಕೆ ತಡವಾಕೆ ಓದ್ರಿ...' ಅಂತ ಅಂದು ಅಯ್ಯನವರನ್ನು ಲಕ್ಕೇನಳ್ಳಿ ಕಡೆ ಕಳಿಸಿ ತಾವು ಹೊಲಗಳಿಗೆ ಹೋದರು.

ಊರೆಲ್ಲವನ್ನು ಸುತ್ತಿ ಕಂತೆಯನ್ನು ಎತ್ತಿದರೂ ಅವರ ಮನಸ್ಸೆಲ್ಲಾ ಹಾವು – ಹದ್ದಿನ ಸುತ್ತಲೆ. ಹದ್ದು ಅಲ್ಲಿ ಯಾಕೆ ಹೋಯ್ತು? ಪ್ರಶ್ನೆಗೆ ಉತ್ತರ ತಕ್ಷಣ ಹೊಳೆಯದಿದ್ರು, ನಾಯಿಮರಿಯ ವರ್ತನೆಯಿಂದ ಅರ್ಥವಾಯ್ತು. ಸರ್ಪವನ್ನು ಹೊಡೆಯಲೇಬೇಕೆಂದು ಹೊಂಚು ಹಾಕಿ ಬಿಲದ ಮೇಲೆ ಕುಂತಿದ್ದ ಹದ್ದನ್ನು ಸರ್ಪವೇ ಹಿಡಿದಿರಬೇಕು. ಹೇಗೆ ಯೋಚಿಸಿದರೂ ಇದಕ್ಕಿಂತ ಬೇರೆ ಉತ್ತರ ಹೊಳೆಯಲಿಲ್ಲ. ಆ ದ್ವೇಷದ ಹಿಂದಿರುವ ದೀರ್ಘ ಕಥನವಾದರೂ ಏನಿದ್ದೀತು? ಎಲ್ಲ ದ್ವೇಷ, ಕೊಲೆಗಳ ಹಿಂದೆ ಒಂದೊಂದು ದೀರ್ಘ ಕಥನವಿದ್ದೇ ಇರುತ್ತದೆ. ಆದರೆ, ಅದು ಅಮೂರ್ತ.

ಕಣ್ಣಿಗೆ ಕಾಣುವುದರ ಮೇಲೆ ಅಭಿಪ್ರಾಯಕ್ಕೆ ಬರುವ ನಿಲುವು ಎಷ್ಟೊಂದು ಪೊಳ್ಳು ಮತ್ತು ನಿರರ್ಥಕ ಎಂದು ಅಯ್ಯನವರಿಗೆ ಅನ್ನಿಸಿತು. 'ಅಯ್ಯನೋರಿಗೆ ಯಾಕೋ ಮನಸ್ಸು ಸರಿ ಇರಂಗೆ ಕಾಣಲ್ಲ...' ಅಂತ ಯಾರೋ ಅಂದಾಗ ವಾಸ್ತವಕ್ಕೆ ಬಂದು 'ಆಂ... ಆಂ...' ಅಂತ ನಗ್ತಾ ಭಿಕ್ಷಾಟನೆಯನ್ನು ಮುಗಿಸಿ ಬಸನಳ್ಳಿ ಕಡೆ ಮಕಾ ಆದರು.

ಆಲದ ಮರದ ಹತ್ರ ಬರ್ತಿದಂಕೆ ಏನೋ ಅವ್ಯಕ್ತವಾದ ಭಯ. ಸರ ಸರನೆ ಅಲ್ಲಿಂದ ಹೋಗಿಬಿಡುವ ಅವಸರದಲ್ಲಿ ಹೆಜ್ಜೆ ಹಾಕುತ್ತ, ಮರದ ಮೇಲೆ ಹದ್ದೇನಾದರೂ ಇದೆಯೋ ಎಂದು ನೋಡುತ್ತಾ ಹೊರಟರು. ಮರದ ಮೇಲೆಲ್ಲೂ ಹದ್ದಿನ ಸುಳಿವೇ ಇಲ್ಲ. ತಮ್ಮ ನಾಯಿಮರಿಗೆ ಚಳಿ ಹಿಡಿದಂತೆ ಅದಕ್ಕೂ ಆಗಿರಬೇಕೆಂದುಕೊಂಡು ಮುಂದಕ್ಕೆ ಹೋಗುತ್ತಿದ್ದಂತೆ ಬಿಲದ ತುದಿಯಿಂದ ಬುಸ್... ಬುಸ್... ಎನ್ನುವ ಸರ್ಪದ ಭೋರ್ಗರತೆ ನಿರಂತರವಾಗಿ ಕೇಳತೊಡಗಿತು. ಹುತ್ತದ ಕಡೆ ಅಯ್ಯನವರು ನೋಡುತ್ತಿದ್ದಾರೆ... ಬಿಲದಿಂದ ರೋಷಾವೇಷಗೊಂಡು ಸರ್ಪ ಭೋರ್ಗರೆಯುತ್ತ ಇವರ ಕಡೆಯೇ ಹರಿದು ಬರುತ್ತಿದೆ. . ಅದರ ಭೋರ್ಗರೆತದ ಭಾಷೆಯಲ್ಲೇ 'ತಾವೇ ಅದರ ಗುರಿ' ಎಂಬುದನ್ನ ಅರಿತ ನಲಕೇತಯ್ಯನವರು ಓಡತೊಡಗಿದರು.

ತಂಬೂರಿ, ಜೋಳಿಗೆ ಭಾರವೆನಿಸತೊಡಗಿತು. ಕಾಲಲ್ಲಿದ್ದ ಆವಿಗೆಯನ್ನು ಬಿಟ್ಟು ಇನ್ನಷ್ಟು ಜೋರಾಗಿ ಓಡತೊಡಗಿದರು. ಸರ್ಪದ ವೇಗದ ಮುಂದೆ ಅಯ್ಯನವರ ವೇಗವೆಂತಾದ್ದು? ಸರ್ಪ ಜೋರಾಗಿ ಹರಿದರಿದು ಬಂದಂತೆ ಅಯ್ಯನವರು ವೇಗವನ್ನು ಹೆಚ್ಚು ಮಾಡುತ್ತಿದ್ದಾರೆ... ಅವರಿಗೆ ಗೊತ್ತಿಲ್ಲದಂತೆ ಕೂಗುತ್ತಿದ್ದಾರೆ. ಇವರ ಕೂಗಾಟ ಕಂಡ ಹೊಲದಲ್ಲಿನ ರೈತ ಮಂದಿ 'ಓ ಅದು ಇವರ್ನ ಬಿಡಂಗೆ ಕಾಣಲ್ಲ... ನಡಿರ್ರಿ...' ಅಂತ ಕಣಿಗೆ, ಕೋಲು ಹಿಡಿದು ಓಡೋಡಿ ಬಂದರು. ಆದರೆ, ಅವರಿಗೂ ಅಯ್ಯನವರಿಗೂ ಬಹಳ ದೂರವಿದೆ. ಸರ್ಪ ಅಯ್ಯನವರ ಕಾಲ ಹತ್ತಿರತ್ತಿರ ಬಂದು ಹೆಡೆ ಎತ್ತಿ ಇನ್ನೇನು ಹೊಡೆಯಬೇಕು 'ಟ್ರ್ಯ್ರಂ... ಟ್ರ್ಯ್ರಂ' ಅಂತ ದನಿ ಬಂದು ಎತ್ತಿದ ಹೆಡೆಯ ಸರ್ಪ ಹಾಗೆ ಕೆಳಗಿಳಿಸುತ್ತಿದ್ದಂತೆ ಎಲ್ಲಿತ್ತೂ ಏನೋ ಹಾರಾಡುತ್ತ, ಬೋರಾಡುತ್ತ ಬಂದ ಹದ್ದು ಸರ್ಪದ ಮೇಲೆರಗಿತು. ಅದರ ಮೈಮೇಲೆ ತನ್ನೆರಡು ಕಾಲನ್ನು ಊರಿ ಕೊಕ್ಕಿನಿಂದ ಕಣ್ಣುಗಳನ್ನು ಕುಕ್ಕಿ, ಹೆಡೆಯ ಮೇಲೆ ಅಪ್ಪಳಿಸತೊಡಗಿತು.

ನಲಕೇತಯ್ಯನವರು ಏದುಸಿರು ಬಿಡುತ್ತ ಈ ವಿಸ್ಮಯಕ್ಕೆ ಬೆರಗಾಗಿ ನಿಂತಿದ್ದರೆ ಬಂದ ಮಂದಿ 'ಅಯ್ಯ ನವರುಕಾರಣೀ ಪುರುಷರಾದ್ರಿಂದ... ವಿಷ್ಣುವಿನ ವಾಹನ ಬಂದು... ಅವರ್ನ ಕಾಪಾಡ್ತು...' ಅಂತ ನಲಕೇತಯ್ಯನವರ ಅಡಿಗಳಿಗೆ ಎರಗಿದರು. 'ಅಯ್ಯೋ ನಾನೆಂಥ ಕಾರಣೀಕ ಪುರುಷ, ಈ ಘಟನೆಯ ಕಾರಣ ಪುರುಷ' ನೆಂದು ಎಷ್ಟು ಹೇಳಿದರೂ ಜನ ಕೇಳಲಿಲ್ಲ. ಸುದ್ದಿ ಕಾಳ್ಗಿಚ್ಚಿನಂತೆ ಸುತ್ತಲ ಊರುಗಳಿಗೆ ಹಬ್ಬಿದಂತೆಲ್ಲ ನಲಕೇತಯ್ಯನವರು ಖಿನ್ನರಾಗಿ ಆಶ್ರಮದ ಬಾಗಿಲು ಮುಚ್ಚಿ ಕುಳಿತರು. ಹೊಸ್ತಿಲ ಬಳಿಯಲ್ಲಿ ದ್ದ ನಾಯಿ ಕುಂಯ್‌ಗುಡತೊಡಗಿತು.

ತೇರನೆಳೆಯುತಾರೆ ತಂಗಿ

ಅಖಾಡದಾಗೆ ನಿಂತ ಕುಸ್ತಿ ಪಟುಗಳನ್ನ ನೋಡುವಂಗೆ ಸುತ್ತಲ ಹೊಸಳ್ಳಿ, ಸಿದ್ಧಳ್ಳಿ, ಶಿವಳ್ಳಿ ಮಾದೇಕಟ್ಟೆಯ ಸುತ್ತೆಡಬಲ ನಲವತ್ತು ಹಳ್ಳಿಯಿಂದ ಬಂದ ಮಂದಿ ಆ ಪಡ್ಡೆ ಹುಡ್ರನ್ನ ನೋಡ್ಕೆಂತಲೇ ನಿಂತಿದ್ವು. ಆ ಹುಡ್ರೋ, ಗರಿ ಗರಿಯಾಗಿ ಇಸ್ತ್ರಿ ಮಾಡಿದ ಮರ್‌ಸೈಜ್ ಪಂಚೆಗಳ್ನೂ, ಬಿಳಿಯ ಟೆರಿಕಾಟ್ ಅಂಗಿಗಳ್ನೂ ಹಾಕ್ಕೆಂಡು ಹೆಗ್ಲ ಮ್ಯಾಲೊಂದು ಟರ್ಕಿಟವಲ್ಲನ್ನ ಇಳಿಬಿಟ್ಕೊಂಡು ಒಳ್ಳೆ ಮದ್ಲಿಂಗ್ರು ನಿಂತಂಗೆ ಹೊಸ ತೇರಿನ ಮುಂದೆ ನಿಂತ್ಕಂಡು, ಒಂದ್ಸಾರಿ ಮಂದಿನ್ನ, ಮಂದಿ ಮರೆಯಾಗಿ ನಿಂತು ಇಣುಕೋ ದಿವಿನಾದ ಹುಡುಗೇರನ್ನ ನೋಡಿ ಮಕಕ್ಕೆ ರಂಗು ತಂದುಕೊಳ್ಳೋರು, ಇನ್ನೊಂದ್ಸಾರಿ - ತೇರಿನ ಘನಗಾಲಿಗಳ್ನ ನೋಡಿ ಮಕವ ಕೆಳಗೆ ಬಿಡೋದು ಮಾಡೋವು.

'ಬಸನಳ್ಳಿಯಿಂದ ಬರ್ಬೇಕಾದ ಹುಡ್ರ ಬಂಡಿಯೊಂದು ಬಂದ್ರೆ ಅಲ್ಲಿಗೆ ಮುಗೀತ್ತಪ್ಪಾ; ಸುತ್ತೆಡಬಲ ಹಳ್ಳಿಯ ಇಪ್ಪತ್ತಾರು ಕೋರಾ ಕೋರಾ ಹುಡ್ರು ಬಂದಂಗಾತಪಾ' ಅಂತ ಅಂದ್ಕಂತ, ಕುಂಡೆಗೆ ಬೆಕ್ಕು ಹೊಕ್ಕವನ ಥರ ಕಂಡವ್ರ ಹತ್ರಾನೂ ಬಡ ಬಡಾಂತ ಬಡ್ಕೊಂಡು ಅಡ್ಡಾಡೋ ತೇರು ಉಸ್ತುವಾರಿಯ ಮಹಂತಯ್ಯನನ್ನು ಜನರು ನಿಬ್ಬೆರಗಾಗಿ ನೋಡೋರು. ಒಂದೂರಿಗೆ ಇಬ್ರಂತೆ ಹದಿಮೂರು ಹಳ್ಳಿಯ ಇಪ್ಪತ್ತಾರು ಹುಡ್ರು ಕಳೆದೊಂದು ತಿಂಗ್ಳಿಂದ ಕೊಬ್ರಿ, ಕಲ್ಲಸಕ್ರಿ, ಉತ್ತತ್ತಿ, ತುಪ್ಪ, ಬೆಣ್ಣೇ- ಅಂತ, ತಿಂದ್ಕಂತ, ಉಂಡ್ಕಂತ ಒಳ್ಳೆ ಗೂಳಿ ಹೋರಿಗಳಥರ ಊರಾಗೆ ಅಂಡಲೆಯೋವು. 'ಬಾರೋ ತಮ್ಮಾ! ಹೋಳಿಗೆ ಮಾಡೇನಿ, ಎರ್ಡು ಹೋಳಿಗೆ ತಿಂದು ಹೋಗು,' ಅಂತ ಕರೆದ ಮನ್ಯಾಗೆ ನುಗ್ಗಿ ನಾಕು ಹೋಳಿಗಿ ತುಪ್ಪ ಹೊಡಿಯೋದು; 'ಬಾರೋ ಅಳಿಯ! ನಿನಗೇ ಅಂತ ಗಾರ್ಗಿ ಮಾಡ್ಸಿನಿ ನಾಕು ತಿಂದ್ಹೋಗು' ಅಂತ ಕರೆದ ಮನಿಗೀ ನುಗ್ಗಿ ಒಂದಿಪ್ಪತ್ತು ಗಾರ್ಗಿ ತಿಂದು ಮೈಯ್ಯ ನೆಣವ ಹೆಚ್ಚಿಸ್ಕಂಡ ಇಂಥಾ ಹುಡ್ರುನ ಕಾನುಕೋಡು ತೇರಿನ ದಿನ ಬ್ಯಾಂಡು ಬಾರಿಸ್ಕೆಂತ, ಮ್ಯಾಳ ಊದಿಸ್ಕೆಂತ ಕಮಾನ

ಬಂಡಿಗಳಲ್ಲಿ ಕೂರಿಸ್ಕೆಂಡು ಆಯಾ ಊರುಗಳಿಂದ ಕಾನುಕೋಡಿಗೆ ಕರ್ಕಂಬಂದ್ರು. ಹಂಗೆ ಕರ್ಕಂಬರುವಾಗ ಹುಡ್ರಿದ್ದ ಬಂಡಿಯ ಹಿಂದೆ ಆಯಾ ಊರಿನ ಶಾನುಬೋಗ, ಪೂಜಾರಿಗಳಿದ್ದ ಬಂಡಿ, ಅದರ ಹಿಂದೆ ಪಾನಕಗಳ ಬಂಡಿ. ಆಮ್ಯಾಲೆ 'ಬಾರೇ ಬೀಗತಿ! ನಿಂತ್ ಹೋಗಂಗಿದ್ದ ಜಾತ್ರಿ ಚಂದ್ ನಡೀತತಿ..., ಕಣ್ತುಂಬ ತುಂಬಿಕಾ ಬಾ...,' ಅಂತ ಕಕ್ಕುಲಾತಿಯಿಂದ ಕರಿಸಿಕೊಂಡ ಬೀಗ ಬೀಗತಿಯರಿದ್ದ ಬಂಡಿಗಳೂ, 'ಬಾರವ್ವಾ ತಂಗಿ! ಈ ಸರ್ತಿ ನಿಮ್ಮಣ್ಣ ತೇರೆಳಿತಾನೆ ನೋಡು ಬಾ' ಅಂತ ಕರೆಸಿಕೊಂಡು 'ಅಯ್ಯೋ! ನಮ್ಮಣ್ಣ ತೇರಳಿತಾನಂತೆ, ನಾನೇನು ಮಾಡಿದ್ರೂ ನಿಲ್ಲೋಳಲ್ಲಾ' ಅಂತ ಅತ್ತೆ ಮಾವರಿಗೆ ಸಣ ಮಾಡಿ ತವರು ಸಿಗೋವರ್ಗೆ ಓಡೋಡಿ ಬಂದ ತಂಗಿಯರಿದ್ದ ಬಂಡಿಗಳು ಸಾಲುಗಟ್ಟಿ ಮಹೇಶ್ವರ ಸ್ವಾಮಿಯ ತೇರು ನೋಡಲು ಹಳ್ಳವಾಗಿ, ನದಿಯಾಗಿ ಕೊನಿಗೆ ಕಡಲಾಗಿ ನೆರದಿತ್ತು.

ತಮ್ಮ ತಮ್ಮ ಊರಗಳಿಂದ ಹೀಗೆ ಹುಡ್ರುನ ಕರ್ಕಬಂದಿದ್ದವರು ಹೊಸ ತೇರಿನ ಮುಂದೆ ನಿಂತ ಮಂದಿಗೆ... 'ನೋಡ್ರಲೇ ನಮ್ಮುಡುಗ್ರನ್ನ ಹೆಂಗೆ ಮೆಯ್ಸಿಕೆಂಡು ಬಂದಿದೀವಿ...' ಅಂತ ಹಮ್ಮಿಲೇ ನುಡಿವರು. ಸೇರಿದ ಮಂದಿ... 'ಹೌದೌದಲೇ ತಮ್ಮಾ' ಅಂತ ಹುಡ್ರ ಭುಜವ ಚಪ್ಪರಿಸೋರು ಮತ್ತ 'ಆ ಬಸ್ನಳ್ಳಿಯ ಹುಡ್ರುನೊಂದಿಷ್ಟು ನೋಡಿ ಬಿಟ್ರೆ ಸಾಕಪ್ಪಾ..., ಈ ತೇರಿನ ಗಾಲಿಗಳು ಅಲ್ಲಾಡ್ತವೋ ಇಲ್ಲೋ ಅಂಬಾದು ತಿಳಿದಾತು...' ಅಂತ ಬಸನಳ್ಳಿಯ ಕಡೆ ಕತ್ತ ಹೊಳ್ಳಿಸಿ ನೋಡೇ ನೋಡೋರು. ಅತ್ತಕಡಿಂದ ಮ್ಯಾಳದ ಸದ್ದಾಗಲಿ..., ಬಂಡಿಯ ಸದ್ದಾಗಲಿ ಕೇಳಿಸದೇ ಇದ್ದಾಗ... 'ಇವ್ರೋಸಡ್ಗ... ಇವ್ರು ಇನ್ಯಾವಾಗ ಬತ್ತಾರೋ...' ಅಂತ ಅಂದುಕೊಂಡು ಮಂದಿಮ್ಯಾಲೆ ಮುಗಿಲಾಗಿನ ಸೂರ್ಯಸ್ವಾಮಿಯ ನೋಡೋರು. ಅವನಾದ್ರೂ ಮೋಡ್ದ ಮರ್ಯಾಗಿ ನಿಂತ್ಕಂಡು ಅದೇನು ಮಾಡ್ತಿದ್ನೋ ಏನೋ ಅಲ್ಲಿಂದ್ಲೆ... 'ಅಯ್ಯೋ ನಾನಿನ್ನು ಮುಳಗಾಕೆ ಬಾಳ ಟೈಮು ಐತ್ರಪಾ...ನಂದು ರಥದ ಗಾಲಿಯೊಂದು ಮುರ್ದದೆ.., ಒಂದು ಕುದ್ರಿ ಕುಂಟ ಬಿದ್ದದೆ... ಅದ್ನೆಲ್ಲಾ ಸರಿಮಾಡ್ಕೊಂಡು ಹೋಗಾಕೆ ಬಾಳ ಟೈಮು ಬೇಕಾಕತಿ..., ನೀವು ಗಡಿ ಬಿಡಿ ಮಾಡಬ್ಯಾಡ್ರಿ... ಸಾವಕಾಶ...' ಅಂತ ಮತ್ತೆ ಮೋಡ್ದ ಮರ್ಯಾಗೆ ಅಡಗೋನು. ಮಂದಿಗೆ ಅನುಮಾನ ಬಂದು ಮ್ಯಾಕೆ ನೋಡೇ ನೋಡ್ತಾ ಇದ್ದಾಗ, ಸೂರ್ಯ ಮೋಡ್ದ ಮರೆಯಿಂದ ಹೊರಬಂದು 'ನೋಡ್ರಪ್ಪಾ!' ಅಂತ ತನ್ನ ಬಲಗೈನ ವಾಚು ತೋರ್ಸೋನು. ಅದನ್ನ ನೋಡ್ಕೆಂಡ ಮಂದಿ... 'ಏ! ಇನ್ನು ಟೈಮೈತಿ...' ಅಂತ ಬಸನಳ್ಳಿ ಕಡೆಗೆ ಮಕಾಮಾಡ್ಕೆಂಡು ಕುಂತು ಸರಾಗವಾದ್ರು.

ಸಂಜೆ ಗೋಧೂಳಿ ಏಳೋ ಟೈಮಿಗೆ ಸರಿಯಾಗಿ ಸ್ವಾಮಿಯ ರಥವು ಜನಸಾಗರವನ್ನು ಸೀಳಿಕೊಂಡು ಹರಿದು ಹೋಗಿ ಹೊಳ್ಳಿ ತನ್ನ ಮೂಲ ನೆಲೆಗೆ ಬಂದು ನಿಂತ್ಕಳಾ ಹೊತ್ತಿಗೆ ಸೂರ್ಯ ಮುಳುಗಿ ಚಿಕ್ಕೆಗಳು ನಗತೊಡಗುವುದು ವರ್ಷಂ ಪ್ರತಿ ವಾಡಿಕೆ. ಕಲ್ಲು ಉಸುಕಿನ ಮಣ್ಣೊಳಗೆ ಎಲ್ಲೂ ರಥವು ಒಂದು ಚಣವೂ ನಿಂದ್ರುದಂಗೆ ತೇರಿನ ಎಡ ಬಲದ ನಾಕೂ ಗಾಲಿಗಳಿಗೆ ಕೈಯ್ಯೀ ಮೈಯ್ಯಿಕೊಟ್ಟು ಬ್ಯಾಡರ ಹುಡ್ರು, ಮಾದ್ರ ಹುಡ್ರು ತಳ್ಳುವ ರೀತಿಯ ಕಂಡು ಬಂಡಿಗಳಲ್ಲಿ ನಿಂತೂ ಕುಂತೂ ನೋಡ

ಮಂದಿ ಆಶ್ಚರ್ಯಪಟ್ಟಿದ್ದಾರೆ. ಬರೀ ಎಲುಬಿನ ಗೂಡುಗಳಂತಿರುವ ಇವರ ಮೈಯ್ಯಾಗೆ ಸಕ್ತಿ ಅಂಬೋದಾದ್ರೂ ಎಲ್ಲಿದ್ದೀತೆಂದೂ ನಿಬ್ಬೆರಗಾಗಿದ್ದಾರೆ. ಅವ್ರ ಸಾಹಸವ ಮನೆಯ ಹೆಂಡಂದಿರುಗಳು ಮನಸಾರೆ ಮೆಚ್ಚುವಾಗ ಗಂಡಸ್ರು... 'ಏ, ಮದ್ದು ಮಾಂಸವ ತಿಂದ ಮೈಯ್ಯಿ... ಹೆಂಡಕುಡ್ದು ಖಂಡ ಕಡ್ದು ದಿಮ್ಮನಾಗ್ಯೆದಾರೆ... ತೇರು ದಬ್ದೇ ಏನು!' ಅಂತ ಮೂದಲಿಸವರು. ಆದ್ರೂ ತುಂಡು ಹರ್ದ ಪಂಚೇನ್ನೋ, ಟುವಲ್ಲನ್ನೋ ಚಲ್ಲಣವನ್ನೋ ಸೊಂಟಕ್ಕೆ ಸುತ್ತಿಕೆಂಡು, ಕೈಯ್ಯೀ ಮೈಯ್ಯೀನ ಕೀಲೆಣ್ಣೆಯಿಂದ ಕರ್ರಗೆ ಮಾಡಿಕೆಂಡು ಗಾಲಿಗಳ್ನ ಮಿಟೋ ಅವರ ಗೈರತ್ತನ್ನ ನೋಡಿ ಈ ಗಂಡಸ್ರೂ ಅವ್ರನ್ನ ಮೆಚ್ಚಿಕಂಡಿದ್ದಾರೆ... 'ಆಗಂತ.. ಇಂಥಾದ್ನೆಲ್ಲ ನಮ್ಮೆಂಡ್ರುಗಳೆದ್ರಿಗೆ ಹೇಳಕಾಗುತ್ತಾ? ಅಂಗೆನಾದ್ರೂ ನಾವು ಅನ್ನೋದು... ಅದು ಸೀದ ಅವ್ರು ಎದಿಗೆ ನಾಟೋದು... ಆಮ್ಯಾಲೇನಾದ್ರೂ ಎಡವಟ್ಟಾದ್ರೆ? ಸಿವ ಸಿವಾಂತ...' ಅನ್ನೋರು. ಅವರಿಗೇನು ಅನುಮಾನವೋ? ಗುಮಾನಿಯೋ, ಏನ್‌ಕಥೆಯೋ ಏನೋ.. ಅದು ಅವರಿಗಷ್ಟೇ ಗೊತ್ತು. ಈ ಕಥೆ ಕೊರೀತಿರೋ ಈ ಮಹಾ ಕಥೆಗಾರನಿಗಾದ್ರೂ ಏನ್ ತಿಳಿದೀತು?

ಅಂತು ಕಾನುಕೋಡಿನ ತೇರನ್ನು, ಮಹೇಶ್ವರಸ್ವಾಮಿಯೆಂಬ ಮಿಥ್‌ನ್ನು ಚರಿತ್ರೆಯೆಂಬ ಘನಗಾಲಿಗಳ ಮೇಲಿಕ್ಕಿ ಲಾಗಾಯ್ತಿನಿಂದ್ಲೂ ದಬ್ಬಿಕೊಂಡು ಬಂದೋವ್ರು ಈ ಮಾದ್ರ, ಬ್ಯಾಡರ ಹುಡ್ರೇ ಎಂಬುದು ಎಲ್ಲರ ತುಟಿಗಳ ಮೇಲಿನ ಮಾತು ಆಗಿದೆಯೇ ಹೊರ್ತು, ಯಾವ ನಾಯಿಯೂ ಕಾಲೆತ್ತಿ ಉಚ್ಚೆ ಉಯ್ಯುವ ಕಲ್ಲಿನ ಮ್ಯಾಲಿನ ಬರಾವರ್ಷವಾಗಲಿ, ಹುಳುಗಳು ಮಾತ್ರವೇ ಮೂಸಿ ನೋಡುವಂಗೆ ಶಂಭುಲಿಂಗಯ್ಯ ಬರೆದಿರುವ ಮಾಹೇಸ್ವರಸ್ವಾಮಿಯ ಕಥನದ ಪುಸ್ತಕದಲ್ಲಾಗಲೀ ಈ ಬಡಪಾಯಿ ಹೆಸ್ರುಗಳೇನು ಕಣ್ಣಿಗೆ ಗುದ್ದುವಂಗೆ ಇಲ್ಲ. ಏನಿದ್ರೂ ಹುಸಿ ನಗೆ ನಗುತ್ತಾ ನಿಂತಿರುವ ಮಹಂತಯ್ಯನ್ದೂ, ಚಾಳೀಸು ಹಾಕಿ, ವಾಚುಕೋಟು ಕಚ್ಚೆಪಂಚೆ ಕಟ್ಟಿರುವ ಧರುಮಾತುಮ ಅಂದಾನಪ್ಪನ ಫೋಟೋಗಳು ಮಾತ್ರ ಲಕಲಕಿಸುತ್ತಿವೆ. ಪುಸ್ತಕದ ಕೊನೀ ಪುಟದಾಗೆ 'ಇಂಥಾ ಘನಂದಾರಿ ಚರಿತ್ರವನ್ನು ಬರಾವರ್ಷ ಮಾಡಿದವನೆ'ಂಬ ಒಕ್ಕಣೆಯೊಂದಿಗೆ ಒಕ್ಕಣ್ಣಿನ ಶಂಭುಲಿಂಗಯ್ಯನ ಫೋಟೋ ಐತಿ. ಇದನ್ನ ಭಗವದ್ಗೀತೆ ಅಂತ್ಲೋ, ಸನಿಪುರಾಣಾಂತ್ಲೋ ತಿಳಕಂಡ ಮಂದಿ. ದುಡ್ಡುಕೊಟ್ಟು ಕೊಂಡುಕೊಂಡು, ಹಣೆಗೊತ್ತಿ ಸಣಮಾಡಿ ಅವರವರ ಊರಾಗೆ ಪುರಾಣ ಮಾಡಿ, ಕಥಿಮಾಡಿ, ಲಾವಣಿ ಮಾಡಿ, ಕೋಲು ಹುಯ್ಯೋ ಪದವಮಾಡಿ ಬೆಳಗಾನ ಹಾಡೇ ಹಾಡ್ತಾವೆ; ಕುಣ್ದೆ ಕುಣಿತಾವೆ. ಹಿಂಗ ಮಾಹೇಸ್ವರನ ಕಥೆ ಬೀದಿ ತುಂಬ, ಊರತುಂಬ ಇಡೀ ದಾವಣ್ಗೇರಿ ತಾಲ್ಲೂಕು ಜಿಲ್ಲಾ ತುಂಬಾ ಮನೆ ಮಾತಾಗಿ ಹರಿದರಿದು ಬಣ್ಣ ತುಂಬಿಕೆಂಡು ಮತ್ತೆ ಹೊಳ್ಳಿ ಹೇಳಿದವ್ರ ಕಿವಿಯೆಂಬ ಹೊಂಡದಾಗಿ ಬಿದ್ದು ಈಜು ಹೊಡೀತಾವೆ.

ಆದ್ರೂನೂ...

ಕಾನುಕೋಡಿನ ಜಾತ್ರಿಯನ್ನು ನೋಡಾಕೆ ಎರಡು ಕಣ್ಣಂತೂ ಸಾಲವು. ಅದೇ ಕಾರಣ್ಕೋ ಏನೋ ಜಾತ್ರಿ ಒಳಗೆ ಪೀಪಿ ಮಾರೋರು, ಕೊಳಲು ಮಾರೋರು, ಬಳಿ ಕಾರಸೇವು, ಬೂಂದಿ, ಜಿಲೇಬಿ. ಖಾರಮಂಡಕ್ಕಿ, ಬೆಂಡು- ಬತ್ತಾಸುಮಾರೊ ಎಲ್ಲಾ

ಅಂಗ್ಡಿಗಳಲ್ಲೂ ಬಣ್ಣ ಬಣ್ಣದ ಕನ್ನಡಕಗಳು ನೇತಾಡ್ತಿರ್ತವೆ. ಹಸ್ರು, ನೀಲಿ, ಕೆಂಪು, ಹಳದಿ ಇಂಥಾ ಕನ್ನಡಕವ ರಬ್ಬರ್ ಬ್ಯಾಂಡಿನಿಂದ ತಲೆಗೆ ಬಿಕ್ಕಂಡು ತಿರುಗುವ ಮಂದಿಯೇ ಜಾತ್ರಿ ತುಂಬ. ಒಬ್ನಿಗೆ ತೇರು ಹಳದಿ ಕಂಡ್ರೆ. ಮತ್ತೊಬ್ಬನಿಗೆ ಕೆಂಪಾಗೆ ಕಾಣಸ್ತತಿ. ಒಬ್ನಿಗೆ ಹಸ್ರು ಕಂಡ್ರೆ – ಮತ್ತೊಬ್ನಿಗೆ ನೀಲಿ ಕಾಣ್ತತಿ. ಕಂಡ ರೂಪ ಬಣ್ಣಕ್ಕನುಸಾರವಾಗಿ ಮಾತುಗಳು. ಆ ಮಾತುಗಳೇ ಸಿದ್ದಾಂತಗಳು; ಸಿದ್ಧಾಂತಗಳೇ ರಾದ್ಧಾಂತಗಳು; ಮಾತೆಂಬ ಸಬ್ದ ಸೂತಕದ ಬೆನ್ನಿಡಿದು ಮಾರಾಮಾರಿಗಳು.

ಕಳೆದವರ್ಸದ ಜಾತ್ರೀಲಿ ಇಬ್ರು ಹುಡ್ರು ಹಿಂಗೆ ಕನ್ನಡಕ ಹಾಕ್ಕೊಂಡು ತೇರನ್ನ ನೋಡಾಕ್ಕತ್ತಿದ್ರು. ಒಬ್ಬವ 'ಲೇ... ತೇರು ಹಳದಿ ಐತಿ'. ಇನ್ನೊಬ್ಬವ 'ಲೇ ಮಂಗಾ... ನೀಲಿ ಐತಿ' ಅಂದು. ಮಾತು ಮಾತು ಬೆಳದು ಇಬ್ರೂ ಕುಸ್ತಿಗೆ ಬಿದ್ದು, ಅಂಗಿ ಪಂಚಿ ಹರ್ದಾಕಿಕೊಂಡ್ರು. ಪುಣ್ಯಕ್ಕೆ ಅವರ ಕೈಗೆ ದೊಣ್ಣೆ ಪಣ್ಣೆ ಸಿಕ್ಕಿದ್ರೆ ರಕ್ತದ ಹೊಳೇನೆ ಹರಿತಿತ್ತೇನೋ... ಇದ್ಕೆಲ್ಲಾ ಆ ಕನ್ನಡಕಗಳೇ ಕಾರಣವೆಂದ ಅಂದಾನಿಯಪ್ಪ... 'ಮುಂದಿನ ವರ್ಷದ ಜಾತ್ರೇಗೆ ಇಂಥಾ ಥರಾವರಿ ಬಣ್ಣದ ಕನ್ನಡಕ ತಂದು ಮಾರಬ್ಯಾಡ್ರಿ. ಒಂದೇ ನಮೂನಿವು ತರ್ರಿ..' ಅಂತ ಅಂದನಾದರೂ ತನಗೇ ಗೊತ್ತಿದ್ದ ಗುಜರಾತಿ ಲೂದಿ ಎಂಬ ಕನ್ನಡಕದಂಗಡಿಯವನನ್ನೇ ಕರ್ಸಿ ಮಂದಿಗೆ ಹೊಸ ಕನ್ನಡಕಗಳ ಕೊಡ್ಸಿದ್ದ. ಅವೂ ಒಂದೇ ನಮೂನಿ ಬಣ್ಣ. ಯಾರ ಹಾಕ್ಕೊಂಡ್ರೂ ಅಂಗೇ ಕಾಣ್ಬೇಕು. ಅಂತ ಮಾಯದ ಕನ್ನಡಕ. ಅದ್ನ ಹಾಕ್ಕೆಂಡ್ರೂ ತೇರು ದಬ್ಬೋಮಾದ್ರ ಹುಡ್ರಾಗ್ಲಿ, ಬ್ಯಾಡರಾಗ್ಲಿ... ತೆಂಗಿನ ಹೋಳು ಆರಿಸೋ ಕೆದರಿದ ತಲೆಯ ಮಾದ್ರ, ಬ್ಯಾಡ್ರ ಹೆಂಗ್ಸರಾಗಲಿ, ಮಕ್ಕಳಾಗಲಿ ಕಾಣ್ತಿದ್ದಿಲ್ಲ. ಬರೀ ಬಣ್ಣದ ತೇರು, ಗುಡಿ, ಆಕಾಶ. ರಾಮನೇ ಬಿಲ್ಲಿಡಿದು ನಿಂತಂಗೆ, ಕೃಷ್ಣನೇ ಸಾರಥಿಯಾದಂಗೆ...

'ಅಲಲೇ, ಇದ್ರಾಗೆ ನಮ್ ಮಹೇಶ್ವರ ಸ್ವಾಮಿನೇ ಕಾಣಾದಿಲ್ರಲ್ಲೋ...' ಅಂತ ಮಂದಿ ಗುಬಲು ಮಾಡಿ ಸೀದಾ ಕನ್ನಡಕದ ದೋನಿ ಅಂಗ್ಡಿತವ ಬಂದು ನಿಲ್ಲೋರು. ಏನು ಹೇಳ್ಬೇಕು? ಎತ್ತ ಹೇಳ್ಬೇಕು ಅವ್ನ ಭಾಷೇನೇ ಬ್ಯಾರೆ, ವೇಷನೇ ಬ್ಯಾರೆ, ಹಣೆಮ್ಯಾಗೆ ಕುಂಕುಮ, ಹೆಗ್ಲಮ್ಯಾಲೆ ಕೇಸರಿ ರುಮಾಲು, ಕೈಯಾಗ ಖಡ್ಗ. ಅವ್ನ ಪಕ್ಕದಾಗಿರೋನು ಹಂಗೆ. ಆದ್ರೆ ಖಡ್ಗದ ಬದ್ಲು ತ್ರಿಶೂಲ ಹಿಡ್ಕಂಡಿದ್ದಾನೆ. ಏನು ಮಾತಾಡ್ಬೇಕು ಅನ್ನೋದು ತಿಳಿದೆ ತಮಗೊತ್ತಿದ್ದ 'ಕ್ಯಾರೆ... ಕೆತ್ತರೇ' ಎಂಬ ಎರಡು ಶಬ್ದಗಳನ್ನು ಬಿಸಾಕಿ ' ಇವ್ರ ಸಾವಸ ಬ್ಯಾಡ್ರಿ ಬರ್ರೆಲೇ...' ಅಂತ ಪೇರಿ ಕಿತ್ತು ಕಿತ್ತು ಮಂದಿ ಜಾತ್ರಿಯ ಜನಾರಣ್ಯದಾಗೆ ಸೇರ್ಕಂಬಿಡಾರು.

ಆದ್ರೂನೂ!

ಕಾನೂಕೋಡಿನ ಜಾತ್ರಿಯನ್ನ ನೋಡಾಕೆ ಎರಡು ಕಣ್ಣೂ, ಎರಡು ಕಿವಿಗಳೂ ಸಾಲವೆಂಬುದು ಆ ಜಾತ್ರಿವಳಗೆ ಅಡ್ಡಾಡಿ ಬಂದವರ ಮಾತು. ಮಲೆ ಮಾದೇಸ್ವರನೂ ಕಾನುಕೋಡಿನ ಮಾಹೇಸ್ವರಸ್ವಾಮಿನೂ ಜೊತಿಗೇ ಹುಟ್ಟಿ ಬೆಳ್ದೋರು ಎಂಬುದು ಈಚಿನ ಹೊಸ ಕಥನ. ಇದ್ರಿಂದ್ಲೋ ಏನೋ ನೀಲಗಾರ್ರೂ, ಕರಪಾಲ ಮ್ಯಾಳದವ್ರು, ಅವ್ರು ಇವ್ರೂಂತ ಮಂದಿ ಬಾಳ ರಗಡ ಬರಾಕ ಹತ್ತಿದ್ದಾರೆ. ದಿನ ದಿನಕ್ಕೂ ಬರೋರ ಸಂಖ್ಯೆ

ಏರ್ತಾನೆ ಐತೆ. ತೇರಿನ ಬಯಲಲ್ಲಿ ಎತ್ತ ನೋಡಿದ್ರೂ ಜನಾನೇ. ಥರಾವರಿ ಅಂಗ್ಡಿಗಳು ಸಾಲು ಸಾಲು ತೂರಬೆಲ್ಲ ಮೆಣಸು, ಬಾಳೆಹಣ್ಣು ಮಾರವವರ ಕೂಗಾಟ, ಕೊಳಲು ಕಿನ್ನುರಿಗಳ ನುಡಿಸುವವರ ಮಾಟ. ವಗ್ಗಾಣೆ ಮಂಡಕ್ಕಿ ಮಾಡಿ, ಮೆಣಸಿನಕಾಯಿ ಬೋಂಡವ ಎಣ್ಣೆಯಲದ್ದಿ ಎಲ್ಲರ ಎರಡು ಮೂಗಿನ ಹೊಳ್ಳೆಗಳೂ... 'ಅಲ್ಲಿಗೆ ಹೋಗೋ ಸರ್ದಾರ...' ಅನ್ನುವಂಗೆ ಗಮಲು. ಗರ್ದಿ ಗಮ್ಮತ್ತು. ಗಿಟಿಗಿಟಿಯೆನ್ನುವ ಮರದ ರಾಟೆಯನ್ನಿಕ್ಕಿ ಮಂದಿಯನ್ನು ಆಕಾಸಕ್ಕೆ ಎತ್ತೊಯ್ಯುವ ರಾಟಿಯ ಭರಾಟೆ. ಇದ್ರ ಜೊತೆಗೆ ಗುಡಿಯಾಗಿನ ಗಂಟೆಯ ಢಣ್ ಢಣ್; ಎತ್ತುಗಳ ಕೊರಳ ಗಂಟೆಯ ಕಿಣಿ ಕಿಣಿ... ಒಂದೇ ಎರಡೇ? 'ಮಂದ್ಯಾಗೆ ಯಾರ್ಗೂ ಕಾಣ್ಸೋದಿಲ್ಲ ಬಾರೋ ರಾಜಾಂತ ಗೆಣೆಕಾರ್ನ ಕೈ ಹಿಡಿದು ಎಳೆಯೋ ಗೆಣೆಕಾತಿಯರ ಕೈಯ ಬಳೆಯ ಸದ್ದು, ಕಾಲ್ಗೆಜ್ಜೆಯ ಸದ್ದು. ಕಾನುಕೋಡಿನ ಜಾತ್ರಿಯೆಂದರೆ ಸುತ್ತಲ ನಲವತ್ತಾರು ಹಳ್ಳಿಯೂ, ನಾಕಾರು ಹೋಬಳಿಯೂ ನದಿಯಾಗಿ ಹರಿದು ಬಂದು ಸೇರಿದ ಜನಕಡಲು. ಆ ಕಡಲಾಗೆ ಗದ್ದಲವ ಸದ್ದೆಂಬ ಕಡೆಗೋಲಿನಿಂದ ಕಡೆವ ಮಂದಿಯು ಯಾವ ನವನೀತಕ್ಕೆ ಇಂಥಾ ಸಂಭ್ರಮ ಪಡುತ್ತಿದ್ದಾರೆಂದು ಸ್ವತಾ ಮಾಹೇಸ್ವರ ಸ್ವಾಮಿಯೇ ಮೂಗಿನ ಮೇಲೆ ಬೆರಳಿಕ್ಕಿರಬಹುದು. 'ಲೇ ಈ ವರ್ಸ ಸೇರಿರೋವಷ್ಟು ಮಂದಿನಾ ನಾನು ಎಂದೂ ನೋಡೇ ಇಲ್ಲಿಲ್ಲಾ...' ಅಂತ ಪ್ರತಿಯೊಬ್ಬರೂ ಅನ್ನೋರೇ; ಬೆರಗಾಗೋರೆ.

ನಿಜಾ! ಅದು ಬೆರಗಾಗೋ ಮಾತೆ...

ಕಾನುಕೋಡಿನ ಈ ಬಾರಿಯ ಜಾತ್ರಿಗೆ ಈ ಪಾಟಿ ಜನ ಸೇರೋದಕ್ಕೆ ಕಾರಣ ಅಂದ್ರೆ; ಹಳೆತೇರಿನ ಬದ್ಲು ಹೊಸ ತೇರು ಹರೀತತೆ – ಅಂಬೋದು ಒಂದಾದ್ರೆ, ಅದಕ್ಕಿಂತ ಮುಖ್ಯವಾದ್ದು, ಈ ಹೊಸ ತೇರ್ನ ಬ್ಯಾಡ್ರು, ಮಾದ್ರ ಹುಡ್ರು ದಬ್ದೇನೆ ಲಿಂಗಾತ್ರ ಹುಡ್ರು ಮಾತ್ರ ದಬ್ತಾವಂತೆ – ಅಂಬೋದು ಒಂದುಕಾರಣ. 'ನಡೀರಲೇ.. ತೇರು ಹೆಂಗೈತಿ..ನೋಡಾನ...' ಅಂಬೋದು ಒಂದು ಮಾತಾದ್ರೆ, 'ನಮ್ಮುಡ್ರು ಎಂಗೆ ಎಳಿತಾವೆ... ನೋಡಾನ ನಡೀರೋ...' ಅಂತ ಅಂದ್ಕಂತ ಬಂದವ್ರೆ ಹೆಚ್ಚು ಮಂದಿ 'ಸೂಳೆಮಕ್ಳು ಯಾಕೆ ದಬ್ಬಲಂತಲೇ...' ಆಂದು ಕೇಳಿದವರೂ ಉಂಟು. ಉಜ್ಜಿನಿ ಕಡಿಂದ್ಲೋ ಶ್ರೀಶೈಲದ ಕಡಿಂದ್ಲೋ ಕಾನುಕೋಡಿಗೆ ಬಂದು ಕಾಲೂರಿ, ಕೈಯೂರಿ ಕೊನೆಗೆ ಅಂಡನ್ನೂ ಊರಿದ ಬ್ಯಾಡರ ಹುಡ್ಗ ರಾಮಚಂದ್ರ ಎಂಬೋನು ಎಬ್ಬಿಸಿದ ತಿಮಿರಿಗೆ ದಿಗಿರಾಗಿ ಕುಂತ ಬ್ಯಾಡ್ರ ಹುಡ್ರು 'ನಾವ್ ಇನ್‌ಮ್ಯಾಕೆ ತೇರ್ನ ದಬ್ಬಬಾರ್ದು' ಅಂತ ನಿಶ್ಚಯಿಸಿದವು. ಊರ ಲಿಂಗಾತ್ರ, ಸೆಟ್ರ, ಬ್ರಾಂಬ್ರ ಹೊಲದಾಗೆ ಕೂಲಿನಾಲಿ ಮಾಡ್ಕೆಂಡು, ಅಂದಾನಿಯ ತಂಬಾಕು ಬ್ಯಾರ್ಲಾಗೆ ತಂಬಾಕು ಕಟ್ಟಿ, ಹಬ್ಬಗಿಬ್ಬಾ, ಮದುವೆ – ಮುಂಜೀಂತ ಸಾಲಸೋಲ ಮಾಡ್ಕೆಂಡು, ವರ್ಷ ವರ್ಷ ಹೊಲಗಳ್ನ ಗೇಯೊದ್ರ ಜತಿಗೆ ಮಾಹೇಸ್ವರ ಸ್ವಾಮಿಯ ತೇರಿನ ಗಾಲೀನೂ ತಮ್ಮ ಕರ್ತವ್ಯವೆಂದೇ ತಿಳಿದು ದಬ್ಬೋರು. ಯಾವಾಗ ರಾಮಚಂದ್ರ ಊರಿಗೆ ಬಂದು, ಆ ಹುಡ್ರುನೆಲ್ಲಾ ದಾವಣ್ಗೇರಿಗೆ ಸಂಪಣ್ಣನತ್ರ ಕರ್ಕಂಡು ಹೋದ್ನೋ ಅವಾಗ್ಲೆ ಹುಡ್ರು

ಮಿದುಳಾಗೆ ಹುಳುಗಳು ಹೊಕ್ಕಂಡವು. ತಮಿಳ್ನಾಡಿಂದ ಬರುವಾಗ್ಲೆ ಈ ಸಂಪಣ್ಣ ಅಂಬೋನು ತೆನಿ ಕುಡುಗೋಲು ಇರೋ ಕೆಂಪು ಬಾವುಟನ ಕೆಂಪು ಬಸ್ಸಲ್ಲಿ ತಂದು ಸೀದಾ ದಾವಣ್ಗೇರ್ಯಾಗೆ ನೆಟ್ಟವನು ಅದು ಹಗ್ಲೂ – ರಾತ್ರೀನೂ ತಪ್ಪದಂಗೆ ಹಾರಾಡೋದನ್ನ ನೋಡ್ಕೆಂತಲೇ ಬೆಳೆದವನು. ಕಾನುಕೋಡಿನ ಈ ಬ್ಯಾಡರ ಹುಡ್ರಿಗೆ ಗಣೇಸ್‌ಮಿಲ್, ಸಿದ್ದೇಸ್ವರ ಮಿಲ್, ಡಿಸಿಎಂನ್ಯಾಗೆ ಲಡಿ ತಗಿಯೋ ಕೆಲ್ಸ, ಬೇಲ್ ಮಾಡೋ ಕೆಲ್ಸ ಇನ್ನೆಂತದೋ ಕೆಲಸ ಕೊಡ್ಸಿದ್ದೂ ಅಲ್ಲದೆ ಡೈನಾಮಿರೋ ಒಂದೊಂದು ಸೈಕಲ್ಲನ್ನೂ ಕೊಡ್ಸಿದ. ದಿನ ಸಂಜೆ ಒಂದ ಗಂಟೆ ಕ್ರಾಂತಿ, ಪಾಂತಿ ಅಂತ ಭಾಷ್ಣ ಕುಟ್ಟಿದ.

ಸಂಪಣ್ಣನ ಮಾತುಕತೆಗಳು ಬ್ಯಾಡ್ರ ಹುಡ್ರ ತಲೆಯಲ್ಲಿ ಇಳಿದು ತಿಂಗಳೊಪ್ಪತ್ತಿನ್ಯಾಗೆ ಕುಡುಗೋಲು – ತೆನಿಯ ಸಣ್ಣ ಸಣ್ಣ ಬಾವುಟಗಳು ಚಿಗುರೊಡೆದವು. ನಾಕೈದು ತಿಂಗ್ಳಾಗೆ ಎಲೆ ಬಿಟ್ಟು ಗಿಡವಾಕ್ತಿದ್ದಂಗ್ಲೆ ಅದ್ನ ಮಿದುಳಿಂದ ತೆಗೆದು ಸೈಕಲ್ಲು ಹ್ಯಾಂಡ್ಲಿಗೆ ಕಟ್ಟಿಕೊಂಡು ಓಡಾಡೋರು. ದಾವಣ್ಗೇರಿ ಅನಬ್ಯಾಡ, ಹರಿಹರ ಅನಬ್ಯಾಡ, ಊರೂ ಉದಾಮನಿ ಅನ್ನದಂಗೆ ಎಲ್ಲಂದ್ರಲ್ಲೇ ಕೆಂಪು ಬಾವುಟಗಳು ಲಾಲ್‌ಸಲಾಂಗಳು. ಕಾನುಕೋಡಿನ ಮಾಹೇಶ್ವರ ಸ್ವಾಮಿಯ ತೇರಿನ ಮ್ಯಾಲೂ, ಗುಡಿಯ ಮ್ಯಾಲೂ ಹಾರಿಸಬೇಕೆಂಬ ಹುಕಿ ಬಂದೇ ಬಿಡ್ತು. ಗುಡಿಗೋಪುರದ ಮ್ಯಾಗಿನ ಕೇಸರಿ ಧ್ವಜವ ಇಳಿಸಿ ಅಲ್ಲಿ ಕೆಂಪುಬಾವುಟ ಹಾರಿಸ್ಲೇ ಬೇಕೆಂಬ ಹುಳವು ತಲೆಯ ಹೊಕ್ಕಿತು.

ತಲೆ ಹೊಕ್ಕ ಹುಳ ಸುಮ್ಮನಿದ್ದೀತೆ?

ಶ್ರಾವಣ ಸೋಮವಾರ ಮಾಹೇಸ್ವರ ಸ್ವಾಮಿಗೆ ಘನಪೂಜೆ ಮಾಡ್ಸಿ, ಎಡೆಯ ನೀಡದೆ ಬಾಯಾಗ ಒಂದು ಹನಿ ನೀರು ಹಾಕ್ದ ಲಿಂಗಾತ್ರು, ಬ್ರಾಂಬ್ರು, ಕುರುಬ್ರು, ಸೆಟ್ಟರ ಹೆಂಗ್ಸರು ತಲೆಗೆ ನೀರು ಹೊಯ್ಕಂಡು, ಮುಡಿಯಚಲ್ಲಾಡಿಕೊಂಡು ಒಂದೊಂದು ಹರಿವಾಣದಾಗೆ ಹಣ್ಣು ಕಾಯಿ, ಕರ್ಪೂರ, ಊದಬತ್ತಿ ಎಡೆ ಪದಾರ್ಥವೆಲ್ಲವ ಇಕ್ಕಿಕೊಂಡು, ಮ್ಯಾಲೊಂದು ನವಿಲಬಿಡಿಸಿರುವ ಬಟ್ಟೆಯ ಮುಚ್ಚಿಕೊಂಡು ಗುಡಿಯ ದಾರಿ ಹಿಡದ್ರು, 'ಅಕ್ಕಾ । ಆಯ್ತೇನೆ?' 'ತಂಗಿ ಬರ್ತೀಯೇನೇ?' ಅಂತ ಎಲ್ರೂ ಕೂಡಿಕೊಂಡು ಮಾಹೇಸ್ವರಸ್ವಾಮಿಯ ಗುಡಿತಾವ ಬಂದು ನೋಡ್ತಾರೆ! ಅಮಮಾऽऽ...,

ಗುಡಿಯ ಗೋಪುರದ ಮ್ಯಾಲೆ ಕೇಸರಿ ಬಾವುಟ ಇರೋ ಜಾಗದಲ್ಲಿ ಕಡುಗೋಲು – ತೆನಿಯ ಕೆಂಪುಬಾವುಟ– ಬಾನಿನಗಲ ಪಟ ಪಟ. ಹರಿವಾಣವ ದಬುಕ್ಕನೆ ಬಿಸಾಕಿದ ಹೆಂಗ್ಸರು ಅಲಲೋ ಕುಲಲೋ ಅಂತ ಕೂಗಹಾಕಿದ್ರು. 'ಏನಾತ್ರಲೇ ಇವ್ರಿಗೆ' ಅಂತ ಪಂಚೆಯ ಮ್ಯಾಕೆ ಅಡರಿಸಿ ಗಂಡಸರು ಗುಡಿತಾವ ಓಡೋಡಿ ಬಂದು ನೋಡುತಾರೆ! ಅಮಮಾऽऽ... ಅದೇ ಕೆಂಪು ಬಾವುಟ – ಬಾನಿನಗಲ ಪಟಪಟ. ಪಕ್ಕದೂರಿಗೆ ಹೊಂಟಿದ್ದ ಸೈಕಲ್ಲಿನ ಮ್ಯಾಲಿನ ಮಂದಿ, ಟ್ರ್ಯಾಕ್ಟರಿಯ ಮಂದಿಯೂ ಬಂದಿಳಿದು ನೋಡಿ ಲೊಚಗುಟ್ಟಿಕೊಂಡು ಹೋದರು. ಹೋಗುವಾಗೊಂದಿಷ್ಟು ಸುದ್ದಿಯ ಮೂಟೆಯನ್ನು ಹೇರಿಕೊಂಡು ಹೋದ್ರು. ದಾರೀಲಿ ಸಿಕ್ಕ ಸಿಕ್ಕ ಹಳ್ಳಿಗಳಲ್ಲಿ

ಒಂಚೂರು ಚೂರು ಇಳ್ಸಿಕೆಂತನೂ ಹೋದ್ರು. ಬೆಳಗು ಹೋಗಿ, ಮಧ್ಯಾಹ್ನವೂಸಾಗಿ, ಸಂಜೆ ಅನ್ನೋ ಹೊತ್ತಿಗೆ ಹಳ್ಳಿ ಹಳ್ಳಿಗಳಿಂದ ಬಂಡಿಗಳೂ, ಜನವು ಬಂದು ಗುಡಿಯ ಮುತ್ತಿಕೆಂಡಿತು. ಮಂದಿಯ ನೋಡಿದ ಅಂದಾನಿ.. 'ಆ ಸೂಳೆಮಕ್ಳುದೇ ಕೆಲ್ಸ... ನಡಿಸ್ರಲೇ...' ಅಂತ ಗುಡುಗಿದ. ರೊಚ್ಚಿನಿಂದ ಕುದಿಯುತ್ತಿದ್ದ ಜನ ಕೈಗೆ ಸಿಕ್ಕ ದೊಣ್ಣೆ-ಪಣ್ಣೆ, ಬಂಡಿಗಳಲ್ಲಿದ್ದ ಕಣಗೆ, ಗುಡಿಯಾಗಿದ್ದ ನಂದಿಕೋಲು, ಚಾಮರ, ತ್ರಿಶೂಲ, ಖಡ್ಗಗಳನ್ನ ಹಿಡಕಂಡು ದಾವಣ್ಗೇರಿ ರಸ್ತ್ಯಾಗೆ ಬಂದು ಆ ಬ್ಯಾಡ್ರ ಹುಡ್ರಿಗಾಗಿ ಕಾದು ಕೂತರು.

ಸಂಜೆಯಮಿಲ್ಲಿನ ಕೆಲಸಮುಗಿಸಿ ಲಾಲ್ ಸಲಾಂ ಹೇಳಿ ಸೈಕಲ್ಲ ಮ್ಯಾಲೆ ಬಂದ ಬ್ಯಾಡ್ರ ಹುಡ್ರ ಮ್ಯಾಲೆ ಮುಗಿ ಬಿದ್ದ ಮಂದಿ ಹಿಗ್ಗಾ ಮುಗ್ಗಾ ಚಚ್ಚಿ ಹಾಕ್ತು, ತಲೆನೀರು ಹರ್ದು ಹೊರಚಲ್ಲುವಂಗೆ ಬಡಿದ ಮಂದಿ ರಾಮಚಂದ್ರನನ್ನ ದರದರಾಂತ ಎಳಕಂಬಂದು ಪಂಚಾತಿ ಕಟ್ಟೆಯ ಬೇವಿನ ಮರಕ್ಕೆ ಕಟ್ಟಿಹಾಕಿ ಮತ್ತೂ ಥಳಿಸಿತು. ಅಂದಾನಿಯು 'ಭೋದೀಮಗನೇ... ಏನು ಎತ್ತ' ಅಂತಂದ್ರೆ, ಅಷ್ಟೆ ಸಮಾಧಾನವಾಗಿ ರಾಮಚಂದ್ರ 'ಹೌದು ನಾವೆ ಕಟ್ಟಿದ್ದು. ಗುಡಿ ಎಲ್ರಿಗೂ ಸೇರಿದ್ದು ಅದ್ಕೆ ಆ ಬಾವುಟ ಕಟ್ಟೇವಿ. ದೇವ್ರ ಪಲ್ಲಕ್ಕಿ ಹೋರೋರು, ತಪ್ಡೆ ಬಡಿಯೋರು, ದೀವಟಿಗೆ ಹಿಡಿಯೋರು ತೇರಿನ ಗಾಲಿ ದಬ್ಬೋರು ನಾವು. ಕುಂತು ಅರಾಮಿರೋರು ನೀವು... ಇನ್‌ಮ್ಯಾಕೆ ನಾವು ದೀವಟಿಗೆ ಹಿಡಿಯೊಲ್ಲ, ತಪ್ಡೆ ಬಡಿಯೊಲ್ಲ, ಪಲ್ಲಕ್ಕಿ ಹೋರಲ್ಲ... ತೇರಿನ ಗಾಲಿಗಳ್ನ ದಬ್ಬೋಲ್ಲಾ..., ಅದೇನ್ ಮಾಡ್ಕೊಂತಿರ ಮಾಡ್ರಿ...'. ಕೆಂಪು ಧ್ವಜ ಅವನ ನಾಲಿಗೆ ಮೇಲೆ ಕೂತು ಮಾತಾಡೇ ಆಡಿಸ್ತು, ಅವ್ನು ಆಡೇ ಆಡಿದ. ಜನ ಮೇಲೆ ಮೇಲೆ ಲಾತಾ ಕೊಟ್ರು. ಯಾವೋನೋ ಒಬ್ಬ ಬೆಲ್ಲವ ಕದಡಿದ ನೀರ ತಂದು ಅವನ ಮೈಮ್ಯಾಲೆ ಸುರ್ದ. ಇನ್ಯಾರೋ ಕೆಲವ್ರು ಗುಡಿಗೋಗಿ ಗೋಪುರದ ಮ್ಯಾಲಿನ ಬಾವುಟವ ಬಿಚ್ಚಿ ತಂದ್ರು. ರಾಮಚಂದ್ರನ ಎದ್ರಿಗೇನೆ ಅದಕ್ಕೆ ಬೆಂಕಿ ಹಾಕಿ ಸುಟ್ಟರು. 'ಲೇ ರಾತ್ರೆಲ್ಲ ಇವ್ನು ಇಂಗೇ ಇರ್ಲಿ... ಯಾವನಾರ ಬಿಚ್ಚಿದ್ರೆ ಉಸಾರ್...' ಅಂದು ಅಂದಾನಿ ಹೊಂಟೋದ. ಮಂದಿಯು ಕರಗಿತು. ರಾತ್ರಿಯೆಲ್ಲಾ ಸಿಹಿಯ ಆಸೆಗೆ ರಾಮಚಂದ್ರನ ಮೈಮೇಲೆ ಅಡರಿದ ಗೊದ್ದಗಳು ಅವನನ್ನ ಕಚ್ಚಿ ಕಚ್ಚಿ ಹಾಕಿದವು. ಬೆಳಗಾಗೋದ್ರಾಗೆ ರಾಮಚಂದ್ರ ಸತ್ತೆ ಹೋಗಿದ್ದ. ಪೋಲಿಸರು ಅಂದಾನಿನೂ ಇನ್ನೊಂದು ನಾಕು ಜನಾನು ದಾವಣ್ಗೇರಿಗೆ ಕರ್ಕಂಡು ಹೋದ್ರು – ಅಂಗೇ ಸಂಜೆಕೆ ಬಿಟ್ರು. ರಾಮಚಂದ್ರನ ಎಲ್ಡು ತಿಂಗಳ ಹಸಗೂಸನ್ನ ತೊಡಿಮ್ಯಾಲೆ ಮಲಗಿಸಿಕೊಂಡು ಹೆಂಡ್ತಿ ನೀಲವ್ವ ಕಣ್ಣೀರು ಹಾಕೇ ಹಾಕಿದ್ಲು.

ಆಮೇಲೇನು?

ಕಾನುಕೋಡಿನ ಸುತ್ತಲ ಹಳ್ಳಿಯ ಮಂದಿಯಲ್ಲಿ ಈ ಪ್ರಶ್ನೆ ಭೂತಾಕಾರವಾಗಿ ಬೆಳೆದು ನಿಂತು. ಬಸ್ನಳ್ಳಿಯಿಂದ ಬಂದ ಕಲ್ಲೇಸಿ, ಸಿದ್ದವೀರ, ಈರಭದ್ರ 'ರಾಮಚಂದ್ರನ್ನ ಸಾಯಂಗೆ ಹೊಡಿಬಾರ್ದಿತ್ತು' ಎಂದು ಅಂದಾನಿಗೆ ಹೇಳಿಯೂ ಹೇಳಿದ್ರು... ತಾನೇ ಮುಂದ್ಹೋಗಿ ಬ್ಯಾಡ್ರ, ಮಾದ್ರ ಹುಡ್ರುತಾವ್ಲೂ ಕರಿಯಜ್ಜ, ಕೆಂಚಜ್ಜಂತಾವ್ಲೊ ಮಾತಾಡಿ

ಬಂದ. ಅವ್ರದೊಂದೆ ವರಾತ. 'ನಾವ್‌ತೇರಿಗೆ ಬರಲ್ಲ...' ಅಂಬೋದೆ.

'ನಮ್ ದೇವ್ರನ್ನ ನಾವೆ ಹೊತ್ರೆ, ತಪ್ಡೆ ಬಡುದ್ರೆ, ಪಲ್ಲಕ್ಕಿ ಹೊತ್ರೆ, ನಡೆಮಡಿ ಹಾಸಿದ್ರೆ, ನಮ್ಗೇನು ನಾಚಿಕೇನ್ರೋ, ನಾವ್ ಆ ಕೆಲಸ ಮಾಡಾನ... ತೇರ್ನ ನಾವೇ ದಬ್ಬಾನಾಂತ.' ಮಹಂತಯ್ಯ ಅಂದ. ಜನ ಹೌದೌದು ಅಂದ್ರು, ಇನ್ಯಾರೋ 'ಆಸೂಳೇಮಕ್ಳು ಬೆನ್ನುಕೊಟ್ಟು, ಕೈ ಇಟ್ಟು ಮುಟ್ಟಿದ ತೇರ್ನ ನಾವ್ಯಂಗ್ರೋ ಮುಟ್ಟದು... ಆಗಲ್ಲಾ' ಅಂತ ಅಂದ. 'ಹೌದಲ್ರೊ... ಸರಿಮಾತು...' ಅಂತ ಇನ್ಯಾರೋ ಅಂದ್ರು. 'ತೇರು ಹೆಂಗಿದ್ರು ಹಳೇದಾಗೇತಿ..., ಹೊಸ್ತು ಮಾಡ್ರಿ..., ಎಲ್ಲೂ ಕೆಲಸ ಆಂಗೆ ಆಕತಿ...' ಅಂತ ಮಾದೇಕಟ್ಟೆ ಶಾನಭೋಗ್ರಂದ ಮಾತಿಗೆ ಅಂದಾನಿಯು ತಲೆಯ ತೂಗಿ ಸಿರಸಿ ಕಡೆಯ ಆಚಾರ್‍ರುಗಳ್ನ ಕರೆಸಿ ಹೊಸ ತೇರಿನ ವಿಚಾರವ ಅವ್ರ ಮುಂದೆ ಇಟ್ಟ. ಅವರೋ ಆರು ತಿಂಗಳಿನೊಪ್ಪತ್ತಿನಾಗೆ ತೇರ್ನ ಕೆತ್ತಿ ನಿಲ್ಸೋದಾಗಿ ಭರೋಸೆ ಕೊಟ್ಟನಾದರೂ 'ಈ ಬಾರಿ ಕೆತ್ತೋ ತೇರು ನಮ್ಮ ಮಾರಿಕಾಂಬೆ ತೇರಿದ್ದಂಗೆ ಇರ್ಬೇಕು...' ಅಂತ ಅಂದುದಲ್ದೆ ಈ ತೇರ್ನ ಕೆತ್ತಾಕೆ ಒಳ್ಳೆ ಜಾತಿ ಮರವೆ ಬೇಕೂಂತ್ಲು' ಅಂದ. 'ಏ ಆಚಾರಿ ನಿಮ್ಮ ಮಾರವ್ವನ ತೇರು ಅದ್ಯಂಗೈತೋ ಏನೋ..., ಯಾರ್ ಕಂಡುದಾರೆ..., ಕಂಡೀರೋನು ನೀನು, ಅಂಗೇ ಮಾಡು... ಜಾತಿ ಮರವೆಂದ್ರೆ ನಾವಾದ್ರು ಎಲ್ಲಿಂದ ತರಾನ... ನಮ್ಮ ಮಂದಿ ಹೊಲದಾಗ ಬೆಳದಿರೋ ಮರಗಳಿವೆ... ಅವ್ನೆ ಕಡ್ದು ಹಾಕ್ತಾರೆ... ಅದ್ರಾಗೆ ಮಾಡು' ಅಂತ ಅಂದ. 'ಇಲ್ಲ ಇಲ್ಲಾ ನಾ ಮಾಡೋದು ಅಂತಿಂಥ ತೇರಲ್ಲ... ಗಡ್ಡೆ ತೇರು, ಗಾಲಿಗಳು, ಪಂಚಾಂಗ ಮ್ಯಾಗೆ ಚಿತ್ತಾರಕ್ಕೆ ಒಳ್ಳೆ ಮರವೇ ಬೇಕೂ...' ಅಂತ ಹಠ ಹಿಡ್ದನಾದ್ರೂ ಮಂದಿಯೂ ಆಗದೆಂದ್ರು.

ಒಂದು ವಾರದೊತ್ತಿನಾಗೆ 'ನಂದೂ ಭಕ್ತಿ, ಇವನ್ದು ಭಕ್ತಿ... ಅಂತ ಹೊಲದಾಗ್ಳ ಮರಗಳ್ಳ, ಕಾಡಿನಾಗಿನ ಮರಗಳ್ನ, ರಸ್ತೆಯಾಗಿ ನಿಂತಿರೋ ಮರಗಳ್ನ ಜನ ಕಡ್ದು ಉರಳಿಸಿ, ಒಳ್ಳೆ ನೀಟಾದ ಮರಗಳ್ಳ ತಾವು ಇಕ್ಕೆಂಡು, ಸೊಟ್ಟಪಟ್ಟ ಇದ್ದ, ಗಂಟು ಪಂಟು ಇದ್ದ, ಒಳಗೇ ಕೊಳೆತು ಹೋದ ಮರಗಳ್ನ ಭಕ್ತಿ ಸಮರ್ಪಣೇಂತ ಕಾನುಕೋಡಿನ ಗುಡಿ ಮುಂದೆ ಹಾಕಿ ಹಾಕಿ ಹೋದ್ರು. ನೋಡು ನೋಡುತ್ತಿದ್ದಂಗೆ ದೊಡ್ಡ ಗುಡ್ಡವೇ ಬಿತ್ತು.

ತಿಂಗ್ಳು ಕಳದಮ್ಯಾಲೆ ಆಚಾರಿ ಮಲೆನಾಡ್ನ ಹಲವಾರು ಕೆತ್ನೆ ಮಾಡೋರ್ನ ಕರ್ಕಂಬಂದು ಗುಡಿತಾಗಿನ ಮರ್ದ ರಾಶಿ ನೋಡಿ ಸುಸ್ತಾದ. 'ಈ ಮರ ಹಸಿ ಐತಿ. ಕಾಡು ಜಾತಿ ಮರ, ತೇರು ಭಾರ ಆಕತಿ, ಕೆತ್ನೆ ಚಂದ್ವಾಗಿ ಬರಲ್ಲ' ಅಂತ ಏನೇನೋ ಅಂದ. ಆದ್ರೆ ಅಂದಾನಿಯಪ್ಪ ಮಾತ್ರ 'ಅದ್ಯಂಗೆ ಬರ್ತದೋ ಅಂಗೆ ಮಾಡೋ ಮಾರಾಯ, ನಿನಗೆ ತಿಳ್ದಂಗೆ ಕೆತ್ತು...' ಅಂದು ಅವ್ರಿಗೆ ಉಳಿಲಿಕ್ಕೆ ಹಳೆ ತೇರಿನ ಮನೇನ, ಉಂಬಾಕೆ ಅಕ್ಕಿ ಬ್ಯಾಳೇನೂ ಕಳ್ಸಿದ.

ಎರಡು ತಿಂಗಳೊಪ್ಪತ್ತು ಆಚಾರಿ, ಅವನ ಬಳಗ ಗಂಟು ಮರಮು ಮುಕ್ಳಾಗೆ ನೀರು ಇಳಿಯಾಂಗೆ ಕೆತ್ತೇ ಕೆತ್ತಿದ್ರು. ಒಂದು ಗಾಲಿ, ಎರಡು, ಮೂರು... ಹಿಂಗೆ ಒಂದೊಂದೆ ರೂಪು ಮೂಡ್ತಾ ಮೂಡ್ತಾ ಹೋದಂಗೆ ಮಂದಿ ಬಂದು ಬಂದು

ನೋಡಿ, 'ಭಲೆ ಭಲೇ' ಅನ್ನೋರು... ತಲಿಗೆ ತಿಳ್ದಂಗೆ ಮಾತಾಡೋರು. ಆಚಾರಿ ಮಾತು ಕಳಕೊಂಡವನಂಗೆ ಸುಮ್ನೆ ತಲೆಯ ತಗ್ಗಿಸಿ, ಹಗ್ಲೂ ರಾತ್ರಿ ಕೈಯಿಗಳು ದಡ್ಡು ಬಿದ್ದು ಹೋದ್ರೂ ಲೆಕ್ಕಕ್ಕೆ ತಗಲ್ದೇನೆ ಕೆತ್ತೇ ಕೆತ್ತಿದ. ಕಾನುಕೋಡಿನ ತೇರು ಜಾತ್ರಿ ಇನ್ನೊಂದು ವಾರ ಇದೆ ಅನ್ನೋ ಹೊತ್ತಿಗೆ ಮುಗಿಲುದ್ದ ತಲೆ ಎತ್ತಿ ನಿಂತಿತು. ಅಂದಾನಿಯೂ, ಮಹಂತಯ್ಯನ ಮುಖದಾಗೆ ಕಿರುನಗೆ ಮೂಡಿತು.

'ಬಸನಳ್ಳಿಯಿಂದ ಬರಬೇಕಾದ ಬಂಡಿಗಳು ಬಂದ್ವು, ಹುಡ್ರುಗಳು ಬಂಡಿನ ಇಳಿತಾ ಅದಾರೆ. ಅವು ಬಂದ ಕೂಟ್ಲೆ ಪೂಜೆ ಮುಗಿಸಿ ತೇರು ಎಳಸಿ ಬಿಡಾದೆಯೋ...' ಅಂತ ಮಹಂತಯ್ಯ ಹೊಸ ತೇರಿನ ಮುಂದೆ ನಿಂತ ಮಂದಿಗೆ ಹೇಳಿ ಇನ್ನೇನೋ ಕೆಲಸಕ್ಕೆಂದು ಓಟಕಿತ್ತ. ನೆರದಿದ್ದ ಮಂದಿಯು ಬಸನಳ್ಳಿಯ ಹಾದಿ ಕಡೆ ನೋಡ್ತಾ ನಿಂತ್ರು.

'ಹೌದೌದು, ಗಾಡಿಗಳು ಬಂದ್ವು...' ಅಂದ್ಕಂತ ಸಣ್ಣ ಸಣ್ಣ ಹುಡ್ರು, ದೊಡ್ಡೋರು ಗಾಡಿಗಳ್ತಾವ ಓಡಿ ಹೋದ್ರು. ಕಮಾನು ಬಂಡಿಗೆ ಬಾಳೆಕಂಬ, ಮಾವಿನಸೊಪ್ಪು ಕಟ್ಟಿ, ಎತ್ತುಗಳ್ಗೆ ಜೂಲು ಕೊಂಬೆಣಸು... ಕೊಂಬುಗಳಿಗೆ ಕಟ್ಟಿದ ಬಣ್ಣ ಬಣ್ಣದ ಟೇಪು. ಬಂಡಿಯ ಮ್ಯಾಗೆ ಗಾಳಿಯಲ್ಲಿ ಹಾರಾಡುವಂತೆ ಕಟ್ಟಿದ ಪೀಪೀಗಳು. ಬಂಡಿಯಿಂದ ಇಳಿದ ಕಲ್ಲೇಸಿ, ಸಿದ್ದವೀರ, ಬಸ್ಯನನ್ನು ನೋಡಿದ ಮಂದಿ 'ಈ ಕಲ್ಲೇಸಿದು ಯಾವಗ್ಲೂ ಒಂದು ಸಿಸ್ತು...' ಅಂತ ಮೆಚ್ಚಿಕೆಯಿಂದ್ಲೆ ನುಡುದ್ರು.

ಕಾನುಕೋಡು ಜಾತ್ರಿಯಲ್ಲಿ ಸೇರಿದ್ದ ಅರ್ಧಕ್ಕರ್ಧ ಮಂದಿಗೆ ಬಸನಳ್ಳಿಯ ಕಲ್ಲೇಸಿಯೆಂದರೆ ಏನೋ ಒಂದು ಬಗೆಯ ಪ್ರೀತಿ. ಜಾತ್ರೆಗೆ ಕಲ್ಲೇಸಿ ಅದಾನಂದ್ರೆ ಎಲ್ರುಗೂ ಏನೋ ಒಂದು ಥರ ಧೈರ್ಯ. ಏನಾದ್ರು ಜಗ್ಳ ಆದ್ರೆ, ಏನಾದ್ರೂ ಕೆಲ್ಸ ಅಗಬೇಕೆಂದರೆ – ಕಲ್ಲೇಸಿ ಮುಂದು ನಿಂತು ಮಾಡ್ತಿದ್ದ. ಜಾತ್ರಿ ನಿಂತು ಹೊಕ್ಕತಿ ಅಂತ ಗೊತ್ತಾದಾಗ ಅಂದಾನಿಂಪ್ಪಂತಕ್ಕೆ ಬಂದು ಜಗ್ಳ ಆಡಿದ್ದ... ತಾನೇ ಬ್ಯಾದ್ರ ಹುಡ್ರುತಾವ, ರಾಮಚಂದ್ರತಾವ ಹೋಗಿ 'ನೀವಲ್ದೆ ಯಾರಪಾ ತೇರು ಎಳಿತಾರೆ..., ಅದು ದೇವ್ರು ಅಲ್ಲಾ? ಬರ್ರಿ ಏನೋ ಆತು ಓತು...' ಅಂತ ರಾಜಿ ಮಾತ್ನೂ ಅವ್ನೆ ಆಡಿದ್ದಾನೆ. ಆ ಹುಡ್ರು ಸಿಡ್ರು, ಬುಡ್ರು ಅಂದಾಗ 'ಆಯ್ತು ಬಿಡ್ರಪ್ಪಾ... ನಿಮ್ಗೆ ಬಿಡ್ತು ಅಂದ್ರೆ ನಮ್ಗೆ ಬಿಡ್ತದಾ? ಜಾತ್ರಿಗಾದ್ರೂ ಬರ್ರಿ... ನಾವೇ ಎಳೀತಿವಿ...' ಅಂತ ಅಂದು ಬಂದಿದ್ದ. ಅಲ್ಲಿಂದ ಅಂದಾನಿಯಪ್ಪನ ಹತ್ರಾನೂ, ಮಹಂತಯ್ಯನತಾವೂ ಹೋಗಿ ತೇರು ಎಳೆವವರ ಒಂದು ದಂಡಿನ ಪಟ್ಟಿನೇ ಕೊಟ್ಟಿದ್ದ. 'ಇಂತಿಂಥ ಊರಿಂದ ಇಂತಿಂಥ... ಹುಡ್ರು...' ಅಂತ ಹೆಸ್ರು ಕೂಡ ಬರ್ಸಿ ಬಂದುದ್ದಲ್ದೆ ಆ ಹದಿಮೂರು ಹಳ್ಳಿಗೂ ಹೋಗಿ ಈ ಸುದ್ದಿ ಮುಟ್ಟಿಸಿ 'ಲೇ ಸರಿಯಾಗಿ ತಾಕತ್ತು ತಗಳ್ರಿ..., ಮತ್ತೆ... ನಾವು ಸುಮಾರಾಗಬಾರ್ದು ನೋಡ್ರಿ...' ಎಂದು ಬಂದಿದ್ದ. ಆವತ್ಲಿಂದಾನೆ ಈ ಹದಿಮೂರು ಹಳ್ಳಿ ಹುಡ್ರು ಕಲ್ಲುಸಕ್ರೆ, ಉತ್ತತ್ತಿ.., ತುಪ್ಪ, ಮೆಯ್ಯಾಕೆ ಹತ್ತಿದ್ರು.

ಬಂಡಿಯಿಂದ ಇಳ್ದ ಕಲ್ಲೇಸಿ ತನ್ನ ಅಪ್ಪ ಅವ್ವಗಳತಾವ ಹೋಗಿ 'ಬಂಡಿ ಬಿಟ್ಟು ಕೆಳಗಿಳಿಬ್ಯಾಡಿ, ಇಲ್ಲಿಂದ್ಲೆ ತೇರು ಹರಿಯೋದ್ನ ನೋಡ್ರಿ... ಏನಾಕತೋ ಏನೋ

ಹೇಳಾಕೆ ಬರಲ್ಲಾ...' ಅಂತ ಅಂದವನೆ ತನ್ನ ತಮ್ಮನಿಗೆ 'ಅಂಗೇನಾರ ಹೆಚ್ಚು ಕಮ್ಮಿ ಗದ್ಲ ಗಿದ್ಲ ಆದ್ರೆ... ಅಪ್ಪ ಅವ್ವನ್ನ ಕುಂದ್ರಿಸ್ಕೆಂಡು ನೀನು ಹೋಗ್ಬಿಡು..., ನನ್ನ ಚಿಂತಿ ಬ್ಯಾಡ...' ಅಂತಂದವನೆ ಸಿದ್ದವೀರ, ಬಸ್ಯರನ್ನು ಕೂಡಿಕೊಂಡು ತೇರಿನ ಹತ್ರಕ್ಕೆ ಬಂದ. ಅವ್ರು ಬರೋಕು... ಪಲ್ಲಕ್ಕಿ ಮ್ಯಾಲಿಂದ ಸ್ವಾಮಿ ದಯಾಮಾಡಿಸೋಕು ಸರಿಹೋತು. ಪಲ್ಲಕ್ಕಿಯನ್ನು ಸಿದ್ದಳ್ಳಿ ಹುಡ್ರು ಹೊತ್ಕಂಡಿದ್ರು. ಮುಂದೆ ಮಾದೆಕಟ್ಟೆ ಹುಡ್ರು ದೀವಟಿಗೆ ಹಿಡ್ಕಂಡಿದ್ರು, ಶಿವನಳ್ಳಿಯ ಹುಡ್ರು ಕರಡಿ ಮಜಲು ಬಡ್ಕಂತ, ನಂದೀಕೋಲು ಕುಣಿಸ್ಕಂತ ಮಾಹೇಸ್ವರಸ್ವಾಮಿ ಬೆಳ್ಳಿ ಮೂರ್ತಿಯ ಮೆರೋಣಿಗೇಲಿ ತಂದ್ರು. ಕಲ್ಲೇಸಿ ಸಮಾಧಾನದ ನಿಟ್ಟುಸಿರು ಬಿಟ್ಟ. 'ಆ ಬ್ಯಾಡ್ರ ಹುಡ್ರು... ಇದ್ನೆಲ್ಲಾ ಮಾಡಲ್ಲಾ ಅಂದ್ರೂ... ಜಾತ್ರಿ ಸರಿಯಾಗಿ ನಡೆತಾ ಐತಲ್ಲಾ...' ಅಂದುಕೊಂಡು ತೇರೊಂದು ಹದ್ದು ನೆಲೆ ನಿಂತ್ರೆ... ಸಾಕಪ್ಪಾಂತ ಅಂದುಕೊಂಡ.

ಕಲ್ಲೇಸಿ ಜೊತೆಗೆ ಬಂದಿದ್ದ ಸಿದ್ದವೀರ, ಬಸ್ಯನೂ ಹಂಗೆ ಉಳಿದ ಹದಿಮೂರು ಹಳ್ಳಿಯಿಂದ ಬಂದಿದ್ದ ಕೋರಾ ಹುಡ್ರು ತೇರನ್ನೂ, ತೇರಿನ ಘನಗಾಲಿಗಳ್ನು... ಅದರ ಗಡ್ಡೆಯನ್ನು ನೋಡ್ತಾ... ನೋಡ್ತಾ... ನಿಂತ್ರು. ಅವ್ರಿಗೆ ಯಾವ್ದೋ ಸಣ್ಣ ಗುಡ್ಡದ ಮುಂದೆ ನಿಂತ ಅನುಭವ, ಭಯ. 'ಈ ಆಚಾರಿ ಇಂಥಾ ತೇರ್ನ ಯಾಕಲೇ ಮಾಡ್ದಾ? ಮೊದ್ಲಿತ್ತಲ್ಲಾ ಅಂತದ್ನೆ ಮಾಡಾಕೇನಾಗಿತ್ತು.' ಅಂತ ಅವ್ರವ್ರೇ ಮಾತಾಡ್ಕೆಂಡ್ರು. ಯಾಕೋ ಎದೆಯಾಗೆ ಅಳುಕು. ಈ ತೇರು ನಮ್ಮ ಕೈ ಅಳವಲ್ಲಾಂತ ಅವಕ್ಕೇನಾರ ಅನ್ನಿಸ್ತೋ.. ಎಂಗೋ?

ನಿಜಕ್ಕೂ ಈ ತೇರು ಹಳೇ ತೇರಿಗಿಂತ ಗಾತ್ರದಲ್ಲಿ ದೊಡ್ಡೆ. ಹಿಂದಿದ್ದ ತೇರಿನ ನಾಕುಗಾಲಿಗಳಿಗೆ ಎರಡು ಮರದ ತುಂಡುಗಳ್ನ ಸೇರಿಸಿ ಅವುಗಳಿಗೆ ಅಡ್ಡಪಟ್ಟಿ ಹಾಕಿ, ಅದ್ರಮ್ಯಾಗೆ ಪಿರಮಿಡ್ಡಿನ ಥರ ಮರದ ತುಂಡುಗಳನ್ನ ಇಕ್ಕೆಂತ ಹೋಗೋರು. ಒಳಗೆಲ್ಲ ಟೊಳ್ಳು ಟೊಳ್ಳು.

ಗಾಲಿಗಳಾದ್ರೂ ಸಣ್ಣಾವೆಯಾ.., ಆದ್ರೆ ಈ ಸಿರಸಿಯ ಆಚಾರ್ರು ಮಾಡಿದ ತೇರು ಗಡ್ಡೆ ತೇರು. ಗಾಲಿಗಳ ಜೊತೆಯಲ್ಲೇ ಮರ್ದ ಚಿತ್ತಾರಗಳಿರೋ ಪಂಚಾಂಗ, ಅದೂ ಕಾಡುಜಾಲಿಯ, ಹಸೀಮರ್ದಿಂದ ಕಟ್ಟಿರೋದು. ನೋಡಿದ್ರೆ ಕರೆ ಹೆಬ್ಬಂಡೆಯನ್ನೋ, ಸಣ್ಣ ಕಲ್ಲು ಗುಡ್ಡೇನೋ ನೋಡ್ದಂಗೆ ಆಗಾದು. ಕೆತ್ತುವಾಗ್ಲೆ ಸುತ್ತು ಮುತ್ತ ಹಳ್ಳಿ ಮಂದಿ ನೋಡ್ಕೆಂದು ಹೋಗಾರು. ಸುತ್ತಲ ನಲವತ್ತಾರು ಫಾಸಲೆಯಲ್ಲಿ ಇಂಥಾ ತೇರೇ ಇಲ್ಲ ಎಂಬ ಖ್ಯಾತಿಯೂ ಇದಕ್ಕೆ ಬಂದಿತ್ತು. 'ಉಜ್ಜಿನಿ, ಕೊಟ್ಟೋರು, ನಾಯ್ಕನಟ್ಟಿ ತೇರಿನ ಸಮಕ್ಕೆ ಇದು ಬಂದ್ರೂ ಬಂದೀತು'- ಅಂತ್ಲು ಜನ ಮಾತಾಡ್ಕೆಳಾರು. ಇಂಥಾ ಘನವಾದ ತೇರ್ನ ನಾವ್ಯಂಗಪಾ ದಬ್ಬಾದಂತ ಮೊದ್ಲೆ ಅಳ್ಳಿದೆಯ ಹುಡ್ರು ತಂದ್ಕಂಡಿದ್ರು. 'ಈಸು ವರ್ಸ ಈ ಬ್ಯಾಡ್ರ... ಮಾದ್ರ ಹುಡ್ರು... ಎಂಗಲೇ ದಬ್ಕೆಂಡು ಬಂದ್ರು...' ಅಂತ ಆ ಹುಡ್ರು ಪಿಸ ಪಿಸಾಂತ ಆಡಿಕೆಂಡರು.

ತೇರ ಮೂರು ಸುತ್ತು ಸುತ್ತಿ ಮುಂದುಗಡೆ ನಿಂತ ಪಲ್ಲಕ್ಕಿಯಿಂದ ಸ್ವಾಮಿಯ ಮೂರುತಿನ ಮಹಂತಯ್ಯ ಅನಾಮತ್ತಾಗಿ ಎತ್ತಿಕೆಂಡು ತೇರಿನೊಳಗೆ ಪೀಠದಲ್ಲಿ

ಕುಂದ್ರಿಸಿದ. ನೀರು, ಪತ್ರೆ ಸುರ್ದ್ಯ, ಊದುಬತ್ತಿ ಹಚ್ಚಿ, ಕರ್ಪೂರ ಬೆಳಗಿ ಗಳಗಂಟೆ ಆಡಿಸ್ಕೆಂತಲೇ ತೇರಿನ ಬುಡಕ್ಕೆ ಇಣಿಕಿ ನೋಡ್ದ 'ತೇರ್ನ ದಬ್ಬೋ ಹುಡ್ರು ಇನ್ನು ಅಂಗೆ ಬಟ್ಟೆ ಹಾಕ್ಕೆಂಡೆ ನಿಂತುದಾವೆ?' ಮೊದ್ಲಾದ್ರೆ ಇಷ್ಟೊತ್ತಿಗೆ ಬ್ಯಾಡ್ರ, ಮಾದ್ರ ಹುಡ್ರು, ಕೈ ಪೈಗೆಲ್ಲ ಎಣ್ಣೆ ಮೆತ್ಕೊಂಡು ಅಖಾಡಕ್ಕೆ ನಿಂತೋವ್ರಂಗೆ ನಿಂತ್ಕಂಡು ನಾನು ಹೇಳೋದ್ನೆ ಕಾಯೋವು...' ಅಂತ ಅಂದ್ಕಂಡವ್ನೆ 'ಏ.! ಏನ್ರಪ್ಪಾ ಇನ್ನೂ ಅಂಗೇ ನಿಂತಿದಿರಿ, ಬಟ್ಟೆಪಟ್ಟೆ ತಗ್ದು ಗಾಲಿಗಳ್ನ ಪೂಜೆ ಮಾಡಿ ಇನ್ನ ಕೈ ಹಚ್ರಿ..' ಅಂತ ಅಂದು ಗಳಗಂಟೆಯನ್ನು ಗಣಗಣಾಂತ ಅನ್ನಿಸಾಕೆ ಹತ್ತಿದ.

ತೇರಿನ ಸುತ್ತ ನಿಂತ ಸಾವಿರಾರು ಜನ್ರೆದ್ರಿಗೆ ಬಟ್ಟೆ ಬಿಚ್ಚಾಕಿ ನಿಂದ್ರೋದೆಂಗೆಂಬ ಮುಜುಗರ ಬಂದ್ರು ಜನ 'ಏ.. ತೆಗಿರಿ...ತೆಗಿರಿ... ಹೊತ್ತು ಮುಳಾಗಕೆ ಬರ್ತಾ ಐತಿ...' ಅಂತ ಅವ್ರೆ ಮುಂದಾಗಿ ಅಂಗಿ ಪಂಚೆಯ ಕಳದ್ರು. ಬರೀ ಚಲ್ಲಣದಾಗೆ ನಿಂತಿದ್ದ ಮೂವತ್ತೆರಡ ಹುಡ್ರ ಮಂದಿ ನೋಡ್ಕೆಂತ ಯಾರ ಮೈಯಾಗ ಎಷ್ಟು ನೆಣ ಐತಿ... ಅಂಬೋದ್ನ ತೂಗಿ ನೋಡ್ತಾ ನೋಡ್ತಾ... 'ದಬ್ತಾವೆ ಪರ್ವಾಗಿಲ್ಲಾ' ಅಂತ ಅಂದ್ಕಂಡ್ರು. ಆ ಹುಡ್ರಾದ್ರೂ ಮೈಯಿ ಕೈಯಿಯ ಮುಚ್ಚಿಕೊಳ್ಳುವ ಆಟವಾಡ್ತ 'ಶಿವ.. ಶಿವಾ ನಮ್ಮೂರ ಹುಡ್ಗೇರು ಮಾತ್ರ ನೋಡ್ದಿರ್ಲಿ ದೇವ್ರೇ...' ಅಂತ ಅಂದ್ಕೊಳ್ಳಾವು.

ಸ್ವಾಮಿ ಪೂಜೆ ಮುಗಿಸಿದ ಮಹಂತಯ್ಯ ತೇರಿನಿಂದ ಕೆಳಗಿಳ್ದು ಬಂದು ಗಾಲಿಗಳಿಗೂ ತೀರ್ಥ ಪ್ರೋಕ್ಷಣೆಯ ಮಾಡ್ಕೆಂತ ಏನೇನೋ ಮಣ ಮಣಾಂತ ತುಟಿ ಅಲಿಗಿಸ್ಕೆಂತ ತೀರ್ಥ ಪ್ರಸಾದವ ಹುಡ್ರಿಗೆ ಕೊಟ್ಟು ಮತ್ತೆ ತೇರಡರಿ ಸ್ವಾಮಿಯ ಪ್ರತಿಮೆಯ ಪಕ್ಕದಲ್ಲಿ ಕುಂತು ಶಿವಧ್ವಜವ ಎತ್ತಿ ಹಿಡ್ದು 'ಜಯ ಜಯ ನಮಃ ಪಾರ್ವತಿ ಪತಿ ಹರ ಹರ ಮಾದೇವಽಽ' 'ಜಯ ಜಯ ಮಹೇಸ್ವರ ಸ್ವಾಮೀ ಮಾ ಪ್ರಭು...' ಅಂತ ಧ್ವಜವು ಗಾಳಿಯಲ್ಲಿ ತೇಲಾಡಿಸಿದ. ಧ್ವಜವು ಗಾಳಿಯಲ್ಲಾಡಿದ ಮೇಲೆ ಜನಗಳು ಗಾಲಿಗೆ ಬುಡದಲ್ಲಿ ನಿಂತು ಫಟ್ ಪಟ್ – ಅಂತ ಕಾಯಿಗಳ್ನ ಹೊಡೆಯ ತೊಡಗಿದ್ರು. ಚಣೊತ್ತಿಗೆ ಕಾಯಿಗಳ ಹೋಳುಗಳು ರಾಶಿಯೇ ಗಾಲಿಗಳ ಎಡಬಲದಾಗೆ. ಆಕಾಶದಾಗೆ ಬಾಳೆಹಣ್ಣು ಎಸೆದು ಕಳಸ ಮುಟ್ಟಿಸುವಾಟವು, ತೂರಬೆಲ್ಲ ಮೆಣಸನ್ನು ಚೆಲ್ಲುವಾಟವೂ ನಡೆಯಿತು.

ಕಾಯಿಗಳ ಹೋಳುಗಳರಾಶಿಯನ್ನು ಕಲ್ಲೇಸಿ ನೋಡ್ದ. ಆ ಕಾಯಿಗಳ ಮೇಲಿನ ಹಕ್ಕೇನಿದ್ರು ತೇರ್ನ ಗಾಲಿಗಳ ದೊಬ್ಬೋರ್ದು. ಹಿಂದಾದ್ರೆ ಮಾದ್ರ, ಬ್ಯಾಡ್ರ ಮನೆಯ ಹೆಂಗ್ಸ್ರು, ಮಕ್ಳು ಚೀಲ ತಕ್ಕಂಬಂದು ತುಂಬ್ಕೆಂಡು ಹೋಗೋರು... ಈಗ? ಕಲ್ಲೇಸಿ ಅಲ್ಲಿಂದ ಮಾದ್ರಕೇರಿಯ ಬ್ಯಾಡರ ಬೀದಿ ಕಡೆ ಹೊಳ್ಳಿ ನೋಡ್ದ. ಆ ಕೇರಿಯ ಹೆಂಗ್ಸರು ಈಗ್ಲೂ ಚೀಲ ಹಿಡ್ಕಂಡೆ – 'ಯಾರಾರ ಕರ್ದು ತುಂಬಿಕಳ್ರಿ...' ಅಂತ ಅಂದಾರೇನೋ ಅಂಬಂಗೆ ಆಸೆಗಣ್ಣಾಗಿದ್ರು, ಯಾವಾಗ ಕಲ್ಲೇಸಿ ಅವ್ರನ್ನ ನೋಡಿದ್ನೊ ಅವಕ್ಕೆ ಜೀವ ಬಂದಂಗಾತು. ಕಲ್ಲೇಸಿಯಾದ್ರೂ 'ಬರ್ರೆವ್ವಾ.., ತುಂಬ್ಕ್ಯಾ ಬರ್ರೀ...' ಅಂತ ಕೈ ಬೀಸಿ ಕರ್ದ. ಅವ್ರೋ... ಓಡೋಡಿ ಬಂದು ತೆಂಗಿನ ಹೋಳುಗಳನ್ನ ತುಂಬ್ಕೆಣಕೆ ಬಗ್ಗಿದ್ವು, ತೇರಿನ ಮ್ಯಾಲೆ ಕುಂತಿದ್ದ ಮಹಂತಯ್ಯ 'ಏ ಹೋಗ್ರೇ ಅತ್ಲಾಗೆ..., ತೇರು

ದಬ್ಬೋದು ಬ್ಯಾಡ ಅಂದೋರ್ಗೆ... ತೆಂಗಿನಕಾಯಿ ಯಾಕಂತೆ..., ದಬ್ರಲೇ ಅವ್ರನ್ನ...' ಅಂತ ಆದ್ದರಿಸಿದ. ಕಲ್ಲೇಸಿಯಾದರೋ 'ಹೋಗ್ಲಿ ಬಿಡ್ರಿ ಐನೋರೆ... ಆವ್ನಯಾರರ ತಗಂಡ ಏನ್ ಮಾಡ್ತಾರೆ... ನಾಯಿ, ನರಿ ಪಾಲಾಗ್ತವೆ...' ಅಂತ ಅಂದ 'ನಾಯರ ತಿನ್ಲಿ... ನರಿಯರ ತಿನ್ಲಿ... ಕಾಗೆರ ತಿನ್ಲಿ... ಇವ್ರು ಮಾತ್ರ ಮುಟ್ಲೆಬಾರ್ದು...' ಅಂದ. ಕಲ್ಲೇಸಿ ಮಹಂತಯ್ಯನ ಮಾತ್ನ ಕೇರ್ ಮಾಡ್ದಂಗೆ 'ತುಂಬಿಕೆಳ್ರವ್ವಾ...' ಅಂದ. ಅವು ಬ್ಯಾಗ ಬ್ಯಾಗನೆ ತುಂಬಿಕೊಂಡು ಚೀಲವ ಹೆಗ್ಲಿಗೇರಿಸಿಕೊಂಡು ನಡೆದವು. ದೂರದ ಮಂಟಪದಾಗೆ ಕುಂತಿದ್ದ ಅಂದಾನಿಯೂ ಅವನ ಅಕ್ಕಪಕ್ಕ ಖಡ್ಗ ತ್ರಿಶೂಲ ಹಿಡ್ಕಂಡ ನಿಂತಿದ್ದ ಲೂದಿಯೂ, ಅಂಗಾಡಿಯೂ ಕಲ್ಲೇಸಿನೇ ನೋಡಿದ್ರು. ಹಿಂಗೆ ತೇರಿನ ಗಾಲಿಗೆ ಹೊಡ್ದ ಕಾಯಿಗಳ ಹೋಳನ್ನ ತೇರು ದಬ್ಬೋರೇ ತಗಂಬೇಕೆಂಬುದು ಕಾನುಕೋಡಿನ ಜಾತ್ರಿಯ ನಿಯಮವೇ ಆಗಿತ್ತು. ಕಲ್ಲೇಸಿ ಆ ಅರ್ಥದಲ್ಲಿ 'ತನ್ನ ಹಕ್ಕನ್ನ ಚಲಾಯ್ಸಿದ ಬಿಡು' ಅಂತ ಅವರ ಗೆಣಕಾರ್ರು ಅಂದುಕೊಂಡ್ವು.

ಕಾಯಿ ಒಡೆಯೋದು, ತೂರಬೆಲ್ಲ ಎಸ್ಯೋದು ನಿಂತಮ್ಯಾಕೆ ತೇರ್ನ ಮುಂದ್ಕೆ ದಬ್ಬೋದು ವಾಡಿಕೆಯಾದ್ರಿಂದ ಮಂದಿಯೆಲ್ಲಾ ಉಸ್ರು ಬಿಗಿ ಹಿಡ್ಕಂಡು ನಿಂತ್ಕಂಡ್ರು. ಸದ್ದಿನ ಮಹಾಮನೆಯಾಗಿದ್ದ ತೇರಿನ ಬಯಲೀಗ ಮೌನದ ಆಲಯವಾದಂಗಾತು. ಸಿರಿಸಿಯ ಆಚಾರಿಯೂ ಅವನ ಬಳಗವೂ 'ತಾವು ಕೆತ್ತಿ ನಿಲ್ಲಿಸಿದ ತೇರು ಇನ್ನೇನು ಅಂಬೆಗಾಲಿಕ್ಕಲಿದೆಯೆಂಬ' ಆತುರ ಕಣ್ಣಳಾಗಿ ತೇರ್ನೇ ನೋಡ್ತಾ ನಿಂತವು. ಬಂಡಿಗಳಲ್ಲಿ, ಮರದ ಕೊಂಬೆಗಳಲ್ಲಿ ಕುಂತಿದ್ದವ್ರು ಹಾಗೇ ಬಾಯಿ ತೆರ್ಕಂಡು ನೋಡ್ತಾ ಕುಂತ್ರು. ತೇರ್ನ ದಬ್ಬೋಕೆ ನಿಂತ ಹುಡ್ರ ಅಪ್ಪ ಅವ್ವಗಳಂತೂ ಕಣ್‌ಮುಚ್ಕೆಂಡು ದೇವ್ರನ್ನ ಪ್ರಾರ್ಥಿಸ್ತಿದ್ವು. ಕಾನುಕೋಡಿನ ಈಸು ವರ್ಸದ ಜಾತ್ರೆಯಲ್ಲಿ ತೇರು ದಬ್ಬುವ ಕ್ರಿಯೆಯೇ ಕೆಂದ್ರವಾದದ್ದು ಇದೇ ಮೊದ್ಲ ಬಾರಿ ಇದ್ದಿರಬಹುದೇನೋ – ಎಂತೋ?

'ಊಂ..., ಹೋಗ್ಲಿ...ಹೋಗ್ಲಿ... ಕೈ ಹಾಕ್ರಿ ಜಯ್ ನಮಃ ಪಾರ್ವತಿ ಪರಮೇಸ್ವರ ಮಾ ಪ್ರಭು...' ಅಂತ ಮಹಂತಯ್ಯ ಧ್ವಜವನ್ನ ಬೀಸುತಿದ್ದಂಗೆ ಜನವೆಲ್ಲವೂ ಜಯಕಾರ ಹಾಕಿತು. ತೇರಿನ ಗಾಲಿಗೆ ಹೆಗ್ಲು, ಕೈ ಕೊಟ್ಟ ಕಲ್ಲೇಸಿ ಮೊದಲಾದ ಹುಡ್ರೂ ಜೈಕಾರ ಹಾಕ್ತ – ಗಾಲಿಗಳ ದಬ್ಬಿದರು. ಘನಗಾಲಿಗೊಂದೊಂದರಂತೆ ಎಂಟೆಂಟು ಹುಡ್ರು ತಮ್ಮ ಕಸುವನೆಲ್ಲಾ ಹಾಕಿ ಕಾಲನ್ನು ಮಿಟಿ ದಬ್ಬೇ ದಬ್ಬಿದ್ರು. ಉಹುಂ..., ಗಾಲಿಗಳಿರಲಿ, ತೇರಿನ ಕೀಲೂ ಅಲ್ಲಾಡಲಿಲ್ಲ! 'ದಬ್ರಿ...ದಬ್ರೀ...ದಬ್ರೀss. ಸೆಡವ್ವಾಗಿ ದಬ್ರಿ...' ಅಂತ ಸುತ್ತ ನಿಂತ ಲೂದಿಯ ಕನ್ನಡಕವೇರಿಸಿದ ಮಂದಿ ಅಂದೇ ಅಂದರು. ಅಂದಾನಿಯ ಎಡಬಲ ನಿಂತ ಲೂದಿಯೂ, ಅಂಗಾಡಿಯೂ 'ರೇ...ಲಡ್ಕೋ..., ಜೈ ಶ್ರೀರಾಮ್ ಬೋಲೋ...,' ಅಂದ್ರು. ಕಲ್ಲೇಸಿ ಅವರ್ನ ಕೆಕ್ಕರಿಸಿಕೊಂಡು ನೋಡಿದ. ಉಳಿದ ಹುಡ್ರು ಅವುಡುಗಚ್ಚಿ ದಬ್ಬೇ ದಬ್ಬಿದರು... ಉಹುಂ...!

'ಸ್ವಾಮಿಗೆ ಯಾಕೋ ಕುಂತ ಜಾಗ ಬಿಡೋ ಮನಸ್ಸಿರಂಗಿಲ್ಲ... ಐನೋರೆ! ಇನ್ನೊಂದು ಕಾಯಿ ಹೊಡ್ದು... ಸ್ವಾಮಿಗೆ ದೂಪಾರ್ತಿ ಹಾಕ್ರಿ.' ಅಂತ ಯಾರೋ

ಅಂದರು, ಮಹಂತಯ್ಯ ಹಂಗೂ ಮಾಡಿದ. ಮತ್ತೆ ಹುಡ್ರು ದಬ್ಬಿದರು. ದಬ್ಬೇ ದಬ್ಬಿದರು... ಉಹುಂ!! ಇಷ್ಟಾಗೋ ಹೊತ್ತಿಗೆ ಹುಡ್ರು ತಿಂದಿದ್ದ ಕೊಬ್ರಿ, ಉತ್ತತ್ತಿ, ತುಪ್ಪ ಕರಗಿ ಬೆವರಾಗಿ ಹರ್ದಿತ್ತು. ಅಷ್ಟೊತ್ತಿಗೆ ಅಂದಾನಿಯು ಸಿರಿಸಿಯ ಆಚಾರಿ ಕರ್ದು! 'ಏನು... ಎತ್ತ?' ಅಂದನು. ಮಂದಿಯೆಲ್ಲ ಅವ್ನು ಏನು ಹೇಳ್ತಾನೆಂಬುದರ ಕಡೆಯೇ ಕಿವಿಯಾದರು. 'ನನ್ಗೆ ತಿಳ್ದ ಮಟ್ಟಿಗೆ ಹೊಸತೇರಿಗೇನರ ಹಾರಕೊಡ್ಬೇಕಿತ್ತು... ಕಾಣ್ತದೆ...' ಅಂದ. 'ಹಾರವೆಂದರೆ... ರಕ್ತವಾ? ಕುರಿಯೇ, ಕೋಳಿಯೇ? 'ಶಾಸ್ತ್ರ ಪ್ರಕಾರವಾಗಿ ನವಮಾಸದೊಳಗಿನ ಕೂಸಿಂದು ಅಂತ ಹೇಳ್ತದೆ... ಮೊದ್ಲು ಪ್ರಾಣಿದು ಕೊಟ್ಟು ನೋಡಿ...' ಅಂದ್ರು. ಅಂದಾನಿ ಯಾರ್ಗೋ ಏನೋ ಹೇಳ್ದ...ದಡ ದಡನೆ ಓಡಿಹೋದ ಇಬ್ರು... ಬಡಬಡನೇ ಎಲ್ಡು ಕೋಳಿ ಹಿಡ್ಕಂಬಂದ್ರು. ಅವಕ್ಕೆ ಮಹಂತಯ್ಯ ನೀರ್ನು, ಹೂವನ್ನು ಹಾಕಿ, ಕುಂಕಮವ ಸುರ್ದು ಊದು ಬತ್ತಿಯ ಬೆಳಗಿದ. ಕೋಳಿಗಳ್ನ ಹಿಡ್ಡವರು ತೇರಿನ ಗಾಲಿಗೆ ಹಾಕಿದ್ರು. ಆದ್ರೆ ಅವುಗಳ ಕತ್ತು ಕುಯ್ದು ರಕ್ತ ಸಿಂಪಡಿಸೋರು ಯಾರು? ಜನ ಅತ್ತ ಇತ್ತ ಸುತ್ತ ಮುತ್ತ ನೋಡ್ತಾ ನಿಂತ್ರು. ಕಲ್ಲೇಸಿಗೆ ಇದ್ಯಾಕೋ ಅತಿ ಅನಸಾಕತೊಡಗಿತು. ಗಾಲಿಯ ಬಾಯಿಗೆ ಬಿದ್ದಕೋಳಿಗಳು 'ಕೊಕ್ಕೊ... ಕುಕು ಕುರ್ ಕುರ್' ಅಂತ ಕುಣಿದಾಡತೊಡಗಿದವು. ಅಂಗಾಡಿಯೂ 'ಮಾರೋ ಮಾರೋ...' ಅಂತ ಕಿರ್ಚಿದ. ಅದ್ರ ಕುತ್ತಿಗೆ ಕತ್ರಿಸೋರು ಯಾರು. ಅಂದಾನಿ ಏನೋ ಅಂದದ್ದನ್ನ ಕೇಳಿಸ್ಕಂಡು ಲೂದಿಯೂ, ಅಂಗಾಡಿಯೂ ತೇರ ಹತ್ರ ಬಂದು ಖಡ್ಗದಿಂದ, ತ್ರಿಶೂಲದಿಂದ ಕೋಳಿಗಳ ರಕ್ತವ ಕತ್ರಿಸಿ... ನಾಕೂ ಗಾಲಿಗಳ್ಗೂ ರಕ್ತವ ಹಚ್ಚಿ 'ಜೈ? ಶ್ರೀರಾಮ್' ಅಂದು ಜೈಕಾರ ಹಾಕಿದ್ರು. ಮಂದಿ 'ಜೈ ಮಹೇಸ್ವರಸ್ವಾಮಿ' ಅಂತಂದ್ರು.

'ಊಂ... ಈಗ ದಬ್ರಪ್ಪ... ತೇರಿಗೆ ಒಂಚೂರು ಶಾಂತಿ ಆಗೇತಿ... ಇನ್ನು ನಿಮ್ಗೆ ತೊಂದ್ರೆ ಆಗಲ್ಲ..., ಊಂ ದಬ್ರಿ... ದಬ್ರೀsss...' ಹುಡ್ರು ಮೈಮ್ಯಾಲೆ ದೆವ್ವ ಬಂದರಂಗೆ ಇರೋ ಸಕ್ತಿನೆಲ್ಲಾ ಬಿಟ್ಟು, ಅವುಡುಗಚ್ಚಿ, ಕಾಲು ಮಿಟಿ ದಬ್ಬಿದ್ರು ನೋಡು! ಜನಾನೂ ಅವುಡುಗಚ್ಚಿ, ತುಟಿಕಚ್ಚಿ ಕಣ್ಣು ಕೀಸರಿಸಿ ನೋಡಿದ್ರು... ತೇರು ಕೊಂಚವೂ ಅಲುಗಾಡಲಿಲ್ಲ. ಪಡುವ ದಿಕ್ಕಲ್ಲಾಗಲೇ ಸೂರ್ಯ ಸ್ವಾಮಿ ಇಳಿದೇ ಬಿಟ್ಟಿದ್ದಾನೆ..., ಆದ್ರೂ ಕೊನೇ ಸೀನು ನೋಡಿಯೇ ಹೋಗಣಾಂತ್ಲೊ..., ಯಾತ್ಕೋ ಅವ್ನು ಕೊಂಚ ನಿಧಾನವಾಗೇ ಇಳೀತಾ ಅದಾನೆ. ಜನರಿಗೆ ಕತ್ತಲಾಗುತ್ತಿರುವ ಭಯನೋ, ತೇರು ಅಲ್ಲಾಡದೆ ಮಾದ್ರ, ಬ್ಯಾಡ್ರ ಎದ್ರಿಗೆ ಅವಮಾನವೂ ಆದಂತಾಗಿ ಕುಂತಲ್ಲೇ ಚಡಪಡಿಸತೊಡಗಿದ್ರು. ಕಲ್ಲೇಸಿಗೆ 'ಹಾರೆಗಳ್ನ ಹಾಕಿ ಮೀಟಿದ್ರೆ ಎಂಗೆ...' ಅಂತ ಅನ್ನಿಸ್ತು 'ಲೇ ಸಿದ್ದವೀರ ಬಾರ್ಲೆ...' ಅಂದವನೆ.. ಯಾರಿಗ್ಗೂ ಏನೂ ಹೇಳ್ದೆ ಹಳೆತೇರನ್ನ ನಿಲ್ಲಿಸ್ತಿದ್ದ ತೇರಿನ ಮನೆ ಕಡೆ ಓಡ್ದ. ಅಂದಾನಿಯೂ, ಲೂದಿಯಾದಿಯಾಗಿ 'ಬಸನಳ್ಳಿಯ ಈ ಹುಡುಗ್ರಿಬ್ರು ಹೆದ್ರಿಕೆಂಡು ಬೆನ್ನು ತೋರ್ಸಿ ಹೋದ್ರೆಂದೆ' ಭಾವಿಸಿದ್ರು. ಕಲ್ಲೇಸಿಯಂಥಾ ಕಲ್ಲೇಸಿಯೇ ಓಡಿ ಹೋದ್ರೆ ನಮ್ ಪಾಡೇನು ಅಂತ ಅಂದ್ಕಂಡ ಹುಡ್ರು ತೇರಿನ ಗಾಲಿಗೆ ಆತು ಕೂತವು.

'ಈ ಆಚಾರಿ ಹೇಳ್ದಂಗೆ ಕೂಸಿನ ರಕ್ತವನ್ನೆ ಕೊಡ್ಬೇಕೂಂತ ಕಾಣ್ತತಿ...' ಅಂತ ಮಹಂತಯ್ಯ ಅಂದಾನಿಯಿ ಕಿವಿಯಾಗೆ ಹೇಳ್ದ. ಅಂದಾನಿಯೂ ಹಿಂದು ಮುಂದು ಯೋಚ್ನೆ ಮಾಡಿ ಮತ್ತೊಂದ್ಸಾರಿ ಆಚಾರಿನ ಕರ್ಸಿ ಕೇಳ್ದ... ಅವ್ನೇನೋ ತಲೆ ಅಲ್ಲಾಡಿಸಿದಂಗೆ ಕಾಣ್ತು. ಅಂದಾನಿ ಕೋಳಿ ತಂದವ್ರಿಬ್ರನ್ನ ಕರ್ದು ಏನೋ ಹೇಳ್ದ..., ಅವ್ರೂ ಓಡೋಡಿ ಹೋದ್ರು. ಎಲ್ಲೋದ್ರು? ಎತ್ತೋದ್ರು ಯಾಕೋದ್ರು? ಅಂಬಾದು ತಿಳಿದೆ ಮುಂದಿ ತೆಲೆಗೊಂದೊಂದು ಮಾತು ಆಡಾಕೆ ಸುರು ಮಾಡಿದ್ರು. ಅಂದಾನಿಯಪ್ಪ ಕುಂತಲ್ಲೇ ಹೊಳ್ಳಾಡಿದ. ಅವ್ನ ಗ್ಯಾನವೆಲ್ಲ ದಾವಣ್ಗೇರಿಯಿಂದ ಬ್ಯಾಡ್ರ ಹುಡ್ರು ಬರೋದ್ರಾಗೆ ಇದೆಲ್ಲ ನಡದು ಹೋದ್ರೆ ಪಾಡಕತಿ... ಇಲ್ಲಾಂದ್ರೆ..., 'ಹೋದ ಚೋದಿ ಮಕ್ಳು ಬ್ಯಾಗಬರ್ಲಿ' ಲ್ಲಾಂತ ಕೋಳಿ ಹಿಡಿದು ತಂದವರು ಹೋದ ದಾರಿನೇ ನೋಡ್ತಾ ಇದ್ದ.

ಹಳೆಯ ತೇರಿನ ಮನೆಯೊಳಗೆ ಕತ್ತಲಾವರಿಸಿದಂಗಾಗಿ ಕಲ್ಲೇಸಿ, ಸಿದ್ದವೀರಂಗೆ ಹಾರೆ, ಪಿಕಾಸಿಗಳು, ಬ್ಯಾಗನೆ ಸಿಗ್ಲಿಲ್ಲ. ಹುಡುಕ್ತಾ, ಹುಡುಕ್ತಾ ಅಟ್ಟವೇರಿದರು, ಅಟ್ಟದ ಮ್ಯಾಲೆ ಪೆಟ್ಟಿಗೆ, ಚೀಲಗಳ್ನೆಲ್ಲ ಹಿಂದೆ ಮುಂದಕೆ ಸರಿಸಿ ನೋಡಿದ್ರು! ಹಾಂ... ಒಂದು ಹಾರೆ ಸಿಕ್ತು...' 'ಲೇ ಸಿದ್ದವೀರ ಇನೋಂದು ಹಾರೆ ಸಿಕ್ಕಿಬಿಟ್ರೆ ಸಾಕು ನೋಡ್ಲೆ...' ಅಂತ ಅಟ್ಟವನ್ನು ಹುಡುಕಾಕತ್ತಿದ್ರು. ಅಲ್ಲಿ ಹಾರೆ ಬದ್ಲು ದಪ್ಪನೆಯ ಹಗ್ಗದ ಸಿಂಬಿ ಸಿಕ್ತು. ಅದನ್ನ ನೋಡ್ತಿದ್ದಂಗೆ ಕಲ್ಲೇಸಿಗೆ ಅವರಜ್ಜ ಹೇಳತ್ತಿದ್ದ. 'ಕಾನುಕೋಡಿನ ತೇರ್ನ ಮದ್ಲು ಹಗ್ಗ ಕಟ್ಟಿ ಎಳೆಯೋರೋ ತಮ್ಮಾss', ಅಂಬೋ ಮಾತು ನೆನಪಾಗಿ... ಲೇ ಸಿದ್ದವೀರ 'ಇದ್ನು ತಗಳಲೇ...' ಅಂದು ಇನ್ನೊಂದು ಕಬ್ಬಿಣದ ಹಾರೆಗಾಗಿ ಹುಡುಕಾಡತೊಡಗಿದರು.

ಅಂದಾನಿಯಪ್ಪ ಕಳಿಸಿದ ಕೋಳಿ ಹಿಡ್ಕಂಬಂದ ಇಬ್ಬರು ಬ್ಯಾಡರ ಕೇರಿಯ ಹೊಕ್ಕು, ರಾಮಚಂದ್ರನ ಮನೆಯ ಬಾಗಿಲ ಸರಿಸಿ ಒಳಗೆ ಇಣಿಕಿದ್ರು. ನೀಲವ್ವ... ತನ್ನ ಎಂಟು ತಿಂಗ್ಳ ಕೂಸ ತೊಟ್ಲಾಗೆ ಮಲಗಿಸಿ ತಾನೂ ಹಂಗೆ ಸಣ್ಣ ನಿದ್ದ್ಯಾಗೆ ಜಾರಿದ್ದಾಳೆ. ಕಳ್ಳರಂತೆ ಒಳನುಗ್ಗಿದಿಬ್ಬರು ಆ ಕೂಸ ಅನಾಮತ್ತಾಗಿ ಎತ್ತಿಕೊಂಡು ದಡದಡಾಂತ ಓಡಿಬಂದ್ರು. ಹೆಜ್ಜೆ ಸಪ್ಪಳಕ್ಕೆ ಎಚ್ರವಾದ ನೀಲವ್ವ ತನ್ನ ಕೂಸು ಹಿಂಗೆ ಮಂಗಮಾಯವಾಗುದ ಕಂಡು ಕಿರಿಚಿಕೊಂತ ಓಡೋಡಿ ಅವರಿಂದೇನೆ ಬಂದ್ಲು.

'ವಾs... ವಾsss...' ಅಂತ ಗಂಟಲು ಹರ್ದು ಹೋಗಂಗೆ ಕಿರುಚ್ತಾ ಇದ್ದ ಹಸುಗೂಸ್ನ ಜನಗಳ್ನ ದಬ್ಬಿಕೊಂಡು ಹೊತ್ತು ತಂದು ತೇರಿನ ಗಾಲಿಯಡಿಗೆ ಹಾಕೋದ್ನ ನೋಡಿದ ಅಂದಾನಿಯೂ, ಮಹಂತಯ್ಯನೂ ನಿರಾಳ ಉಸ್ರು ಬಿಟ್ರೆ... ಜನ ನಿಟ್ಟುಸ್ರು ಬಿಟ್ರು... 'ಸಿವ ಸಿವಾ... ಇದೇನಿದು...' ಅಂಬಾದ್ರಾಗೆ ಹಿಂದೆ ಹೆಂಗ್ಸೊಬ್ಳು ಜೋರಾಗಿ ಅಳ್ತಾ ಬರೋ ಸುಬುದ ಕೇಳಿದ ಮಂದಿ ಅತ್ತ ಹೊಳ್ಳಿ ನೋಡಿದ್ರು... 'ಅರೆ... ನೀಲವ್ವಾ...' ಅಂತ ಅಂದ್ರು ಗೊತ್ತಿದ್ದ ಮಂದಿ. ಗೊತ್ತಿಲ್ಲದವ್ರಿಗೆ ಈ ಕೂಸಿನ ತಾಯಿ ಅಂಬಾದು ತಿಳಿತು. ಆಕೆ ಜನಗಳ್ನ ದಬ್ಬಿಕೆಂಡು ಸೀದ ಓಡೋಡಿ ಬಂದವ್ಳೆ ಅಂದಾನಿ ಕಾಲ್ ಹಿಡ್ದು... ಗೊಳೋ ಅಂದ್ಲು. ಅಲ್ಲಿಂದೆದ್ದು ಗಾಲಿಯಡಿಯಲ್ಲಿದ್ದ

ತನ್ನ ಕೂಸಿಂತಾವ ಓಡಿಬಂದ್ರೆ... ಅವ್ವನ್ನ ನಾಕು ಮಂದಿ ಹಿಡ್ಕಂಡ್ರು. ನೀಲವ್ವವ ಕೆದ್ರಿದ ತಲೆ, ಸುರಿವ ಕಣ್ಣೀರು, ಸೆರ್ಗು ಜಾರಿದ್ರೂ ಅದ ತಿಳಿದೇ ಕೂಸಿನ ಪಡಿಪಾಟ್ಲ ಹೇಳ್ಕೆಂತ ಅವಳು ಅಳೋದ್ನ ನೋಡಿದ ಹೆಂಗ್ಸುರು ಕಣ್ಣೀರುಹಾಕಿದುವು.

ತೇರಿನಿಂದಿಳಿದು ಬಂದ ಮಹಂತಯ್ಯ ಕೂಸಿಗೆ ನೀರ್ನ ಚಿಮುಕಿಸಿ ಹೂವು ಹಾಕಿ ಊದುಬತ್ತಿ ಬೆಳಗಿ... 'ಊಂ ದಬ್ರಿ ದಬ್ರಿ ಅಂತ' ಅಂದನಾದರೂ ಯಾವ ಹುಡ್ರು ಯಾಕೋ ದಬ್ಬಲಿಲ್ಲ. ಕೊನೆಗೆ ಸುತ್ತ ಮುತ್ತ ಲೂದಿ ಕನ್ನಡಕ ಹಾಕಿದ ಮಂದಿ ದಬ್ರಿ, ದಬ್ರೀ ಅಂತ ಜೈಕಾರ ಹಾಕ್ತು... ಅವ್ರು ಹುಡ್ರು ಜೊತೆ ಸೇರಿ ಕೈ ಹಾಕಿದ್ರು. ಉಹುಂ... ತೇರು ಜಪ್ಪಯ್ಯ ಅನ್ನಲಿಲ್ಲ. ನೀಲವ್ವನ ಅಳು ಗಗನ ಮುಟ್ಟಿದಂಗೆ ಕಾಣ್ತು. ಇಂಥಾದ್ನ ನೋಡಾಕೆ ನಾನ್ಯಾಕಿರ್ಲಿ ಅಂಬಂಗೆ ಸೂರ್ಯಸ್ವಾಮಿ ಇಳಿದೇ ಹೋದ. ಬ್ಯಾಡರ ಕೇರಿಯಲ್ಲಿ ಸುದ್ದಿ ಹಬ್ಬಿ 'ಅಲಲೋ – ಕುಲಲೋ' ಅನ್ನೊ ಜೋರು ಗಲಾಟೆ. ಮಿಲ್ಲಿನಿಂದ ಬಂದ ಬ್ಯಾಡ್ರ ಹುಡ್ರು, ಮಾದ್ರ ಹುಡ್ರು ಸೀದ ಸೈಕಲನ್ನೇರಿಯೇ ಜಾತ್ರಿಕಡೆ ಬಂದ್ರು.

ಹಳೆಯ ತೇರಿನ ಮನೇಲಿ ಕೊನೆಗೂ ಎರಡು ಹಾರಿ. ಒಂದು ಹಗ್ಗ ಸಿಕ್ಕುವು. ಕಲ್ಲೇಸಿ, ಸಿದ್ದವೀರ, ಅವ್ನ ಹೊತ್ತುಕೊಂಡು ಓಡಿಬಂದು ನೋಡ್ತಾರೆ! ತೇರಿನ ಗಾಲಿಯ ಬಾಯಾಗ ಅಳೋ ಕೂಸು. ಕಲ್ಲೇಸಿಗೆ ಒಂದು ಚಣದಾಗೆ ಎಲ್ಲ ಅರ್ಥವಾದಂಗಾತು. ಹೊತ್ಕಂಡಿದ್ದ ಹಗ್ಗ ಹಾರಿನ ನೆಲಕ್ಕೆ ದಪ್ಪನೆ ಬಿಸಾಕಿ 'ಲೇ ಐಯ್ಯಪ್ಪಾ... ಅಂದಾನಿ... ನೀವೇನು ಮನುಸ್ರೋ ದನುಗಳೋ...' ಅಂತ ಅಂದವನೆ ಕೂಸ್ನ ಎತ್ತಿ ನೀಲವ್ವನ ಕೈಯಾಗ ಕೊಟ್ಟ. ಇನ್ನೇನು ತೇರಿನ ಮಂದಿಯ ಮೇಲೆ ಎಗರ ಬೇಕೆಂದಿದ್ದ ಬ್ಯಾಡರ ಹುಡ್ರು, ಮಾದ್ರ ಹುಡ್ರು... ಕಲ್ಲೇಸಿಯ ನಡವಳಿಕೆ ನೋಡಿ ಹಂಗೆ ನಿಂತ್ಕಂಡ್ರು 'ನಮ್ ಕೈಯಾಗೆ ತೇರ್ನ ದಬ್ಬಾಕೆ ಆಗ್ತಿಲ್ಲ..., ಅದ್ಕೆ ಏನೇನೋ ಮಾಡಿದ್ರೆ.. ಈ ದೇವ್ರು ಮೆಚ್ತಾನೇನ್ರೋ...' ಅಂತ ಅಂದವನೆ... ಸರಸರ ಹಗ್ಗವ ತೇರಿನ ಮುಂದಕೆ ಕಟ್ಟಿದ. ಸುತ್ತಲ ನಿಂತ ಮಂದಿಯ ನೋಡಿ 'ಕನ್ನಡಕ ಹಾಕ್ಕೆಂಡೇನು ಮೋಜು ನೋಡ್ತಿರೇನು? ಕನ್ನಡಕ ಬಿಸಾಕಿ ಹಿಡ್ಕಬರ್ರಿ... ಈ ಹಗ್ಗಾನ...' ಅಂತ ಕೂಗಿದ. ಮಂದಿ ಮರು ಮಾತಿಲ್ಲದೆ ಹಾಗೆ ಮಾಡಿದ್ರು. ದೂರದಾಗೆ ನಿಂತ್ಕಂಡಿದ್ದ ಮಾದ್ರ ಕೆಂಚಜ್ಜನ್ನ ನೋಡಿದ ಕಲ್ಲೇಸಿ 'ಅಜ್ಜಾ... ಬಾ ಇಲ್ಲಿ... ನೀನು ಹರೆದಾಗ್ನಿಂದ ಈ ತೇರ್ನ ದಬ್ತಿದ್ದೆಲ್ಲಾ... ಅದೆಂಗೆ ತೋರ್ಸು...' ಅಂದ. ಕೆಂಚಜ್ಜ ತೇರ್ನ ಹತ್ರ ಬಂದು ಗಾಲಿಗೆ ಪಟ್ಟುಗಳ್ನ ಹೆಂಗೆ ಹಾಕಬೇಕು, ಉಸ್ರು ಹೆಂಗೆ ಹಿಡಿಬೇಕು. ಕಾಲ್ನಹೆಂಗೆ ಮಿಟಬೇಕೂಂತ ಹೇಳಿ... 'ಸ್ವಾಮಿ ಕಲ್ಲಣ್ಣ... ಇದು ಹಸೀಮರ್ದಾಗೆ ಮಾಡಿರೋ ತೇರು. ನಿನ್ನಂಥಾ ಐವತ್ತು ಹುಡ್ರು ದಬ್ಬಿದ್ರೂ ಆಗಲ್ಲ' ಅಂತ ಅಂದುದ್ದೆ... ಬ್ಯಾಡ್ರಾ... ಮಾದ್ರ ಹುಡ್ರುಕಡೆ ತಿರ್ಗಿ 'ಸಾಕು ಬರ್ರಲೇ ನಿಮ್ಮ ಧಿಮಾಕು ಕಂಡುದಿನಿ... ಬರ್ರೋ...' ಎಂದಿತು. ತೆನೆಕುಡುಗೋಲಿನ ಬಾವುಟಗಳಿದ್ದ ಸೈಕಲ್ಲುಗಳ್ನ ಅಲ್ಲೇ ನಿಲ್ಲಿಸಿ, ಬಟ್ಟೆ ಕಳಚಿ ಬ್ಯಾಡರ, ಮಾದ್ರ ಹುಡ್ರು ಗಾಲಿಗೆ ಕೈಹಾಕಿ ನಿಂತ್ರು. ಒಂದುಗಾಲಿನ ಬ್ಯಾಡರ ಹುಡ್ರು. ಇನ್ನೊಂದನ್ನ ಮಾದ್ರ ಹುಡ್ರು. ಇನ್ನೆರಡನ್ನ

ಉಳಿದೆಲ್ಲ ಬ್ಯಾಡರ, ಮಾದರ, ಲಿಂಗಾತ್ರ, ಕುರುಬ್ರ, ಗೊಲ್ರ – ಹುಡ್ರು ದಬ್ಬಾಕೆ ನಿಂತರು. ಮಂದಿ ಹಗ್ಗವ ಹಿಡಿದು ನಿಂತ್ರು. ಕಲ್ಲೇಸಿಯೂ ತೇರಿನ ಮ್ಯಾಲೆ ಕುಂತ ಮಹಂತಯ್ಯನ್ನ 'ನೀನು ಮೊದ್ಲು ಕೆಳಗಿಳಿ...' ಎಂದು ಇಳಿಸಿದವನೇ 'ಜಯ್ ನಮಃ ಪಾರ್ವತಿ ಪರಮೇಸ್ವರ ಮಾ ಪ್ರಭು... ಜಯ ಜಯಾ...' ಅಂತ ಜಯಕಾರ ಹಾಕ್ತ 'ಉಂ ದಬ್ರಿ ದಬ್ರಿ' ಅಂತ ಅವನೂ ಒಂದು ಗಾಲಿಗೆ ಬುಜಕೊಟ್ಟ. ಮುಂದೆ ಹಗ್ಗ ಹಿಡ್ಡಿದ್ದ ನೂರಾರು ಮಂದಿಯೂ ಎಳದ್ರು... ಕಿರಕ್ ಕಿರಕ್... ಎಂದೆರಡು ಸಬ್ದ ಮಾಡಿ ತೇರಿನ ಗಾಲಿಗಳು ಉರುಳ ತೊಡಗಿದವು. ಜನ ಜಯಕಾರ ಮಾಡ್ತ ತೇರಿನ ಹಿಂದೆ ಹಿಂದೆ ಓಡಿದ್ರು. ಗೋಧೂಳಿಯನ್ನು ಕೆದ್ರಿದಂಗೆ ಜನಕೆದ್ರಿದ ಧೂಳು ಆಕಾಶಕ್ಕೆ ಅಡರ್ತಾ, ಅಡರ್ತಾ ಮುಗಿಲೇ ಕೆಂಪಾದಂಗಾಗಿ ಕಾಣುಸ್ತಾ ಇತ್ತು.

ನೀಲವ್ವನ ಕೈಯಾಗಿನ ಕೂಸು ಇನ್ನೂ ಅಳುತ್ಲೇ ಇತ್ತು. ಕಸೆಕುಂತ ನೀಲವ್ವ ತನ್ನ ಕುಬಸವ ಬಿಚ್ಚಿ ಕೂಸಿಗೆ ಹಾಲೂಡಲು ಮೊಲೆಗೆ ಕೂಸ ತಂದಳು. ಬಿಕ್ಕಿ ಬಿಕ್ಕಿ ಅಳುತ್ತಿದ್ದ ಕೂಸಿಗೆ ಯಾವ್ದೂ ಬೇಡವಾದಂಗೆ... ಅದ್ರ ಕಣ್ಣ ಮುಂದೆ ತೇರಿನ ಮ್ಯಾಲೆ ಹಾರಾಡೋ ಬಾವುಟ ಕಂಡಂಗೆ... ಬೆಚ್ಚಿ ಬೀಳೋದು..., ಜೋರಾಗಿ ಮತ್ತೆ ಮತ್ತೆ ಅಳೋದು. ನೀಲವ್ವ ದೂರ ದೂರ ಹರಿದು ಹೋಗುತ್ತಿದ್ದ ತೇರ್ನ ನೋಡಿದ್ಲು. ತೇರಿನ ಕಳಸ. ಕಳಸದ ಮ್ಯಾಲೆ ಮೂಡಿದ ಚಂದ್ರ. ಕೂಸಿಗೆ ಚಂದ್ರನನ್ನ ತೋರಿಸಿದ್ಲು. ಮ್ಯಾಗೆ ಚಂದ್ರನನ್ನು ನೋಡಿ ಒಂದು ಚಣ ಕೂಸು ಅಳುವ ನಿಲ್ಲಿಸ್ತು. ಮರು ಚಣ ಕುಬಸವ ತಡಕಾಡಿ ಹಾಲು ಹೀರತೊಡಗಿತು.

(ವೈ.ಕೆ. ರಾಮಯ್ಯ ರಾಜ್ಯಮಟ್ಟದ ಕಥಾಸ್ಪರ್ಧೆಯಲ್ಲಿ ದ್ವಿತೀಯ ಬಹುಮಾನ ಪಡೆದ ಕಥೆ)

ಹಟ್ಟಿಯೆಂಬ ಭೂಮಿಯ ತುಣುಕು

'ಈ ಹೊಲಾರಕೇರಿಗಳಿಗೆ ಮಾದರ ಹಟ್ಟಿಗಳಿಗೆ ಜಂಗಮಗುಣ ಬರ್ದ ಹೊರ್ತು ಅವುಗಳಿಗೆ ಚಲನೆಯೆಂಬುದೇ ಇಲ್ಲ...! ಅಂಥಾ ಚಲನೆ ನೀವು ನಂಬಿಕೊಂಡಿರೋ ಮತಾಂತರದಿಂದ್ಲೂ ಸಾಧ್ಯವಿಲ್ಲ...' ಎಂಬ ಮಾತನ್ನ ವಿನ್ಸೆಂಟ್ ಆಡುತ್ತಿದ್ದಂತೆ ಮಾರಿಗುಡಿಯ ಮುಂದಿನ ಮೂರು ಕುರ್ಚಿಯ ಮ್ಯಾಗೆ ಕುಂತಿದ್ದ ಮಾರಣ್ಣ, ಹನುಮಯ್ಯ, ಮಾದೇವರ ಮುಖದಾಗೆ ರೋಷವೆಂಬುದು ಉಕ್ಕುಕ್ಕಿ ಬರತೊಡಗಿತು.

ದೇವ್ರು ಮೂಡಿದ ಘಳಿಗೆಯಿಂದ್ಲೂ ಮಾರಿಗುಡಿಯ ಮುಂದೆ ಕುಂತ ಈ ಮೂರು ಮಂದಿಯೂ ಹರ ಸಾಹಸ ಮಾಡಿ ವಿನ್ಸೆಂಟ್‌ನನ್ನು ಹೆಂಗಾರ ಮಾಡಿ ಮಾತಿನ ಬಲೆಯಲ್ಲಿ ಕೆಡವಬೇಕೆಂದು ಲಾಜಿಕ್ಕಿನ ಬೇಲಿ ಹೆಣೆದೆಣೆದೂ, ಒಮ್ಮೊಮ್ಮೆ ಉರಿದುರಿದು, ಒಮ್ಮೊಮ್ಮೆ ಖುರ್ಚಿ ಬಿಟ್ಟೆದ್ದು...ಏನೇನೋ ಆಡುತ್ತಾಡುತ್ತ ವಾದ ಮಂಡಿಸತೊಡಗಿದರೂ ಅದಕ್ಕೊಂದು ಪ್ರತಿವಾದವನ್ನು ಮುಂದಿಕ್ಕುವುದರಲ್ಲಿ ವಿನ್ಸೆಂಟ್ ಮುಂದಾಗುತ್ತಿದ್ದನು. ಅವನ ವಾದ ಕೇವಲ ವಾದಕ್ಕೆ ಪ್ರತಿವಾದವೆಂಬಂತೆ ವಿತಂಡವಾಗಿರದೆ ಕಳಕಳಿ, ಅನುಕಂಪ ದಿಂದ ಕೂಡಿರುವುದನ್ನು ಅವರ ಸುತ್ತ ನಿಂತಿದ್ದ ಹೊಲಾರ ಚನ್ನ, ಸೋಮಸೇಕರ, ರುದ್ರ ಗಮನಿಸದಿರಲಿಲ್ಲ. ಆ ಮೂವರ ಉದ್ವಿಗ್ನ ಜ್ವಾಲಾಮುಖಿಯೆದುರು ವಿನ್ಸೆಂಟ್ ತಣ್ಣಗಿನ ಮಂಜಿನ ಬೆಟ್ಟದಂತೆ ಕಾಣುತ್ತಿದ್ದುದು ಈ ಹುಡುಗರಿಗೆ ಆಶ್ಚರ್ಯವನ್ನು, ಅವರ ಬಗ್ಗೆ ಮತ್ತಷ್ಟು ಅಭಿಮಾನವನ್ನು ಮೂಡಿಸತೊಡಗಿತು. ಮಾತಿನ ಅಬ್ಬರ ಒಮ್ಮೊಮ್ಮೆ ತಾರಕಕ್ಕೆ, ಮಗದೊಮ್ಮೆ ಮೌನಕ್ಕೆ ತಿರುಗುತ್ತಿತ್ತು.

ವತಾರೆಯಿಂದ್ಲೂ ಇವ್ರು ನಡೆಸ್ತಾ ಇರೋ ಮಾತುಕಥೆಯ ಗಂಧಗಾಳಿಯೂ ತಿಳಿಯದೇ ಮಾರಿಗುಡಿಯ ಪಾಗಾರದಾಗೆ ಕುಂತ ಮಂದಿ... ಇದೇನ್ ಬ್ಯಾಗಮುಗಿಯಂಗೆ ಕಾಣಲ್ಲ ಬಿಡೋ... ಅಂತ ಟುವಲ್‌ಗಳ್ನ ಹಾಸಿಕೊಂಡು ಅಲ್ಲೆ ಕೆಲವ್ರು ಉರುಳಿಕಂಡ್ರೆ... ಮತ್ತೆ ಕೆಲವು ನಾಲ್ಕು ಮನೆಗಳಿರೋ ಗೆರೆಗಳ್ನ ಕೊರ್ದು

ಚವಂಗ ಆಟನೋ...ಮೂರು ಮೂಲೆ ಇರೋ ಆನೆ ಆಟದ ಗರೆಗಳ್ನ ಬರ್ದು ಆನೆ ಆಟನೋ ಆಡ್ಕೆಂತ ಕುಂತರು...ಗುಡಿಯಾಗೆ ಕ್ಕೊ ಕ್ಕೊ ಕ್ಕೊ ಅಂತ ಕೂಗಿಕೊಂಡು ಬರೋ ಹುಂಜಗಳು...ಅವುಗಳ ಹಿಂದೆ ಕೋಳಿಗಳು...ಸಣ್ಣ ಸಣ್ಣ ನಾಯಿಮರಿಗಳು ಮಲಗಿಕೊಂಡವ್ರ ಮ್ಯಾಲೆ ಅಡರಿ ಆ ಕಡೆಗೆ ನೆಗೆದು ಹೋಗಾವು. ಅಲ್ಲೊಂದು ಇಲ್ಲೊಂದು ನಾಯಿಗಳು ಮುಗಿಲಿಗೆ ಕೊಳ್ಳೆತ್ತಿ ಗವ್ವೋ ಅನ್ನೋವು. ಸಳಿ ತಡಿಲಾರ್ದೆ ದುಪ್ಪ ಹೊತ್ತುಕೊಂಡೋ... ಕಂಬ್ಳಿ ಗುಬ್ರ್ಯಾಕಿಕೊಂಡೋ ಇನ್ನು ನಾಕಾರು ಮಂದಿ ಗುಡಿಯ ಕಂಬಕ್ಕೆ ಒರಗಿಕೊಂಡು ಮುಂದೇನು ಆತತೋ ಅಂತ ಧೇನಿಸ್ಕಂತ ಕುಂತಿದ್ವು.

ಆಟೊತ್ತಿಗೆ ಎರಡು ಲಾರಿಗಳು ಘೋಂ ಘೋಂ ಮಾಡಿಕೊಂಡು ಮಾದರಹಟ್ಟಿಯನ್ನು ಹೊಕ್ಕುತ್ತಿದ್ದಂಗೆ ಹುಡ್ರು... ಉಪ್ಡೆಗಳು ಅತ್ಲಗೆ ನಾಗ್ಗಾಲು ಬಿದ್ವು, ಮನೆಯ ಹೆಂಗುಸ್ರು, ಮುದುಕ್ರು, ಎಲ್ಲಾನೂ ಗಡಿಬಿಡಿ ಮಾಡ್ಕೆಂತ ಸಣ್ಣ ಸಣ್ಣ ಗಂಟಗಳ್ನ ಎತ್ತಿಕೊಂಡು ಲಾರಿ ಅಡರಲೂ ಓಡೋಡುತ್ತಿದ್ದರು... ಏ...ಏ... ಇನ್ನು ಹತ್ತಬ್ಯಾಡ್ರಿ... ಅನ್ನೋ ರುದ್ರನ ಮಾತಿಗೆ ಕೇರು ಮಾಡದೆ ಅವರೆಲ್ಲ ಲಾರಿಗಳ್ನ ಹತ್ತಿಕೊಂಡು ಕುಂತ್ರೆ... ಲಾರಿಯಿಂದ ಇಳಿದು ಬಂದ ಡ್ರೈವರ್ಗಳು...'ಅಣ್ಣಾ ಹೊಂಡಾನ?' ಅಂತ ಅಂದ್ರೆ ಕುರ್ಚಿಮ್ಯಾಗೆ ಕುಂತವ್ರೋ 'ತಡಿಯೋ ಮಾರಾಯ... ಇನ್ನೂ ಬಗೆಹರಿವಲ್ದು...' ಎಂದು ಎಡಜೇಬಿಗೆ ಕೈ ಹಾಕಿ ಸಿಕುರೇಟನ್ನು ತೆಗೆದು ಹಚ್ಚುವನು. 'ಅಲ್ಲಣ್ಣಾ... ನಾವಿನ್ನು ನಾಕು ಹಳ್ಳಿಯವ್ರನ್ನ ಕರ್ಕಂಡು ಹೋಗಾಕೆ ಕಂಟ್ರಾಟು ಹಿಡ್ದೀವಿ' ಅಂತ ಡ್ರೈವರುಗಳು ತಲೆ ಕೆರೆದ್ರೆ 'ಎ ಹೋಗಲೆ ಆತ್ಲಾಗೆ' ಅಂತ ಅವ್ರು ಸಿಡ್ದು ಬೀಳೋರು. ಎಲ್ಲಾ 'ಹಟ್ಯಾಗು ಇಂಥವನೊಬ್ಬ ಸಿಕ್ರೆ ಸಾಕು ನೋಡು ನಾವು ಜನವ ಸೇರ್ಸಿದಂಗೆಯಾ...' ಎಂದು ಗೊಣಗಿ ಸಿಕರೇಟಿನ ತುದಿಯ ಬೂದಿ ಕೆಡವಲು ಕೈ ಕುಣಿಸುವನು.

ಕಳೆದೆರಡು ವಾರಗಳಿಂದ ನಾಕಾರು ಬಾರಿ ಧೂಳು ಕೆದ್ರಿಕೊಂಡು ಬಸನಳ್ಳಿಯ ಮಾದ್ರಕೇರಿಗೆ ಕ್ವಾಲೀಸ್‌ನಲ್ಲಿ ಬಂದಿದ್ದ ಈ ಮೂರು ಮಂದಿಯನ್ನು ನೋಡಿದ ಊರಿನ ಉತ್ತಮಸ್ತ್ರು 'ಏನೋ ಮಾದ್ರಿಗೆ ಲೋನು – ಪಾನು ಕೊಡೋಕೆ ಬಂದಿರ್ಬೇಕು...' ಅಂತ ಅಂದ್ಕಂಡಿದ್ವು, ಹಟ್ಟಿಯವರೂ ಅಂಗೇ ಅಂದ್ಕಂಡು ಕಾರಿಗೆ ಮುಗೇಬಿದ್ರೆ... ಕಾರೊಳಗಿಂದ್ಲೆ ಕೈಚಾಚಿ ಎಂತೆಂಥವೋ ಪೆಂಡೆಗಟ್ಲೆ ಯಂಡ್‌ಬಿಲ್‌ಗಳನ್ನು ಇಣಿಕಿದವರ ಕೈಗಿಕ್ಕಿ ಜುಬ್ಬವ ಕೊಡವಿಕೆಂತ ಮೂರು ಮಂದಿಯೂ ಕೆಳಗಿಳಿದರೆ... ಅವು ಕೈಯಾಗಿರೋ ಉಂಗ್ರ...ವಾಚು...ಕುಣಿಕುಣಿಸುವ ಮೊಬೈಲನ್ನ ನೋಡಿ ಏನು? ಎತ್ತ? ಯಾಕೆ? ನಾವು ಯಾವಾಗ ಬರ್ಬೇಕು? ಎಷ್ಟು ಜನ? ಎಷ್ಟು ಕೊಡ್ತೀರಿ? ಅಂತ ನೂರಾರು ಪಶ್ನೆಗೆ ಅವ್ರು ಉತ್ರವ ಕೊಡ್ದೆ... ಗುಂಪ್ನ್ಯಾಗೆ ಓದಿರೋರು ಥರ ಇರೋ ರುದ್ರ, ಸೋಮಶೇಕರ, ಚನ್ನರನ್ನ ಆರಿಸಿ... ಏನೇನೋ ಗಂಟೆಗಟ್ಲೆ ಮಾತಾಡಿ ಮತ್ತೆ ಅವು ಕ್ವಾಲೀಸ್‌ನ ಹತ್ತಿಕೊಂಡು ಬರ್‌ರ್‌ರ್‌ರ್‌... ಅಂತ ಹೊಂಟೋಗೋವ್ರು, ಅವ್ರು ಹೋದಮ್ಯಾಕೆ.. ಏನ್ರೋ? ಎಷ್ಟು ಜನ ಬೇಕಂತೆ? ಒಂದು ತಲೆಗೆ ಎಷ್ಟು

ಕೊಡ್ತಾರಂತೆ? ಅನ್ನೋ ಪಶ್ನೆಗಳ ಕೇಳಿ ಕೇಳಿ ಈ ಹುಡ್ರು ರೋಸಿ ಹೋದ್ರು. ಇಷ್ಯ ಅದಲ್ಲ... ಬೇರೇನೆ ಐತಿ... ಅಂತ ಮುಗುಮ್ ಆಗೋರು. ಆಟು ಈಟು ತಿಳುವಳಿಕೆ ಇರೋರಿಗೆ ಅವ್ರ ಮಾತುಗಳಲ್ಲಿ 'ಊರ ಉತ್ತಮಸ್ತು ತಮಗೆ ಅನ್ಯಾಯ ಮಾಡುತ್ತಿದ್ದಾರೆಂದೂ... ಅದ್ನ ಕೊನೆಗೊಳಿಸಲು ದಾರಿಯಿದೆಯೆಂದೂ, ನೀವು ಅದ್ನ ಹಿಡೀಬೇಕೆಂದೂ – ಆ ದಾರಿನ ನಾವು ತೋರಿಸ್ತೀವಿ...' ಅನ್ನೋ ಮಾತಗಳ್ನ ಅವ್ರು ಈ ಎರ್ಡು ಬಾರಿಯೂ ಬಂದಾಗ ಆಡಿದವರೆಂಬುದನ್ನು ಹಟ್ಟಿಯ ಹಿರೀಕರು ಗಮನಿಸಿದ್ರು. ಈ ಹುಡ್ರು.. ಆಗ್ಲಿ... ಆಗ್ಲಿ... ಅಂತ ತಲೆ ತಿರುವಿದ್ದನ್ನು ನೋಡಿ 'ಇವು ಮತ್ತೇನು ಮಾಡ್ತಾವೋ... ನಮ್ಗೇನು ಗಾಚಾರ ಕಾದೈತೋ...' ಅಂತ ಗೊಣಗಿಕೊಂಡರು.

'ಹೊಲಾರ ಈ ಮೂರು ಹುಡ್ರು... ಮತ್ತೊಂದು ನಾಕು ಮಂದಿ ಪಕ್ಕದ ದಾವಣ್ಗೆರಿಗೆ ಓದಾಕೇಂತ ಹೋಗಿ ಅರ್ಧಂಬರ್ಧ ಓದಿಕೊಂಡು ಊರಿಗೆ ಬಂದಾಗಲಾಯ್ತು... ಏನಾರ ಒಂದು ಕಿತಾಪತಿ ಮಾಡ್ತಲೇ ಅದಾರೆ...' ಅನ್ನೋದು ಬಸವನಳ್ಳಿಯ ಲಿಂಗಾತ್ರ ಆಪಾದ್ನೆ ಮಾತ್ರ ಆಗಿರ್ದೇನೆ... ಸ್ವತಾ ಹಟ್ಟಿಯ ಹಿರೀಕ್ರೆ ಆನ್ನುತ್ತಿದ್ದು. ಬೇಕುಬೇಕೂಂತ ಊರಾಗಿನ ಬಾವಿಗಳ್ಹತ್ರ ಹೋಗಾದು... ಬಾವಿಕಟ್ಟಿ ಮ್ಯಾಗೆ ಕುಂದ್ರಾದು... 'ನೋಡನ ಬರ್‍ರೆಲೇ... ಅಂತ ಗುಡಿಗಳ ಕಂಬಗಳ್ನ ಮುಟ್ಟಿ ಬರೋದು. ಊರೊಟ್ಟಿನ ಗೋಮಾಳದಲ್ಲಿ ಬೆಳೆ ಬೆಳೆತೀವೀಂತ ಹೋಗೋದು... ಹಿಂಗೆ ಒಂದೇ, ಎಲ್ಡೆ? ಊರೋರಿಗೆಲ್ಲ ತಲೆ ರೋಸಿ ಹೋಗಿ 'ಆ ನಾಕು ಮಂದಿ ಹೆಣ ಎತ್ತಿದ್ರೆ ಊರ್ಗೆ ಪಾಡಾಕತಿ... ಇಲ್ಲಾಂದ್ರೆ ಊರ್ನ... ಕೇರಿನ ಒಂದು ಮಾಡ್ತಾರೆ ಲೌಡೀ ಮಕ್ಳು... ಅಂತ ಹಲ್ ಮಸದು, ಸಂದರ್ಭ ಸಿಕ್ಕಾಗೆಲ್ಲ ಅವ್ರಿಗೆ ಸಮಾ ಇಕ್ಕೀ ಇಕ್ಕೀ ಟೇಸನ್ನು... ವಾರೆಂಟು... ಜೈಲು ಅಂಬೋದ್ನೆಲ್ಲ ನೋಡಿ ನೋಡಿ ಸಾಕಾದ್ರೂ 'ಲೇ ಅವ್ರನ್ನ ಸುಮ್ಕೆ ಬಿಡಬಾರ್ದಲೇ...' ಅಂತ ಹಲ್‌ಮಸಿತಾನೆ ಇರೋದ್ನ ಕೇರಿ ಹಿರೀಕ್ರು ದಿನ ಬೆಳಗಾದ್ರೂ ಕಾಣ್ತಲೇ ಅದಾರೆ. ಅವ್ರಿಗೂ ಯಾಕೋ ಸಾಕಾಗಿ ಆ ಹುಡ್ರಿಗೂ ಬೈದು ಬುದ್ದಿನೂ ಹೇಳಿದ್ದಾರೆ. 'ಹುಟ್ಟಬಾರ್ದ ಜಾತ್ಯಾಗೆ ಹುಟ್ಟಿದ ಮ್ಯಾಕೆ ಆ ಜಾತಿ ರುಣ್ವ ತೀರ್ಸಬೇಕಲ್ದೆ... ನಿಮ್ಮಂಗ ಆಡಿದ್ರೆ ಆದ್ದಾ? ಮುಕ್ಳಿ ಮುಚ್ಕೊಂಡು ಸೆಗ್ಣಿ ಪಗ್ಣಿ ಬಳ್ಕಂಡು ಇರ್‍ರಲೇ ತಿರಬೋಕಿಗಳಾ...' ಅಂತ ಅವು ಅಂದು ನೋಡಿವೆಯಾದ್ರೂ ಈ ಹುಡ್ರು ಈ ಯಾವ ಮಾತುಗಳ್ಳು ಮೈಟು ಮಾಡ್ದೆ ನಾಲಿಗೆ ತುದಿಯ ಮ್ಯಾಲೆ ಕವಿ ಸಿದ್ಲಿಂಗಣ್ಣನ ಕ್ರಾಂತಿ ಪದಗಳ್ನೋವೆಯಾ... ರಾಮಯ್ಯನ ಲಾವ್ಣಿಗಳ್ನುವೆಯಾ ಹಾಡ್ಕೆಂತ ಕಾಲ ಕಳಿತಾ ಕಳಿತಾ ಬಂದಂಗೆ ಅವುಕ್ಕೂ ಯಾಕೋ ಸಾಕಾದಂಗಾಗಿ ಉಸ್ಸಪಾಂತ ನಿಟ್ಟುಸಿರು ತೆಗಿತಿರುವಾಗ್ಲೆ ಈ ಕ್ವಾಲೀಸು ಹೊಸದೊಂದು ಭರವಸೆಯ ಬೀಜವ ಹೊತ್ತುತಂದು ಈ ಹುಡ್ರು ಮಿದುಳೆಂಬ ಹೊಲದಾಗೆ ಬಿತ್ತಿ ಹೋತು.

ಈ ಮೂರು ಮತ್ತೊಂದು ನಾಕು ಹುಡ್ರು ಅದನ್ನೆ ಅದೆಷ್ಟು ಸಾರಿ ಸುಮ್ನೆ ಮಾತಾಡ್ಕಂಡಿದ್ವು? ಈ ಜಾತಿನ ಬಿಡ್ದಲೇ... ಅವಮಾನದಿಂದ ದೂರಾಗಕ್ಕೆ ಆಗದೇ ಇಲ್ಲ... ಅಂಬೋರು... 'ಅಂಬೇಡ್ಕರ್ ಹೊಂಟೋದಂಗೆ ನಾವೂ

ಹೊಂಟೋಗನೇನ್ರಾಲೇ' ಅಂತ ಸಂಜಿ ಮುಂಜಿ ಮಾತಾಡಿದ್ದೇ ಆಡಿದ್ದು 'ಎಲ್ಲಿಗೋದ್ರು ನಮ್ ಪಾಡು ಆಟೆಯಾ... ನಮ್ ಕವಿಗಳು ಹೇಳಿಲ್ಲ 'ಕಬ್ಣದ ಬೇಡಿ ತೆಗ್ದು ಚಿನ್ನದ ಬೇಡಿ ಇಕ್ಕೆಂಡಂಗೆ...' ಅಮ್ತು... ಅಂಗಾಗುತ್ತೆ ಅಷ್ಟೆಯಾ...' ಅಂತ ಮಾತಾಡ್ಕೆಂತ ಇರೋವಾಗ್ಲೇನೆ ತಮ್ಮ ಹಟ್ಟಿ ಮುಂದೆ 'ಬುದ್ಧನಗ್ರ' ಅಂತ ಬೋರ್ಡ್ ನೇತಾಕಿದ್ರು. ಆ ಹೊತ್ತೆ ಊರಿನ ಸ್ಕೂಲ್ ಮೇಷ್ಟ್ರು ವಿನ್ಸೆಂಟ್ ಅದ್ನ ನೋಡಿ ನಕ್ಕಿದ್ರು.

ಕೊಳ್ಳೇಗಾಲದ ಕಡೆಯ ಮುಡಿಗುಂಡಂನಿಂದ ಬಸನಳ್ಳಿ ಸ್ಕೂಲಿಗೆ ವಿನ್ಸೆಂಟ್ ವಿನಯಕುಮಾರ ವರ್ಗವಾಗಿ ಬಂದ ಮ್ಯಾಕೆ ಚನ್ನ, ರುದ್ರ, ಸೋಮಶೇಕರರಿಗೆ ಗುರುವೊಬ್ರು ಸಿಕ್ಕಂಗಾತು. 'ಈ ಮೇಷ್ಟ್ರು ನಮ್ಮೊನೆಯಾ, ಸಾಕುಸಾಕಾಗಿ ಕ್ರಿಶ್ಚಿಯನ್ ಧರ್ಮಕ್ಕೆ ಸೇರ್ಕಂಡಿದ್ದಾನೆ' – ಅನ್ನೊ ಇಷ್ಯ ಗೊತ್ತಾದ ಮೇಲಂತೂ ಇನ್ನಿಲ್ಲದ ಕಕ್ಕುಲಾತಿ – ದಿನ ಸಂಜೆ ಅವನ್ಹತ್ರ ಹೋಗಾದು ಅದೂ ಇದೂ ಮಾತಾಡಾದು ಕೊನೆಗೆ ಜಾತಿ ವ್ಯವಸ್ಥೆ ಬಗ್ಗೆ ಸಿಡ್ರುಬುಡ್ರು ಅಂದು ಅವ್ನ ಮಕವ ನೋಡಾದು? 'ಸಾ... ಇದ್ರಿಂದ ಯಂಗ್ ಬಿಡ್ಗಡೆ?' ಅಂತ ಅನ್ನೊರು. ಇದನ್ನೆ ಕಾದುಕೊಂಡು ಕುಂತವ್ನಂಗೆ ವಿನ್ಸೆಂಟು ವಿನಯಕುಮಾರ್...ತಮ್ಮ ಪ್ರಭುವಿನ ಉದಾತ್ತ ವಿಚಾರಗಳ್ನ ಹೇಳಿ... 'ಅಮೇನ್' ಅಂತ ಅಂದು 'ನೀವ್ ಯಾಕೆ ಇಂಗ್ ಬರಬಾರ್ದು...' ಅಂತ ಇನ್ವಿಟೇಸನ್ ಕೊಡ್ತೋವ್ರು. ಹಂಗೆ ಅವ್ನ ಕೊಟ್ಟ ಇನ್ವಿಟೇಸನ್ನನ ಸರಕನ್ನೆ ತಗಾಳ್ಳಾಕೇನದು ಮದ್ವೇದೆ? ಮುಂಜೀದೆ? 'ಹೇಳಿಕೇಳಿ ಕಿರಸ್ತಾನ ಧರ್ಮಕ್ಕೆ ಯೆಂಗಲೇ ನುಗ್ಗಾದು?' ಅಂತ ಅವ್ರವ್ರೆ ನಾಕುದಿನ ಅಂದ್ಕಂಡು 'ನಮ್ ಪೂರ್ವಿಕರ್‍ರ್ಯಾರೋ ದುಡ್ಗೆ ದುಗ್ಗಾಣಿಗೆ ಆ ಧರ್ಮಕ್ಕೆ ಹಿಂದೆ ಸೇರ್ಕಂಡಿರ್ಭೋದು...ಆದ್ರೆ ನಿಜವಾದ ಧರ್ಮಾಂದ್ರೆ ಬುದ್ದುಂದೆಯಾ! 'ಬ್ಯಾಡ...ಸಾ ಅಂಗೇನಾರ ನಾವ್ ಬ್ಯಾರೆ ಧರ್ಮಕ್ಕೆ ಸೇರ್ಕಣ ಹೊತ್ತು ಬಂದ್ರೆ ನಾವು ಬೋದ್ಧ ಧರ್ಮಕ್ಕೆನೆ ಸೇರ್ಕಣ್ತೀವಿ...' ಅಂತ ಅಂಬೋರು. ವಿನ್ಸೆಂಟ್ 'ಅಮೇನ್' ಅಂದು ನಗುವನು.

ಬುದ್ದ ಧರ್ಮಕ್ಕೆ ಸೇರ್ಕಣ ಹೊತ್ತು ಇಷ್ಟು ಬೇಗ ಬರ್ತದೆ ಅಂಬೋದಾದ್ರು ಅವ್ರಿಗೇನು ಗೊತ್ತು? ಬಸನಳ್ಳಿಯ ಹಟ್ಟಿಯ ಹೊಕ್ಕ ಕ್ವಾಲೀಸ್ ಕಾರು ತನ್ನ ತುಂಬ ತುಂಬ್ಕೆಂಡು ಬಂದದ್ದು ಅದೇ ವಿಷ್ಯವನ್ನೆ 'ಅಂಬೇಡ್ಕರರು ಬೋದ್ಧ ಧರ್ಮಸೇರ್ಕಂಡು ಹತ್ತತ್ರ ಐವತ್ತ ವರ್ಸ ಆತು... ಅದ್ರ ನೆಪ್ಪಿಗೆ ಸಾವ್ರಾರು ದಲಿತ್ರು ಆ ಧರ್ಮ ದೀಕ್ಷೆ ತಕ್ಕಬೇಕು...ಇದೊಂದು ದಾಖಲೆ ಆಗಬೇಕು. ಸಾವಿರಾರು ವರ್ಸದಿಂದ ನಮ್ ತುಳದ ಹಿಂದೂ ಧರ್ಮದಾಗೆ ನಾವಿರೋದು ಬ್ಯಾಡ... ಸುತ್ತಮುತ್ತ ಎಲ್ಲ ಹಟ್ಟಿಯೋರು ಈ ಬರೋ ಸನಿವಾರ ದಾವಣ್ಗೆರೆ ಹೈಸ್ಕೂಲ್ ಮೈದಾನಕ್ಕೆ ಬರ್ತಾರೆ...ನೀವು ಬರ್‍ರಿ...ಲಾರಿಗಳ್ನ ಕಳಿಸ್ತೇವೆ. ಅಲ್ಲಿ ಹೊಸ ಬಟ್ಟೆ ಕೊಟ್ಟು ನಿಮ್ಗೆ ದೀಕ್ಷೆ ಮಾಡ್ತೇವೆ... ಊಟ...ತಿಂಡಿನೂ ಕೊಡ್ತೇವೆ..' ಅನ್ನೋ ಮಾತನ್ನ ಕ್ವಾಲಿಸ್‌ನಲ್ಲಿ ಬಂದಿದ್ದ ಮೂರು ಮಂದಿಯೂ ಅಂದು ಕೈತುಂಬ ಪೆಂಡೆಯಷ್ಟು ಯಂಡ್ ಬಿಲ್‌ಗಳನ್ನು ಇಕ್ಕಿ 'ಮತ್ತೆ ಬರ್ತೇವೆ...' ಅಂತ ಬರ್‍ರನೆ ಮುಂದಿನೂರಿಗೆ ಅಲ್ಲಿಂದ ಇನ್ನೊಂದೂರಿಗೆ ಅವಸರವಸರವಾಗಿ ಓಡೇ ಓಡಿದ್ದರು.

ಹಟ್ಟಿಯ ತುಂಬಾ ನಾಕಾರು ದಿನ ಇದೇ ಮಾತು... ಅಂಗ್ ಸೇರ್ಕಂಡ್ರೆ ಏನಾಕ್ತತಲೇ? ಅಂಬೋ ಪ್ರಶ್ನೆಯಿಂದ ಹಿಡ್ದು! ಅದ್ಕೆ ಅವ್ರು ಎಷ್ಟು ಕೊಡ್ತಾರಂತೆ? ಎಂಬ ಪ್ರಶ್ನೆಗಳಿಗೂ ಅವ್ರಿಗೆ ಉತ್ರ ಕೊಟ್ಟು ಕೊಟ್ಟು ಸಾಕಾತು..'ಏನು ಕೊಡಲ್ಲಾಂದ್ರೆ ಯೆಂಗೋ ಮಾರಾಯ? ರಾಮರಥ ಬಂದಾಗ್ಲೆ ಕೊಟ್ಟುದ್ದಾರಂತೆ... ಈಗ ಕೊಡಾಕೇನು?' ಅಂತ ಅನ್ನೋರು 'ದೀಕ್ಷೆನಾರ ಕೊಡ್ಲಿ... ಪಾಕ್ಷೆನರ ಕೊಡ್ಲಿ... ನಂಗೆ ದಿನಾ ಕುಡಿಯಾಕೆ ಕೊಟ್ರೆ ಸಾಕಪ್ಪ...' ಅಂತ ಬುಂಡೆ ಶೀನಜ್ಜ ಅನ್ನೋನು. ಮಾದ್ರ ಚಟಿಗಿದು ಒಂದು ವರ್ಸೆ ಆದ್ರೆ...ಗಿಡ್ಡ ಹನುಮುಂದು ಇನ್ನೊಂದು ವರಾತ. ಇತಿಹಾಸದ ಗಾಲಿ ತಿರ್ಗಸಾನಾಂತ ಹೊಂಟ ಹುಡ್ರು...ಇಂಥವ್ರನ್ನ ಕಟ್ಟಿಕೆಂಡು ಏನು ತಿರ್ಗುಸ್ತಾವೆ? ಇನ್ನೇನು ಶನಿವಾರ ಆನ್ನೋದು ಹತ್ರಕ್ಕೆ ಬಂತು.ಹಟ್ಟಿಯವ್ರು ನೋಡಿದ್ರೆ ಹಿಂಗ ಮಾತಾಡ್ತಾರೆ...! ಏನೂ ತಿಳಿದೇನೆ ಆ ಹುಡ್ರು ವಿನ್ಸೆಂಟ್ನ ಹತ್ರಕ್ಕೆ ಓಡೋಡಿ ಬಂದು 'ಇಂಗಿಂಗೆ...ಸಾ...ಯಂಗ್ ಮಾಡಾದು?' ಅಂತ ಹಲುಬಿದವು.

ವಿನ್ಸೆಂಟ್ ಒಂದು ಚಣ ಕಣ್ಣು ಮುಚ್ಚಿ ಯೋಚಿಸಿದ. 'ಹೌದು ಶೀನಜ್ಜ ಕೇಳೋದ್ರಲ್ಲಿ ಅರ್ಥವಿದೆಯಲ್ಲಾ' ಅಂತ ಅನ್ನಿಸಿತು. ಪ್ರಯೋಜನವಿಲ್ಲದೆ, ಸ್ವಪ್ರೇರಣೆ ಇಲ್ಲದೆ ಒಂದು ಧರ್ಮಕ್ಕೆ ಸೇರೋದಂದ್ರೆ... ಅರ್ಥವಿಲ್ಲದ್ದು. ತನ್ನ ಅನುಭವದ ಬೆಳಕಲ್ಲಿ ಪರಿಹಾರ ಹುಡುಕಲೆತ್ನಿಸಿದರೆ ಅಲ್ಲೂ ಒಂದು ಬೆಳಕಿನ ಕಿರಣನೂ ಕಾಣ್ತಾ ಇಲ್ಲ. ಈ ದೀಕ್ಷೆಯಿಂದ ಯಾರ್ಗೆ ಎಷ್ಟು ಉಪಯೋಗ! ಮತ್ತೆ ಮತ್ತೆ ಚಿಂತಿಸಿದಷ್ಟು ಸಿಕ್ಕುಗಳ ಜಾಲದ ಜಾಲರಿಯೇ ಕಣ್ಣ ಮುಂದೆ. ತಾನು ತನ್ನ ಬದುಕಿನ ಗತಚರಿತ್ರೆ ಬ್ಯಾಡವೆಂದರೂ ಕಣ್ಣ ಮುಂದೆ ಸುಳಿಯತೊಡಗಿತು.

ತನ್ನಜ್ಜ ಯಾವನೋ ಇಂಗ್ಲೀಷ್ ಪಾದ್ರಿಯ ಮನಿಯಾಗೆ ಕಸ ಮುಸುರೆ ಮಾಡಾತ್ತಿದ್ದುದೆ ಆ ಸೀಮೆಗೆ ದೊಡ್ಡ ವಿಚಾರ. ನನ್ನಜ್ಜ ಮುಟ್ಟಿದ್ದ ಪಾತ್ರೆಯಲ್ಲೇ ಅವ್ರು ಅಡ್ಗೆ ಮಾಡ್ತಾರೆ, ಊಟಾನೂ ಮಾಡ್ತಾರೆ ಅಂಬೋದೇ ದೊಡ್ಡ ಕಥೆ. ತನ್ನಜ್ಜೆ ಈ ಸೀಮ್ಯಾಗೆ ಯಾವ ಹೊಲಾರ್ನಿಗೂ ಇಲ್ಲದ ಸೌಭಾಗ್ಯ ತನ್ನದೂಂತ ಬೀಗುತ್ತಿದ್ದ. ಈ ಖುಸಿ ತಡೀಲಾರ್ದೆ ಪಾದ್ರಿತಾಗೂ ಒಮ್ಮೆ ಅಂದು ನೋಡಿದ. ಪಾದ್ರಿಯಾದರೋ 'ನೀನು ನಮ್ಮ ಧರ್ಮ ಸೇರ್ಕ... ಹೊಲಕೊಡ್ತೀವ,. ಮನಿ ಕೊಡ್ತೀವಿ, ಓದೋಕೆ ಸಾಲಿಗೆ ಸೇರ್ಸಕಂತೀವಿ...' ಅಂದ. ಓದೋದ್ಕಿಂತ ಹೊಲದಾಸೆಕೇಳಿ ನಮ್ಮಜ್ಜ ಬೀಗಿ ಹೋಗಿ, ತನ್ನ ತಂಗಿ ಆಕೆ ಗಂಡ ಮಕ್ಳು ಮರಿಗಳು... ತನ್ನ ಕಳ್ಳು ಬಳ್ಳಿನೆಲ್ಲ ಕರ್ಕಂಡು ಬಂದು ಪಾದ್ರಿ ಪಾದಕ್ಕೆ ಕೆಡವಿದ. ಒಂದು ಪವಿತ್ರವಾದ ದಿನ ಕೊಳ್ಳಾಲದ ಚರ್ಚ್‌ನಲ್ಲಿ ಎಲ್ರಿಗೂ ಕ್ರಿಸ್ತಧರ್ಮದ ದೀಕ್ಷೆ ಕೊಟ್ಟ ಪಾದ್ರಿ ತನ್ನ ದೇಸಕ್ಕೆ ಹೊಂಟೋದ.

ಪಾದ್ರಿ ಹೊಸ ಜನ್ಮ ಕೊಟ್ಟಾಂತ ನಮ್ಮಜ್ಜ ಸಾಯೋವರ್ಗೆ ಅಂದೇ ಅನ್ನುತ್ತಿದ್ದ... ಆ ಪಾದ್ರಿಗೆ ಏನನ್ನಿಸಿತೋ...ಯಾರಿಗೊತ್ತು? ಒಬ್ಬ ಮನುಷ್ಯ ಬದುಕಿರುವಾಗ್ಲೆ ಇನ್ನೊಂದು ಜನ್ಮ ಪಡಿತಾನೆಂದ್ರೆ ಏನು? ಅದು ಮುಂದಿನ ತಲೆಮಾರ್ಗಳಲ್ಲಿ ಫಲಿಸಬೇಕಷ್ಟೆ. ಆದ್ರೆ ನನ್ನಪ್ಪ ಓದಿ ಗಾರ್ಡ್ ಆದ. ಅವ್ನ ಮಗ ನಾನು ಮೇಸ್ಟ್ರು ಆದೆ, ನನ್ ಮಗ ಕಂಪ್ಯೂಟರ್ ಕಲ್ತು ಯಾವ್ದೋ ದೇಸಕ್ಕೆ ದೇಸಾಂತ್ರ ಹೋಕ್ತಾನೆ. ಅಲ್ಲಿಗೆ

ನನ್ನಜ್ಜನ ಜನ್ಮ ಫಲಿಸುತ್ತೆ. ಇಲ್ಲೇ ಇರೋವರ್ಗೆ ಈ ಜಾತಿಯ ವಾಸ್ನೆ ನಾರ್ತನೇ ಇರುತ್ತೆ. ನನ್ನ ಹೆಸ್ರಿನ ಜೊತೆಗೆ ಇರೋ ವಿನಯಕುಮಾರ ಪೂರ್ವಜನ್ಮದ ಜಾತಿಯ ವಾಸ್ನೆನೇ ಅಲ್ಲವೇ? ನಾಯಿಯ ಹಂಗೆ ಜಾತಿ ವಾಸ್ನೆ ಹಿಡ್ದೇ ಬರ್ತತಿ. ಈ ಸಮಾಜದ ಮೂಗಿಗೆ ನಾಯಿಯ ಗುಣ ಇದೆ. ಇಂಥಾ ಸಮಾಜದ ಈ ಊರಲ್ಲಿದ್ದು ಈ ಹುಡ್ರು ಮತಾಂತ್ರ ಆಕ್ತೀವೀ ಅಂತ ಹೊಂಟುದಾರಲ್ಲ... ಇದ್ರಲ್ಲಿ ಏನು ಅರ್ಥವಿದೆ? ಅಂತ ತನ್ನೊಳಗೆ ಪ್ರಶ್ನೆ ಮಾಡಿಕೊಂಡ.

ತಮ್ಮ ಮಾತಿಗೆ ಏನೂ ಉತ್ರ ಕೊಡ್ದೆ ಇರೋ ವಿನ್ಸೆಂಟ್‌ನನ್ನ ನೋಡಿ ಹುಡ್ರು... ಮತ್ತೊಮ್ಮೆ 'ಯಂಗ್ ಮಾಡನ ಸಾ?' ಅಂತ ಅಂದ್ರು.

'ನೀವು ಏನ್ ಮಾಡ್ತಾ ಇದ್ದೀರಿ ಅನ್ನೋದ್ನ ಅವ್ರಿಗೆ ಸರಿಯಾಗಿ ತಿಳ್ಸಿ ಹೇಳಿದ್ದಿರಾ? ಹೋಗ್ಲಿ ನಿಮಗಾದ್ರೂ ತಿಳಿದಿದಿಯಾ? ಹಿಂಗೆ ಧರ್ಮದೀಕ್ಷೆ ತಗೊಂಡ ತಕ್ಷಣ ಏನಾಗುತ್ತೆಂತ ಅಂದ್ಕಂದಿರಾ...' ಎಂದು ವಿನ್ಸೆಂಟ್ ಚನ್ನನ ಮುಖ ನೋಡಿದ 'ಜಾತಿ ಶಾಪದಿಂದ ಬಿಡ್ಗಡೆ ಆಕ್ತೀವಿ... ಉತ್ತಮಸ್ತ್ರು ನಮ್ಮನ್ನ ಗೌರವದಿಂದ ಕಾಣ್ತಾರೆ?' ಅಂತ ಚನ್ನನಂದ ಮಾತಿಗೆ ವಿನ್ಸೆಂಟ್ ನಕ್ಕು, 'ಜಾತಿನ ನೀನು ಬಿಡ್ತೀನಿ ಅಂದ್ರು ಅದು ನಿನ್ನ ಬಿಡಲ್ಲ...ಯಾವ ಧರ್ಮಕ್ಕೆ ಹೋದರೂ ಈ ಕವಚಕುಂಡಲಗಳ್ನ ಕಳಚೋದು ಅಷ್ಟು ಸುಲಭ ಇಲ್ಲ... ದೇಹದಾಗಿರೋ ರಕ್ತನಾ ಹೊರಗಾಗ್ತಿನಿ ಅನ್ನೋದು ಒಂದೆ...ಈ ಜಾತಿ ಬಿಡ್ತೀನಿ ಅನ್ನೋದು ಒಂದೇ...ಆ ಮೇಲೆ ನಿನ್ನನ್ನು ಹೀನಾಯವಾಗಿ ಕಾಣುವವರ ಸಂಖ್ಯೆ ಮತ್ತೂ ಹೆಚ್ಚಾಕ್ತತಿ, ಈಗಾದ್ರೂ ಒಂದು ಧರ್ಮದವ್ರು ಅಂಗೆ ಕಾಣಬಹುದು. ಆಮೇಲೆ ಎರಡೂ ಧರ್ಮದವ್ರು ಹಿಂಗೆ ನೋಡಾಕೆ ಸುರು ಮಾಡ್ತಾರೆ...' ಅಂತ ಅಂದ ಮಾತು ಯಾಕೋ ಈ ಹುಡ್ರಿಗೆ ಅರ್ಥವಾಗದಂಗಾತು 'ಈಯಪ್ಪನ ಧರ್ಮಕ್ಕೆ ಹೋಗ್ಲಿಲ್ದಾಂತ...ಇಂಗ್ ಮಾತಾಡ್ತಾನೆ...' ಆಂತ ಮನಸ್ಸಿನಲ್ಲಿ ಅಂದುಕೊಂಡರಾದರೂ 'ಮತ್ತೆ ನೀವು ಕ್ರಿಶ್ಚಿಯನ್ ಧರ್ಮಕ್ಕೆ ಯಾಕೆ ಹೋದ್ರಿ...' ಅಂಥ ಕೇಳಿಯೂ ಬಿಟ್ಟರು. 'ನಮ್ಮಜ್ಜನೂ ನಿಮ್ಮಂಗೆ ಅಂದ್ಕಂಡಿರಬೇಕು. ಆದ್ರೆ ಅವ್ನು ಸಾಯೋವರ್ಗೆ – ಸತ್ತಮೇಲೂ – ಇದ್ರಿಂದ ಹೊರ್ಗೆ ಬರಾಕೆ ಆಗ್ಲಿಲ್ಲ... ಆದ್ರೆ ಅವ್ನಿಗೆ ಅದ್ರಿಂದ ಪ್ರಯೋಜ್ನವೆ ಆಯ್ತು. ಆ ಕಾಲಕ್ಕೆ ಹೊಲೆಯ ಜಾತಿಯವನೊಬ್ಬ ಭೂ ಒಡೆಯನಾದ... ಅವ್ನ ಮಗ...ಅವ್ನ ಮಗ... ಅವ್ನ ಮೊಮ್ಮಗ ಅವ್ನ ಮರಿಮಗ...ಕಲ್ತು ಹಳ್ಳಿಯಿಂದ ನಗ್ರಕ್ಕೆ, ನಗ್ರದಿಂದ ದೇಶಾಂತರಕ್ಕೆ ಹೋಗುವಂಗೂ ಆಯ್ತು...ಹಿಂಗೆ ಆದದ್ದು ಧರ್ಮದಿಂದ್ಲೋ?' ಅವರನ್ನ ಪ್ರಶ್ನಿಸಿದ ವಿನ್ಸೆಂಟ್... 'ಧರ್ಮದಿಂದ್ಲೆ' ಮೂರು ಹುಡುಗ್ರು ಒಕ್ಕೊರಲಿನಿಂದ ಅರಚಿದ್ರು. 'ಅಲ್ಲ.ಧರ್ಮದ ಮೂಲಕ ಬಂದ ಶಿಕ್ಷಣದಿಂದ...ಶಿಕ್ಷಣ ಈಜು ಬುರುಡೆಯಾಗಿ ಜಾತಿಯೆಂಬ ಮಡುವಿನಲ್ಲಿ ಮುಳುಗುತಿದ್ದವರಿಗೆ ಈಜು ಬುರುಡೆಯಾಯ್ತು. ಅದನ್ನ ಕಟ್ಟಿಕೊಂಡು ಎಲ್ಲಿವರ್ಗಾದ್ರೂ ಈಜುಬಹುದು. ಎಲ್ಲವನ್ನೂ ಹಿಂದಿಕ್ಕಬಹುದು... ಕ್ಷಿತಿಜಗಳ್ನ ಭೇದಿಸಬಹುದು... ಬರಿ ಧರ್ಮದಿಂದ್ಲೆ ಇದು ಸಾಧ್ಯನಾ? ಧರ್ಮದಿಂದ ಚಲನೆ ಸಾಧ್ಯವೇ ಇಲ್ಲ..' ಅಂತ ವಿನ್ಸೆಂಟ್ ಅಂದ. ಅದನ್ನ ತನಗೇ ಹೇಳಿಕೊಂಡನೋ? ಆ

ಹುಡುಗರಿಗೋ...ಹುಡ್ರು ಕಣ್ಣು ಪಿಳುಕಿಸ್ತಲೇ...'ಅಂಗಾದ್ರೆ ದೀಕ್ಷೆಯಿಂದ ಏನೂ ಆಗಲ್ಲ ಅಂತ ಅಂತಿರಾ?' ಅಂಥ ಕೇಳಿದವು.

'ನೀವು ಸ್ವೀಕರಿಸೋ ಧರ್ಮ ನಿಮ್ಮನ್ನು ಈ ಹಟ್ಟಿಯಿಂದ ಹೇಗೆ ಬಿಡುಗಡೆಗೊಳಿಸುತ್ತೆ? ನಿಮ್ಮ ವೇಷಭೂಷಣ ಆಚರ್ಣೆಗಳಲ್ಲಿ ಒಂಚೂರು ಬದಲಾವಣೆಯಾದ್ರೂ ಆಗಬಹುದು ...ಅಷ್ಟೇನೆ. ಅದೇ ಹಟ್ಟಿ..ಅದೇ ಜನ...ಅದೇ ಅಪಮಾನ...ಬದ್ಲಾವಣೆ ಎಲ್ಲೈತಿ? ಇದ್ನ ಹಟ್ಟಿ ಅಂದ್ರೂ ಅದೇನೆ..ಬುದ್ಧನಗರಾಂದ್ರೂ ಅದೇನೆ... ನಿಮ್ ಸಮಾಧಾನಕ್ಕೆ ನೀವು ಏನೇನಾರ ಕರ್ಕಾಬೌದು. ಬೋರ್ಡು ಹಾಕಬೋದು...ಅದ್ರಿಂದ ಏನು ಬದ್ಲಾವಣೆ ಆದಂಗಾಯ್ತು? ಹೋಗ್ಲಿ ಅಪಮಾನ ಮಾಡಿರುವ ಈ ಊರಿನ ಜನರೆದುರಿಗಾದ್ರೂ ನೀವು ಧರ್ಮ ಸ್ವೀಕರಿಸೋ ಕಾರ್ಯ ನಡೆಯುತ್ತಿದೆಯಾ? ಅವ್ರ ಸಮ್ಮುಖದಲ್ಲಾದ್ರೂ ಆದ್ರೆ ಅದ್ರ ಮಹತ್ವ ಏನೂಂತ ಅವ್ರಿಗೆ ತಿಳಿದು ಕೊಂಚ ಮೆದುವಾದರೂ ಅವ್ರು ಆಗಬಹುದು... ದಾವಣ್ಗೆರಿಯಂಥಾ ನಗ್ರದಾಗೆ...ಸಾವಿರಾರು ಜನರ್ರ ಜೊತೆಗೆ ನಿಮ್ಮ ದೀಕ್ಷೆ ಆಕ್ತತ್ತೇಂತ ಅಂದ್ರೆ...ಹಂಗೆ ದೀಕ್ಷೆ ತಗಂಡು ಬಂದು ಈವೂರಾಗೆ ಬಾಳ್ವೆ ಮಾಡೋದೇ ತಮಾಷೆ ಸಂಗ್ತಿ...ಅಲ್ಲಾ?' ಅಂತ ವಿನ್ಸೆಂಟ್ ಮಾತು ಮುಗಿಸುತ್ತಿದ್ದಂತೆ ರುದ್ರ 'ಅಂಗಾರೆ ಸಾವ್ರಾರು ಜನಗಳನ್ನ ಒಂದ್ಕಡೆ ಸೇರ್ಸಿ ದೀಕ್ಷೆ ಕೊಡ್ತೀವಿ ಅಂಬೋರಿಗೆ ಬುದ್ದಿ ಇಲ್ಲಾಂತ...ಅಂತಿರಾ?' ಎಂದ. 'ಅವ್ರಿಗೆ ಬುದ್ದಿ ಇಲ್ಲಾಂತ ಯಾರು ಹೇಳಿದ್ರು? ನಗ್ರದಲ್ಲಿರೋರು ಅವ್ರು, ಹಳ್ಳೀಲಿರೋರು ನೀವು. ನಗ್ರದ ಲಾಭ ಹಳ್ಳಿಗೆ ಹೆಂಗೆ ಬರ್ತದೆ. ನಗರ ಒಂಥರ ಸಮುದ್ರ ಇದ್ದಂಗೆ. ಸಮುದ್ರ ಸೇರಿದ ಗಂಗೆ...ಕಾವೇರಿ...ಎಲ್ಲ ನದಿಗಳ ನೀರೂ ಲವಣದಲ್ಲಿ ಕರಗಿ ನಾಮಾವಶೇಷವಾಗ್ತಾವೆ. ಸಮುದ್ರದಾಗೆ ಗಂಗೆ ನೀರೂಂತ ಬೇರೆ ಇರ್ತತಾ? ಜಾತಿ ಕುಲ ಧರ್ಮಗಳೆಲ್ಲ ಇದ್ದು ಇಲ್ಲದಂತೆ ಜನಾರಣ್ಯದೊಳಗೆ ಇರ್ತತೆ... ಅಲ್ಲಿ ಅದು ದೊಡ್ಡದಲ್ಲ... ಆದ್ರೆ ಇಲ್ಲಿ ದೊಡ್ಡದು... ಹಟ್ಟಿ ಬಿಟ್ಟು ಹೊರಹೊಂಟರೆ ಜಾತಿ ನಿನ್ನನ್ನು ನೆರಳಿನಂಗೆ ಹಿಂಬಾಲಿಸ್ತತೆ... ಆದ್ರೆ ಅಲ್ಲಿ ಅಂಗಾಗುತ್ತಾ? ನಿಮಗೆ ದೀಕ್ಷೆ ಕೊಡುಸ್ತೀವಿ ಅನ್ನೋರಿಗೆ ಇವೆಲ್ಲ ತಿಳ್ದಿರಬೇಕು...' ಎಂದು ಕೊಂಚ ಕಟುಧ್ವನಿಯಲ್ಲೇ ವಿನ್ಸೆಂಟ್ ಮಾತನಾಡಿದ.

'ನಮ್ಮ ಸಂಘರ್ಷ ಸಮಿತಿಯೋರು ಸರಿಯಾಗೆ ಯೋಚ್ನೆ ಮಾಡೇ ತೀರ್ಮಾನ ತಗೋಂಡಿದ್ದಾರೆ ಅಂತ ನಾವು ಅಂದ್ಕಂಡಿದ್ವಿ...' ಅಂತ ಮೆಲುದನಿಯಲ್ಲಿ ಸೋಮಶೇಖರ ಅಂದ ಮಾತಿಗೆ ವಿನ್ಸೆಂಟ್ 'ಅವ್ರು ತೀರ್ಮಾನಿಸ್ತಾರೆ... ನೀವು ಅನುಭವಿಸ್ತೀರಿ...ಯಾವ ಹಳ್ಳಿಲೂ ಮೊದ್ಲಿಗೆ ಸಂಘರ್ಷ ಸಮಿತಿ ಹುಟ್ಟಿಲ್ಲ. ಅದು ಹುಟ್ಟಿದ್ದೆ ನಗರದಲ್ಲಿ. ಆದ್ರೆ ಸಂಘರ್ಷ ನಡೀತಿರೋದು ಹಳ್ಳಿಗಳಲ್ಲಿ. ಯಾವ ಹಳ್ಳಿಗಳವರು ಇಂದು ನೆಮ್ಮದಿಯಿಂದ ಇದ್ದಾರೆ? ...ಶಿಕ್ಷಣ, ಸಂಘಟನೆ...ಹೋರಾಟಾಂತ ಮೂರು ಮಂತ್ರಗಳ್ನ ಅಂಬೇಡ್ಕರ್ ಹೇಳಿಕೊಟ್ರು. ಮೊದ್ಲಿಗೇನೇ ಆರಂಭವಾಗಬೇಕಿದ್ದು ದಲಿತ ಶಿಕ್ಷಣ ಸಮಿತಿಯೇ ಹೊರತು ಸಂಘರ್ಷ ಸಮಿತಿ ಅಲ್ಲ... ಹೋಗ್ಲಿ ಎರಡೂನೂ ಒಟ್ಟಿಗೆ ಆರಂಭವಾದ್ವಾ? ದಲಿತ್ರನ್ನ ಬಡವ್ರನ್ನ ಮೇಲಕ್ಕೆತ್ತೋ ಶಕ್ತಿ ಇರೋದೆ

ಶಿಕ್ಷಣದಿಂದ ಅನ್ನೋದು ಅವ್ರಿಗೆ ಗೊತ್ತಿತ್ತು. ಮೊದಲ ಮಂತ್ರದ ಆರಂಭವಾಗೋ ಬದ್ಲು ಕೊನೆಯ ಮಂತ್ರದಿಂದ ಆರಂಭವಾದ್ರಿಂದ ಹಟ್ಟಿಗಳಿಗೆ ಚಲನೆ ತಂದುಕೊಡೋ ಶಕ್ತಿ ಇರೋ ಶಿಕ್ಷಣ ಹಿಂದಕ್ಕೆ ಉಳ್ಕಂಬುಡ್ತು... ಚರ್ಚ್‌ಗಳು... ಮದರಸಾಗಳು ಏನು ಮಾಡ್ತಿವಿಯೋ ಅದೇ ಹಟ್ಟಿಗಳಲ್ಲೂ ಆಗಬೇಕಿತ್ತು. ದಲಿತ್ರ ಶಿಕ್ಷಣಕ್ಕಾಗಿ ದಲಿತ ಸಮಿತಿ ಈವರೆಗೂ ಒಂದು ಸಾಲೇನಾದ್ರೂ ನಡೆಸಿದಿಯೇ ನ್ರಯ್ಯಾ... ಅಂಗಾಗಿದ್ರೆ ನೀವು ಇಲ್ಲೆಲ್ಲಿ ಇರ್ತಿದ್ರಿ...' ಭಾವುಕನಾಗಿಯೇ ವಿನ್ಸೆಂಟ್ ಮಾತನಾಡ ತೊಡಗಿದ್ದನ್ನ ನೋಡಿ ಈ ಹುಡ್ರು ಸುಮ್ನಾದ್ರು. ಇನ್ನ ಸಾಕು ನಾನ್ ಮಾತನಾಡಲಾರೆ ಎಂಬ ಮುಖಭಾವವನ್ನ ಅವ್ನು ಪ್ರಕಟಿಸಿದ್ದನ್ನ ಆ ಹುಡ್ರು ಗಮನಿಸಿದರು. ವಿನ್ಸೆಂಟ್ ಹೇಳುವ ವಿಚಾರದಲ್ಲಿ ಸತ್ಯಾಂಶವೇ ಅಡಗಿದೆ ಎಂಬುದನ್ನು ಅವ್ರು ಒಪ್ಪಿಕೊಂಡಂತೆಯೂ ಕಾಣುತ್ತಿತ್ತು 'ಯಾರೋ ಏನೋ ಹೇಳ್ತಾರೆ...' ಅಂತ ನೀವು ಕೇಳ್ಬೇಡಿ... ನಿಮ್ಗೆ ಹೆಂಗನ್ಸುತ್ತೋ ಹಂಗ್ಮಾಡಿ' ಅಂತ ವಿನ್ಸೆಂಟ್ ಅಂದು ಮೇಲಕ್ಕೇಳತೊಡಗಿದ. ಹುಡ್ರು ತಮ್ಮ ತಮ್ಮೊಳಗೆ ಗುಜುಗುಜು ಅಂತ ಅಂದುಕೊಂಡು 'ಶನಿವಾರ ಅವ್ರು ಬಂದಾಗ ನೀವು ಬನ್ನಿ ಸಾ, ನಮ್ಗೆ ಇಷ್ಟೆಲ್ಲ ಮಾತಾಡಕೆ ಆಗಲ್ಲ...' ಅಂತ ಚನ್ನನಂದದ್ದಕ್ಕೆ 'ಇದು ನಿಮ್ಮ ವಿಷಯ... ನೀವೇ ಮಾತಾಡ್ಬೇಕು...ನಾನು ಹೊರಗಿನವ್ನು...ಅವ್ರಿಗೆ ಇದೆಲ್ಲ ಇಷ್ಟ ಆಗಲಾರ್ದು' ಅಂತ ವಿನ್ಸೆಂಟ್ ಅಂದರೂ...ಅವರು ದುಂಬಾಲು ಬಿದ್ದರು 'ನೀವು ನಮ್‌ಪರ್ವಾಗಿ ಅಲ್ದಿದ್ರೂ ಹಟ್ಟಿ ಪರವಾಗಿಯಾದ್ರೂ ಬರ್ಬೇಕು...ಸಾ' ಅಂತ ಒತ್ತಾಯಿಸಿದಕ್ಕೆ ವಿನ್ಸೆಂಟ್ ಒಪ್ಪಿಕೊಂಡ.

ಆ ಶನಿವಾರವೂ ಬಂತು. ಮಾರಿಗುಡಿಯ ಮುಂದೆ ಕುಂತ ವಿನ್ಸೆಂಟ್ ಮಾತು ಆಡೇ ಆಡಿದ. ಅವನ ಮಾತು ಅರ್ಥವಾಗದೆಯೋ ಅರಗಿಸಿಕೊಳ್ಳಲಾರದೆಯೋ ಎದ್ರಿಗೆ ಕುಂತವರು ಜ್ವಾಲಾಮುಖಿಗಳೇ ಆಗಿದ್ದರು.

'ಹಟ್ಟಿಗಳ್ಗೆ ಜಂಗಮ ಗುಣ ಬರೋದು ಅಂದ್ರೆ ಹೆಂಗ್ರೀ...' ಅಸಹನೆಯಿಂದ್ಲೆ ಮಾರಣ್ಣ ವಿನ್ಸೆಂಟ್‌ನನ್ನ ಕೇಳಿದ 'ಬೋರ್ಡ್ರು ಹಾಕೋದು...ಧರ್ಮದೀಕ್ಷೆ ಕೊಡೋದು ಇವುಗಳಿಂದ ಏನೂ ಪ್ರಯೋಜನ ಇಲ್ಲ..., ಅವ್ರಿಗೆ ಆರ್ಥಿಕ ಸಹಾಯ, ಶಿಕ್ಷಣ ಕೊಡೋದ್ರಿಂದ ಅವ್ರು ಮುಂದ ಬರ್ತಾರೆ... ಅಂತಾದ್ರಿಂದ್ಲೆ ಹಟ್ಟಿಗಳು ಚಲಿಸ್ತವೆ. ಗುಡಿಸಲುಗಳು ಹೋಗಿ...ಮನೆಗಳು ಬರ್ತಾವೆ...ಜೀತ ಮಾಡೋ ಬದ್ಲು ತಮ್ಮ ಹೊಲ ಉಳ್ತಾವೆ...ಓದಿದ ಹುಡ್ರು...ಕೆಲಸ ಪಲ್ಸಾಂತ ನಗರ ಸೇರ್ಕಳ್ತಾವೆ...ಹಿಂಗೆ ಆಗ್ಬೇಕೂ ಅನ್ನೋದು...ನನ್ನ ಮಾತಿನ ಅರ್ಥ...ಈ ಬಗ್ಗೆ ನೀವೇನು ಮಾಡ್ತೀರಿ?' ಅಂತ ವಿಚಾರಿಸಿದ. ವಿನ್ಸೆಂಟಿನ ಮಾತಿಗೆ ಹನುಮಯ್ಯ ತಲೆ ಅಲ್ಲಾಡಿಸಿ 'ಅಲ್ಲಿವರ್ಗೂ ನಾವಿನ್ನು ಯೋಚ್ನೆ ಮಾಡಿಲ್ಲ...ಸಂಘದಾಗೆ ಅದ್ರ ತೀರ್ಮಾನ ಆಕ್ತತಿ...' ಅಂತ ಅಂದು 'ಆತು ನಾವಿನ್ನು ಹೊಂಡ್ತೀವಿ...' ಅಂತ ಅವಸರಿಸಿದ.

ಅವರನ್ನ ತಡೆದ ವಿಕ್ಸೆಂಟ್ '..ನೀವು ಮುಗ್ಧರನ್ನು ದಾರಿ ತಪ್ಪಿಸ್ತಿದ್ದೀರಂತ ನನಗನ್ನಿಸುತ್ತೆ...' ಅಂತ ಅಂದ ತಕ್ಷಣ 'ಏ...ನಾವಲ್ಲೋ ದಾರಿ ತಪ್ಪಿಸ್ತಾ ಇರಾದು...ನೀನು, ಅವ್ರನ್ನ ನಿಮ್ಮ ಧರ್ಮಕ್ಕೆ ಸೇರ್ಸಿಕಾಬೇಕಾಂತ ಮಾಡಿದೀಯ...

ಅದೇನು ನಮ್ಗೆ ಗೊತ್ತಾಗಲ್ಲಾಂತ ಮಾಡಿದೀಯಾ...' ಎಂದು ಖುರ್ಚಿಯನ್ನ ಜೋರಾಗಿ ದಬ್ಬಿ...ಎದ್ದು ನಿಂತ. ಅಷ್ಟೊತ್ತಿಗೆ ಮಾದೇವಾ ಕೈಯಾಗಿನ ಮೊಬೈಲು ಕುಣುಕುಣಿಸಿ ದಬಾಯಿಸತೊಡಗಿತು. 'ಇಲ್ಲಣ್ಣಾ... ಇನ್ನೂ ಈ ಹಟ್ಟೀನೆ ಬಿಟ್ಟಿಲ್ಲ... ನಮ್ಮ್ ಹುಡ್ರಿಗೆ ರಾಂಗ್ ಮೆಸೇಜ್ ಹೋಗಿದೆ... ಇಲ್ಲ ಒಪ್ತಾ ಇಲ್ಲ... ಆಂ...ಆಗ್ಲಿ... ಆಗ್ಲಿ...ಊಂ...ಈಗ ತುಂಬಸ್ಕೆಂಡು ಬರ್ತ್ತಿನಿ...' ಅಂತ ಅಂದು ಮೊಬೈಲಿನ ಕುತ್ತಿಗೆ ಹಿಸುಕಿ ವಿನ್ಸೆಂಟನನ್ನು ಕೆಕ್ಕರಿಸಿ ನೋಡುತ್ತಲೆ 'ನಿನ್ನಂಥೋರು ಹಟ್ಯಾಗೆ ಒಬ್ಬೊಬ್ಬ ಹುಟ್ಕೆಂಡ್ರೆ ನಾವು ಎಕ್ಕುಟ್ಟಿಕೊಂಡು ಹೋದ್ವಿ, ಏ ನಡಿಯಲೇ ಹನುಮ ಮಾರ... ಆಗ್ಲೆ ಮಿನಿಟ್ರು ತುಮ್ಕೂರು ಬಿಟ್ಟಂತೆ. ಉಮಾವತಿ ಬರೋದು ತಡಾ ಆಕ್ತತಂತೆ...' ಎಂದು ಅವಸರಿಸತೊಡಗಿದ. ರುದ್ರ '..ಮೊದ್ಲು ನಮ್ ಪ್ರಶ್ನೆಗೆ ಸರಿಯಾದ ಉತ್ರ ಕೊಡ್ಲಿಲ್ಲ ನೀವು...ಅದೇನೂ ಅಂತ ಹೇಳ್ರಿ...' ಅಂತ ಅಂದದ್ದನ್ನ ಕೇಳಿ ಮಾದೇವ 'ನೆಂಟನಲ್ಲ ...ಜಾತ್ಯೋನಲ್ಲ ಆವ್ನ ಮಾತ್ನ ಕೇಳ್ಕಂಡ್ ಕುಣಿತೀರಲಲೇ...ನಮ್ ಮಾತ್ನು ಒಂಚೂರು ಕೇಳ್ರೋ...ಬುದ್ದ ಧರ್ಮ ಸೇರ್ಕಂಣತಿದ್ದಂಗೆ ಎಲ್ಲಾನು ಸರಿಯಾಕತೋ...' ಎಂದಿನ್ನು ಮಾತು ಮುಗಿಸಿದ್ದಿಲ್ಲ ಮತ್ತೆ ಕುಣಿಕುಣಿ ಅಂತ ಮೊಬೈಲ್ ಕೀರಲತೂಡಗಿತು.

'ಏನ್ ಮಾಡ್ತೀಯ ಗುರು...ಇಲ್ಲೋಟು ಕಿರಿಕ್ ಆಗೇತಿ ಬರ್ತೀವಿ ಈಗ ಬರ್ರೀವಿ... ಆಂ... ಆಂ...ನಾಕಹಳ್ಳಿಯ ಹಟ್ಟಿಯೋರ್ನು ತುಂಬ್ಕೆಡೇ ಬರ್ತೀವಿ...ಉಂ...ಉಂ ಅಲ್ಲೇ ಐ.ಬಿ.ಹತ್ರ ಬರ್ತೀವಿ' ಆಂತ ಅಂದು ಮತ್ತೆ ಅದರ ಕುತ್ತಿಗೆ ಹಿಸುಕುತ್ತಿದ್ದಂತೆ... ಮತ್ತೆ ಕುಣಿ ಕುಣಿ ಅನ್ನತೊಡಗಲು ಅದರ ಬಾಯಿಗೆ ತನ್ನ ಬಾಯಿ ಇಟ್ಟ ಮಾದೇವ 'ಅಲೋ...ಅಂಗೇನು ಗುರು...ಆಂ ಇಲ್ಲೇ ಅದಾನೆ...ಅವನ್ತಾಗೆ ಮಾತಾಡ್ತೀರ...' ಅಂತ ಅಂದು.. 'ನಮ್ ಅಧ್ಯಕ್ಷರು ಮಾತಾಡ್ತರೆ ನೋಡ್ರಿ' ಅಂತ ಅಂದು ಮೊಬೈಲನ್ನು ವಿನ್ಸೆಂಟ್‌ಗೆ ನೀಡಿದ. ಆಷ್ಟೊತ್ತಿಗಾಗಲೇ ವಿನ್ಸೆಂಟ್ ಸುಸ್ತು ಹೊಡೆದಿದ್ದ...ತಾನೊಬ್ಬ ಅನ್ಯನೆನಿಸತೊಡಗಿ ಸಾಕಪ್ಪಾ ಇಲ್ಲಿಂದ ಹೋಗೋಣ ಎಂದುಕೊಂಡೇ ಕಿವಿಗೆ ಮೊಬೈಲ್‌ನ ಇಕ್ಕಿಕೊಂಡ... ಆ ಕಡೆಯಿಂದ ಓತಪ್ರೋತವಾದ ಮಾತು... ಈ ಲೋಕದ ಮನುಷ್ಯರ ದನಿಯಂತೆ ಅದು ಕೇಳುತ್ತಲೇ ಇರಲಿಲ್ಲ. ಕೇಳುತ್ತ ಕೇಳುತ್ತ ವಿನ್ಸೆಂಟ್ ಕುಸಿದ. ಚನ್ನ ಸೋಮಶೇಖರ ಅವನನ್ನು ಹಿಡಿದೆತ್ತಿ ಕುರ್ಚಿಯ ಮ್ಯಾಗೆ ಕೂರಿಸಿದ್ರು. ರುದ್ರ ಮೊಬೈಲಿಗೆ ಕಿವಿಕೊಟ್ಟ...ಕಸಿವಿಸಿ ಮಾಡಿಕೊಂಡ...ಮುಖ ಕಿವಿಚಿಕೊಂಡ... ಮೊಬೈಲ್‌ನ ಕುತ್ತಿಗೆ ಹಿಚುಕಿ...'ಏ...ಎದ್ದಳಯ್ಯ ಮ್ಯಾಕೆ... ನಮ್ಮ ಹಟ್ಟಿಯೋರ್ಯಾರು ಅಲ್ಲಿಗೆ ಬರಲ್ಲ..ಹೋಗ್ರಯ್ಯಾ'ಅಂತ ಅವ್ರನ ಬಲವಂತವಾಗಿ ಕಳಿಸುತ್ತಿರುವಾಗಲೇ ಸಾವರಿಸಿ ಕೊಂಡ ವಿನ್ಸೆಂಟ್ ನಿಧಾನಕ್ಕೆ ಹೆಜ್ಜೆಯನ್ನು ಹಾಕುತ್ತಾ ಹಟ್ಟಿಯನ್ನು ಬಿಟ್ಟು ಹೊರಟ.

'..ಏ...ಎಲ್ಲ ಇಳೀರಿ ಕೆಳಕ್ಕೆ...ಇಳಿರಿ ಇಳಿರಿ' ಅಂಬೋ ರುದ್ರನ ಮಾತುಕೇಳಿ ವತಾರೆಯಿಂದ ಲಾರಿಯಲ್ಲಿ ಕುಂತಿದ್ದ ಹಟ್ಟಿಯವ್ರೆಲ್ಲ ಗೊಣಗಿಕೊಂಡು ಒಬ್ಬೊಬ್ಬರೇ ಇಳಿಯತೊಡಗಿದರು. ಕ್ವಾಲೀಸ್ ಅನ್ನು ಅಡರಿ ಮೂರು ಜನ ಹುಡ್ರುನ್ನ ಕೆಕ್ಕರಸಿಕೊಂಡು ನೋಡುತ್ತಲೇ ಬರ್ರೋ... ಅಂತ ಹೊಂಟೋದರು.

ಯಥಾರೀತಿಯಲ್ಲಿ ಬಸವನಳ್ಳಿಯಲ್ಲಿ ಎಂದಿನಂತೆ ಸೂರ್ಯನ ಬೆಳಕು ಊರನ್ನು ಕೇರಿಯನ್ನೂ ತಟ್ಟಿ ಎಬ್ಬಿಸಿತು. ಪೇಣಿ, ಪುಸ್ತಕ, ಹಿಡಿದು ಸಾಲಿ ಹುಡುಗರು ಸಾಲು ಸಾಲಾಗಿ ಊರ ಮುಂದಿನ ಸಾಲಿಗೆ ಬಂದು ಸಾಲಾಗಿ ನಿಂತು, ಕೈಯ ಮುಗಿದು 'ಸ್ವಾಮಿ ದೇವನೆ ಲೋಕಪಾಲನೆ...' ಅಂತ ಉಚ್ಚಕಂಠದಲ್ಲಿ ಹಾಡುತ್ತಿದ್ದರೆ – ಹುಡುಗರೆದುರಿನ ಸಾಲಿನಲ್ಲಿ ನಿಂತ ಮೇಸ್ಟ್ರುಗಳು ಕೈಮುಗಿದು ನಿಂತಿದ್ದಾರೆ. ಆ ಸಾಲಾಗೆ ಕೈ ಮುಗಿದು ನಿಂತಿದ್ದ ವಿನ್ಸೆಂಟ್ ವಿನಯ ಕುಮಾರನ ಕಿವಿಯೊಳಗೆ ಹಾಡಿನ ಜೊತೆಗೆ ಹೆಜ್ಜೆ ಸಪ್ಪಳ ಕೇಳಿ ಕಣ್ತೆರೆದು ನೋಡುತ್ತಾನೆ!

ಕೇರಿಯ ಕಡೆಯಿಂದ ಹರಿದಬಟ್ಟೆ ತೊಟ್ಟ, ತಲೆಯ ಕೂದಲನ್ನ ಬಾಚಿದ ಕೈಯಾಗೆ ಪಾಟಿ, ಪುಸ್ತಕ ಹಿಡಿದ ಹುಡುಗರು ಸಾಲುಸಾಲಾಗಿ ಬರುತ್ತಿದ್ದಾರೆ. ರುದ್ರ, ಸೋಮಶೇಖರ, ಚನ್ನ... ಆ ಹುಡುಗರ ಕೈ ಹಿಡಿದುಕೊಂಡು... ಮುಂದಕ್ಕೆ ದಾರಿ ತೋರಿಸ್ತಾ ಸಾಲಿ ಕಾಂಪೌಡೊಳಕ್ಕೆ ಕರೆ ತಂದು ಸಾಲು ಮಾಡಿ ನಿಲ್ಲಿಸಿ, ಆ ಹುಡುಗ್ರೂ ಹಾಡುವಂತೆ ಒತ್ತಾಯಿಸ್ತಿದ್ದಾರೆ. ವಿನ್ಸೆಂಟ್ ಕಣ್ಣಲ್ಲಿ ನೀರು ತುಂಬಿತು. ರುದ್ರ, ಚನ್ನರನ್ನು ನೋಡಿ ಹುಸಿ ನಗೆ ನಕ್ಕ..ಅವರೂ ನಕ್ಕರು.

ಅದಾಗಿ ಸರಿಯಾಗಿ ಒಂದು ವಾರಕ್ಕೆ ಮತ್ತೆ ಎಂದಿನಂತೆ ಸೂರ್ಯ ಹುಟ್ಟಿದ. ಹಾಸಿಗೆಮೇಲೆ ಹೊರಳಾಡುತ್ತಿದ್ದ ವಿನ್ಸೆಂಟ್‌ನ ಕಣ್ಣಿಗೆ ಸೂರ್ಯನ ಕಿರಣಗಳು ತಾಕುವುದರ ಜೊತೆ ಜೊತೆಗೆ ಕಿವಿಯ ಮೇಲೆ 'ಗಚ್ಚಾಮಿ. ಗಚ್ಚಾಮಿ...' ಎನ್ನುವ ಹಾಡು ಬೀಳತೊಡಗಿದಂತೆ. ತಟಕ್ಕನೆ ಮೇಲೆದ್ದು... ಎತ್ತಕಡೆಯಿಂದ ಎಂದು ಕಿವಿಯ ಕೇಳಿದರೆ, ಕಿವಿ... ಕೇರಿಯ ನಿರ್ದೇಶಿಸಿತು. ಎದ್ದು ಕೇರಿಯ ಕಡೆ ಓಡಿದರೆ...

ಕಸಗುಡಿಸಿ, ಕೋಳಿ – ಪಾಳಿಗಳನ್ನೆಲ್ಲ ಒಂದು ಮಕರಿಯಲ್ಲಿ ಮುಚ್ಚಿ ನೀರನ್ನೆಲ್ಲ ಹನಿದು...ಅಲ್ಲಲ್ಲಿ ರಂಗೋಲಿ... ಬಾಳೆಕಂದು... ಮಾವಿನತೋರಣಗಳಿಂದ ಇಡೀ ಕೇರಿಯೆ ಲಕಲಕಿಸುತ್ತಿತ್ತು. ಒಳಗೆ ಹೋಗಿ ನೋಡಿದರೆ ಮಾರಿಗುಡಿಯ ಮುಂದೆ ಜನರ ಗುಂಪೋ ಗುಂಪು ಅಲ್ಲಿಂದಲೇ

ನಮೋತಸ್ಸು ಭಗವತೋ ಅರಹತೋ

ಸಮ್ಮಾಸಂಬುದ್ಧಸ್ಸ

ಬುದ್ಧಂ ಸರಣಂ ಗಚ್ಚಾಮಿ, ಧರ್ಮಂ ಸರಣಂ ಗಚ್ಚಾಮಿ

ಸಂಘಂ ಸರಣಂ ಗಚ್ಚಾಮಿ

ಸಮೂಹಗಾನ ಕೇಳುತ್ತಿತ್ತು ಹತ್ತಿರಹತ್ತಿರ ಬಂದು ನೋಡಿದರೆ, ಬೈಲುಗುಪ್ಪೆಯ ಕಡೆಯಿಂದ ಬಂದ ಧಮ್ಮ ರಕ್ಕಿತರೊಬ್ಬರು ರುದ್ರ, ಸೋಮಶೇಕರ, ಚನ್ನ ಮತ್ತೊಂದು ನಾಕು ಹುಡುಗರಿಗೆ ಬೌದ್ಧ ಧರ್ಮದ ದೀಕ್ಷೆ ನೀಡುತ್ತಿದ್ದಾರೆ. ಶೀನಜ್ಜ, ರೊಂಡಿಹನುಮ, ಚಟಗಿ ಚಟುವಟಿಕೆಯಿಂದ ಅತ್ತಿತ್ತ ಓಡಾಡುತ್ತಿದ್ದಾರೆ. ಬಸನಳ್ಳಿಯ ಲಿಂಗಾತ್ರ ಗಂಡು ಹೆಣ್ಣೆಂಬೋರೆಲ್ಲ ಕೈ ಮುಗಿದು ನಿಂತಿದ್ದಾರೆ. ವಿನ್ಸೆಂಟ್‌ನ ಕಣ್ಣು

ತುಂಬಿ ನೀರು ಕೆನ್ನೆಯ ಮೇಲೆ ಹರಿದರಿದು ಬಂತು. ರುದ್ರ, ಚನ್ನ – ವಿನ್ಸೆಂಟ್‌ನನ್ನು ನೋಡಿ ನಕ್ಕರು... ವಿನ್ಸೆಂಟ್ ಕೂಡ.

ಬಿಸಿಲಿನ ತಾಪ ಜೋರಾದಂತೆಲ್ಲ ವಿನ್ಸೆಂಟ್ ದೂರದ ಆಲದ ಮರದ ಬುಡವೊಂದರ ಬುಡದಲ್ಲಿನ ಕಲ್ಲಿನ ಮೇಲೆ ಕುಂತ. ಬುದ್ಧಂಶರಣಂಗಚ್ಛಾಮಿ ಅವನ ಕಿವಿಯಲ್ಲಿ ಅನುರಣಿಸುತ್ತಿದ್ದಂತೆಯೇ ಅವನ ಕಣ್ಣಮುಂದೆಯೇ ಈ ಕೇರಿಯೆಂಬ ಭೂಮಿಯ ತುಣುಕಿಗೆ ಎಲ್ಲೆಲ್ಲಿಂದಲೋ ಎರಡು ಗಾಲಿಗಳು ಬಂದು ಸೇರಿದಂತಾಗಿಯೂ ಆ ತುಣುಕೂ ಭೂಮಿಯೊಂದಿಗೆ ಸೇರಿಕೊಂಡು ಚಲಿಸತೊಡಗಿದಂತೆಯೂ ಭೂಮಿಯೀಗ ನಿಜವಾಗಿಯೂ ಚಲಿಸುತ್ತಿದೆಯೆನಿಸತೊಡಗಿತು.

ಛಂದ ಪುಸ್ತಕ

ಓದಿ ಓದಿ ಮರುಳಾಗಿ!

ಛಂದ ಪುಸ್ತಕ ಬಹುಮಾನ

ಹೊಸ ಕತೆಗಾರರನ್ನು ಗುರುತಿಸುವ ಸಲುವಾಗಿ ನಮ್ಮ ಪ್ರಕಾಶನ ಸಂಸ್ಥೆಯು ಕಳೆದ ಹದಿಮೂರು ವರ್ಷಗಳಿಂದ ಕತೆಗಳ ಹಸ್ತಪ್ರತಿ ಸ್ಪರ್ಧೆಯನ್ನು ನಡೆಸುತ್ತಾ ಬಂದಿದೆ. ಈವರೆಗೆ ಒಂದೂ ಕಥಾಸಂಕಲನವನ್ನು ಪ್ರಕಟಿಸದವರು ಈ ಸ್ಪರ್ಧೆಯಲ್ಲಿ ಭಾಗವಹಿಸಬಹುದು. ಇತರ ಪ್ರಕಾರಗಳಲ್ಲಿ ಒಂದೆರಡು ಪುಸ್ತಕಗಳನ್ನು ಪ್ರಕಟ ಮಾಡಿದವರೂ ಇದರಲ್ಲಿ ಭಾಗವಹಿಸುವ ಅವಕಾಶವಿರುತ್ತದೆ. ಮೊದಲ ಸುತ್ತಿನ ಆಯ್ಕೆಯನ್ನು ಪ್ರಕಾಶನದ ಸದಸ್ಯರು ಮಾಡಿ, ಕೊನೆಯ ಆಯ್ಕೆಗಾಗಿ ಸುಮಾರು ಹತ್ತು ಹಸ್ತಪ್ರತಿಗಳನ್ನು ನಾಡಿನ ಹಿರಿಯ ಸಾಹಿತಿಗಳಿಗೆ ಒಪ್ಪಿಸುತ್ತಾರೆ. ಆಯ್ಕೆಯಾದ ಹಸ್ತಪ್ರತಿಯನ್ನು ಪುಸ್ತಕ ರೂಪದಲ್ಲಿ ಪ್ರಕಟಿಸಿ, ಪ್ರಶಸ್ತಿ ಪತ್ರ, ಫಲಕ ಹಾಗೂ ಮೂವತ್ತು ಸಾವಿರ ರೂಪಾಯಿ ಬಹುಮಾನವನ್ನು ನೀಡಲಾಗುತ್ತದೆ. ಈವರೆಗೂ ಈ ಪ್ರಶಸ್ತಿಯಲ್ಲಿ ಬಹುಮಾನ ಪಡೆದವರ ವಿವರಗಳ ಪಟ್ಟಿಯನ್ನು ಮುಂದಿನ ಪುಟದಲ್ಲಿ ನೀಡಿದ್ದೇವೆ.

ಇವರಲ್ಲಿ ಮೌನೇಶ ಬಡಿಗೇರ, ಶಾಂತಿ ಕೆ ಅಪ್ಪಣ್ಣ, ಪದ್ಮನಾಭ ಭಟ್ ಶೇವ್ಕಾರ ಮತ್ತು ಸ್ವಾಮಿ ಪೊನ್ನಾಚಿ ಅವರಿಗೆ ಕೇಂದ್ರ ಸಾಹಿತ್ಯ ಅಕಾದೆಮಿಯ ಯುವ ಪುರಸ್ಕಾರ ದೊರೆತಿದೆ. ವಿನಯಾ, ಶಾಂತಿ ಕೆ ಅಪ್ಪಣ್ಣ ಮತ್ತು ಪದ್ಮನಾಭ ಭಟ್ ಶೇವ್ಕಾರರ ಪುಸ್ತಕಗಳಿಗೆ ಕರ್ನಾಟಕ ಸಾಹಿತ್ಯ ಅಕಾಡೆಮಿಯ ಪುಸ್ತಕ ಬಹುಮಾನ ಅಥವಾ ದತ್ತಿ ಬಹುಮಾನಗಳು ಸಂದಿವೆ. ಇನ್ನೂ ಹಲವಾರು ನಾಡಿನ ಪ್ರಮುಖ ಪ್ರಶಸ್ತಿ ಮತ್ತು ಬಹುಮಾನಗಳೂ ಈ ಕೃತಿಗಳಿಗೆ ಲಭ್ಯವಾಗಿವೆ.

ನೀವು ಈ ಸ್ಪರ್ಧೆಯಲ್ಲಿ ಭಾಗವಹಿಸಬೇಕೆ? ಹಾಗಿದ್ದರೆ ನಮ್ಮ ಮುಂದಿನ ವರ್ಷದ ಸ್ಪರ್ಧೆಯ ಆಹ್ವಾನವನ್ನು ಖ್ಯಾತ ಕನ್ನಡ ನಿಯತಕಾಲಿಕಗಳಲ್ಲಿ ಅಥವಾ ಸಾಮಾಜಿಕ ಜಾಲತಾಣಗಳಲ್ಲಿ ನಿರೀಕ್ಷಿಸಿರಿ. ಹೆಚ್ಚಿನ ವಿವರಗಳಿಗೆ 98444 22782 ಗೆ ಸಂದೇಶ ಕಳುಹಿಸಿರಿ.

ಈವರೆಗಿನ ಛಂದ ಪುಸ್ತಕ ಬಹುಮಾನ ವಿಜೇತರು

ಕತೆಗಾರರು	ಕಥಾಸಂಕಲನ	ತೀರ್ಪುಗಾರರು
ಸುನಂದಾ ಪ್ರಕಾಶ ಕಡಮೆ	ಪುಟ್ಟ ಪಾದದ ಗುರುತು	ಅಶೋಕ ಹೆಗಡೆ/ ಸುಮಂಗಲಾ
ಅಲಕ ತೀರ್ಥಹಳ್ಳಿ	ಈ ಕತೆಗಳ ಸಹವಾಸವೇ ಸಾಕು	ಕೇಶವ ಮಳಗಿ/ ಸುಮಂಗಲಾ
ಲೋಕೇಶ ಅಗಸನಕಟ್ಟೆ	ಹಟ್ಟಿಯೆಂಬ ಭೂಮಿಯ ತುಣುಕು	ಬೊಳುವಾರು ಮಹಮದ್ ಕುಂಞಿ
ವಿನಯಾ	ಊರ ಒಳಗಣ ಬಯಲು	ನೇಮಿಚಂದ್ರ
ಸಂದೀಪ ನಾಯಕ	ಗೋಡೆಗೆ ಬರೆದ ನವಿಲು	ಅಮರೇಶ ನುಗಡೋಣಿ
ಕಣಾದ ರಾಘವ	ಮೊದಲ ಮಳೆಯ ಮಣ್ಣು	ಕೆ. ಸತ್ಯನಾರಾಯಣ
ಬಸವಣ್ಣೆಪ್ಪಾ ಕಂಬಾರ	ಆಟಿಕೆ	ಕುಂ. ವೀರಭದ್ರಪ್ಪ
ಮೌನೇಶ ಬಡಿಗೇರ	ಮಾಯಾಕೋಲಾಹಲ	ಓ.ಎಲ್. ನಾಗಭೂಷಣಸ್ವಾಮಿ
ಪದ್ಮನಾಭ ಭಟ್ ಶೇವ್ಕಾರ	ಕೇಪಿನ ಡಬ್ಬಿ	ಎಂ. ಎಸ್. ಆಶಾದೇವಿ
ಶಾಂತಿ ಕೆ ಅಪ್ಪಣ್ಣ	ಮನಸು ಅಭಿಸಾರಿಕೆ	ಎಚ್.ಎಸ್. ರಾಘವೇಂದ್ರ ರಾವ್
ದಯಾನಂದ	ದೇವರು ಕಚ್ಚಿದ ಸೇಬು	ನಾ. ಡಿಸೋಜಾ
ಸ್ವಾಮಿ ಪೊನ್ನಾಚಿ	ಧೂಪದ ಮಕ್ಕಳು	ಎಂ. ಎಸ್. ಶ್ರೀರಾಮ್
ಶಶಿ ತರೀಕೆರೆ	ಡುಮಿಂಗ	ಲಲಿತಾ ಸಿದ್ಧಬಸವಯ್ಯ
ಛಾಯಾ ಭಟ್	ಬಯಲರಸಿ ಹೊರಟವಳು	ತಾರಿಣಿ ಶುಭದಾಯಿನಿ
ಕಾವ್ಯಾ ಕಡಮೆ	ಮಾಕೋನ ಏಕಾಂತ	ಟಿ.ಪಿ. ಅಶೋಕ

ಛಂದ ಪುಸ್ತಕ ಬಹುಮಾನ

ಪುಟ್ಟ ಪಾದದ ಗುರುತು – ಸುನಂದಾ ಪ್ರಕಾಶ ಕಡಮೆ – ₹ 120
ಈ ಕತೆಗಳ ಸಹವಾಸವೇ ಸಾಕು – ಅಲಕ ತೀರ್ಥಹಳ್ಳಿ – ₹ 60
ಹಟ್ಟಿಯೆಂಬ ಭೂಮಿಯ ತುಣುಕು – ಲೋಕೇಶ ಅಗಸನಕಟ್ಟೆ – ₹ 180
ಗೋಡೆಗೆ ಬರೆದ ನವಿಲು – ಸಂದೀಪ ನಾಯಕ – ₹ 60
ಮೊದಲ ಮಳೆಯ ಮಣ್ಣು – ಕಣಾದ ರಾಘವ – ₹ 140
ಆಟಿಕೆ – ಬಸವಣ್ಣೆಪ್ಪಾ ಕಂಬಾರ – ₹ 100
ಮಾಯಾಕೋಲಾಹಲ – ಮೌನೇಶ ಬಡಿಗೇರ – ₹ 140
ಕೇಪಿನ ಡಬ್ಬಿ – ಪದ್ಮನಾಭ ಭಟ್, ಶೇವ್ಕಾರ – ₹ 150
ಮನಸು ಅಭಿಸಾರಿಕೆ – ಶಾಂತಿ ಕೆ ಅಪ್ಪಣ್ಣ – ₹ 230
ದೇವರು ಕಚ್ಚಿದ ಸೇಬು – ದಯಾನಂದ – ₹ 120
ಧೂಪದ ಮಕ್ಕಳು – ಸ್ವಾಮಿ ಪೊನ್ನಾಚಿ – ₹ 120
ಡುಮಿಂಗ – ಶಶಿ ತರೀಕೆರೆ – ₹ 130
ಬಯಲರಸಿ ಹೊರಟವಳು – ಛಾಯಾ ಭಟ್ – ₹ 120
ಮಾಕೋನ ಏಕಾಂತ – ಕಾವ್ಯಾ ಕಡಮೆ – ₹ 130

ಕಥಾಸಂಕಲನ

ಶಕುಂತಳಾ – ಗುರುಪ್ರಸಾದ್ ಕಾಗಿನೆಲೆ – ₹ 80
ಜುಮುರು ಮಳೆ – ಸುಮಂಗಲಾ – ₹ 160
ಶಾಲಭಂಜಿಕೆ – ಡಾ. ಕೆ. ಎನ್. ಗಣೇಶಯ್ಯ – ₹ 130 (6ನೆಯ ಮುದ್ರಣ)
ಕಾರಂತಜ್ಜನಿಗೊಂದು ಪತ್ರ – ಸಚ್ಚಿದಾನಂದ ಹೆಗಡೆ – ₹ 150
ಹಕೂನ ಮಟಾಟ – ನಾಗರಾಜ ವಸ್ತಾರೆ – ₹ 80
ಕಾಲಿಟ್ಟಲ್ಲಿ ಕಾಲುದಾರಿ – ಸುಮಂಗಲಾ – ₹ 80
ಹುಲಿರಾಯ – ಕೀರ್ತಿರಾಜ್ – ₹ 80
ನಿರವಯವ – ನಾಗರಾಜ ವಸ್ತಾರೆ – ₹ 125
ಹನ್ನೊಂದನೇ ಅಡ್ಡರಸ್ತೆ – ಸುಮಂಗಲಾ – ₹ 170
ಗಾಳಿಗೆ ಮೆತ್ತಿದ ಬಣ್ಣ – ಕರ್ಕಿ ಕೃಷ್ಣಮೂರ್ತಿ – ₹ 120
ಕನ್ನಡಿ ಹರಳು – ಪದ್ಮನಾಭ ಭಟ್, ಶೇವ್ಕಾರ – ₹ 130
ಒಂದು ಚಿಟಿಕೆ ಮಣ್ಣು – ಲಕ್ಷ್ಮಣ ಬಾದಾಮಿ – ₹ 130
ಬಂಡಲ್ ಕತೆಗಳು – ಎಸ್ ಸುರೇಂದ್ರನಾಥ್ – ₹ 160
ದೇವರ ರಜಾ – ಗುರುಪ್ರಸಾದ್ ಕಾಗಿನೆಲೆ – ₹ 150
ಕಟ್ಟು ಕತೆಗಳು – ಎಸ್ ಸುರೇಂದ್ರನಾಥ್ – ₹ 210
ಮಡಿಲು (ನೀಳ್ಗತೆ) – ನಾಗರಾಜ ವಸ್ತಾರೆ – ₹ 15

ತಿರಾಮಿಸು – ಶಶಿ ತರೀಕೆರೆ – ₹ 210

ಪ್ರಬಂಧ

ಪೂರ್ವ ಪಶ್ಚಿಮ – ಎಂ. ಆರ್. ದತ್ತಾತ್ರಿ – ₹ 80
ರಾಗಿಮುದ್ದೆ – ರಘುನಾಥ ಚ. ಹ. – ₹ 120
ಕುಟ್ಟವಲಕ್ಕಿ / ಗೊಜ್ಜವಲಕ್ಕಿ – ಪ್ರಶಾಂತ ಆಡೂರ – ₹ 140 / ₹ 140
ಕಿಲಿಮಂಜಾರೋ – ಪ್ರಶಾಂತ್ ಬೀಚಿ – ₹ 80
ಮಿಸಳ್ ಭಾಜಿ – ಭಾರತಿ ಬಿ ವಿ – ₹ 190
ನೀ ಮಾಯೆಯೊಳಗೋ... – ವಿಕ್ರಮ ಹತ್ವಾರ – ₹ 120
ಸಾವೆಂಬ ಲಹರಿ – ಗುರುಪ್ರಸಾದ ಕಾಗಿನೆಲೆ – ₹ 140
ವೈದ್ಯ, ಮತ್ತೊಬ್ಬ – ಗುರುಪ್ರಸಾದ ಕಾಗಿನೆಲೆ – ₹ 120
ಅಪ್ಪನ ರ್‍ಯಾಲೀಸ್ ಸೈಕಲ್ – ದರ್ಶನ್ ಜಯಣ್ಣ – ₹ 110

ಅನುವಾದ

ದಿ ಚಾಯ್ಸ್ – ಈಡಿತ್ ಎವಾ ಎಗರ್ (ಜಯಶ್ರೀ ಭಟ್) – ₹ 280
ದೇಹವೇ ದೇಶ – ಗರಿಮಾ ಶ್ರೀವಾಸ್ತವ (ವಿಕ್ರಮ ವಿಸಾಜಿ) – ₹ 250
ಪರ್ಸೆಪೊಲಿಸ್– ಮಾರ್ಜಾನ್ ಸತ್ರಪಿ (ಪ್ರೀತಿ ನಾಗರಾಜ) – ₹ 395
ಗಾಳಿ ಪಳಗಿಸಿದ ಬಾಲಕ – ವಿಲಿಯಂ ಕಾಂಕ್ವಾಂಬಾ (ಕರುಣಾ ಬಿ ಎಸ್) – ₹ 180
ಅಮೋಸ್ ಫಾರ್ಚೂನ್ – ಎಲಿಝಬೆತ್ ಯೇಟ್ಸ್ (ಜಯಶ್ರೀ ಭಟ್) – ₹ 100
ನವ ಜೀವಗಳು – ವಿಲಿಯಂ ಡಾಲ್ರಿಂಪಲ್ (ನವೀನ ಗಂಗೋತ್ರಿ) – ₹ 250
ಮೈಕೆಲ್ ಕೆ – ಜೆ.ಎಂ. ಕುಟ್‌ಸೀ (ಸುನಿಲ್ ರಾವ್) – ₹ 170
ಲೇರಿಯೊಂಕ – ಹೆನ್ರಿ ಆರ್. ಓಲೆ ಕುಲೆಟ್ (ಪ್ರಶಾಂತ ಬೀಚಿ) – ₹ 140
ಅರೆಶತಮಾನದ ಮೌನ – ಯಾನ್ ರಫ್–ಓ'ಹರ್ನ್ (ಅರುಣ್) – ₹ 190
ಪರ್ವತದಲ್ಲಿ ಪವಾಡ – ನ್ಯಾಂಡೊ ಪರಾಡೊ (ಸಂಯುಕ್ತಾ ಪುಲಿಗಲ್) – ₹ 320
ಚಂದಿರ ಬೇಕೆಂದವನು – ಮಿಮಿ ಬೇರ್ಡ್ (ಪ್ರಜ್ಞಾ ಶಾಸ್ತ್ರಿ) – ₹ 180
ಬಂಡೂಲ – ವಿಕಿ ಕಾನ್‌ಸ್ಟಂಟೇನ್ ಕ್ರುಕ್ (ರಾಜ್ಯಶ್ರೀ ಕುಳಮರ್ವ) – ₹ 425
ರೆಬೆಲ್ ಸುಲ್ತಾನರು – ಮನು ಎಸ್ ಪಿಳ್ಳೈ (ಸಂಯುಕ್ತಾ ಪುಲಿಗಲ್) – ₹ 420
ಫಾಲೋಯಿಂಗ್ ಫಿಶ್ – ಸಮಂತ್ ಸುಬ್ರಮಣಿಯನ್ (ಸಹನಾ ಹೆಗಡೆ) – ₹ 280
ಜಗವ ಚುಂಬಿಸು – ಸುಬ್ರೊತೋ ಬಾಗ್ಚಿ (ವಂದನಾ ಪಿ ಸಿ) – ₹ 190
ಪರ್ದಾ ಅಂಡ್ ಪಾಲಿಗಮಿ – ಇಕ್ಬಾಲುನ್ನೀಸಾ ಹುಸೇನ್ (ದಾದಾಪೀರ್) – ₹ 380
ವಾಡಿವಾಸಲ್ – ಚಿ. ಸು. ಚೆಲ್ಲಪ್ಪ (ಸತ್ಯಕಿ) – ₹ 70
ನಾಲ್ಕನೇ ಎಕರೆ – ಶ್ರೀರಮಣ (ಅಜಯ್ ವರ್ಮಾ ಅಲ್ಲೂರಿ) – ₹ 100
ಮಾವೋನ ಕೊನೆಯ ನರ್ತಕ – ಲೀ ಕ್ವಿನ್‌ಶಿಂಗ್ (ಜಯಶ್ರೀ ಭಟ್) – ₹ 340
ಕೋಬಾಲ್ಟ್ ಬ್ಲೂ – ಸಚಿನ್ ಕುಂಡಲ್‌ಕರ್ (ಸಪ್ನಾ ಕಟ್ಟಿ) – ₹ 150

ವಸುಧೇಂದ್ರ

ಮನೀಷೆ – ಕತೆಗಳು – ₹ 120 (8ನೆಯ ಮುದ್ರಣ)
ಯುಗಾದಿ – ಕತೆಗಳು – ₹ 190 (9ನೆಯ ಮುದ್ರಣ)
ಚೇಳು – ಕತೆಗಳು – ₹ 120 (8ನೆಯ ಮುದ್ರಣ)
ಹಂಪಿ ಎಕ್ಸ್‌ಪ್ರೆಸ್ – ಕತೆಗಳು – ₹ 195 (9ನೆಯ ಮುದ್ರಣ)
ಮೋಹನಸ್ವಾಮಿ – ಕತೆಗಳು – ₹ 200 (6ನೆಯ ಮುದ್ರಣ)
ವಿಷಮ ಭಿನ್ನರಾಶಿ – ಕತೆಗಳು – ₹ 280 (4ನೆಯ ಮುದ್ರಣ)
ಕೋತಿಗಳು – ಪ್ರಬಂಧ – ₹ 120 (8ನೆಯ ಮುದ್ರಣ)
ನಮ್ಮಮ್ಮ ಅಂದ್ರೆ ನಂಗಿಷ್ಟ – ಪ್ರಬಂಧ – ₹ 75 (25ನೆಯ ಮುದ್ರಣ)
ರಕ್ಷಕ ಅನಾಥ – ಪ್ರಬಂಧ – ₹ 110 (5ನೆಯ ಮುದ್ರಣ)
ವರ್ಣಮಯ – ಪ್ರಬಂಧ – ₹ 200 (5ನೆಯ ಮುದ್ರಣ)
ಐದು ಪೈಸೆ ವರದಕ್ಷಿಣೆ – ಪ್ರಬಂಧ – ₹ 280 (5ನೆಯ ಮುದ್ರಣ)
ಹರಿಚಿತ್ತ ಸತ್ಯ – ಕಾದಂಬರಿ – ₹ 200 (6ನೆಯ ಮುದ್ರಣ)
ತೇಜೋ–ತುಂಗಭದ್ರಾ – ಕಾದಂಬರಿ – ₹ 450 (13ನೆಯ ಮುದ್ರಣ)
ಮಿಥುನ – ಶ್ರೀರಮಣರ ಕತೆಗಳು – ₹ 120 (8ನೆಯ ಮುದ್ರಣ)
ಎವರೆಸ್ಟ್ – ಜಾನ್ ಕ್ರಾಕೌರ್ – ₹ 360 (4ನೆಯ ಮುದ್ರಣ)

ಕಾದಂಬರಿ

ಎನ್ನ ಭವದ ಕೇಡು – ಎಸ್ ಸುರೇಂದ್ರನಾಥ್ – ₹ 75
ನ್ಯಾಸ – ಹರೀಶ ಹಾಗಲವಾಡಿ – ₹ 250
ಗುಣ – ಗುರುಪ್ರಸಾದ್ ಕಾಗಿನೆಲೆ – ₹ 150
ದ್ವೀಪವ ಬಯಸಿ – ಎಂ. ಆರ್. ದತ್ತಾತ್ರಿ – ₹ 250
ತಾರಾಬಾಯಿಯ ಪತ್ರ – ದತ್ತಾತ್ರಿ ಎಂ ಆರ್ – ₹ 160
ಅಗೆದಷ್ಟೂ ನಕ್ಷತ್ರ – ಸುಮಂಗಲಾ – ₹ 230
ಪ್ರಿಯೇ ಚಾರುಶೀಲೆ – ನಾಗರಾಜ ವಸ್ತಾರೆ – ₹ 295
ಋಷ್ಯಶೃಂಗ – ಹರೀಶ ಹಾಗಲವಾಡಿ – ₹ 125
ಅಂತು – ಪ್ರಕಾಶ ನಾಯಕ್ – ₹ 200
ಚುಕ್ಕಿ ಬೆಳಕಿನ ಜಾಡು – ಕರ್ಕಿ ಕೃಷ್ಣಮೂರ್ತಿ – ₹ 200
ಬರೀ ಎರಡು ರೆಕ್ಕೆ – ಸುನಂದಾ ಪ್ರಕಾಶ ಕಡಮೆ – ₹ 220
ದೀಪವಿರದ ದಾರಿಯಲ್ಲಿ – ಸುಶಾಂತ್ ಕೋಟ್ಯಾನ್ – ₹ 160
ದಾರಿ – ಕುಸುಮಾ ಆಯರಹಳ್ಳಿ – ₹ 395
ಬರೀ ಎರಡು ರೆಕ್ಕೆ – ಸುನಂದಾ ಪ್ರಕಾಶ ಕಡಮೆ – ₹ 260

ಕವಿತೆ

ಮದ್ಯಸಾರ – ಅಪಾರ – ₹ 60

ಪೂರ್ಣನ ಗರಿಗಳು – ಪೂರ್ಣಪ್ರಜ್ಞ – ₹ 30

ಹಲೋ ಹಲೋ ಚಂದಮಾಮ – ರಾಧೇಶ ತೋಳ್ಪಾಡಿ – ₹ 50

www.ingramcontent.com/pod-product-compliance
Lightning Source LLC
LaVergne TN
LVHW040745051026
849519LV00007BA/2448